“मानवी जिद्द आणि गरीब स्त्रियांच्या ठायी असलेली असाधारण ऊर्जा, बांधिलकी आणि कार्यक्षमता यांचा आपल्याला साक्षात्कार घडवणारं ‘वुइ आर पुअर बट सो मेनी’ हे पुस्तक वाचकाला खिळवून ठेवतं. गरिबांच्या ठरीव आणि साचेबंद प्रश्नांना आव्हान देऊन ते त्यांच्यात आमूलाग्र परिवर्तन घडवून आणतं. सत्तास्थानी असणाऱ्या आणि धोरणं आखणाऱ्यांना, तसंच गरिबांसाठी झटणाऱ्यांना अशा दोन्ही प्रकारच्या लोकांना विविध प्रकारचे आणि स्पष्ट संदेश देण्याचं काम ह्या पुस्तकानं केलेलं आहे. ह्या पुस्तकामुळे इतर असंख्य लोक संप्रेरित होऊन त्यांना दूरदृष्टी, धैर्य आणि चिकाटी लाभो. तसंच इला भट्ट आणि ‘सेवा’प्रमाणेच त्यांनासुद्धा अशक्य ते शक्य करण्याचं बळ लाभो आणि त्यांच्या हक्काचं असं अधिक उन्नत आयुष्य त्यांच्या वाट्याला येण्यासाठी ते सक्षम बनोत!”

– रॉबर्ट चेंबर्स

युनिव्हर्सिटी ऑफ ससेक्स येथील ‘इन्स्टिट्यूट ऑफ डेव्हलपमेंट स्टडीज.’

“भारतातल्या गुजरातमधल्या गरीब स्त्रियांसाठी नेटानं झटण्यात आयुष्य वेचणाऱ्या इला भट्ट यांच्या शाश्वत आणि महान कार्याचं दर्शन घडवणारं हे पुस्तक म्हणजे एक असाधारण कार्यकर्तृत्वच म्हणायला हवं. वास्तवता आणि नीतिमूल्यांची सांगड घालून काय साध्य करता येतं, याचा बोध ते घडवतं. तुम्हाला संप्रेरणा हवी असेल, तरी हेच पुस्तक वाचा आणि माहिती हवी असेल, तरीही हे पुस्तक वाचा. गरिबांना संघटित करण्यासाठी तुम्हाला व्यवहार्य मार्गदर्शन हवं असेल, तर हे पुस्तक वाचा.”

– रवि कणबूर

टी. एच. ली प्रोफेसर ऑफ वर्ल्ड अफेअर्स
अँड प्रोफेसर ऑफ इकॉनॉमिक्स कॉर्नेल युनिव्हर्सिटी.

"विकसनशील देशांबाबत धोरणं आखणाऱ्या सर्वांनी आणि जागतिकीकरण आणि सरकारी धोरणं यांचा गरीब कामगारांवर जो आघात होतो, त्याबद्दल आस्था आणि चिंता वाटत असणाऱ्या सर्व नागरिकांनी गरीब व्यावसायिक स्त्रियांना संघटित करण्याच्या महत्कार्याची माहिती देणारं इला भट्ट यांचं हे पुस्तक वाचायलाच हवं. भारतातल्या अर्थव्यवस्थेचा कणाच असलेल्या, परंतु तरीही सरकारी धोरणात त्यांच्या अस्तित्वाची दखलही घेतली न जाणाऱ्या भारतीय गरीब स्त्री-कामगारांच्या आयुष्याची कल्पनासुद्धा पाश्चिमात्यांना करता येणार नाही. कचरा गोळा करणं, शिवणकाम करणं, रस्त्यावर विक्री करणं, शेतांवर मजुरी करणं असे अनेक व्यवसाय ह्या स्त्रिया करत असतात. बारीकसारीक तपशिलांचं, वाट्याला येणाऱ्या, नाउमेद करणाऱ्या अगणित अडथळ्यांचं दर्शन तर हे पुस्तक घडवतंच; पण त्यासोबत ह्या स्त्रियांची जिद्द, लवचीकपणा आणि ऐक्य यांचंसुद्धा दर्शन या पुस्तकामुळे आपल्याला घडतं."

– मार्था नसबाम
युनिव्हर्सिटी ऑफ शिकागो

"भारतासारख्या देशातल्या गरीब स्त्रियांच्या वाट्याला येणाऱ्या सापत्नभावाची वर्षानुवर्षांच्या अनुभवानं जाणीव असलेल्या आणि ह्या सापत्नभावाशी झुंज देण्यासाठी नव्या यशस्वी योजना आखणाऱ्या एका स्त्रीच्या कार्याचा हा आलेख आहे. स्त्री-कल्याण, दारिद्र्य निर्मूलन, नोकरीच्या सुसंधींमध्ये वाढ या गोष्टी इच्छिणाऱ्या प्रत्येकाने हे पुस्तक वाचायलाच हवं."

– मार्क टुली
लेखक आणि पत्रकार.

वुइ आर पुअर बट सो मेनी

गरीब कष्टकरी स्त्रियांमधील क्षमता, त्यांच्यावरची परिस्थिती आणि त्यांच्या जीवनसंघर्षात 'सेवा' (SEWA - Self Employed Womens' Association) या संस्थेचा सक्रीय सहभाग याविषयी संस्थेच्या इला भट्ट यांचे प्रेरणादायी कथन

इला आर. भट्ट

अनुवाद

सुनीति काणे

मेहता पब्लिशिंग हाऊस

Please contact us at **Mehta Publishing House,** 1941, Madiwale Colony, Sadashiv Peth, Pune 411030.

✆ +91 020-24476924 / 24460313

Email : info@mehtapublishinghouse.com
production@mehtapublishinghouse.com
sales@mehtapublishinghouse.com

Website : www.mehtapublishinghouse.com

◆ *या पुस्तकातील लेखकाची मते, घटना, वर्णने ही त्या लेखकाची असून त्याच्याशी प्रकाशक सहमत असतीलच असे नाही.*

WE ARE POOR BUT SO MANY : The Story of Self-Employed Women in India by ELA R. BHATT

First Edition was originally published in English in 2005. This translation is published by arrangement with Oxford University Press.

Translated in Marathi Language by Suniti Kane

वुइ आर पुअर बट सो मेनी / अनुवादित अनुभवकथन

अनुवाद : सुनीति काणे
१, इन्द्रधनुष्य अपार्टमेंट्स, ८२७/अ, आगरकर रोड, शिवाजीनगर, पुणे – ४११००४. ✆ ०२०-२५६७६१६०/२५६७२८३३

मराठी अनुवादाचे व प्रकाशनाचे हक्क मेहता पब्लिशिंग हाऊस, पुणे.

प्रकाशक : सुनील अनिल मेहता, मेहता पब्लिशिंग हाऊस,
१९४१, सदाशिव पेठ, माडीवाले कॉलनी, पुणे – ४११०३०.

अक्षरजुळणी : स्वाती एंटरप्राइजेस, पुणे – ४११००९.

मुद्रक : स्पेक्ट्रम ऑफसेट, डी-२/४, सत्यम इस्टेट,
सीडीएसएसच्या मागे, एरंडवणे, पुणे – ४११००४.

मुखपृष्ठ : चंद्रमोहन कुलकर्णी

प्रथमावृत्ती : ऑक्टोबर, २०१२

किंमत : ₹ २९५/-

ISBN 978-81-8498-422-4

माझे पती, रमेश भट्ट यांना...

प्रास्ताविक

स्वत:चेच बारीकसारीक उद्योग करून उदरनिर्वाह करणाऱ्या गरीब स्त्रियांच्या धडपडीबद्दल आणि आयुष्याबद्दल लिहिणं, हे औधत्य आहे, हे मी जाणून आहे. मी ज्या स्त्रियांबद्दल लिहिते आहे, त्या स्त्रिया, मी त्यांच्याबद्दल काय लिहिलं आहे, ते वाचून पाहतील, अशी अजिबात शक्यता नाही; शिवाय मी ज्या आर्थिक आणि सामाजिक स्तरांत वाढले, त्याच संस्कारांच्या चष्म्यातूनच मी ह्या स्त्रियांकडे बघते आहे, हेसुद्धा मी जाणून आहे. त्यामुळे अगदी प्रामाणिकपणे सांगायचं, तर मी जे काही लिहिते आहे, ती ह्या स्त्रियांची मतं नसून माझी स्वत:चीच मतं आहेत.

आणि तरीसुद्धा मी हे पुस्तक लिहिलं आहे. कारण माझ्या आयुष्याचा खूप मोठा कालखंड मी ह्या स्त्रियांबरोबर व्यतीत केला आहे. गरिबी आणि पूर्वग्रहदूषित वागणूक यांच्याशी झुंजणाऱ्या ह्या स्त्रियांना पाहून मला जे-जे जाणवलं, ते-ते मी शब्दांद्वारे व्यक्त करण्याचा प्रयत्न केलेला आहे. आयुष्यात आम्ही कशा जवळ आलो, आम्ही संघटित प्रयत्न का केले, आम्ही एकत्र काय-काय केलं आणि अजूनही काय करत आहोत, आमच्या आशा-आकांक्षा, आमची कृती, आमची झुंज, आम्हांला लाभेलेलं यश आणि अपयश ह्या साऱ्या-साऱ्याबद्दल मला सांगायचंय. ह्या स्त्रियांमुळे माझं आयुष्य बदलून गेलं; त्यांनी ते व्यापून टाकलं, संपन्न केलं आणि मला जगण्यातला आनंद शिकवला. मी खरोखरच त्यांची अत्यंत ऋणी आहे.

गुजरातीत सर्व स्त्रियांना 'बेन' म्हणजेच 'ताई' असं संबोधण्याची प्रथा आहे. 'बेन' ह्या शब्दात बहिणीचं नातं जोडलं, म्हणजे संबधांमध्ये आपोआपच जवळीक येते. बहिणीचं नातं जोडणारा हा शब्द सर्व जातींच्या, सर्व स्तरांवरच्या सर्व व्यवसायांतल्या, सर्व जमातींतल्या आणि सर्व धर्मांतल्या स्त्रियांना एकत्र आणतो. 'सेवा' – SEWA (Self Employed Women's Association) ह्या आमच्या

संस्थेला ह्या भगिनीभावनेमुळेच इतकं काही साध्य करता आलेलं आहे.

स्वत:च्या पायावर उभ्या असलेल्या ह्या गरीब स्त्रियांच्या जगाकडे माझं लक्ष कसं आणि केव्हा वेधलं गेलं, ते मी ह्या पुस्तकाच्या प्रारंभीच सांगणार आहे. त्यानंतर मी वाचकांना ह्या स्त्रियांच्या जगात नेऊन त्यांच्या दैनंदिन आयुष्याचं दर्शन जवळून घडवणार आहे. त्यांना कोणत्या संकटांना तोंड द्यावं लागतं, दारिद्र्यातून त्यांची कशामुळे सुटका होत नाही, त्यांना कशा-कशाशी झुंजावं लागतं, त्यांना कोणत्या पूर्वग्रहांना तोंड द्यावं लागतं, खेड्यातल्या आणि शहरातल्या स्त्रियांची कामावरची आणि घरातली परीस्थिती कशी असते ह्या साऱ्यासाऱ्यांशी मी वाचकाची ओळख करून दिलेली आहे. स्वत:च्या पायावर उभ्या असलेल्या ह्या स्त्रिया जरी संधी मिळाल्यावर अनेक उद्योगधंदे करत असल्या, तरीसुद्धा मी त्यातल्या काही वेचक व्यवसायांवरच लक्ष केंद्रित केलेलं आहे. स्वत:चेच छोटे-छोटे व्यवसाय करणाऱ्या ह्या स्त्रियांची 'कामगार-संघटना' कशी संस्थापित झाली त्याची पार्श्वभूमी मी सांगितली आहे. ह्या संघटनेची मूलभूत तत्त्वं आणि आम्हांला द्यावी लागणारी लढत याबद्दलसुद्धा मी सांगितलं आहे. आर्थिक विकासावर ह्या व्यवसायिक संघटनांचा कोणता परिणाम होतो आणि ह्या स्त्रियांच्या आयुष्यावर अर्थव्यवस्थेचा प्रभाव कसा पडतो तेसुद्धा विशद करायचा प्रयत्न मी केलेला आहे.

'सेवा' (SEWA) ह्या संस्थेचा जन्म शहरातल्या गोरगरिबांमध्ये झाला. त्यामुळे मी तिथूनच सांगायला सुरुवात केली आहे. सर्वांत खालच्या स्तरावरच्या, कचरा गोळा करणाऱ्या स्त्रियांपासून मी सुरुवात केलेली आहे आणि आपली परिस्थिती सुधारण्याच्या त्यांच्या प्रयत्नांबद्दल लिहिलेलं आहे. त्यांच्यानंतर घरी बसून चिंध्यांच्या गोधड्या शिवणाऱ्या आणि लहानमोठ्या व्यापाऱ्यांसाठी नगावर कपडे शिवून देणाऱ्या स्त्रियांबद्दल मी माहिती दिलेली आहे. अशा स्त्रियांची संघटना स्थापन करणं, हा आमचा मूळ उद्देश असतो आणि अशा संघटनेमुळे अशा स्त्रिया आपल्या व्यवसायाच्या आधारे आपली नवी ओळख निर्माण करण्यात यशस्वी होतात.

मी दिलेली माहिती जरी स्थानिक आहे, तरी ह्या स्त्रियांपुढल्या समस्या अशी कामं करणाऱ्या जगभरातल्या स्त्रियांसारख्याच आहेत. विक्रेत्यांपुढल्या समस्यासुद्धा सार्वत्रिक आहेत. रस्त्यावर बसून माल विकता यावा म्हणून जागेसाठी धडपड, बाजारात गाळा मिळवण्यासाठी खटपट, नगरपालिकेच्या नोंदीत नाव यावं म्हणून लढत ही जगभरातली आहे. रस्त्यावरचे विक्रेते हे कावळ्याच्या छत्र्यांसारखे उगवणारे छोटे-छोटे उद्योजकच आहेत आणि ते जिवंत अर्थव्यवस्थेचं बोलकं प्रतीक आहेत. अशा विक्रेत्यांना कर्जाची आणि इतर बँक-सुविधांची

निकड असल्यामुळे शहरातल्या गोरगरिबांसाठी 'सेवा'नं छोटी कर्जं उपलब्ध करून दिली आणि 'सेवा बँक' संस्थापित झाली. त्या अनुभवाबद्दल ह्या पुस्तकात लिहिणं ओघानंच आलं. ह्या गोरगरिबांच्या इतर गरजा आणि विशेषत: वैद्यकीय सुविधेची गरज दिसल्यावर 'सेवा' ह्या आमच्या संस्थेनं ह्या गरीब स्त्रियांच्या राहण्याच्या आणि कामाच्या जागांची पाहणी केली आणि त्यांना वैद्यकीय सुविधा आणि आयुर्विमा उपलब्ध व्हावा म्हणून प्रयत्न केले.

शहरातली गरिबांची संख्या वाढू लागल्यावर अशा खेड्यांकडे 'सेवा'नं लक्ष वळवलं ज्या खेड्यांमधून हे लोक शहरांकडे धाव घेतात. आज 'सेवा' ह्या संस्थेच्या सदस्या असलेल्या खेड्यांतल्या भगिनींची संख्या शहरातल्या भगिनींच्या सदस्य-संख्येहून खूपच जास्त आहे. ह्या खेड्यांमधल्या भगिनी आपल्या देशाचा मुख्य प्रेरणास्रोत आहेत. गुजरातमधल्या ओसाड वाळवंटातून आलेल्या, जबरदस्त चिकाटी असलेल्या भगिनी आमच्या 'सेवा' ह्या संस्थेला लाभल्या आहेत. आपल्या घरातूनच भरतकामाची, कलाकुसरीची कामं करणाऱ्या भगिनी; शेतात उद्योगधंदे करणाऱ्या भगिनी; जंगलातून डिंक गोळा करणं, मिठागरात काम करणं अशी कामं करणाऱ्या भगिनी आम्हांला गुजरातमधल्या ह्या निर्जल वाळवंटी टापूनं दिलेल्या आहेत. उत्पादकांची सामुदायिक संघटना उभारून आपली मालमत्ता वाढवण्यासाठी 'सेवा'नं ह्या स्त्रियांना मदत केलेली आहे; स्पर्धेत टिकून राहण्यासाठी त्यांना बळ पुरवलं आहे; वैद्याकीय सुविधा, शिशुसंगोपन, निवारा, विमा आणि कर्ज ह्यांबाबत त्यांना मदत केलेली आहे. आपल्या जंगलातल्या निवासस्थानातून विस्थापित झालेले आणि त्या नव्या जागी रुजू पाहणारे आदिवासी आणि त्यांचे कष्ट पाहून आपलं सरकारसुद्धा त्यांना गरिबीत असाहाय्यपणे कसं पिचत ठेवतं याचा बोध होतो.

हे पुस्तक वाचून झाल्यावर 'स्त्रियांना केंद्रस्थानी ठेवून आर्थिक सुधारणा योजाव्यात' हा माझा मुद्दा मला सिद्ध करता येऊन तो वाचकांना पटवता येईल, अशी मी आशा करते. आपल्या जिव्हाळ्याच्या मुद्यांमध्ये यश मिळवण्यासाठी स्त्रिया संघटितपणे भक्कम संस्था उभारू शकतात आणि आपल्या अनुभवांच्या बळावर मार्ग काढू शकतात हे सिद्ध करणारे भरपूर पुरावे सापडतील आणि असे मार्ग काढत असताना ह्या स्त्रिया आपल्या समाजात आणि वातावरणात निरोगी आणि सकारात्मक असे कायमस्वरूपी बदल अगदी सहजपणे घडवून आणू शकतात, हेसुद्धा दिसून येईल.

◈

रमेशनं मला जगाकडे डोळस नजरेनं पाहायला शिकवलं. ते साल होतं १९४९. तेव्हा मी एक लाजरीबुजरी आणि अभ्यासू अशी कॉलेजकन्यका होते.

दुरूनच मी रमेशची विभूतिपूजा करत होते. तो निर्भय, देखणा विद्यार्थी-नेता होता आणि यूथ-काँग्रेसचा एक क्रियाशील सदस्य होता. १९५१ साली स्वतंत्र भारतातली पहिली जनगणना होणार होती. त्यासाठी तो झोपडपट्टीत राहणाऱ्या कुटुंबाविषयी माहिती गोळा करत होता. ह्या संदर्भात तो झोपडपट्टीत सतत खेपा घालत होता. त्या वेळेस मी त्याच्यासोबत यावं, ह्या त्याच्या आमंत्रणाचा स्वीकार मी घाबरतच केला. मला ठाऊक होतं की, एका सर्वस्वी अपरिचित कुटुंबातल्या तरुण मुलाबरोबर एका गलिच्छ वस्तीत आपली मुलगी भटकते आहे, ही गोष्ट माझ्या आई-वडलांना अजिबात आवडणार नव्हती.

माझे वडील एक यशस्वी वकील होते. त्यांची वकिली जोरात चालली होती आणि समाजात त्यांना मान दिला जात होता. माझी आई सुधारक विचारांची होती. तिचे वडील स्वातंत्र्यसैनिक होते आणि मिठासंदर्भातल्या आंदोलनासाठी ते महात्मा गांधींबरोबर दांडीयात्रेला गेलेले होते. परंतु स्वतःच्या मुलींच्या – माझ्या आणि माझी धाकटी बहीण रूपा यांच्या बाबतीत – मात्र माझी आई जुन्या विचारांची आणि संरक्षक वागणूक देणारीच होती.

सुरतमधली मैनाफलिया ही झोपडपट्टी आमच्या घरापासून फारशी लांब नव्हती; परंतु ते एक सर्वस्वी निराळंच जग होतं. तिथे सतत मासळी आणि मलमूत्र यांची दुर्गंधी येत असे. तिथं एकेका खोलीची जी घरं होती, त्यांची जमीन मातीची होती आणि घराला खिडक्या नव्हत्या. टिनचे पत्रे वापरून त्या घराचं छत बनवलेलं असे आणि तागाच्या गोणपाटांचा भिंतीसारखा वापर करून घराच्या खोल्या पाडल्या जात असत. घरापाठीमागच्या छोट्याशा अंगणाचा वापर अंघोळ, धुणीभांडी आणि उत्सर्जनासाठी केला जात असे. हे सांडपाणी पपई आणि कर्दळी वाढवण्यासाठी वापरलं जात असे. ह्या दोन्ही गोष्टी बाजारात विकल्या जात असत. सर्वत्र डास आणि माश्या यांचं साम्राज्य असे.

घरातले पुरुष आणि मुलगे नदीतून मासे पकडून आणत आणि स्त्रिया ते मासे विकत. लाल तिखट आणि लसणीबरोबर ते सकाळी ज्वारीची भाकर खात असत आणि न विकल्या गेलेल्या माशांबरोबर रात्रीच्या जेवणाला उकडलेल्या भाज्या खात असतं. त्यांची मुलं रडकी होती आणि बायबलवरच्या सिनेमांमधून त्यांची नावं उचललेली असत. डिलायला, रिबेका, सायमन वगैरे. बायका केसात ताजी फुलं माळत असत.

ह्या वातावरणात रमेश अगदी सहजतेनं वावरत असे. लोकाचं बोलणं तो ऐकून घेत असे, त्यांची चेष्टा-मस्करी करून हसत असे आणि त्यांना हसवत असे आणि एखाद्या नव्या चौकस शेजाऱ्याप्रमाणे तो ह्या झोपडपट्टीवासियांकडून माहिती गोळा करत असे. त्याउलट मी असं वातावरण यापूर्वी कधीही जवळून

पाहिलेलं नसल्यामुळे मला तिथे अस्वस्थ वाटत असे. त्या अनोळखी वातावरणात मी थिजून जात असे आणि माझ्या बुजरेपणाबद्दल मला स्वत:चाच राग येत असे. तरीसुद्धा अर्धीअधिक जनता कोणत्या परिस्थितीत जगते आहे हे पाहणं, हा एक वेगळाच अनुभव होता आणि माझ्या मनावर त्याचा खूप खोल ठसा उमटला.

भारत तेव्हा नुकताच स्वतंत्र झाला होता. 'गरिबांसमवेत राहा आणि त्यांची सेवा करा' ही महात्मा गांधींची शिकवण तरुणांच्या मनात ताजी होती. स्वत:च्या पायावर उभी असलेली छोटी-छोटी स्वतंत्र खेडी हा भारतीय लोकशाहीसाठी भक्कम पाया ठरेल, ह्या गांधीजींच्या विचारांना प्रत्यक्षात उतरवण्यात तेव्हाची तरुण पिढी मग्न होती. राजकारणात आदर्शवाद होता. संप्रेरित करून कार्यरत करायची शक्ती त्या ध्येयवादात भरपूर होती. 'स्वत:च्या गरजा स्वत:च पुऱ्या करा' ह्या गांधींच्या आणि जे. सी. कुमाराप्पा यांच्या विचारधारेबद्दलचं लिखाण वाचून मी आणि रमेश त्यावर हिरिरीनं चर्चा करत असू.

रमेशचे वडील एका खेड्यात राहणारे ब्राह्मण होते. खेड्यातल्या गरिबीतून मार्ग काढण्यासाठी त्यांनी कापडाच्या गिरणीत नोकरी धरली होती. रमेश पाच वर्षांचा असतानाच त्याची आई निवर्तली होती. कोवळ्या वयातच रमेशला मातृवियोगाचा आघात सोसावा लागलेला होता. त्याच्या वडलांना शिक्षणाचं अतिशय महत्त्व वाटत असे आणि त्यांनी त्याला उत्तम शिक्षण दिलं. त्यानं अर्थशास्त्राचं आणि कायद्याचं शिक्षण घेतलं आणि तो अहमदाबादमधल्या बी. डी. आर्ट्स कॉलेजात अर्थशास्त्र हा विषय शिकवू लागला. हे शैक्षणिक वातावरण रमेशला खूपच आवडलं. त्याची विद्यार्थिवृत्ती नेहमीच जागी राहिली आणि तो स्वत:ही उत्कृष्ट शिक्षक बनला.

माझ्या उर्वरित सार्वजनिक आयुष्यात रमेश कधीही माझ्याबरोबर समाजापुढे आला नाही. तो प्रसिद्धीपराङ्मुख माणूस आहे, पण आयुष्यभर तो माझ्या पाठीशी उभा राहिला. तो माझा सर्वांत जवळचा मित्र होता. आमच्या 'सेवा' ह्या संस्थेद्वारा आम्ही सतत नवीनवी क्षितिजं शोधत होतो. रमेशचं अंतर्ज्ञान आणि मीमांसा यांमुळे जुन्या समस्यांवर चाकोरीबाहेरचे तोडगे शोधायला आम्हांला खूपच मदत झाली. त्याचं म्हणणं मला नेहमीच पटत असे, असं मुळीच नाही. त्याचे विचार माझ्यापेक्षा खूपच बंडखोर असत; परंतु आमचं एकमत झाल नसलं, तरीसुद्धा रमेश नेहमीच माझ्या पाठीशी उभा राहत असे. त्याचं मन इतकं मोठं होतं, म्हणूनच माझ्यात आत्मविश्वास निर्माण होऊ शकला.

१९५५ साली मी कायद्याची पदवी मिळवल्यावर मला 'टेक्स्टाइल लेबर ॲसोसिएशन'च्या (TLA) कायदे खात्यात कनिष्ठ वकिलाची नोकरी मिळाली. TLA ही गिरणी कामगारांची संघटना (अहमदाबादेत यालाच 'मजूर महाजन'

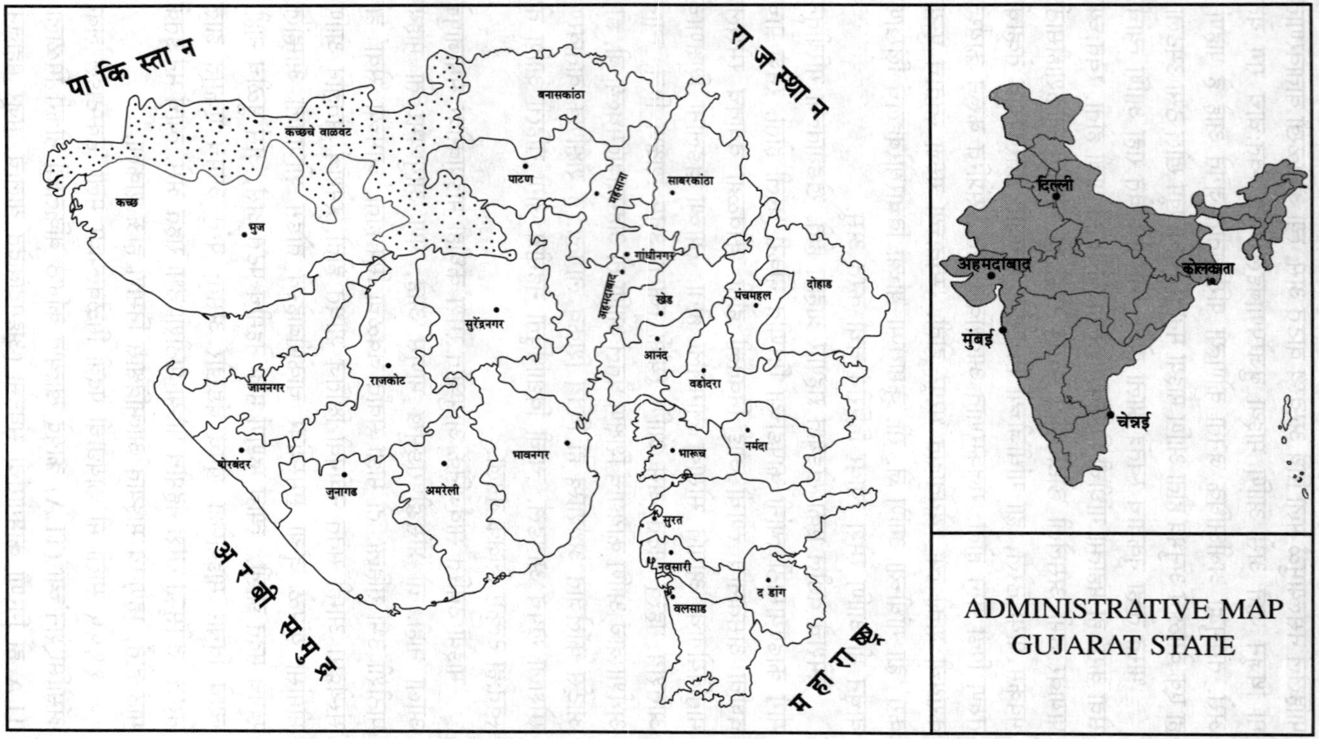

ADMINISTRATIVE MAP
GUJARAT STATE

म्हणून ओळखलं जाई) हाच माझा खरा गुरू ठरला. अनसूयाबेन साराभाई आणि महात्मा गांधी यांनी १९२० साली ह्या संघटनेची स्थापना केलेली होती आणि कामगारांचे झगडे अगदी वेगळ्या प्रकारे सोडवण्याबद्दल या संस्थेचा लौकिक होता. मजूर आणि भांडवलदार यांनी भागीदार म्हणून काम करावं आणि वाटाघाटी आणि सामोपचार य मार्गांनी भांडणं मिटवावीत, यावर त्यांचा भर असे. संपावर जाणं श्रेयस्कर नाही, कारण संपामुळे जबरदस्तीनं निर्णय लादले जातात आणि ते यशस्वी ठरत नाहीत, असं मानलं जात असे. मी TLAमध्ये नोकरी धरली, तेव्हा ती देशातली एक अत्यंत मजबूत अशी मजूर-संघटना होती. काँग्रेस पार्टी आणि काँग्रेस पार्टीच्या सरकारबरोबर ह्या संघटनेचे निकटचे संबंध होते.

लेबर-कोर्टात सुरुवातीला मी तणावाखाली वावरत असे. माझ्या कपड्यांबद्दल किंवा माझ्या ठेंगणेपणावर कुणी शेरा मारला की, मी अस्वस्थ होऊन बोलताना चाचरू लगत असे. त्या वेळेस कोर्टात एकही स्त्री-वकील नसे. त्यामुळे मला अवघडल्यासारखं आणि एकाकी वाटत असे; परंतु वकील म्हणून माझ्या गाठी अनुभव जमा होत होता. सुटीच्या दिवसांसाठी अपुरी वेतन-भरपाई, मिलच्या कँटीनमध्ये कर्मचाऱ्यांचा तुटवडा, कामाची पाळी बदलून देण्याला नकार यांसारखे लहानसहान कज्जे मी कोर्टात लढवत असे. संघटनेच्या कार्यालयात ग्रॅच्युइटीबद्दलच्या कायद्याचा मसुदा तयार करायला मी मदत केली होती. हा मसुदा लवकरच लोकसभेपुढे ठेवला जाणार होता. माझ्या स्वतःच्या आयुष्यातली महत्त्वाची घटना म्हणजे, रमेशबरोबर विवाह करायला माझ्या आईवडलांनी अखेरीस मला परवानगी दिली होती. आम्ही एप्रिल १९५६मध्ये विवाहबद्ध झालो. मी तेव्हा तेवीस वर्षांची होते.

काम आणि अर्थव्यवस्था याबद्दलच्या गांधीजींच्या विचारांचा माझ्या कोवळ्या मनावर खोलवर ठसा उमटलेला होता. गांधीजींचा भर साधेपणावर असे. गुंतागुतीचे व्यवहार म्हणजे प्रगती नव्हे, असं त्यांचं म्हणणं होतं. अहिंसा हे गांधीजींचं ब्रीदवाक्य होतं. कोणत्याही प्रकारची हिंसक कृती कायमस्वरूपी शांतीकडे किंवा नवनिर्मितीकडे नेऊ शकणार नाही, असा त्यांचा ठाम विश्वास होता. श्रमांची महती आणि पवित्र्य ते जाणून होते. नीतिमूल्यांवर त्यांची अपार श्रद्धा होती. माणुसकीला धरून नसलेलं वर्तन त्यांना त्याज्य वाटत असे. गरिबी हिंसेकडे नेते, म्हणून गरिबी त्यांना चुकीची वाटत असे. गरिबीमुळे श्रमांची कदर केली जात नाही, गरिबीमुळे माणसातली माणुसकी नष्ट होते आणि माणूस आपलं स्वातंत्र्य गमावतो, म्हणून गरिबी हटवली पाहिजे असं त्यांचं मत होतं. गांधीजींचे हे सारे विचार मला अत्यंत पूज्य वाटत.

एकोणीसशे साठच्या दशकात 'टेक्स्टाइल लेबर असोसिएशन' TLA ही

संस्था अत्यंत बलशाली झाली आणि देशभरात महत्त्वाची बनली. कामगार आणि भांडवलदार यांची भागिदारी असावी, हे TLAचं तत्त्व, सामोपचारानं तंटे मिटवण्याची त्यांची प्रथा, त्यांची प्रचंड सभासदसंख्या यामुळे ही संस्था सर्वांना अत्यंत विश्वासार्ह वाटू लागली. कामगारांच्या मतदारसंघातून नगरपालिकेच्या जागांसाठी, विधान सभेसाठी आणि लोकसभेसाठी या संस्थेचे सदस्य उमेदवार म्हणून उभे राहून निवडणुका लढवू लागले होते; परंतु साठच्या दशकाच्या अखेरीस देशातल्या कापडगिरण्यांची आर्थिक स्थिती मात्र घसरणीला लागली होती. अहमदाबादेतील कापडगिरण्यांच्या आर्थिक ऱ्हासाला प्रारंभ झालेला होता.

१९६८ साली दोन मोठ्या कापडगिरण्या बंद पडल्या आणि ही गोष्ट मला प्रकर्षानं जाणवली. ह्या गिरण्या बंद पडल्यावर हजारो कामगार बेकार झाले. अशा बेकार मजुरांच्या कुटुंबांची माहिती गोळा करण्याचं काम माझ्यावर सोपवण्यात आलेले होतं. अशा बेकार झालेल्या कामगारांच्या घरी गेल्यावर मला दिसलं की, घर चालवण्याची जबाबदारी घरातल्या स्त्रीच्या अंगावर येऊन पडलेली आहे. घरातला कर्ता पुरुष गिरणी परत चालू करावी अशा आंदोलनात धरणं धरून बसलेला असताना पैसे मिळवून कुटुंबीयांच्या तोंडी अन्नाचा घास घालण्याचं काम घरातल्या स्त्रीवरच येऊन पडलेलं होतं. ह्या स्त्रिया रस्त्यावर फळं आणि भाज्या विकत; मधल्या दलालांना नगावर कपडे शिवून देत; घाऊक मालाच्या बाजारात मजूर म्हणून राबत आणि तिथे ट्रकमधून सामान उतरवणं आणि चढवणं अशी कामं त्या करत; शहरातल्या रस्त्यांवरून कचरा गोळा करून त्यातलं पुन्हा वापरता येण्याजोगा कागद, प्लास्टिकच्या पिशव्या यांसारख्या गोष्टी बाजूला काढून त्या विकत असत. अनेक मुलांनी शाळा सोडून दिली होती आणि घर चालवण्यासाठी ती मुलं त्यांच्या आयांना हातभार लावू लागली होती. ही सारी कामं कोणत्याही मजूर-कायद्यांच्या किंवा नियमांच्या कक्षेबाहेरची होती. ती कामं घरात राहून करता येण्याजोगी होती. ही कामं कोणत्याही व्याख्येत बसत नव्हती. स्वत:साठी स्वत:च काम करणं म्हणजे काय, याचं दर्शन मला प्रथमच झालं. त्यांना कोणत्याही कामगार कायद्यांची मदत होण्याजोगी नव्हती. त्यांच्यासाठी माझं वकिलीचं शिक्षण अजिबात कामाला येणार नव्हतं. एका औपचारिक, अधिकृत संस्थेसाठी काम करत असताना मला ह्या अथांग अशा अनौपचारिक स्तरावरच्या अनेक कामांचं दर्शन व्हावं, हा मोठाच विरोधाभास होता! औपचारिक स्तरावरच्या नोकऱ्यांना कामगार-कायद्याचं संरक्षण लाभत होतं, तर ह्या असंख्य व्यवसायांना कोणतंही संरक्षण मिळत नव्हतं; परंतु ह्या दोहोंमुळे देशाच्या अर्थव्यवस्थेला मात्र मदत होत होती.

दुर्लक्षित आणि एकेकट्यानं कुटुंबाचा उदरनिर्वाह करण्यासाठी धडपड

करत असलेल्या ह्या स्त्रियांकडे पाहून मी विलक्षण बेचैन झाले आणि त्यांच्यासाठी काहीतरी करावं अशी तीव्र इच्छा माझ्या मनात जागी झाली. ह्या स्त्रियांची आयुष्यं सुधारायला TLAची कोणती मदत होऊ शकेल, असा विचार मी करू लागले. अणीबाणीच्या परिस्थितीत घर सावरण्यासाठी धडपड करणाऱ्या ह्या उद्यमशील गृहिणी आहेत, एवढाच TLAचा त्यांच्याबाबतचा दृष्टिकोन होता, पण TLA त्यांच्याकडे कामगार ह्या दृष्टीनं पाहायला तयार नव्हती. शिवणयंत्र वापरायचं प्रशिक्षण देण्यापलीकडे ह्या स्त्रियांसाठी आपल्याला काही करता येईल, असं TLAला अजिबात वाटत नव्हतं.

१९६८ साली, 'इंडियन नॅशनल ट्रेड युनियन क्रॉंग्रेस' (INTUC) ह्या देशातल्या सर्वांत मोठ्या मध्यवर्ती कामगार संघटनेच्या वार्षिक परिषदेचं यजमानपद TLAनं अहमदाबादेत सांभाळलं. ह्या वार्षिक परिषदेच्या वेळेस INTUCच्या स्त्री-विभागाची पहिली संयोजक म्हणून माझी नियुक्ती करण्यात आली. स्त्री-कामगारांच्या प्रश्नांबाबतच्या वाढत्या जागरूकतेचंच हे दृश्य चिन्ह होतं. माझी INTUCच्या स्त्री-शाखेच्या संयोजकपदावर नेमणूक झाल्यानंतर लगेचच मला कामगार आणि सहकारी-संस्था यांवरच्या एका अभ्यासक्रमासाठी इस्राईल इथे पाठवण्यात आलं.

मी १९६९ साली तेल-अवीव्हला पोचले. आपल्या देशवासियांना संघटित करून कामगार-संघटना आणि सहकारी-संस्था यांद्वारा देशाच्या अर्थव्यवस्थेचा पाया रचण्यात इस्राईल देश कार्यमग्न झालेला होता. वाळवंटी भागांचा विकास घडवण्यात साऱ्या देशानं भरपूर प्रयत्न खर्च केले होते. वाळवंटातल्या एका किबुट्झ*मध्ये काम करण्याची संधी मला लाभली. मला हे सारंच मोठं रोमांचकारक वाटत होतं; पण कामगार-संघटना आणि सहकारी-संस्था एकत्र येऊन इतक्या चांगल्या प्रकारे काम करू शकतील, ह्या गोष्टीचं मला विलक्षण आश्चर्य वाटत होतं.

हा अभ्यासक्रम पूर्ण करून हाती पदविका घेऊन मी TLAकडे परतले. माझ्या डोक्यात नवनव्या कल्पना आकार घेत होत्या. आता बेकार होऊन घरी बसलेल्या पोशिंद्या नवऱ्यांच्या बायका कुटुंबाच्या तोंडी घास घालण्यासाठी आपापल्या घरातूनच जे प्रयत्न करत होत्या, त्यांच्या मदतीसाठी काहीतरी करता यावं अशी ओढ मला लागलेली होती. अशा स्त्रियांची एक 'मजूर-संघटना' स्थापावी, म्हणजे त्यांनासुद्धा संघटित कामगारांप्रमाणेच फायदे मिळतील, असं मला वाटत होतं. ह्याबाबत विचार करत असताना मला एक अगदी साधीसुधी गोष्ट उमगली की, संघटित होणं म्हणजे एकत्र येणं. ह्या स्त्रियांनी 'कुणा विरुद्ध'

* किबुट्झ (kibbutz) – समाजवादी तत्त्वानुसार एकत्रितपणे काम करणारा समाज.

एकत्र येण्याची गरज नव्हती. त्यांनी आपल्या हितासाठीच एकत्र येणं गरजेचं होतं. अशी संघटना स्थापल्यामुळे त्यांच्यात एकजुटीची भावना तर रुजली असतीच, पण त्याखेरीज त्या कामगार आहेत ह्या वस्तुस्थितीवर शिक्कामोर्तब होऊन संघटितपणे व्यक्त होण्यासाठी त्यांना संधी लाभली असती. ह्या वेळेस मला TLAच्या नेत्यांनी खूपच पाठबळ दिलं; विशेषत: स्वत:चे छोटे-छोटे उद्योग करणाऱ्या या स्त्रियांना संघटित करण्याचे माझे प्रयत्न ए. एन. बुच यांना स्वागतार्ह वाटले. अशा स्त्रियांच्या कामगार संघटनेचा आवाका आणि महत्त्व त्या वेळेस त्यांना किंवा मला पूर्णपणे उमगलं होतं, असं मला वाटत नाही.

असे विविध प्रकारचे व्यवसाय करणाऱ्या प्रचंड समुदायाला 'काठावरल्या' 'अनौपचारिक कामं करणाऱ्या', 'असंघटित', 'गौण', 'भिन्न प्रकारच्या', 'अर्थव्यवस्थेत नगण्य' असा शिक्का मारणं मला हास्यास्पद वाटलं. 'ही कामं कशाच्या काठावरची आहेत? कोणत्या परिघाबाहेरची आहेत?' असा प्रश्न मी विचारला. कामगारवर्गाचं वर्तुळ अधिकाधिक संकोच पावत होतं आणि परिघाबाहेरच्या कामांची संख्याच जोरानं वाढत होती आणि ही वस्तुस्थिती अगदी स्वच्छ दिसत होती. माझ्या मते ह्या स्त्रिया केवळ 'स्वत:साठी काम करणाऱ्या' होत्या. अशा 'सेल्फ एम्प्लॉइड' स्त्रिया जे विविध व्यवसाय करत होत्या, ते व्यवसाय आपली अंगभूत कौशल्यं काळाच्या गरजेनुसार वापरून ह्या स्त्रियांनीच निर्माण केलेले होते. आपली कौशल्यं गरजेनुसार लवचीकपणे वापरून ह्या स्त्रियांनी आपली कुवत सिद्ध केली होती. हा लवचीकपणा, हेच त्यांचं बळ होतं! त्यांना केवळ त्यांच्या समाजाच्या आणि सरकारच्या पाठिंब्याची गरज होती; परंतु हे सारं मला खूप उशिरा उमगलं. एप्रिल १९७२मध्ये जेव्हा 'SEWA' ची संस्थापना झाली, तेव्हा या साऱ्याबद्दल मला फक्त अंधूकशी कल्पना होती.

सूपा गोबा ही माझी पहिली सहकारी होती. काळी-सावळी, आकर्षक आणि बहुधा एक जुनी, जांभळी साडी नेसणारी सूपा महाराष्ट्रातल्या खानदेश जिल्ह्यातून सुरतला आलेली होती. रात्री ती फूटपाथवर झोपत असे आणि दिवसा डोक्यावरून कापडाच्या ताग्यांचे गठ्ठे घाऊक विक्रेत्यांकडून किरकोळ विक्रेत्यांकडे पोचवत असे. रेल्वे यार्डातून वखारीत किंवा धनलक्ष्मी मार्केटातल्या दुकानांमध्ये ती हा माल पोचता करत असे. एक फेरीला तिला दोन रुपये मजुरी मिळत असे. दिवसाकाठी ती अशा वीस फेऱ्या मारत असे. माझ्या लक्षात आलं की, तिची अर्धी कमाई तिला खेड्यातून शहरात कामासाठी आणणाऱ्या दलालाकडे तिच्या मालकाकरवी थेट पोचवली जात असे. सूपासारख्या शेकडो स्त्रिया कापडबाजारात काम करत होत्या आणि त्यांना किती कमी पगार मिळत होता, हे पाहून मला धक्काच बसला.

एकत्रितपणे घासाघीस करण्याचा पहिला धडा मला सूपा आणि तिच्यासारख्या इतर मजूर-स्त्रियांनी शिकवला. अनेक रितींनी ह्या स्त्रियांचं शोषण केलं जात होतं आणि तरीसुद्धा ह्या स्त्रिया मोठ्या धिटाईनं ह्या अपमानांशी आणि अन्यायांशी लढत होत्या. सारंकाही पणाला लावण्यास त्या अजिबात कचरत नसत. त्यांचे पगार वाढवून देण्यात आम्हांला अपयश आलं असतं, तर त्या सर्वस्व गमावणार होत्या. असं असूनही त्यांनी माझ्यावर विश्वास टाकला आणि लढा देण्यासाठी मला पाठबळ दिलं. अशा प्रकारची लढत देण्याचा तो माझा पहिलाच प्रयत्न होता आणि आमच्या प्रयत्नांमुळे किंवा दैव पाठीशी असल्यामुळे ह्या स्त्रियांची मजुरी तीस टक्क्यांनी वाढवून मिळवण्यात आम्ही यशस्वी झालो. ही सुरुवात तर मोठी चांगली झाली होती!

अहमदाबादमध्ये असंघटित स्वरूपाचे असेच इतर अनेक व्यवसाय होते. त्या व्यवसायांवरच अहमदाबादच्या अर्थव्यवस्थेचा डोलारा उभा होता. असं असूनही, ह्या व्यवसायात काम करणाऱ्यांचं भीषण शोषण होत होतं, याची पर्वा कुणालाही वाटत नव्हती. खरंतर ह्या गरीब नागरिकांच्या अस्तित्वाची दखलसुद्धा कुणी घेत नव्हतं.

कापडबाजारातल्या मजूर स्त्रियांना संघटित करण्याचे माझे प्रयत्न TLAच्या ऑफिसातले टेलिफोन ऑपरेटर, कचराभाई जागरिया लक्षपूर्वक पाहत होते. मग एके दिवशी त्यांनी त्यांच्या वहिनीशी माझी ओळख करून दिली. त्यांची वहिनी, चंदा पापू ऊर्फ चंदाबेन ही एक देखणी स्त्री होती. ती पुरी-बाजारात काम करत असे. वापरलेले जुने कपडे विक्रीसाठी पुरी बाजारात ठेवले जात असत. डोक्यावर कोऱ्या करकरीत स्टेनलेस स्टीलच्या भांड्यांचा आणि प्लास्टिकच्या वस्तूंचा हारा घेऊन चंदाबेन सुखवस्तू लोकांच्या विभागात फिरून ह्या गोष्टींच्या बदल्यात घासाघीस करून श्रीमंतांनी वापरलेले जुने कपडे मिळवत असे. हे कपडे ती पुरी बाजारात विक्रीला ठेवत असे. स्टीलची भांडी ती दुकानदाराकडून उधारीवर मिळवत असे. हा दुकानदारच तिचा सावकार होता. ती आपली कमाई त्याच्या ताब्यात देत असे. त्यातून तो त्याचं कर्ज वळतं करून घेत असे आणि उरलेले पैसे तिच्या खात्यावर मांडून सांभाळून ठेवत असे.

चंदाबेनचं घर हीच तिची कामाची जागा होती. त्या घरात सात कुटुंबीय राहत होते. तिथेच दोन शिवणयंत्रंसुद्धा होती. सारी जणं दिवसभर उद्योगमग्न असत. तिनं आणलेले जुने कपडे शिवून, ठिगळं लावून, रफू करून, धुऊन, इस्त्री करून त्यांचं रुपडं बदलण्यात सारे कुटुंबीय तिला मदत करत असत. वापरून जीर्ण झालेल्या टॉवेललासुद्धा नवं रूप दिलं जात असे. घरातले पुरुषसुद्धा ह्या डागडुजीत मदत करत. कुटुंबीयांना घराकामासाठीसुद्धा फुरसत

मिळत नसे. ते बाजारातून तयार जेवणच आणून घरी खात असत.

ह्या जुन्या कपड्यांच्या बाजारात स्त्रियाच विक्रेत्याचं काम करत. पुरुष केवळ त्यांचे मदतनीस म्हणून असत. स्त्रिया स्वत:ला व्यापारी म्हणवत. मालची किंमत जोखून योग्य किमतीसाठी गिऱ्हाइकांशी घासाघीस करण्यात त्या तरबेज होत्या. दुपारच्या उन्हापासून संरक्षण मिळवण्यासाठी चालचलाऊ किंतानाच्या छताखाली बसून त्या ही घासाघीस करत. दिवसाकाठी कडक, गोड चहाचे अनेक कप ढोसत आणि त्यांच्या ट्रान्झिस्टर-रेडिओवर मोठ्यानं वाजणारी लोकप्रिय गाणी ऐकत त्यांचं काम चालू असे. दर रविवारी पुरी बाजार आणि गुजरी (वापरलेल्या जुन्या वस्तूंचा बाजार) एकत्रितपणे भरवला जात असे. हा जुन्या वस्तूंचा बाजार शतकानुशतकं नदीकाठी भरवला जातो आहे. ह्या जुन्या वस्तूंचे विक्रेते आणि ग्राहक हे गरीब मजूर वर्गातले असतात.

ह्या गुजरीत, जुन्या वस्तूंच्या बाजारात चंदाबेननं मला अनेक रविवारी नेलं आणि तिच्यासारख्या इतर अनेक विक्रेत्यांशी तिनं माझी ओळख करून दिली. सुतारकाम करणाऱ्या, कल्हई करणाऱ्या, गोधड्या शिवणाऱ्या, मूर्ती बनवणाऱ्या, चित्रकार, विड्या वळणाऱ्या, अगरबत्त्या बनवणाऱ्या आणि असे इतर अनेक व्यवसाय करणाऱ्या स्त्रियांशी तिनं माझी गाठ घालून दिली. कोणत्याही स्त्रीशी ओळख करून देण्यापूर्वी चंदाबेन मला तिच्या व्यवसायाबद्दल माहिती सांगत असे. मी ज्यांच्या-ज्यांच्याशी बोलले, त्या सर्व स्त्रिया कर्जात बुडलेल्या होत्या, असं मला आढळलं. त्या उद्योगी होत्या, कष्टाळू होत्या; परंतु त्यांच्यापाशी भांडवलं नव्हतं आणि उत्पादनासाठी लागणारी अवजारं किंवा यंत्रं त्यांच्या मालकीची नव्हती. त्यांनी उधारीवर घेतलेल्या सामानासाठी त्यांना प्रचंड व्याज द्यावं लागत होतं. दिवसाकाठी १० ते २० टक्के इतका अफाट व्याजदर होता. असं व्याज द्यावं लागल्यावर गरिबीतून कुणाचीच सुटका होणं शक्य नव्हतं. हे गोरगरीब उधारीच्या दुष्टचक्रात अडकलेले होते आणि त्यातून ते मुक्त होणं केवळ अशक्य होतं. स्थानिक बँकांशी 'सेवा' ह्या आमच्या संस्थेद्वारे वाटाघाटी करून ह्या स्त्रियांना कर्जाऊ पैसे मिळवून देण्याचे प्रयत्न मी सुरू केले. सरतेशेवटी ह्याच प्रयत्नांतून आमच्या 'सहकारी बँके'चा जन्म झाला.

चंदाबेन, सूपा आणि माणेकचौक बाजारात भाजी विकणारी, रुबाबदार दिसणारी लक्ष्मी टेटा ह्या तिघींनी 'सेवा' ह्या संस्थेला आकार देण्यात मला मोलाचं सहकार्य दिलं. ह्या कार्यात त्या माझ्या अगदी जवळच्या सहकारी, मैत्रिणी आणि बहिणी बनल्या. पडत, झडत, चुका करत, केलेल्या चुका सुधारत, त्यातून शिकत, एकमेकींना आधार देत आणि घेत आम्ही पुढे जात राहिलो. चंदाबेन आणि लक्ष्मीबेन यांच्यात उपजतच नेतृत्त्वगुण होते. त्या निर्भय

होत्या. त्या कुणाशीही संवाद साधू शकत आणि इतरांचं म्हणणं ऐकून घ्यायला त्या नेहमीच राजी असत. चंदाबेनची आणि माझी जन्मातारीख एकच असल्यामुळे आमच्यात विशेष जवळीक होती. माझ्या नव्या कल्पना नेहमी तिला ऐकवून मी तिचा सल्ला घेत असे. ती व्यवहारकुशल होती, पण तिचा व्यवहारीपणा हा प्रगतीसाठी अडसर ठरत नव्हता. तिच्यात उत्तम वक्तृत्वशक्ती होती आणि विक्रेत्यांमध्ये तिला मोठं मानाचं स्थान होतं. पुढे अनेक जागतिक परिषदांमध्ये तिनं 'सेवा'चं आणि स्वतःचे व्यवसाय करणाऱ्या भारतीय स्त्रियांचं प्रतिनिधित्व केलं. कैरोला भरलेल्या 'युनायटेड नेशन्स पॉप्युलेशन कॉन्फरन्स'मध्ये तिनं 'सेवा'चं प्रतिनिधित्व केलं. वॉशिंग्टन इथल्या 'मायक्रो क्रेडिट समिट'मधल्या चर्चासत्रात तिने भाग घेतला आणि दिल्लीला भरलेल्या 'विमेन्स वर्ल्ड बँकिंग ग्लोबल कॉन्फरन्स'च्या उद्‌घाटनप्रसंगी ती प्रमुख वक्ती म्हणून उपस्थित राहिली. ती जिथे-जिथे गेली, तिथे-तिथे तिची ग्रहणशक्ती, भाषणातून आपले विचार आणि भावना नेमकेपणानं व्यक्त करण्याची तिची क्षमता आणि कामाविषयी तिला वाटणारी तीव्र उत्कटता हे गुण पाहून लोक प्रभावित झाले. हृदयाच्या तीव्र झटक्यामुळे दोन हजार तीन साली ती निवर्तली आणि मी माझ्या गुरूलाच पारखी झाले! 'सेवा' संस्था सुरू झाल्यावर सुरुवातीच्या काळातच फुप्फुसाच्या क्षयामुळे सूपा मरण पावली. लक्ष्मी टेटा दम्याच्या त्रासामुळे जेरीला आलेली आहे. बाजारात तिच्या जागी तिची सून काम करते, पण नेतृत्वातली तिची जागा मात्र कुणीही भरून काढू शकत नाही.

हुशार, उत्साही, ऑक्स्फर्डमध्ये अर्थशास्त्र शिकलेली देवकी जैन, दिल्लीहून १९७४ साली 'सेवा' ह्या आमच्या संस्थेत आली. स्त्रियांनी चालवलेली बाजारपेठ आणि त्यांची घरं तिनं पाहिली आणि ती विस्मयचकितच झाली. ही वेगळ्याच व्याप्तीची अर्थव्यवस्था होती! तिनं मला दिल्लीला येऊन तिच्या कुटुंबीयांना आणि काही स्नेह्यांना भेटायचं आमंत्रण दिलं. ह्यात सरकारी अधिकारी, पत्रकार आणि संशोधक अशा विविध व्यवसायांतले लोक होते. देवकी आणि तिचे पती एल. सी. जैन यांच्या रूपानं मला TLAबाहेरचे पहिले स्नेही लाभले. स्वतःचा व्यवसाय करणाऱ्या स्त्रियांबद्दल आणि त्यांच्या कामाबद्दल आस्था बाळगणारे माझ्यासारखेच इतर लोक पाहून मला फारच आनंद झाला. समाजशास्त्रज्ञ आणि कापडधंद्यातले तज्ज्ञ असलेल्या डॉ. कमला चौधरी यांना भेटण्याची संधीसुद्धा मला मिळाली. पहिल्या भेटीतच त्यांनी माझ्या मनावर एक महत्त्वाची गोष्ट बिंबवली : 'सेवा' देशभरातल्या गरीब स्त्रियांपर्यंत पोहोचू शकली, तर खूपच प्रभावी ठरेल. दिल्लीत मी डॉ. वीना मजुमदार यांना भेटू शकले. भारतीय स्त्रियांच्या इतिहासाबद्दलचे पहिले धडे मी त्यांच्याकडून शिकले.

१९७५ साली, 'इंटरनॅशनल विमेन्स कॉन्फरन्स'मध्ये भारतातल्या बिनसरकारी प्रतिनिधीमंडळाची सदस्य म्हणून मेक्सिको सिटीला जाण्याचं मला आमंत्रण आलेलं पाहून मला आश्चर्य वाटलं आणि अर्थात आनंदही झाला. त्या परिषदेतल्या उत्तेजक वातावरणात पूर्वी कधीही ऐकिवात नसलेले जगभरातल्या स्त्रियांचे विविध प्रश्न समजून घेण्याची संधी मला लाभली. बोलिव्हियातल्या खाणींमध्ये काम करणाऱ्या कामगार स्त्रियांना, त्यांच्या मजूर संघटनेच्या हिंसक कार्यपद्धतीला आळा घालण्यासाठी द्यावी लागणारी लढत; मलेशियातल्या मळ्यांमधल्या मजुरांची घरांसाठीची मागणी; आफ्रिकेतल्या देशात स्त्रियांच्या योनिमार्गाची सुन्ता करण्याची भीषण प्रथा अशा अनेक गोष्टी मला नव्यानंच कळल्या. पाश्चिमात्य देशांतल्या गोऱ्या स्त्रियासुद्धा दरिद्री असू शकतात, याचा मला साक्षात्कार झाला. अमेरिकेच्या इतिहासाच्या नोंदीत आपल्या आक्रोशाची नोंद कुठेही नसल्याबद्दल तिथल्या कृष्णवर्णीय स्त्रियांना का खंत वाटते, याचं कारण मला उमगायला मध्ये खूप काळ जावा लागला. समान कामासाठी समान पगार मिळायला हवा, ही स्त्रियांची मागणी मी समजू शकत होते; परंतु इंग्लंडमधल्या स्त्रिया गृहिणी म्हणून जे घरकाम करत होत्या, त्यासाठी पगार मागत होत्या, हे माझ्या आकलनापलीकडलं होतं. आपल्या देशात घराकाम हे स्त्रीत्वाचं प्रतीक मानलं जातं. ह्या साऱ्या गोष्टी इतक्या वेगळ्या होत्या आणि इतक्या विचारप्रवर्तक होत्या! जगभरातल्या बायकांमध्ये सारखेपणा होता आणि अशी प्रचंड भिन्नतासुद्धा होती. स्त्रियांना समान हक्क मिळावेत, हा नवा विचार माझ्या मनात रुजायला सुरुवात होऊ लागली होती.

गरीब स्त्रियांना संघटित करून त्यांना वित्तपुरवठा करण्याच्या आमच्या प्रयत्नांबद्दल मी ह्या परिषदेत बोलले. परिषदेच्या शेवटच्या दिवशी आम्ही तिघी जणी स्त्रियांना असलेल्या कर्जाच्या गरजेबद्दल बोललो; एस्थर ऑक्लू ही घानातली उद्योजिका, निकाएला वॉल्श ही न्यूयॉर्कच्या वॉलस्ट्रीटवरील बँकर आणि 'सेवा बँके'ची संस्थापिका आणि प्रमुख असलेली मी. आम्हा तिघींना स्त्रियांसाठीच म्हणून उभ्या करता येणाऱ्या जागतिक बँकेची कल्पना स्फुरली. त्याद्वारे जगभरातल्या स्त्रियांना कर्ज उपलब्ध करून द्यावीत, अशी आमची कल्पना होती. मिकाएलानं आमचं स्वप्न सत्यात परिवर्तित केलं. आज स्त्रियांसाठीची ही जागतिक बँक स्त्रियांना वित्तपुरवठा करणारी मोठी, जोमदार शक्ती आहे.

'सेवा'मध्ये मला आता एक नवी सहकारी लाभली होती. गबाळेपणानं नेसलेल्या खादीच्या साडीत रेनाना झाबवाला अवतीर्ण झाली. नव्यानं मिळवलेल्या हारवर्ड आणि येल विद्यापीठाच्या पदव्या तिच्याजवळ होत्या. ती काळजीपूर्वक निरीक्षण करून झटाझट शिकत असे. बघताबघता ती 'सेवा'त रुळून गेली आणि आम्हांला मोलाची मदत करू लागली. रेनाना एक उत्कृष्ट आणि संयोजनकुशल

कार्यकर्ती होती. तिनं आम्हांला मीमासां करून समस्यांवरचे तोडगे शोधायला शिकवलं. निर्णय घेऊन तोडगे शोधताना धोके आणि परिणाम यांचा अंदाज कसा बांधायचा आणि अनुभवापासून कसा बोध घ्यायचा, हे तिनं आम्हांला शिकवलं. संशोधन करण्याच्या हेतूनं एका वर्षासाठी ती कार्यस्थळी आली होती; पण प्रत्यक्षात मात्र ती आमच्याजवळच राहिली. परत कधीच गेली नाही.

मला लहान वयातच मुलं झाली. माझी मुलगी आमी आणि मुलगा मिहीर वाढत असताना मी त्यांच्यासाठी भरपूर वेळ देऊन अपत्यसौख्य अनुभवू शकले. मी 'सेवा'मध्ये व्यग्र राहू लागले, तेव्हा माझी मुलं मोठी होऊन घराबाहेर पडू लागली होती. आमी दिल्लीतल्या 'जवाहरलाल नेहरू युनिव्हर्सिटी'त चिनी भाषा शिकत होती. मिहीर तिच्या पाठोपाठ दिल्लीत 'स्कूल ऑफ आर्किटेक्चर अ‍ॅन्ड प्लॅनिंग' इथे जाणार होता.

'सेवा'चा विकास उत्साहानं करत असताना माझ्या नजरेतून एक महत्त्वाची गोष्ट सुटली होती. ती म्हणजे 'सेवा' आणि TLA यांच्या संबंधांमध्ये उद्‌भवलेली वाढती दरी. 'सेवा'ची वाढती सदस्यसंख्या आणि तिचं आद्वितीयपण यामुळे 'सेवा' लक्ष खेचून घेत होती. TLAला 'सेवा' हे आपलंच अपत्य वाटत होतं, परंतु 'सेवा'च्या कामाची झेप आणि दिशा यांवर नियंत्रण ठेवणं TLAला अवघड होत चाललेलं होतं. TLAचा 'सेवा'कडे पाहण्याचा दृष्टिकोनसुद्धा बदलत होता, हे माझ्या लक्षातच आलं नव्हतं!

एक गोष्ट मात्र माझ्या नक्कीच लक्षात आली होती : TLA नव्या कल्पनांचं अजिबात स्वागत करत नव्हती आणि नवी आव्हानं पेलण्याची TLAची क्षमता कमी होत होती. TLAमधले नेते एकमेकांचं आणि इतर सदस्यांचं बोलणं ऐकून घेईनासे झाले होते. कापडगिरण्यांच्या धंद्यात बदल होणं अपरिहार्य होतं, हे दिसत असूनही बदलत्या आर्थिक परिस्थितीशी आपल्या कर्मचाऱ्यांची ओळख करून देऊन बदलांना सामोरं जायला त्यांची तयारी करून घ्यायला TLA काहीही ठोस प्रयत्न करत नव्हती. कामावरून काढून टाकलेले मजूर आणि संकोच पावणारी 'मजूर संघटना' यांतली वाढती दरी पाहणं मोठं दु:खद वाटत होतं. त्याउलट, ह्या बेकार झालेल्या मजुरांची कुटुंबं परिस्थितीला लवचीकपणे कशी सामोरी जात होती आणि आपण त्यांना कोणती मदत करू शकू हे पाहण्यात 'सेवा' व्यग्र होती.

१९८१मध्ये ह्या तणावाला तोंड फुटलं, ते भीषण जातीय दंगलींच्या वेळेस! दंगलीला सुरुवात झाली, कारण तेव्हाच्या गुजरातच्या मुख्यमंत्र्यांनी वैद्यकशास्त्राच्या पदव्युत्तर अभ्यासक्रमासाठी दलित आणि आदिवासी विद्यार्थ्यांसाठी दोन जागा राखीव ठेवायचा प्रस्ताव मांडला. दलित आणि आदिवासी हे पिढ्यान्‌पिढ्या

अत्यंत दरिद्री अवस्थेत पिचत पडलेले लोक होते. भारतीय संविधानानं शिक्षणसंस्थांमध्ये, सरकारी नोकऱ्यांमध्ये आणि मतदारसंघातले उमेदवार म्हणून त्यांच्यासाठी काही जागा राखीव ठेवण्याला मंजुरी दिलेली आहे. गुजरात सरकारला त्यांच्या राखीव जागांच्या संख्येत वाढ करायची होती.

वैद्यकशास्त्रातल्या अभ्यासक्रमात प्रवेश मिळावा म्हणून चुरशीची स्पर्धा असते. उच्चवर्णीय विद्यार्थी आणि त्यांचे समर्थक यांना सरकारची ही कारवाई अजिबात मंजूर नव्हती. त्यांनी दलित आणि आदिवासी यांच्यासाठीचं आरक्षण वाढवण्याच्या सरकारी प्रस्तावाला कडाडून विरोध केला. हा विवाद भडकला आणि त्याचे राजनैतिक पडसाद उमटू लागले. उच्चवर्णीय आणि दलित यांच्यात हिंसक घातपात होऊ लागले. बरेचसे दलित हे झोपडपट्टीत राहणारे गोरगरीब होते. त्यांना त्यांचे प्राण आणि मालमत्ता गमवावी लागली. पोलिसांनी पूर्ण शहरभर संचारबंदी जारी केली.

आमचे दलित सदस्य त्यांच्या घरी आणि रस्त्यांवर हल्ल्यांना बळी पडत असताना 'सेवा' गप्प राहणं शक्यच नव्हतं. हिंसक कृत्यं आणि संचारबंदी ह्यांमुळे हातांवर पोट असलेल्या शहरातल्या मजुरांवर उपाशी मरण्याची वेळ आली. दलितांना आयुष्यात सर्वत्र पक्षपातांना तोंड द्यावं लागत होतं, हे 'सेवा'ला स्पष्टपणे दिसत होतं. त्यांच्यापैकी ज्यांनी इतके अन्याय सोसून वैद्यकीय शिक्षण घेतलं होतं, त्यांना संरक्षण मिळायलाच हवं, असा 'सेवा'चा दृष्टिकोन होता; परंतु दलित सदस्यांकडून दबाव येत असूनही राजकीय कारणांमुळे कुणाचीच बाजू घ्यायची नाही, असं TLA ने ठरवलं. संचारबंदी असूनही पोलिसांच्या संरक्षणाखाली अहमदाबादेतल्या सर्व कापडगिरण्या सुरू होत्या; परंतु हातावर पोट भरणारे, छोटे उद्योगधंदे करून उपजीविका करणारे गोरगरीब मात्र उपाशी मरत होते.

मी 'सेवा'तल्या नेत्यांची सभा भरवली. सर्वांत आधी पूर्ववत शांतता व्हावी, अशी प्रार्थना आम्ही केली. त्यानंतर आम्ही 'अहमदाबादेच्या नागरिकांनी पूर्ववत शांतता प्रस्थापित करावी' असं त्यांना आवाहन करण्याचा ठराव मंजूर करून घेतला. सामाजिक एकोपा ही मजूर संघटनेपुढली महत्त्वाची आणि स्त्रियांना जिव्हाळ्याची असणारी बाब होती. आमच्या संस्थेच्या अस्तित्वासाठी सामाजिक एकोपा अनिवार्य होता.

वैद्यकशास्त्राच्या अनेक उच्चवर्णीय विद्यार्थ्यांचं मत असं होतं की, मी ब्राह्मण जातीची असल्यामुळे मी दलितांऐवजी त्यांची बाजू घ्यायला हवी. माझ्यावरला त्यांचा राग रात्रीच्या अंधारात कृतीत उतरला. काही तरुण दंगलखोर माझ्या घरापुढे जमले आणि त्यांनी माझ्या घरावर दगडांचा वर्षाव करून खिडक्या

फोडल्या. माझं घर पेटवून द्यायची धमकी ते देऊ लागले. आयुष्यात प्रथमच एवढ्या भीषण प्रसंगाला सामोरं जायची वेळ रमेशवर आणि माझ्यावर आलेली होती; पण हे सारं एवढ्यावरच थांबलं नाही.

१ मे १९८१ रोजी TLAच्या नेत्यांनी मला 'सेवा'ची कचेरी त्यांच्या मुख्यालयाबाहेर हलवायचं फर्मान सोडलं. TLAच्या नेत्यांच्या आणि आमच्या संबंधांमध्ये तणाव येईल, हे मी अपेक्षिलं होतं; पण त्यांना 'सेवा'बद्दल किंवा माझ्याबद्दल इतकी कमी जवळीक वाटत असल्याची मला अजिबात कल्पना नव्हती. माझा विश्वासघात झाल्यासारखं वाटून मी फार दुखावली गेले. TLAच्या पंखांबाहेर जाऊन 'सेवा'नं कार्य करावं, असं मला कधीच वाटलेलं नव्हतं. त्यांच्या पाठिंब्याशिवाय आम्ही तरून जाऊ, असंही मला वाटत नव्हतं. रमेश अगदी शांतपणे मला म्हणाला, "ही इष्टापत्ती आहे असं समज." TLA बरोबरचे आमचे संबंध तुटणं अपरिहार्य होतं, असं त्याला खूप दिवस वाटत होतं; परंतु त्याने त्याचे हे विचार त्याच्यापाशीच ठेवलेले होते. मला तसं कधीच वाटलेलं नव्हतं.

परंतु मी थोडी शांत झाल्यावर मात्र मला वस्तुस्थितीचं आकलन होऊ लागलं. माझ्या लक्षात आलं की, स्त्री-कामगारांचे प्रश्न TLAच्या दृष्टीने नेहेमीच दुय्यम महत्त्वाचे राहणार होते. गेल्या पन्नास वर्षांमध्ये कापडगिरण्यांमधली स्त्री-कामगारांची संख्या घटतघटत ४%वर येऊन पोचलेली होती.[१] कापड गिरण्यांचं आधुनिकीकरण करते वेळी कामगारसंघटना आणि मालक या दोघांनीही एकमतानं ठरवले होतं की, गिरण्यांमध्ये स्त्रिया अनावश्यक होत्या. गिरणी मालकांना स्त्री कामगार महागात पडत होती, तर TLAला वाटत होतं की, स्त्रियांनी गृहिणीपद सांभाळून पुरुषांना वेतनवाढ मिळवून देणं अधिक श्रेयस्कर ठरलं असतं. एका अदृश्य लक्ष्मणरेषेपलीकडे पाऊल टाकण्याची किंवा बोलण्याची मुभा TLAकडून स्त्रियांना दिली जात नसे.

त्यानंतर 'सेवा'नं ज्या मार्गानं जाऊन कार्य केलं, त्याला TLAनं नक्कीच कधीही परवानगी दिली नसती. असंख्य सहकारी उत्पादन-संस्था प्रस्थापित करण्याचं आमचं कार्य त्यांनी कधीही संमत केलं नसतं. भौगोलिक, राजनैतिक आणि वैचारिक सीमा ओलंडून स्त्रियांनी जोडलेले संबंध TLAला कधीही रुचले नसते. त्यांनी कधीही विश्वासाने नवं तंत्रज्ञान स्त्रियांच्या हाती सोपवलं नसतं. गोरगरीब स्त्रिया करोडो रुपयांची उलढाल करून जागतिक बाजारपेठेत पोचतील, यावर त्यांचा कधीच विश्वास बसला नसता.

TLAपासून विभक्त होताना 'सेवा'ची सदस्य संख्या केवळ ४९०० होती. 'सेवा'ची एक छोटीशी 'सहकारी बँक' होती. कचेरीची एकच इमारत होती,

---

१. रेनाना झाबवाल. 'क्लोजिंग डोअर्स' अहमदाबाद, भारत : सेतु, १९८५

एकच ग्रामीण केंद्र होतं, एक वाहन होतं आणि थोडेसे टाइपरायटर्स होते; पण आमच्याजवळ दहा वर्षांचा संयोजनाचा अनुभव होता. आंतराष्ट्रीय कामगार-संघटनांनी आमच्या पाठीशी राहायचं आश्वासन आम्हांला दिलं होतं. राष्ट्रीय कामगार संघटना आम्हांला त्यांच्यात समाविष्ट करून घ्यायला तयार होत्या, पण आम्ही आमच्या पायांवर उभे राहण्याचा निर्णय घेतला. सारं बळ एकवटून आम्ही प्रयत्न केले आणि कधीही ढेपाळलो नाही.

उत्कृष्ट कार्यकर्त्यांना नोकरीवर ठेवायला आम्ही सुरुवात केली. कमलाबेन ही बिड्यांच्या व्यवसायात काम करणारी दुसऱ्या पिढीची स्त्री; रमिलाबेन ही करखान्यातली हंगामी कामगार; रहिमाबेन ही गोधड्या शिवणारी स्त्री आणि अशाच तरुण, धीट आणि दृढनिश्चयी इतर स्त्रिया आम्ही कामावर घेतल्या. त्या सर्वांना आपापल्या उद्योगधंद्यातल्या इतरांसाठी ठोस कार्य करायची तीव्र इच्छा वाटत होती. आम्हांला सुशिक्षित व्यवसायिकांचीसुद्धा गरज होती. ह्या स्त्रिया आपले आवाज उठवायला असमर्थ ठरल्या असत्या, तर हे सुशिक्षित लोक त्यांच्या वतीनं बोलू शकले असते. आमच्या शोधाला यश आलं आणि मनाली आणि मीना यांसारख्या पदवीधर मुली आम्हांला लाभल्या. त्या दोघींनीही कायद्याची पदवी मिळवलेली होती आणि त्या मध्यमवर्गीय कुटुंबातल्या होत्या. त्यांनी आपलेपणानं ह्या मजूर स्त्रियांच्या समस्यांचं निवारण करायला सुरुवात केली.

तेव्हापासून आम्ही खूपच मजल मारली आहे. १९८२ साली 'सेवा'ची सदस्यसंख्या ६००० होती, ती १९८४ साली २३,००० झाली. आज २००४ साली 'सेवा'ही देशातली सर्वांत मोठी प्रमुख 'मजूर संघटना' आहे. सेवाची सदस्यसंख्या आता सात लाखांवर पोहोचली आहे. सेवाच्या दहा शाखा सात राज्यांमध्ये पसरलेल्या आहेत. ह्या सर्व शाखा मिळून आम्ही 'सेवा भारत' संस्थापित केलेली आहे. 'सेवा'ची प्रत्येक शाखा ही एक स्वतंत्र, स्वायत्त 'भगिनी-संस्था' असते.

'सेवा' ही मजूर संघटना आहेच आणि शिवाय ती सहकारी तत्त्वावर चालणारी संस्था आहे. मजूर संघटना स्त्रियांना एकत्र आणून त्यांच्या कामकाजाच्या समस्यांवर तोडगे काढते. मग याच संघटनेतल्या एकाच प्रकारचे व्यापार करणाऱ्या स्त्रिया एकत्र होऊन 'सहकारी व्यापारी संस्था' स्थापतात व आपला धंदा आपल्याच मालकीचा होईल, अशी तजवीज करतात. खेड्यातले उत्पादक संघ, बचत गट आणि त्यांची जिल्हा स्तरावरची संस्था ह्या व्यापक अर्थानं सहकारी संस्थाच म्हटल्या पाहिजेत. 'सहकारी व्यापारी संस्था' स्थापन केल्यामुळे स्त्रियांना किफायतीचा सौदा करणं शक्य होतं, त्यांना कर्ज उपलब्ध होऊ शकतं, प्रशिक्षण मिळू शकतं

आणि बाजारपेठेपर्यंत पोचता येते. त्यांना नफा मिळवून बचत करता येते. शहरात आणि खेड्यात मिळून 'सेवा'च्या जवळ-जवळ नव्वद सहकारी संस्था आहेत. काही सहकारी संस्था उत्पादनाशी संबंधित असतात, तर काही विविध प्रकारच्या सेवा पुरवण्याशी संबंधित आतात. विक्रेत्यांच्या सहकारी संस्था आहेत; सुइणींच्या सहकारी संस्था आहेत; तसंच कचरा गोळा करणाऱ्यांनी आणि विणकरांनीसुद्धा आपापल्या सहकारी संस्था स्थापन केलेल्या आहेत. देशाच्या अर्थव्यवस्थेचे जितके विविध पैलू आहेत, तेवढेच व्यवसाय आहेत आणि ह्या प्रत्येक व्यवसायात आपापल्या पायांवर स्वतंत्रपणे उभं राहून तो व्यवसाय करणाऱ्या स्त्रिया आहेत!

सहकारी संस्थांच्या रजिस्टारनं (नोंदणी-अधिकाऱ्यानं) सुरुवातीला 'सेवा' बँकेची नोंदणी करायला नकार दिला होता, कारण त्याच्या सदस्या अशिक्षित, अक्षरओळख नसलेल्या स्त्रिया होत्या. अर्थात ह्या स्त्रिया स्वतःची कमाई करू शकत होत्या, आपला स्वतःचा धंदा चालवत होत्या, बचत करत होत्या, कर्ज मिळवत होत्या, ती कर्ज फेडतही होत्या; पण त्यांना आपली सहकारी बँक स्थापन करायला परवानगी मिळत नव्हती, कारण त्या आपल्या नावाची सही करू शकत नव्हत्या. ह्या स्त्रियांच्या गतिमान आर्थिक उत्पादकतेपेक्षा त्या साक्षर असणंच त्या रजिस्टारला अधिक महत्त्वाचं वाटत होतं! मला अनेकदा वाटतं की, असेच लोक खऱ्या अर्थानं निरक्षर म्हणायला हवेत!

त्याचप्रमाणे आम्हांला मजुरांच्या सहकारी संस्थांची नोंदणी करतानासुद्धा त्रास झाला. कचरा गोळा करणाऱ्यांची सहकारी संस्था स्थापण्यात अडचण आली, कारण हे लोक कोणत्याही वस्तूचं उत्पादन करत नव्हते. सुइणींची सहकारी संस्था स्थापताना प्रश्न विचारला गेला की, बाळंतपणात मदत करणं ह्याला अर्थविषयक उद्योग कसं म्हणता येईल. व्हिडिओ बनवणाऱ्यांच्या सहकारी संस्थेची नोंदणी करायला नकार दिला गेला, कारण दिग्दर्शक, निर्माते, ध्वनिमुद्रण करणारे लोक आणि कॅमेरामन हे सारे लोक निरक्षर होते. छापील शब्दांचे गुलाम नसलेल्यांच्या हाती दृक्‌श्राव्य माध्यम किती बहारीनं खुलतं, याची काडीचीही कल्पना ह्या नोंदणी अधिकाऱ्यांना नव्हती. भाजीपाल्याचे विक्रेते आणि उत्पादक यांना एकत्रिपणे सहकारी संस्था स्थापन करायची होती. त्यांना सांगण्यात आलं की, ते एकाच व्यवसायात असले, तरी भिन्न गटांच्या यादीत मोडत होते. त्यामुळे त्यांना संयुक्तपणे सहकारी संस्था स्थापन करता येणार नव्हती!

अशा वर्गीकरणामुळे इतरही प्रश्न उद्‌भवतात. एकाच प्रकारच्या कामातून गरीब स्त्रीला कुटुंबाचं पोट भरायला पुरेसे पैसे मिळत नसल्यामुळे त्या अनेक प्रकारचे व्यवसाय करून पैसे मिळवतात. वस्तुतः 'सेवा'च्या ८०% सदस्या

एकाच वेळेस अनेक उद्योग करत असतात. भाज्या विकणाऱ्या स्त्रिया फावल्या वेळात घरात पतंगसुद्धा बनवतात. त्यांना 'घरात राहून काम करणाऱ्या' हे बिरुद लावायचं की त्यांना रस्त्यावरच्या विक्रेत्या म्हणायचं? पुढे दिलेलं उदाहरण सार्वत्रिक आहे.

लहानशा शेताची मालकीण आपल्या स्वतःच्या शेतात राबते. आर्थिक चणचण असताना ती याखेरीज इतरांच्या शेतातही मजुरी करते. पिकांचा मोसम संपला की, ती जंगलात जाऊन डिंक आणि तत्सम इतर गोष्टी गोळा करते. वर्षभर ती भरतकाम करून वस्तू बनवते आणि त्या कंत्राटदाराला नगावर विकते किंवा तिच्या खेड्यात ह्या गोष्टींच्या खरेदीसाठी येणाऱ्या व्यापाऱ्याला तरी त्या विकते. आता तिच्या व्यवसायाला कोणतं बिरुद द्यायचं? तिला शेतीव्यवसायातली म्हणावं की कारखान्याच्या व्यवसायातली मानावं की घरी राहून काम करणारी असा शिक्का मारावा? तिला शेतकरी म्हणावं की शेतमजूर म्हणावं? ती स्वतःच्या व्यवसायात आहे असं म्हणावं की ती नगावर वस्तू करते असं म्हणावं? ती कोणत्याही एकाच प्रकारात मोडत नाही. त्यामुळे तिच्या कामाला लौकिकदृष्ट्या दर्जा नाही आणि तिला आपल्या व्यवसायाच्या संघटनेचा मार्ग मोकळा नाही. तिला वित्तपुरवठा किंवा अंगभूत कौशल्यं वाढवायला प्रशिक्षण मिळू शकत नाही. एका विशिष्ट गटात मोडल्याखेरीज सहकारी संस्थेची नोंदणी होऊ शकत नाही, ह्या आडमुठ्या नियमामुळे तिला स्वतःची अशी ओळख लाभत नाही.

मला जर कोणी प्रश्न विचारला की, 'सेवा'च्या आजवरच्या प्रवासातला सर्वांत मोठा अडथळा कोणता? तर मी निःशंकपणे उत्तर देईन : अशा वैचारिक भिंती तोडणं! अधिकारी, सरकारी चाकर, तज्ज्ञ प्राध्यापक यांच्या पूर्वग्रहयुक्त विचारसरणीशी झुंजणं हे अनेकदा आमच्यापुढलं मोठ्ठं आव्हान ठरतं! 'व्याख्या' हा आमच्या लढ्याचा सर्वांत मोठा मुद्दा असतो. कामगार संघटनेचा रजिस्टार आम्हांला 'कामगार' मानायला तयार नसल्यामुळे आम्हांला 'कामगार संघटना' म्हणून नोंदणी करता येत नाही. कष्ट करून ठिगळांच्या गोधड्या शिवणाऱ्या, भरतकाम करणाऱ्या, हातगाड्या ओढणाऱ्या, कचरा गोळा करणाऱ्या, सुईणीची कामं करणाऱ्या, जंगलातल्या वस्तू गोळा करणाऱ्या स्त्रिया देशातल्या उत्पादनात नक्कीच भर टाकत असतात; पण त्यांना कामगार म्हणायचं नाही! मालक असल्याखेरीज तुम्ही कामगार ठरत नाही! आणि तुम्ही कामगार ह्या व्याख्येत बसत नाही म्हणून तुम्हांला कामगार- संघटना स्थापन करायला परवानगी देता येत नाही. आहे की नाही दुष्टचक्र? आम्हांला 'राष्ट्रीय कामगार संघटना' म्हणून मान्यता मिळावी यासाठी आम्ही अजूनही झगडतोय.

ह्या व्याख्येच्या अडथळ्यामुळे लक्षावधी लोकांच्या कामाकडे 'काम' म्हणून बघितलं जात नाही आणि असे अनेक व्यवसाय कुठेही नोंदवले जात नाहीत; हिशोबात धरले जात नाहीत; त्यांना कोणतंही संरक्षण मिळत नाही आणि आपला देश त्यांची दखल घेत नाही! धोरण ठरवणारे, संख्याशास्त्रज्ञ, तत्त्वज्ञ असे सारे लोक अशांकडे सोयिस्करपणे दुर्लक्ष करतात. अर्थव्यवस्थेचे अधिकृत आणि अनधिकृत असे भाग पाडणं चुकीचं आहे. त्यामुळे विश्लेषण सोपं जात असेल, व्यवस्थापन सुलभ होत असेल; पण त्यामुळे शेवटी गरिबी कायम राहाते. 'घरात राहून काम करणाऱ्या वाढत्या संख्येच्या लोकांना अधिकृत मान्यता द्यावी' अशी सक्ती ILOवर (इन्टरनॅशनल लेबर ऑर्गनायझेशन) केली जाईपर्यंत आंतरराष्ट्रीय कामगारसंघटनासुद्धा त्यांना कामगार म्हणून मान्यता द्यायला तयार नव्हत्या. असे लोक त्यांना संघटित कामगार चळवळीपुढला अडथळाच वाटत होते.

आज 'सेवा' हे वेगवेगळ्या संस्थांचं एकत्र कुटुंब आहे. आपल्या शाखा पसरून नवी मुळं रुजवणाऱ्या वडाच्या झाडासारखी त्याची रचना आहे. कालांतरानं वडाच्या झाडाच्या विस्तारलेल्या फांद्या ह्या पारंब्या खाली सोडतात, त्या पारंब्या जमिनीपर्यंत पोचून रुजतात आणि मूळ धरतात. त्या पारंब्याचंच पुढे भक्कम खोड बनतं. अशा प्रकारे वाढत जाणाऱ्या वटवृक्षांचंच एक जंगल बनतं. वटवृक्षाची रुजलेली प्रत्येक पारंबी हे स्वतंत्र झाड असलं, तरी त्याला मूळ वृक्षाचा आधार मिळत असतो. 'सेवा'ची रचना नेमकी अशीच आहे. 'सेवा'ची प्रत्येक शाखा आर्थिकदृष्ट्या आणि निर्णयक्षमतेच्या बाबतीत स्वंतत्र आणि स्वायत्त असते, परंतु मूळ संस्था तिला नेहमी आधार देत असते.

'सेवा'ची रचना अगदी साधी आहे. 'सेवा'च्या मुख्य संस्थेच्या सदस्या अनेक उद्योगधंद्यांमधल्या असतात. त्यात विक्रेत्या, विड्या वळणाऱ्या, डिंक गोळा करणाऱ्या अशा विविध व्यवसायांतल्या स्त्रिया समाविष्ट असतात. त्या ग्रामीण किंवा शहरी भागांतल्या असतात. प्रत्येक व्यवसायातल्या लोकांच्या संख्येवर प्रतिनिधींची संख्या अवलंबून असते. हे प्रतिनिधी आपलं प्रतिनिधीमंडळ बनवतात. त्या व्यवसायापुढल्या विविध प्रश्नांबद्दल प्रतिधिनित्व करण्याची जबाबदारी ह्या प्रतिनिधीमंडळावर असते. हे प्रतिनिधीमंडळ कार्यकारी समिती निवडून देतं. यात पंचवीस सदस्य असतात. ही समिती निर्णय घेत असते. कार्यकारी समिती विशिष्ट कामं करणारे लोक निवडते. हे लोक कार्यकारी समितीला जबाब द्यायला बांधील असतात. दर तीन वर्षांनी निवडणूक घेतली जाते. दर तीन महिन्यांनी प्रतिनिधी-मंडळाची बैठक भरते. कार्यकारी-समिती महिन्यातून एकदा बैठक घेते.

निवडून आलेले प्रतिनिधी आपल्या समाजात वजनदार असतात आणि सदस्यांशी त्यांचा दररोज संपर्क असतो. संघटनेचे आयोजक कार्यकर्ते त्याच समाजातले असतात. त्या थोडंसं शिक्षण घेतलेल्या तरुण स्त्रिया असतात. त्यांना असणारी बित्तंबातमी ही त्यांची शक्ती असते. कधीकधी ह्या दोन प्रकारच्या नेत्यांमध्ये तणाव उत्पन्न होतो. निवडून आलेल्या नेत्यांच्या हाती निर्णयाची सत्ता असते आणि कार्यकारी समितीबरोबर त्यांचा नेहमीच संपर्क असतो. संघटनेचे आयोजक-कार्यकर्ते मूळ संस्थेतल्या इतर व्यवसायांच्या संघटनांशीसुद्धा संपर्क ठेवून असतात. ज्या समस्या वेगवेगळ्या व्यवसायांशी निगडित असतात, त्यांचं आकलन ह्या आयोजक-कार्यकर्त्यांना अधिक होतं. ह्या दोहोंमधल्या सत्तास्पर्धेला सदस्य विनोदानं 'सासू-सुनेचं भांडण' असं म्हणतात.

'सेवा'वर पुरुषांकडून अधूनमधून दडपण आणलं गेलं, कारण त्यांनाही 'सेवा'चे सदस्य होण्याची इच्छा होती. बरेचदा हे पुरुष एकाच व्यवसायात स्त्रियांबरोबर कामं करत असत आणि एकाच प्रकारच्या समस्यांना तोंड देत असत. सुरुवातीला, पुरुषांनी आमच्या संघटनेत सामील व्हावं, याला माझी सहमती होती. मला वाटत होतं की, पुरुषांमुळे 'सेवा' अधिक बलवान बनेल; परंतु स्त्रियांनी याला ठामपणे नकार दिला. त्या म्हणाल्या की, पुरुषांमध्ये वावरताना त्यांना मोकळेपणा वाटणार नाही आणि पुरुष वर्चस्व गाजवून तणाव उत्पन्न करतील. याखेरीज स्त्रियांना महत्त्वाच्या वाटणाऱ्या समस्या पुरुषांना महत्त्वाच्या वाटणाऱ्या समस्यांहून वेगळ्या असतात, असंही स्त्रियांचं म्हणणं होतं. आणखीही एक महत्त्वाचं, पण अनुच्चारित कारण होतं. ते म्हणजे, स्त्रियांना आपली कमाई आणि बचत पुरुषांना कळू द्यायची नव्हती. पुरुषांना 'सेवा'चे सदस्य होऊ न देणं हा शहाणपणाचा निर्णय ठरला. त्यामुळे आम्हांला स्त्रिया म्हणून अनोळखी मार्ग चोखाळता आले, नवीन भूमिका स्वीकारता आल्या आणि वाढत्या आत्मविश्वासामुळे आमच्यापुढली क्षितिजं विस्तारली.

'सेवा'चं स्वरूप सतत बदलतं राहिलं आहे. काही भागात सेवाची मुळं खोलवर घट्ट रुजलेली आहेत, तर काही विस्तृत भागात आमचे थोडे-थोडे सदस्य आहेत. आमच्या बदलत्या सदस्यांनुसार आमच्यापुढल्या समस्यांचं स्वरूप बदलतं. प्रत्येक नवी सदस्य आपले वेगळेच असे प्रश्न घेऊन आमच्याकडे येत असते, तिच्या विशेष अशा अपेक्षा असतात आणि तिच्या समस्यांवर वेगळ्या प्रकारचे तोडगे काढणं आवश्यक असतं. काही प्रकारच्या समस्यांचं निवारण करण्याची कुवत आमच्या ठायी असते, तर काही समस्यांवरचे तोडगे काढायला आम्हांला झगडावं लागतं. ह्या प्रक्रियेतूनच आम्ही खूपकाही शिकत जातो.

बहुतांशी वेळा आम्ही नव्या दिशेनंच तोडगे शोधण्याचा प्रवास करत असतो. मग तो तोडगा म्हणजे गरिबांसाठी आयुर्विमा मिळवून देणं हा असो किंवा काठावरल्या छोट्या-छोट्या शेतकऱ्यांसाठी आंतरराष्ट्रीय बाजारपेठ मिळवून देणं असो. आम्हांला नेहमीच यश मिळतं असं नव्हे; खरंतर बरेचदा आमचे प्रयत्न फसतात, पण कष्टांबद्दल कौतुक न केलं जाणाऱ्या स्त्रीवर्गाच्याच आम्ही असल्यामुळे की काय, आम्ही प्रयत्न करायचे मात्र थांबवत नाही. लवचीक राहून तोडगे शोधण्याची आमची क्षमता, हीच आमची खरी शक्ती आहे. दुदैवानं सतत आमच्या चिकाटीची सत्त्वपरीक्षा पाहिली जाते!

पूर, जातीय दंगली, ओळीनं आलेलं अवर्षण, मोठे भूकंप अशा भीषण आपत्तींना आमचे सदस्य दर वर्षी तोंड देत असतात. एखाद्या स्त्रीनं घरासाठी घेतलेलं दीर्घ मुदतीचं कर्ज फेडावं आणि लगेचच भूकंपामुळे तिचं घर जमीनदोस्त व्हावं; आपल्या कष्टाच्या मिळकतीतून पैसे वाचवून एखाद्या स्त्रीनं शिवणयंत्र विकत घ्यावं आणि वेड्या, धर्मांध जमावाच्या दंगलीत तिचं शिवणयंत्र जळून कोळसा बनावं अशा घटना घडतच असतात. पुसटशीही कल्पना नसताना वेळोवेळी आमचे सदस्य अशा विपत्तीत सापडतात आणि विकासासाठीच्या त्यांच्या प्रयत्नांची राखरांगोळी होते. त्याऐवजी त्यांना पुन्हा सावरून उभं करायला आम्हांला कंबर कसावी लागते. काम मिळवणं आणि कमाई करणं ह्या गोष्टींवर लक्ष केंद्रित करून अशा आपत्तींमधूनच नवी सुसंधी शोधण्याचा विडा 'सेवा'नं उचललेला आहे. आम्ही स्वत:लाच, आपली आपण मदत करत असल्यामुळे कोणत्या प्रकारच्या आणि कशा स्वरूपाच्या मदतीची आपल्याला गरज आहे, हे आमचं आम्ही ठरवू शकतो. आपत्तीनंतर नव्यानं आयुष्य सुरू करताना लोकांना दानधर्माची गरज नसते. त्यांना खरी गरज असते; काम मिळवण्याची.

१९६९साली, TLAमध्ये काम करताना मला गिरणी-कामगारांमधल्या हिंदू-मुसलमानांच्या जातीय दंगलीचं दर्शन पहिल्याप्रथम झालं. जखमी लोकांना रस्त्यावरून आणि त्यांच्या घरांमधून सरकारी रुग्णालयात नेणाऱ्या गटाबरोबर मी काम करत होते. आम्ही पोचेपर्यंत मरण पावलेल्या लोकांची प्रेतं आम्ही ट्रक्समध्ये भरून रुग्णालयात नेत होतो. तिथे त्यांचे नातेवाईक ह्या मृतांचे देह ताब्यात घेत असत. ही दंगल अत्यंत भीषण आणि हिंसक स्वरूपाची होती; पण नशिबानं ती लवकरच आटोक्यात आली. राजनैतिक वजन आणि उद्योगधंद्यातलं महत्त्वाचं स्थान, ह्यांमुळे TLAला परिणामकारक रितीनं मध्यस्ती करून इतर सरकारी संस्था, राजकीय पक्ष आणि सरकारला मदत करता आली आणि परिस्थितीवर नियंत्रण मिळवता आलं.

आजची परिस्थिती खूपच वेगळी आहे. कामगारांचं दैनिक जीवन धकाधकीचं, महागाईच आणि थकवणारं आहे. १९९०च्या दशकात जागतिकीकरणामुळे गरीब जनता भरडली जाऊ लागली. खेड्यांमधून शहराकडे धाव घेणाऱ्यांची संख्या वाढू लागली. हातावर पोट भरणाऱ्या शहरातल्या लोकांची संख्या खूपच वाढली. शहरातली सामाजिक परिस्थिती झपाट्यानं बदलली. १९८० आणि १९९०च्या दशकात जातीय दंगलीचं प्रमाण आणि हिंसकता खूपच वाढली. १९९३च्या प्रांरभी अयोध्येत बाबरी मशिदीचा विध्वंस केला गेला आणि अहमदाबादेत त्याविरुद्ध अत्यंत तीव्र प्रतिक्रिया झाली आणि भीषण दंगल उसळली. १९९९ सालीसुद्धा शहराच्या काही भागांत जातीय दंगली उसळल्या. गरिबांचा दुहेरी कोंडमारा झाला. एकतर ते हिंसाचाराला बळी पडले होतेच आणि दुसरीकडे, संचारबंदीमुळे रोजी रोटी कमवणं अशक्य होऊन त्यांची उपासमार होऊ लागली होती.

देशभरात जे-जे घडतं, त्याची छोटीशी प्रतिकृती 'सेवा'मध्ये दिसते. द्वेषाच्या हिंसक विषारी वातावरणाचा परिणाम आमच्या सदस्यांवरही होतो आणि त्यांच्या ऐक्याला तडे जाऊ लागतात. अशा वेळेस 'सेवा'चं मूलभूत सामर्थ्य कसाला लागतं. त्यातल्या कार्यकर्त्या भगिनींनी जातिधर्मापलीकडली जवळीक जोडून जे जिव्हाळ्याचे संबंध सर्व सदस्यांशी जोडलेले असतात, तेच अशा वेळेस आम्हांला तारून नेतात आणि सदस्य भगिनींना मनोबल देतात. दोन वर्षांच्या अंतरानं दोन मोठ्या भीषण आपत्तींना सामोरं जायची वेळ आम्हांवर आली होती. पहिली आपत्ती म्हणजे २००१ सालचा कच्छमधला भीषण भूकंप. त्यात आमचे ६०,००० सदस्य बेघर झाले होते आणि दुसरी आपत्ती म्हणजे २००२ सालचे हिंदू-मुसलमानांचे जातीय दंगे. जेव्हा शहरात शिस्त आणि सुव्यवस्था ठेवण्याची मुख्य जबाबदारी पेलायला सरकारच असमर्थ ठरलं, तेव्हा शेकडो लोक मरण पावले आणि शहरात राहणारे आमचे जवळजवळ ४०,००० सदस्य बेघर झाले आणि त्यांना मदत छावण्यांमध्ये आश्रय घ्यावा लागला.

'सेवा'चे शहरातले एक-तृतीयांश सदस्य मुस्लीम आहेत. त्यांच्यावर त्या वेळेस पद्धतशीरपणे भीषण हल्ले केले गेले. बलात्कार, मारहाण, खून, लुटालूट, जाळपोळ अशा साऱ्या अत्याचारांना ते बळी पडले. हिंसाचाराच्या लाटांवर लाटा उसळल्या आणि त्यात शेकडो निरपराध माणसं मारली गेली. ज्या स्त्री-पुरुषांनी केवळ काही दिवसांपूर्वीच एकमेकांच्या खांद्याला खांदा लावून काम मिळवायचा आणि मुलांना शिक्षण द्यायचा प्रयत्न केला होता, तेच एकमेकांच्या नरडीचा घोट घ्यायला उभे ठाकले.

'सेवा'च्या रहीमा आणि रमिला, जेतून आणि जया, शारदा आणि सलमांना

'सेवा'चे काही सक्रीय कार्यकर्ते

हिंदु-मुस्लीम समाज विरुद्ध बाजूला खेचू लागला. आजवर या साऱ्या जणींनी एकमेकींबरोबर कष्ट केले होते. हास्य-विनोद करून गाणी म्हटली होती. त्यांनाच एकमेकींविरुद्ध चिथवण्याचं काम त्यांचा समाज करत होता. परंतु संधी मिळताच, ह्याच स्त्रिया एकमेकींच्या मोहोल्ल्यांमध्ये जाऊन आपल्या कामावरच्या बहिणी सुखरूप आहेत याची खात्री करून घेऊ लागल्या. आमची प्रमुख संघटना कार्यकर्ती रमिलाबेन आणि कार्यवाह रहीमाबेन यांच्या नेतृत्वाखाली सर्व कार्यकर्त्यांनी आणि सदस्यांनी न डगमगता, धैर्यानं शांतता प्रस्थापित केली. त्यांना सतत धमक्या दिल्या जात असतानादेखील आपापले जीव धोक्यात घालून ह्या स्त्रियांनी मदत-छावण्यांमध्ये काम केलं. आपापल्या कुटुंबीयांचे पूर्वग्रह आणि राग-लोभ सांभाळून त्यांनी एवढं सारं पार पाडलं. वातावरण काही अंशी पूर्ववत व्हायला जवळजवळ आठ-दहा महिने जावे लागले; परंतु अत्याचारांना बळी पडलेल्यांच्या हृदयाला झालेल्या जखमा अजूनही भळभळत आहेत. त्यांच्यावर झालेले हिंसाचार विसरून त्याबद्दल क्षमा करायला निदान एका पिढीचा कालखंड उलटला पाहिजे. कडू आठवणींची काळी सावली आजवर रेंगाळते आहे.

कामाचा विचार मात्र सर्वांना वठणीवर आणतो. वेडाची लट ओसरली की, लोकांना जाणीव होते की, आपला धर्म काहीही असला, तरी सर्वांच्या पोटातली भूक सारखीच आहे आणि ती शमवायला काम करून कमाई केलीच पाहिजे! पोट

भरायला, कर्ज फेडायला आणि डोक्यावर छप्पर उभं करायला हातपाय हलवलेच पाहिजेत. अहमदाबादेतली जवळजवळ २०,००० घरं नव्यानं बांधून किंवा दुरुस्त करून द्यायला हवी होती. विधवा झालेल्या स्त्रियांकडे बघायला हवं होतं, त्यांची मानसिक आणि आर्थिक स्थिती अतिशय नाजूक झालेली होती. अशा स्त्रियांचं पुनर्वसन करताना 'सेवा' त्यांचं आयुष्य नव्यानं चालू करून देते; त्यांना निवारा, कर्ज, प्रशिक्षण, वैद्यकीय मदत आणि इतर कामगार स्त्रियांचा सहवास आणि सहकार्य मिळवून देते. आम्हा सर्वांचंच एकमत आहे की, आपली आस्था शब्दांनी नव्हे, तर कृतीनं व्यक्त झाली पाहिजे! 'सेवा'च्या हिंदू आणि मुस्लीम सदस्या एकत्र काम करतात, हसतात-खेळतात आणि एकमेकींची काळजी घेतात. कामावरच्या बहिणी असण्याची हीच तर जादू आहे!

पण उद्या काय वाढून ठेवलेलं असेल? मानवनिर्मित संकटं इतकी वारंवार आणि भीषणपणे कोसळू लागलेली आहेत की, 'सेवा'ला विकासकार्याऐवजी मुख्यत: पुनर्वसनाच्या कामाकडेच बघावं लागतंय. बेकारीचा यक्षप्रश्न, गोरगरीब मजुरांसाठीची तोकडी सुविधा, गरिबी हटवण्याकडे सरकारकडून होणारं दुर्लक्ष आणि अनास्था, जाति-धर्माच्या मुद्यावर लोकांमध्ये पाडली जाणारी फूट ह्या साऱ्या कारणांमुळे आपल्या समाजात सततच स्फोटक वातावरण खदखदत असतं. गरिबी हा राजनैतिक, सामाजिक, मानवहितासंबंधीचा, कायद्याचा आणि आर्थिक प्रश्न आहे. कोणत्याही प्रकारे गरिबीकडे बघितलं, तरी ती सर्वांनाच अपकारक ठरते. भारतातली धर्मनिरपेक्ष लोकशाही आणि आपली कष्टाळू जनता हेच आपलं बळ आहे. ही गोष्ट मी माझ्या 'सेवा'मधल्या भगिनींकडून शिकले आहे.

अनुवादिकेचं मनोगत

जगभरातील लोकोत्तर व्यक्तींनी केलेल्या असाधारण कार्यांची यशोगाथा मराठी वाचकापर्यंत पोचवणं, ह्या सामाजिक बांधिलकीच्या कामात 'मेहता प्रकाशन' संस्था अग्रभागी आहे. ह्या कामातला अनुवादाचा खारीचा वाटा उचलणं, हा आम्हा अनुवादिकांसाठी आनंदाचा आणि उद्‌बोधक अनुभव असतो.

'सेवा' (SEWA – Self Employed Women's Association) हे श्रीमती इलाबेन भट्ट यांचं अलौकिक जीवितकार्य आहे. लहानसहान व्यवसाय करून उपजीविका करणाऱ्या तळागाळातल्या लाखो गरीब स्त्रियांना संघटित करून त्यांना त्यांच्या कुवतीची, हक्कांची आणि संघटित झाल्यामुळे लाभलेल्या बळाची जाणीव करून देणं आणि त्यांची परिस्थिती सुधारणं हे मोठंच काम 'सेवा'नं केलेलं आहे. कचरा गोळा करणाऱ्या, चिंध्यांपासून रजयांच्या खोळी शिवणाऱ्या, नगावर कपडे शिवून देणाऱ्या, भरतकाम करणाऱ्या, जंगलातला डिंक गोळा करणाऱ्या, मिठागरांमध्ये मीठ तयार करणाऱ्या, जमीन धरणाखाली गेल्यामुळे विस्थापित झालेल्या अशा अनेक प्रकारच्या स्त्रियांना संघटित करून त्यांच्या मालाला बाजारपेठ मिळवून देणं, कर्जाच्या चिखलातून वर काढायला त्यांना स्वस्त दरानं कर्ज मिळवून देणं, ह्यासाठी 'सेवा' बँकेची स्थापना करणं, रस्त्यावर भाजी विकणाऱ्यांमागचा पोलिसांचा ससेमिरा हटवण्यासाठी त्यांना आयडेंटिटी कार्ड्स मिळवून देणं अशा 'सेवा'नं तडीस नेलेल्या अनेक कार्यांची ओळख आपल्याला ह्या पुस्तकाद्वारे जवळून होते.

शिकाऱ्याच्या जाळ्यात पाय अडकलेले पक्षी एकाच वेळेस सर्वांची शक्ती पणाला लावून जाळ्यासकट आकाशात झेप घेतात आणि शिकाऱ्याच्या तावडीतून सुटतात, ही संघटित शक्तीची महती सांगणारी कथा आपण सर्वांनीच बालपणी वाचलेली आहे; पण लाखो गरीब स्त्रियांना संघटित करून ही कथा 'सेवा'च्या कार्यकर्त्यांनी सत्यात उतरवली, हा स्तिमित करणारा अनुभव आहे. गांजलेल्या,

असंघटित, स्वत:च्या लहान-सहान व्यवसायांवर उपजीविका करू पाहणाऱ्या गरीब स्त्रियांबद्दल इलाबेनना आस्था वाटली आणि त्यांनी त्या स्त्रियांना संघटित करून त्यांना त्यांच्या शक्तीची जाणीव करून दिली. इलाबेनच्या ठायीची आस्था, दूरदृष्टी, संघटना-कौशल्य, व्यवहारज्ञान, लढाऊ बाणा, लोकसंग्रह ह्या साऱ्या गुणांमुळेच ही गोष्ट शक्य होऊ शकली, हे मनोमन जाणवतं.

अशा प्रेरणादायी पुस्तकाचा अनुवाद करताना मला दुहेरी आनंद लाभला; कारण अशा आशुगर्भ पुस्तकाचा अनुवाद करता आला आणि ज्या गुजरातेत माझं बालपण गेलं, तो सारा परिसर माझ्यापुढे पुन्हा नव्यानं जिवंत होऊन उभा राहिला!

इलाबेनच्या कार्यापासून अनेकांना प्रेरणा मिळो आणि ज्योतीनं ज्योत उजळून अनेकांच्या जीवनात प्रकाश उजळो, ह्याच सदिच्छा!

– सुनीती काणे

अनुक्रमणिका

१. गरीब असणं, एक स्त्री असणं आणि स्वत:च्या व्यवसायात असणं / १
२. चिंध्या गोळा करणारे / ३०
३. कापडाचे तुकडे आणि कपडे शिवणारे / ४५
४. विक्रेते / ७०
५. बँकेचा व्यवहार / ९१
६. वैद्यकीय मदत / १२०
७. भरतकामकुशल स्त्रिया / १४२
८. ग्राम-हाट / १७३
९. सुखी / १९५
१०. सुधारणा / २२७

'सेवा' हा शब्द उच्चारायला अत्यंत सोपा पण आचरणाला अवघड आहे.

१

गरीब असणं, एक स्त्री असणं आणि स्वतःच्या व्यवसायात असणं

१९८६ साली मी बंगालमधल्या बांकुरा जिल्ह्यातल्या एका लहानशा खेड्यात गेले होते. तिथली खंगलेली, लहान कुडीची एक स्त्री मला म्हणाली, "काज नाही, काज करी मरू" – "मला नोकरी नाही, पण कामाच्या रगाड्यात मी पिचते आहे." तिचे हे शब्द माझं काळीज कापत गेले, कारण भारतातल्या प्रत्येक कष्टकरी स्त्री-पुरुषाची परिस्थिती नेमकी अशीच होती. आयुष्यभर कष्ट करूनसुद्धा इतकी तुटपुंजी कमाई मिळे की, गरिबीतून वर येणं केवळ अशक्य असे! गरिबीतली प्रत्येक स्त्री कष्ट उपसते. ती पहाटेपासून रात्रीपर्यंत राबली, तरी तिला वाटतं की, ती बेकारच आहे. सतत ती नोकरीच्या शोधात असते. आयुष्यभर ती ह्याच मृगजळामागे धावत असते की, आर्थिक स्थैर्य मिळवून देणारं काम तिला लाभेल आणि ती गरिबीच्या कचाट्यातून मुक्त होईल.

गरीब असणं म्हणजे असुरक्षित असणं. गरिबी, स्वतःचा व्यवसाय करून पोट भरणं आणि एक स्त्री असणं ह्या वेगवेगळ्या, पण परस्पर-संबंधित गोष्टी असतात आणि त्या माणसामध्ये असुरक्षिततेची भावना निर्माण करतात. गरिबीमुळे माणूस एका दुष्टचक्रात अडकतो. प्रत्येक संकटागणिक तो गरिबीत आणखी-आणखी रुतत जातो. त्याची असहायता त्याला आणखी दरिद्री बनवते. काम, नियमित उत्पन्न आणि मालमत्तेची मालकी याच गोष्टी याची अधोगती थोपवू शकतात.

गरीब कामकऱ्यांना मिळणारं काम हंगामी स्वरूपाचं असतं. ते अनियमित आणि अधूनमधून मिळणारं असतं. ग्रामीण गरिबांची गुजराण शेतीवरच होत असते; परंतु शेतातलं काम त्या-त्या ऋतूतच मिळतं. पेरणी-लावणी आणि कापणी-मळणीच्या वेळेस शेतमजूर दिवसभर कामाला जुंपलेले असतात, पण

उरलेला काळ त्यांची काहीच कमाई होत नाही. अशा बेकारीच्या काळात हस्तकलेची कामं त्यांना वरकड कमाई मिळवून देतात; परंतु माती आणि बांबू यांची जागा प्लास्टिकनं घेतल्यापासून, गिरणीत बनणाऱ्या सिन्थेटिक कापडानं हातमागावर विणल्या जाणाऱ्या कापडाची जागा घेतल्यापासून, गावातल्या चांभारानं हातानं बनवलेल्या चामडी बुटांची जागा रबरी-बुटांनी घेतल्यापासून अशा प्रकारची कमाई देणारी कामंसुद्धा कमी होऊ लागली आहेत. मालाची देवघेव करून खेड्यांमध्ये किंमत चुकवली जात असे, तेव्हा पैशांची देवघेव करावी लागत नसे; परंतु आता प्रत्येक गोष्टीची किंमत रुपयात मोजावी लागते. खेड्यात रोख उत्पन्न सहजी मिळत नाही आणि तरीसुद्धा कोणत्याही गरीब कुटुंबाला टिकाव धरण्यासाठी रोख उत्पनाचीच गरज पडते.

वर्षभर काम मिळत नसल्याने आणि उत्पन्न तोकडं असल्याने खेड्यातल्या गोरगरिबांना नेहमीच सावकारावर अवलंबून राहावं लागतं. सावकाराकडून अशी लहानमोठी कर्जं घेऊनच हे गोरगरीब अडचणींच्या वेळेस तरून जाऊ शकतात. अनधिकृत सावकारीला कायद्यानं जरी बंदी असली, तरी खाजगीरीत्या कर्जं पुरवणं हा सधनांचा बरकतीचा धंदा असतो आणि त्यामुळे अखेरीस गरीब अधिकाधिक दारिद्र्याच्या चिखलत रुतत जातात. असे सावकार प्रचंड व्याजदर आकारतात आणि समोर दुसरा पर्याय उपलब्ध नसलेले गोरगरीब त्यापुढे मान तुकवतात. भारतातल्या बँकांकडून त्यांना कोणतीही मदत मिळण्याजोगी नसते. कर्जात बुडणं हा गरिबीचा अटळ परिणाम आहे. कर्जाच्या ओझ्यामुळे आर्थिक उन्नती अशक्य बनते. बापाचं कर्ज मुलाच्या शिरी येऊन पुढल्या अनेक पिढ्या दुष्टचक्रात अडकतात.

कमाईचा प्रत्येक पैसा प्रथम अन्न-वस्त्र-निवारा ह्या मूलभूत गरजांसाठी आणि त्यानंतर कर्ज फेडण्यासाठी खर्ची पडतो. उत्पन्नातून काहीही शिल्लक बाजूला टाकता न आल्यामुळे गोरगरीब कोणतीही मालमत्ता जमवू शकत नाहीत. दर वेळेस ते कर्ज मागायला सावकाराकडे गेले की, त्यांच्या तुटपुंज्या मालमत्तेचा आणखी एक तुकडा गहाण पडतो. सर्वांत आधी जमीन जाते. त्यानंतर घर, गाई-गुरं, स्त्रियांच्या अंगावरचे चांदीचे दागिने ह्या गोष्टी गहाण पडतात. सरतेशेवटी व्यवसायाला लागणारी हातमाग, नांगर, फावडी अशी अवजारंसुद्धा गहाण ठेवण्याची वेळ त्यांच्यावर येते. दारुण आपत्तीत सापडल्यावर तर रेशनकार्ड किंवा कोणताही अधिकृत परवानासुद्धा गहाण ठेवून कर्ज काढलं जातं. गारिबांची मालमत्ता शेवटी स्थानिक सावकाराच्या किंवा जमीनदाराच्या ताब्यात जाते.

गोरगरिबांच्या ताब्यात उरलेली एकमेव मालमत्ता असते, त्यांचा देह! त्यांच्या अंगात शारीरिक शक्ती असते, तोवर ते खणणं, ओझी वाहणं, ओढून नेणं

आणि कापणी करणं अशी कामं करून थोडा पैसा मिळवू शकतात. अशा शारीरिक कष्टाच्या कामांसाठी निरोगी आणि सुदृढ शरीराची आवश्यकता असते; परंतु न पेलवणारे कष्ट, अपुरं अन्न आणि निकृष्ट आहार यांमुळे बरेचदा त्यांचे देह कमजोर असतात. ज्या दिवशी कष्ट करता येतील, त्या दिवशीच त्यांना पैसा मिळतो. आजारी पडले, तरी काम करण्यावाचून त्यांच्यापुढे दुसरा पर्याय नसतो, पण आजारपणात त्यांच्याकडून नीटसं काम होत नाही आणि त्याचं उत्पन्न घटतं. त्यामुळे आजारपणात जेव्हा सकस आहाराची सर्वाधिक आवश्यकता असते, तेव्हाच त्यांच्यावर उपासमारीची पाळी येते.

त्यांचं काम शारीरिक कष्टांचं असल्यामुळे त्यांना अधिक उष्मांक देणाऱ्या आहाराची गरज असते; परंतु त्यांना तर पोटभर जेवणही मिळत नाही. भात किंवा भाकर हेच त्याचं मुख्य अन्न असतं. त्याबरोबर चिमूटभर मीठ-मिरची लावून ते जेवतात. उत्पन्न वाढलं, तरच त्यांना डाळ आणि भाज्या परवडतात.

सर्वांत महत्त्वाचं असतं पाणी. हे देशातल्या अनेक भागांत दुर्मीळ असतं. शुद्ध आणि पुरेसं पाणी बऱ्याचशा गोरगरिबांना सहजगत्या मिळत नाही. जिथे अशुद्ध किंवा अपुरं पाणी असतं, तिथे देहाची शुष्कता (डी हायड्रेशन) आणि पाण्यातून पसरणारे रोग होण्याची शक्यता सर्वाधिक असते. कुपोषणाबरोबर जुलाब, डी-हायड्रेशन हे गरिबांना नेहमी होणारे रोग आहेत. शरीरात अजिबात शक्ती नसल्यामुळे अशी दुखणी खूपच लांबतात आणि त्यांना दुबळं बनवतात.

जिथे सार्वजनिक वैद्यकीय सुविधा उपलब्ध असते, तिथे गोरगरीब सर्वांत आधी धाव घेतात, कारण ती परवडण्याजोगी असते; परंतु राज्याकडून पुरवल्या जाणाऱ्या वैद्यकीय सुविधा बरेचदा अपुऱ्या असतात; जनतेच्या सर्वसामान्य गरजा भागवायलासुद्धा त्या अपुऱ्या पडतात. खेड्यात दवाखाने लांब अंतरावर असतात आणि तिथले डॉक्टर बरेचदा शहरातून येत असल्यामुळे ते अनेकदा गैरहजर असतात. तपासणीची साधनसामग्री नीटपणे चालत नसते आणि औषधांचा तुटवडा नेहमीच असतो. जरी खाजगी दवाखाने आणि रुग्णालयं महाग असली, तरी ती जवळपास असतात आणि तिथले डॉक्टर आणि परिचारिका अणीबाणीच्या वेळेस उत्तम सेवा पुरवू शकतात. त्यामुळे गरिबांना वैद्यकीय उपचारांसाठी अनेकदा जबर फी भरून त्यांच्याकडेच धाव घ्यावी लागते.

डॉक्टरवर्ग बहुतांशी मध्यमवर्गीय आणि शहरातला असल्यामुळे ग्रामीण विभागातल्या रुग्णांच्या सांस्कृतिक रीतिरिवाजांबद्दल तो अनभिज्ञ असतो. अडाणी, अस्वच्छ दिसणाऱ्या गोरगरिबांबद्दलच्या त्यांच्या पूर्वग्रहदूषिततेमुळे गरिबांना पुरवल्या जाणाऱ्या वैद्यकीय सेवेवरसुद्धा वाईट परिणाम होऊ शकतो. टी.बी किंवा एड्स ह्या रोगांबद्दल दिली जाणारी सार्वत्रिक माहिती सोडली, तर सामान्य जनतेला

स्वास्थ्याबद्दल कांहीही धडे शिकवले जात नाहीत. पूर्वापार ज्या एकमेव वैद्यकीय कर्मचाऱ्यावर जनता विश्वास टाकत आलेली आहे, ही व्यक्ती म्हणणे खेड्यातली सुईण; पण आधुनिक वैद्यकशास्त्रानं सुइणीची भूमिका नगण्य बनवली आहे.

सर्वसाधारणत: खेड्यातले गोरगरीब खेड्याबाहेर वस्ती करून राहतात. गरिबांच्या वस्तीतसुद्धा जाती आणि धर्म यांनुसार लोक वेगवेगळ्या ठिकाणी राहतात. प्रत्येक जातीचे आणि धर्माचे लोक आपापल्या चालीरिती पाळतात; परंतु एकमेकांशी एकोप्यानं वागतात, कारण दैनंदिन जीवनात त्यांना एकमेकांच्या मदतीची गरज पडते.

हे गोरगरीब बरेचदा गावाबाहेर ओसाड जमिनीवर आपली घरं बांधत असल्यामुळे जमीन महाग नसते. गुजरातमधली घरं माती-विटांनी बांधलेली साधी-सुधी असतात. घरावर शाकारलेलं किंवा पत्र्याचं छप्पर असतं. जमिनी सारवलेल्या असतात. शेजारी गाई-गुरं, कोंबड्या, बकऱ्या यांच्यासाठी गोठा असतो. व्यवसायाची अवजारं, सूत आणि लोकर असा कच्चा माल ठेवण्यासाठी आणि वर्षाचं धान्यसामान भरण्यासाठी वेगळ्या खोल्या असतात. मुलाचं लग्न होऊन सून घरात आली की, आणखी एक खोली बांधली जाते. घरं कितीही चालचलाऊ किंवा कच्च्या बांधणीची असली, तरी ग्रामीण भागतले गरीब आपल्या स्वत:च्या मालकीच्या घरामध्ये राहातात.

अशा कच्चा बांधणीच्या घरांची मोडतोडही अगदी सहजपणे होते. सर्व कुटुंबीयांच्या एकत्रित प्रयत्नांनी त्यांची नेहमी डागडुजी करत राहावे लागते. मुसळधार पाऊस, पूर किंवा सोसाट्याच्या वाऱ्यापुढे अशी घरं टिकाव धरू शकत नाहीत. शाकारलेल्या छपरांना स्वयंपाकाच्या विस्तवानं सहज आग लागू शकते. शाकारलेलं छप्पर वावटळीत उडून जाऊ शकतं. डोक्यावरचं छप्पर आणि राहतं घर केव्हा कोसळेल, याची शाश्वती नसते. मुसळधार पावसामुळे साठवलेल्या धान्याची नासाडी होते, गुरं-ढोरं आणि लहान मुलं आजारी पडतात. कुटुंबाला पुन्हा सारं नव्यानं उभं करावं लागतं. अर्थिक प्रगतीऐवजी असलेलं टिकवण्यातच उमेद खर्ची पडते.

अशा अस्थिर परिस्थितीत वीज, नळ, संडास अशा सुविधांचा अभाव असतो. खेड्यातले बरेचसे लोक सार्वजनिक विहिरीतून किंवा तलावातून पाणी आणतात, परंतु जातिभेदामुळे दलित समाजातल्या लोकांना हे सार्वजनिक पाणी आणता येत नाही. त्यांना दुसरं अशुद्ध पाणी वापरावं लागतं किंवा आणखी दूरवरच्या एखाद्या विहिरीतून पाणी आणणं भाग पडतं. खेड्यातल्या तळ्यांमधलं पाणी कधीकधी इतकं खारट असतं की, ते माणसांनी किंवा जनावरांनी पिण्यास योग्य नसतं. पिण्याचं पाणी वाहून आणणं, हे खेड्यातलं अतिशय वेळखाऊ

मदत छावणीतील आटलेल्या विहिरीपाशी टँकरच्या प्रतीक्षेत मांडून ठेवलेले हंडे-कळशा (फोटो : अमित दवे)

आणि कष्टप्रद काम असतं.

गरिबांच्या घरात वीज क्वचितच असते. गुजरातमध्ये सरकारनं जवळजवळ सर्व खेड्यांमध्ये मुख्य रस्त्यांना जोडणारे रस्ते आणि वीज पुरवली असली, तरी रस्त्यांवरचे दिवे आणि पाण्याचे पंप यांखेरीज विजेचा वापर करणं ग्रामपंचायतीला परवडत नाही. घरी वीज आणणं गरिबांना अशक्य नसलं, तरी महागच असतं. त्यामुळे विजेच्या दिव्याशिवाय घरातले व्यवसाय आणि मुलांचे अभ्यास पुरेसे तास चालू राहू शकत नाहीत. दिवसाचे अनेक तास मुलांना घरकामात मदत करावी लागत असल्यामुळे त्यांना अभ्यासाला आणखीच कमी वेळ मिळतो. मोठ्या माणसांना उजेडाअभावी कमी तास काम करता येत असल्यामुळे त्यांची मिळकतसुद्धा घटते; परंतु शहरातल्या झोपडपट्टीपेक्षा खेड्यातलं राहाणीमान अधिक आरोग्यदायी म्हटलं पाहिजे.

खेड्यातल्या कुटुंबांमध्ये नेहमीच मुलांचं स्वागत केलं जाते. गरिबांना मुलं ही मालमत्ता आणि म्हातारपणाची काठी वाटते. जास्त मुलं असली की, राबणारे हातसुद्धा वाढतात; त्यामुळे कुटुंबाची प्राप्ती वाढते; परंतु नव्या मुलागणिक खाणारं एक तोंड वाढतं आणि आईची कष्ट करण्याची कुवतही कमी होते. त्यामुळे ह्या आनंदाला एक आशंकेची झालर असते.

गुजरातमधल्या गोरगरिबांमध्ये कुटुंबातली प्रत्येक व्यक्ती, मग ती पुरुष असो वा स्त्री, राबत असते. त्यामुळे मुलीचा जन्म कुणालाही नकोसा वाटत नाही. मुलगीसुद्धा घरातली कमावती व्यक्तीच असल्यामुळे ती लग्न होऊन सासरी निघून गेली की, तिच्या कुटुंबीयांची आमदनी घटते. त्यामुळे गरिबांमध्ये मुलीसाठी हुंडा मागयची प्रथा सुरू झाली आहे. ज्या कुटुंबांना मध्यम वर्गात मोडलं जाण्याची इच्छा असते आणि सामाजिक प्रतिष्ठा हवी असते, अशा घरातल्या मुली कामधाम करत नाहीत. अशा मुलीचं लग्न करून देताना तिच्यासाठी हुंडा मोजावा लागतो. एका दृष्टीनं हुंडा म्हणजे तिला पोसण्यासाठी सासरच्यांची केलेली भरपाईच म्हटली पाहिजे. मुलगे मात्र लग्नानंतर आईवडलांजवळच राहतात आणि त्यांनी कुटुंबाची देखभाल करावी आणि अखेरपर्यंत आईवडलांचा सांभाळ करावा अशी अपेक्षा असते.

गर्भारपणात स्त्रिया कष्ट उपसतच असतात. होणाऱ्या बाळासाठी त्यांना खास असा खुराक दिला जात नसतो. त्यांना माहिती आणि आधार देणारी मुख्य व्यक्ती असते, दाई उर्फ सुईण. तिला वैद्यकशास्त्राचं शिक्षण मिळालेलं नसलं, तरी ती अनुभवानं खूप शिकलेली असते. आजही खेड्यात प्रसूतीच्या वेळेस सुईणच उपयोगी पडते. अगदी थोडक्या दिवसांच्या विश्रांतीखेरीज बाळंतिणीची आणखी वेगळी काहीही काळजी घेतली जात नाही. गरोदर राहिल्यापासून बाळंत होईपर्यंत स्त्रीला पुरेशी माहिती, सकस आहार आणि वैद्यकीय काळजी यांचा लाभ होत नसल्यामुळे मातेच्या आणि बाळाच्या स्वास्थ्यावर त्याचा प्रतिकूल परिणाम होतो.

ग्रामीण भागात मुलं शक्य तेवढ्या लवकर कामात हातभार लावून कुटुंबाला उत्पन्न मिळवून देऊ लागतात. खेड्यातली असंख्य लहानमोठी कामं करायला ती लहान वयापासूनच आईवडलांना मदत करू लागतात. खेड्यातली शाळा घराजवळच असली, तर मुलं-मुली तेथे शिकायला जाऊ लागतात; परंतु ती तिथे किती काळ शिकतील, हे घरातल्या परिस्थितीवर अवलंबून असतं. मुलांपेक्षा मुलींची शाळा जास्त लवकर सुटते, कारण आईवडील कामावर गेले की, घरकाम करण्यासाठी आणि लहान भावंडांना सांभाळण्यासाठी त्यांच्या मदतीची गरज पडते. शाळा घरापासून खूप दूर असली, तर वाढत्या वयाच्या मुलीला एकटीनं शाळेत जाऊ द्यायला आईवडील तयार नसतात.

शालेय शिक्षणाला मुकलेलं मूल केवळ शारीरिक कष्टांचंच काम करू शकतं. मुलं गुरं राखतात किंवा शेतांवर किंवा रस्त्यांच्या बांधकामावर मजुरी करू लागतात. मुली लहान भावंडांना सांभाळतात, स्वयंपाक करतात आणि पाणी भरणं, सरपण गोळा करणं अशी कामं करतात. विणकाम किंवा खाद्यपदार्थ बनवणं

असा घरातला व्यवसाय असेल, तर ती कौशल्यं मुली आईकडून शिकून घेतात.

अशा प्रकारे पगारी किंवा बिनपगारी काम करणाऱ्या मुलाचं बाल्य लवकरच संपुष्टात येतं. चौदा वर्षांखालच्या व्यक्तीला कायद्यानं मूल म्हटलं जातं. कायद्यानं अशा मुलाला कामाला न जुंपता त्याला शाळेत पाठवणं आवश्यक असतं. प्रत्यक्षात खेड्यातलं मूल आधीच कामाला जुंपलेलं असतं.

खेड्यातलं आयुष्य निसर्गाच्या इतक्या सान्निध्यात जात असल्यामुळे निसर्गाच्या औदार्याबद्दल आणि कोपाबद्दल ग्रामीण जनता कृतज्ञ असते आणि वचकूनही असते. गोरगरिबांना निसर्गाच्या विविध रूपांना तोंड द्यावं लागतं. निसर्गच त्यांना घरासाठी बांबू पुरवतो, इंधनासाठी लाकडं देतो, रानफळांचा घास देतो, मडकी आणि विटा बनवायला माती देतो आणि नद्यांचं आणि तळ्यांचं गोड पाणी पुरवतो. हाती अजिबात पैसा नसतो, तेव्हा निसर्गच त्यांना तारून नेतो, कारण ह्या साऱ्या गोष्टी गरिबांना निसर्गाकडून फुकट मिळतात.

परंतु ही परिस्थितीसुद्धा झपाट्यानं बदलते आहे. निसर्गाचं हे वाण प्रमाणाबाहेर लुटलं गेल्यामुळे मानव आणि निसर्ग यांत असंतुलन उद्‌भवलं आहे. भारतातल्या असंख्य खेड्यांतल्या पर्यावरणावर अनिष्ट परिणाम झालेला आहे.

ह्या असंतुलनामुळे आणि पर्यावरणावरल्या अत्याचारांमुळे निसर्गाची सुबत्ता ओसरून टंचाईला सुरुवात झालेली आहे. भूस्तरातल्या पाण्याची पातळी आणखी-आणखी खाली जाऊ लागली आहे. जंगलात वृक्षतोड होऊन वनसंपत्तीचा ऱ्हास झाला आहे. निसर्गाकडून गोरगरिबांना फुकटात लाभणाऱ्या गोष्टी नाहीशा झालेल्या आहेत. खाणीमुळे जमिनींची खराबी झालेली आहे. जमिनी ओसाड बनल्या आहेत. कारखान्यांनी सोडलेल्या टाकाऊ, रासायनिक सांडपाण्यामुळे नद्या आणि हवा प्रदूषित होऊ लागली आहे. निसर्गानं दिलेल्या गोष्टी बाजारात इतक्या महाग किमतीला विक्रीला ठेवल्या जात आहेत की, गरिबांना त्या परवडणं अशक्य झालेलं आहे. निसर्गसंपत्तीच्या ऱ्हासामुळे गरिबांचं जीवन खडतर बनत चाललं आहे. वाढतं प्रदूषण, टंचाई, जमिनीला आणि पाण्याला येत चाललेला खारेपणा, जमिनीचा कस उतरणं या साऱ्यांमुळे गरीब दारिद्र्यात आणखी खोलवर रुतत चालले आहेत.

नैसर्गिक आपत्तींचा सर्वाधिक दुष्परिणाम खेड्यातल्या गोरगरिबांवर होतो, कारण त्यांचं जीवनच निसर्गावर अवलंबून असतं. पूर आले की, सर्वांत आधी कोसळतात, ती त्यांचीच कच्ची घरं! चक्रीवादळ किंवा आगीसुद्धा सर्वांत आधी त्यांच्याच घरांचा नाश करतात. सपाट जमिनीवर पावसाच्या कृपेनं वाढणारी त्यांची शेती पुराच्या पाण्यात सर्वांत आधी वाहून जाते. शेजारपाजारच्या खेड्यांतले लोक त्यांच्या मदतीला धावून आले, तरी त्यांच्याकडून मिळणाऱ्या साहाय्याला

मर्यादा असते. राज्यसरकारकडून मिळणारी मदत नेहमी विलंबानं मिळते आणि ती कधीही पुरेशी नसते. गरिबांचं जे नुकसान होतं, त्यातला केवळ अल्पांश ह्या मदतीनं भरून निघतो; आणि खेड्यात प्रचंड जातिभेद असल्यामुळे कनिष्ठ जातीच्या लोकांना ही मदत सर्वांत शेवटी दिली जाते.

गरिबांपाशी स्वत:ची अशी काहीही बचत नसल्यामुळे अशा आपत्तींमधून डोकं वर काढायला त्यांना प्रदीर्घ काळ लागतो. सरकारकडून मिळणाऱ्या पुनर्वसनासाठीच्या मदतीचा पुरेसा फायदा होण्यासाठी आवश्यक असलेलं आर्थिक स्थैर्य त्यांच्यापाशी क्वचितच आढळतं. त्यांच्यापुढे समस्यांची रांगच उभी असते. पडझड झालेली घरं त्यांना नव्यानं उभी करायची असतात, जमीन पुनश्च एकवार ठीक-ठाक करून पुन्हा पेरणी करायची असते आणि शिल्लक राहिलेल्या वस्तूंमधून बाजारात चटकन विकून रोख रक्कम मिळवण्याजोग्या वस्तू बाजूला काढायच्या असतात; पण रस्त्यांमध्ये प्रचंड अडथळे असल्यामुळे आणि सार्वजनिक वाहतूक विस्कळीत झाल्यामुळे ह्या वस्तू त्यांना शहरात नेऊन विकता येत नाहीत. प्रत्येक जणच उरलासुरला शेतीचा माल आणि घरातली भांडीकुंडी विकून पैसा उभा करू पाहत असल्यामुळे ह्या गोष्टींच्या किमती घसरतात.

आपली व्यवसायाची साधनं किंवा शेतीची अवजारं नैसर्गिक आपत्तींमुळे नादुरुस्त किंवा बेपत्ता झालेली असली, तर कुटुंबाला काहीही मिळकत होऊ शकत नाही. अशा वेळेस उत्पन्नासाठी लवकरात लवकर काम सुरू करणं आवश्यक असतं आणि व्यवसायाची साधनं पुन्हा दुरुस्त किंवा हस्तगत करणं निकडीचं असतं; परंतु सरकारकडून मिळणारी मदत अवजारांची भरपाई करून देत नसते. बँकांकडून किंवा सरकारकडून कर्ज मिळवणं अशक्य असतं. हाती फुटकी कवडी नसताना आणि डोक्यावर छप्पर नसताना, तारण ठेवायला हाती काहीही नसताना त्यांना कर्ज द्यायला तयार होतो, तो केवळ गावातला सावकार; आणि तो त्यावर जबर व्याज आकारतो. अशा प्रकारे त्यांच्या आर्थिक घसरणीला प्रारंभ होतो.

गुजरातमधले बहुसंख्य गोरगरीब दुष्काळी टापूत राहतात. तिथे अधूनमधून किंवा ओळीनं दुष्काळ पडत असतो. त्यांना शेतांसाठी महागाचं पाणी परवडण्याजोगं नसल्यामुळे त्यांची शेती पावसाच्या पाण्यावरच अवलंबून असते. दर वर्षी पावसासाठी ते देवाची करुणा भाकतात. 'पाऊस फार लवकर किंवा फार उशिरा पाठवू नकोस' म्हणून देवाला आळवतात. वेळेवर पाऊस आला, तरच बऱ्यापैकी पीक त्यांच्या हाती लागतं. पाऊस आला नाही, तर पिण्याच्या पाण्याची टंचाई होते आणि जनावरांना हिरवा चारा देता येत नाही. गोरगरिबांना आपली गायीगुरं अपत्यवत् प्रिय असतात. ती त्यांच्या कुटुंबाचा अविभाज्य भाग असतात आणि

त्यांच्या यातना बघणं त्यांना मोठं दु:सह वाटतं.

सरकार जोवर असा भाग अधिकृतपणे दुष्काळग्रस्त म्हणून घोषित करत नाही, तोवर बाहेरून मदत मिळणं अशक्यच असतं. त्यामुळे आपापल्या विभागापुढल्या आपत्तींकडे सरकारचं लक्ष वेधून घेण्यासाठी विविध राजनैतिक गटांमध्ये नेहमीच चढाओढ लागलेली आढळते. खूप विलंबानंतर वैरणीची कोठारं उघडली जातात आणि परवडण्याजोग्या किमतीला वैरण विकत घेऊन गायी-गुरांना चारा देणं गारिबांना शक्य होतं, पण बरेचदा अशी कोठारं इतक्या विलंबानं उघडली जातात की, आपली गुरं मरताना बघायची वेळ येऊ नये म्हणून गोरगरिबांनी आधीच येईल त्या किमतीला ती विकून टाकलेली असतात. त्यांना आपल्या उपयुक्त गुरांना पारखं व्हावं लागतं आणि किफायतशीर सौद्याच्या शोधात असलेल्या धनिकांचा फायदा होतो.

अखेरीस सरकार जेव्हा दुष्काळग्रस्तांना रोजगार देऊ लागतं, तेव्हा अशा दुष्काळी कामांसाठी केवळ गरिबातले गरीब पुढे येतात. त्यांना किमान वेतनापेक्षासुद्धा कमी मजुरी दिली जाते. सरकारच्या संमतीनंच पीडितांचं शोषण घडत असतं. दुष्काळी कामं असतात; खड्डे खणणं आणि ते बुजवणं यांसारखी. हेतू असतो, जनतेला उपयुक्त असे रस्ते आणि पूल बांधून घेण्याचा. प्रत्यक्षात असं बांधकाम इतकं निकृष्ट दर्जाचं असतं की, ते कुणाच्याच उपयोगी पडत नाही. पहिला पाऊस येताक्षणी असले रस्ते खराब होतात आणि असली कामं अर्धवट सोडून लोक आपापल्या शेताकडे धाव घेतात. त्यांनी खणून ठेवलेल्या खड्ड्यांमध्ये पावसाचं पाणी भरतं आणि त्यात डास वाढू लागतात. अशा प्रकारच्या दुष्काळी कामांऐवजी सरकारनं गावात पाण्याचे तलाव, सार्वजनिक इमारती किंवा कामाच्या जागा बांधून घेतल्या; तर सर्वांचाच कितीतरी फायदा होईल आणि गावाला आवश्यक अशी गोष्ट आपल्या श्रमांमुळे बांधली जातेय हे पाहून मजुरांनासुद्धा हुरूप वाटेल. अशा दुष्काळी कामांसाठी रोपवाटिका तयार करणं, पावसाचं पाणी अडवून साठवणं, सांडपाणी शुद्ध करणं, स्वच्छतागृह बांधणं अशा गोष्टीसुद्धा विचारात घेण्याजोग्या आहेत. असं असूनही दुष्काळी कामांच्या नावानं वर्षानुवर्षं निरर्थक खोदाखोद सुरूच आहे.

उन्हाळ्यात दिवसा तपमान इतकं वाढतं की, शुष्क जमीन भाजून निघून कडक होते. त्यावर पाऊलही ठेवणं अशक्य होतं. मग खणणं तर विचारायलाच नको! हे पाठीचे तुकडे पाडणारं काम असतं. एका दृष्टिक्षेपातच लक्षात येतं की, दुष्काळी कामं करणाऱ्या अधिकतर स्त्रियाच असतात आणि त्यांच्या जवळपासच त्यांची कच्चीबच्ची असतात. इतका घाम गाळून जी तुटपुंजी कमाई होते, ती पोट भरायला अपुरी असते. बरेचदा ह्या मजुरांवर देखरेख करणारे मुकादमसुद्धा भीषण उन्हाला घाबरून तिथं येत नाहीत. अशा वेळेस खोदण्याची दुष्काळी कामं रात्री केली जातात,

दुष्काळी कामावर राबत असलेलं कुटुंब (फोटो : अमित दवे)

परंतु त्यांना मिळणारं वेतन कामाच्या वेळेस दुपारीच दिलं जातं, त्यामुळे त्यांना दिवसासुद्धा तिथंच ताटकळत बसावं लागतं. घरी जाऊन पगारासाठी पुन्हा इतक्या लांब येणं शक्य नसतं. जेव्हा एकापाठोपाठ अवर्षणाची वर्षं येतात, तेव्हा गरीब लोक आणखी-आणखी गरीब होत जातात. अनेक वर्षं झालेल्या अवर्षणाकडे दुर्लक्ष केलं गेलं की, दुष्काळ पडून अन्नान्नदशा होते; परंतु उपासमारीनं अनेक लोक मृत्युमुखी पडेपर्यंत त्याकडे जनतेचं लक्ष जात नाही. लोक प्राणाला मुकल्यानंतर मदत मिळते. एकापाठोपाठ अवर्षण झालं की, दुष्काळ पडून लोकांची उपासमार होईल, हे आपल्याला का बरं समजू नये?

अशा दुष्काळांचा अनुभव गाठीशी असल्यावर दुष्काळग्रस्तांना त्वरित मदत पोचवण्याची यंत्रणा खरं म्हणजे भारतात असायला हवी. ह्या दृष्टीनं, ऐच्छिक मदत देऊ करणाऱ्या सेवाभावी संस्थाच सरकारचा दृष्टिकोन बदलून त्वरित मदत पोचवण्यासाठी सरकारला उद्युक्त करू लागल्या आहेत. कोणाला कोणत्या प्रकारच्या मदतीची खरीखुरी आवश्यकता आहे, ह्याबद्दल अशा संस्था सरकारला उत्तम मार्गदर्शन करत आहेत; परंतु निर्णय घेताना अजूनही प्रत्यक्ष विपद्ग्रस्तांचं मत विचारात घेतलं जात नाहीये.

भारतात लोकशाही आहे आणि गोरगरिबांच्या प्रचंड संख्येत राजकीय पक्षांना निवडणुकीमधली आपली मतं दिसत असतात. गरिबांच्या मतांसाठी त्यांना वेगवेगळी आश्वासनं दिली जातात. गरिबांना हळूहळू याची जाणीव होऊ लागलेली दिसते.

योग्य नेतृत्वाखाली गोरगरीब जेव्हा एकत्र होऊन एकमुखानं मागण्या करतात, तेव्हा नेत्यांना त्या मागण्यांची दखल घेणं भागच पडतं. एकजूट दाखवून गरीब थोडी सौदेबाजी करू शकतात; परंतु निवडणुका होईपर्यंतच गरिबांच्या अशा प्रयत्नांना थोडंफार यश मिळतं. निवडणुका पार पडल्यावर ह्या गरिबांची पुन्हा उपेक्षा केली जाते.

ग्रामीण भारतात राजनैतिक निष्ठा ही जातींवरच आधारित असते. खेड्यातल्या समाजात जातीयवाद खोलवर मुरलेला असतो. तो आयुष्याच्या प्रत्येक अंगावर परिणाम करत असतो. उच्च वर्णीयांचा कनिष्ठ जातीयांवर प्रचंड वरचष्मा असतो आणि उच्च वर्णीयांकडून कनिष्ठ वर्णीयांचं प्रचंड प्रमाणात शोषण केलं जात असतं. उच्च वर्णीयांच्या हातात संपत्ती आणि सत्ता असते. ते जमीनदार असतात, यशस्वी व्यापारी असतात किंवा शिक्षण क्षेत्रात पाय रोवून असतात. मालकीची जमीन नसलेले शेतमजूर, विणकर, कुंभार, चांभार आणि इतर कारागीर कनिष्ठ जातीत मोडतात आणि ते आर्थिकदृष्ट्या दुर्बळ असतात.

उच्च वर्णीय नसले, तरी ज्या थोडक्या कुटुंबांच्या मालकीची सुपीक शेतजमीन आणि विहिरी असतात, त्यांना खेड्यात विशेष मान दिला जातो. इतर कुटुंबं रोजी रोटीसाठी त्यांच्यावर अवलंबून असतात. ती त्यांच्या शेतांवर मजुरी करत असतात, कापणी-मळणीच्या वेळेस मदत करत असतात आणि त्यांच्या घरी घरकामसुद्धा करत असतात. चणचण पडली की, हे गोरगरीब ह्या जमीनदारांकडून कर्जाऊ पैसे घेतात. त्यासाठी त्यांच्याजवळची चांदी, जमिनीचा तुकडा किंवा कधीकधी तर त्यांची स्वत:ची मुलंसुद्धा ते तारण म्हणून देतात. नोकरीवर ठेवणारा माणूसच जेव्हा चाकरांचा सावकार बनतो, तेव्हा त्याच्या हाती प्रचंड सत्ता येते. गोरगरिबांची पिळवणूक आणि शोषण करण्याची संधी त्याला मिळते.

जातिभेद समाजात इतक्या निष्ठुरतेनं फूट पाडत असला, तरी त्यामुळे काहीशी एकीसुद्धा होते. एकाच जातीच्या लोकांमध्ये जिव्हाळ्याचे संबंध प्रस्थापित होतात. त्यांना एकमेकांबद्दल निष्ठा वाटते आणि त्यामुळे सुरक्षित वाटतं; परंतु जातिभेद जेव्हा खोलवर रुजलेला असतो, तेव्हा वेगवेगळ्या जातींमध्ये तणाव उत्पन्न होऊ शकतो आणि हिंसाचार घडण्याचा संभव वाढतो. निम्नवर्णीयांनी स्वतंत्रपणे वागण्याचा प्रयत्न केला किंवा उघडपणे अवज्ञा केली, तर मान्यवरांच्या लौकिकाला आव्हान दिलं गेलंय असं समजून त्याचे गंभीर परिणाम होऊ शकतात. शारीरिक धाकदपटशा, खोट्या आरोपांखाली पोलीस केस करणं, जमिनी बळकावणं ही अशा बेबनावाची दृश्य चिन्हं असतात. पोलीस हे नि:पक्षपाती न्यायदूत आहेत, अशी त्यांची प्रतिमा नाही; आणि बरेचदा हा ग्रह चुकीचा नसतो. बहुतेक वेळा गोरगरिबांवरच अन्याय केला जातो. खेड्यात हळूहळू

सर्वसामान्य स्थिती प्रस्थापित झाली, तरीसुद्धा अन्यायाच्या कडवट आठवणी आणि सुडाची भावना पुढल्या अनेक पिढ्या जिवंत राहाते.

निम्नवर्णीय जमातींतसुद्धा उच्च-नीच श्रेणी असतात. गरिबीमुळे सारे एकाच स्तरावर कधीही येत नाहीत. दलितांमध्येसुद्धा विणकर, चांभार, कोळी, भंगी यांचे वेगवेगळे समाज असतात आणि असे एकाच उपजातीचे लोक आपापल्या समाजातच राहतात. त्यांना आपल्या उपजातीची श्रेणी बरोबर ठाऊक असते. ह्या श्रेणीत आदिवासींचं स्थान आणखी खालचं असतं. समानतावादी इस्लाम धर्माचे लोकसुद्धा भारतातल्या विविध श्रेणींची दखल घेऊन त्याप्रमाणे ऊठबस करतात.

जाती, वर्ग, व्यवसाय, धर्म आणि वंश यांतल्या तफावतींमुळे समाजाचे इतके तुकडे पडतात की, असहिष्णुता बळावायला अगदी थोडकं कारणसुद्धा पुरेसं ठरतं आणि एकमेकांशी एकोप्यानं राहणाऱ्या उपजातींमध्ये विवाद पेटून उठतो. अशा दुराव्याच्या फटी पद्धतशीरपणे वाढवून आर्थिक, राजकीय किंवा धार्मिक कारणांसाठी पिळवणूक केली जाते. लोकांमध्ये फूट पाडली की, त्यांना नमवणं आणि त्यांचं शोषण करणं सुलभ बनतं.

कुटुंबाला जेव्हा आर्थिक संकटाला तोंड द्यावं लागतं, तेव्हा स्त्रीच्याच शिरी सर्वांत जास्त कष्ट कोसळतात. सामाजिक संकेत आणि आर्थिक गरज यांनुसार कुटुंबातल्या लोकांमध्येसुद्धा वेगवेगळ्या श्रेणी निर्माण होतात. दुर्दैवानं मुलीच्या जन्मापासूनच मुलीच्या मनावर तिचं दुय्यम स्थान ठसवलं गेलेलं असतं. अन्न, खेळणी, शिक्षण या सर्व बाबतींत तिला तिच्या भावापेक्षा नेहमीच डावी वागणूक सहन करावी लागते. कुटुंबाच्या तुटपुंज्या कमाईतला आणि मालमत्तेतला तिचा वाटा नगण्य असतो. आपल्याला आयुष्यभर कष्ट उपसावे लागणार आहेत आणि जबाबदाऱ्यांचे डोंगर उचलावे लागणार आहेत, अशी खूणगाठ तिनं मनाशी पक्की बांधलेली असते. गरिबीनं तिच्या आत्मसन्मानावर घाला घातलेला असतो.

मुलीला लहानपणासूनच खालमानेनं सेवा करण्याची शिकवण दिली जाते. ती पुरेशी मोठी झाली की, पाठच्या भावंडांचा सांभाळ करायची आणि त्यातसुद्धा बहिणींपेक्षा भावांना उजवी वागणूक द्यायची शिकवण तिला दिली जाते. भाऊ लहान असो की मोठा, त्याच्याशी तिला आदरानंच वागा-बोलावं लागतं. भाऊ खेळत किंवा भटकत असले, तरी तिच्यावर घरकाम शिकायची सक्ती केली जाते. भाऊ शाळेत जातात आणि ती घरकामाला जुंपली जाते. काम करून उपयुक्त ठरल्यावाचून गत्यंतर नाही, हा धडा ती कोवळ्या वयातच शिकते. ती आईबापांची कितीही लाडकी असो, पण त्यांनी तिला शेतीच्या कामात आणि

घरकामात तरबेज केली नाही, तर ते कर्तव्याला चुकले असं समजलं जातं. लग्नानंतर ती सुस्थळी पडणं हे बहुतांशी तिला अवगत असलेली कौशल्यं, तिचा मनमिळाऊ स्वभाव आणि कष्टाळूपणा यांवरच अवलंबून असतं.

जगातल्या कोणत्याही भागात शेतकऱ्याचं आयुष्य खडतरच असतं, परंतु ग्रामीण भारतात शारीरिक कष्टाचं सर्वांत मोठं ओझं स्त्रीलाच पेलावं लागतं. बरीचशी शारीरिक कष्टांची कामं कंटाळवाणी, शिणवणारी आणि कधीही न संपणारी असतात. एका तरुण आईच्या दिनक्रमाकडेच पाहा.

ती बाळाला पाजते, पाणी वाहून आणते, स्वयंपाक करते, घराची झाडलोट आणि स्वच्छता करते, गुरांना दाणापाणी देते, गायींच्या धारा काढते, घरातल्या रुग्णांची आणि वृद्धांची देखभाल करते, अतिथींचं आदरातिथ्य करते, शेतात राबते, घरातल्या मातीच्या जमिनी सारवते, छप्पर शाकारते, इंधनासाठी शेणाच्या गोवऱ्या थापते, कपडे शिवते, रजयांना ठिगळं लावते, धान्य निवडते, वैरण भरून ठेवते, भाजीच्या वाफ्यांची निगराणी ठेवते, भाताचं कांडण करते, त्याचे पोहे बनवते, उन्हाळ्यात कापसाची बोंडं आणि हिवाळ्यात शेंगदाण्यांची टरफलं काढते. घरात ती सर्वांत शेवटी झोपायला जाते आणि सर्वांत आधी जागी होते. आजारपणात किंवा गर्भारपणातही ह्या कर्तव्यांमधून तिची सुटका होत नाही. ही कामं कितीही कष्टप्रद असली, तरी ती तिला तेव्हासुद्धा करावीच लागतात. मुलं लहान असताना जे काम तिला करता येत नाही, ते तसंच पडून राहतं. तिला हातभार लावणारी एकमेव व्यक्ती असते तिची मुलगी. ती मोठी झाली की, आईला मदत करून तिचे कष्ट हलके करते. लग्न होऊन सासरी जाईपर्यंत ती आईला मदत करत असते.

गुजरातमधल्या वाळवंटी भागातल्या वागड इथल्या लोकसंगीताचे हे शब्द नववधूच्या नव्या आयुष्यातल्या खडतर कष्टांबद्दलची एक विलापिकाच आहे :

आजोबा, तुमची नात वागड गावात देऊ नका.

माझी सासू म्हणजे एक हकूमशहा आहे.

रात्री ती मला दिव्याच्या अंधूक प्रकाशात सूत कातायला आणि पीठ दळायला लावते.

पहाटेच्या काळोखात ती मला पाण्यासाठी पिटाळते.

रस्त्यायेवढ्या लांबीचा असूनही हंड्याला बांधलेला दोर विहिरीतल्या पाण्यापर्यंत पोहोचू शकत नाही.

माझे गरीब बिचारे-हात दिवसरात्र ठणकत असतात.

अरे उडत्या पाखरा, माझ्या भावापर्यंत माझा निरोप पोचव

आणि माझ्या आजोबांना सांग की, तुमची लहानगी

विहिरीत तरी उडी मारेल किंवा विष तरी पिईल.
तिला आयुष्य नकोसं झालं आहे!
पाखरा, हा निरोप तू फक्त माझ्या आजोबांजवळच दे!
कारण माझ्या यातना ऐकल्या, तर माझी माय बेशुद्ध पडेल.
थांब! थांब! लडके, विहिरीत जीव देऊ नकोस!
विष प्राशन करू नकोस!

शुक्लपक्षाच्या अष्टमीच्या रात्री, तुझ्या माहेरचे लोक तुझी सुटका करायला येतील.

म्हणून शुक्लपक्षाच्या अष्टमीच्या रात्री –
माझ्या काकांनी विहिरीचं पाणी शेंदलं,
माझ्या बाबांनी तो घडा माझ्या शिरावर ठेवला,
माझ्या लाडक्या भावानं तो मातीचा घडा
माझ्या भांडखोर सासूच्या पायांपाशीच फोडून टाकला!

आपले मोहरचे आप्त येऊन सासरी होणाऱ्या आपल्या छळाबद्दल सूड उगवतील, असं ह्या गाण्यातल्या नववधूचं स्वप्नरंजन काळजाला हात घालणारं आहे. आपलं दु:ख आपल्या आईला कळून ती व्यथित होऊ नये अशी दु:खीकष्टी मुलींची हळवी भावना त्याहूनही अधिक हृदयस्पर्शी आहे.

दारिद्र्य वाढणं आणि स्त्रियांनी घराची जबाबदारी उचलणं यांचा परस्परसंबंध दिसून आलेला आहे. कुटुंबाची जबाबदारी स्त्रीच्या शिरी येऊन पडण्याची मुख्य कारणं आहेत स्थलांतर, परित्यक्तेची स्थिती नशिबी येणं, बेकारी, आजार किंवा वैधव्य. ग्रामीण भागातली गरिबी आणि भरमसाठ बेकारी यांमुळे कामाच्या शोधार्थ पुरुष आपलं गाव सोडून शहराकडे धाव घेतात. खेड्यात मागे राहिलेल्या बायकांच्या शिरावर कुटुंबाची जबाबदारी येऊन पडते. जरी काही पुरुषांना खेड्यात थोडे पैसे धाडणं शक्य होत असलं, तरी बऱ्याचशा स्त्रियांना स्वकष्टानंच घराचा गाडा ओढावा लागतो. ज्या कुटुंबातले कर्ते पुरुष दीर्घ काळ बेकार असतात, तेसुद्धा मिळणारी नोकरी आपल्याजोगी नाही असं वाटलं, तर ती न घेता तसेच बसून राहतात. बायका तसं वागत नाहीत. संधी मिळताच मिळेल ते काम करून त्या कुटुंबीयांच्या अन्नवस्त्राची सोय लावतात. नवऱ्यानं आपलं कुटुंब सोडून पळ काढल्याची उदाहरणं शहरातल्या झोपडपट्ट्यांमध्ये नेहमीच दिसतात. परिस्थिती बिकट झाली की, मोठ्या शहरात परागंदा होणं पुरुषाला सोपं पडतं. अशा वेळेस आपल्या आणि आपल्या कच्चाबच्च्यांच्या निर्वाहाची जबाबदारी स्त्रीलाच पेलावी लागते. त्यामुळे गरीब कुटुंबातली स्त्रीच नेहमी अवघड परिस्थितीला तोंड देताना आढळते.

गुजरातमधल्या ग्रामीण भागांमध्ये ज्या शेतावर स्त्रिया राबतात, ते क्वचितच त्यांच्या मालकीचं असते. अगदी तिच्या नवऱ्याच्या मालकीचं शेत असलं, तरी तिला त्यावर हक्क सांगता येत नाही. कायद्यानं तिचा त्यावर हक्क असला, तरी प्रत्यक्षात ते तिच्या सासू-सासऱ्यांच्या ताब्यात असतं. सरतेशेवटी आपला मुलगा त्यावरचा हक्क प्रस्थापित करेल, अशी आशा करण्याखेरीज तिच्या हाती फारसं काही नसतं. ती कुटुंबाचा गाडा ओढत असली, तरी तिच्या शिरी फक्त जबाबदाऱ्याच असतात; हाती काहीही सत्ता नसते.

कायदा काहीही म्हणत असला, तरी सरकारी अधिकारी स्त्रीकडे कुटुंबप्रमुख म्हणून कधीही बघत नाहीत. घरातला पुरुष उपस्थित नसेल, तर अशा कुटुंबांकडे ते चक्क दुर्लक्ष करतात. त्यामुळे सरकारकडून गरिबांना दिल्या जाणाऱ्या मदतीची सर्वाधिक गरज ज्या कुटुंबांना असते, त्यांनाच अशा सवलतींना मुकावं लागतं. विधवा आणि परित्यक्ता यांसाठी कोणत्याही विशेष सरकारी योजना आजवर आखल्या गेलेल्या नाहीत.

काही भागांत कुटुंबं इतक्या भीषण दारिद्र्यात सापडतात की, इच्छा नसूनही त्यांना आपलं जन्मस्थान सोडून नोकरीच्या शोधार्थ शहराकडे धाव घ्यावी लागते. अशा प्रकारचं स्थलांतर नेहमीच दु:खद आणि अत्यंत क्लेशकारक असतं.

परंतु स्थलांतरित गोरगरीब सरतेशेवटी ज्या शहरात पोचतात, तिथे काही फुलांच्या पायघड्या त्यांची वाट पाहात नसतात. ज्या नातेवाइकानं किंवा जातभाईनं शहरात येऊन नशीब काढल्याचं ऐकिवात असतं, अशा व्यक्तीचा पत्ता घेऊन हे गोरगरीब शहर गाठतात. ही ओळखीची व्यक्ती आपल्याला काम मिळवून देईल आणि शहरी वातावरणात रुळायला मदत करेल अशी त्यांची आशा-अपेक्षा असते. अशा ओळखीच्या माणसावर ह्या नवागतांची प्रचंड भिस्त असते. त्यांच्या मदतीशिवाय त्यांची स्थिती ही दोरी तुटून भरकटलेल्या पतंगासारखीच होणार असते.

सर्वांत आधी ह्या नवागतांना गरज असते, अंग टाकण्यापुरत्या जमिनीची. शहरात फूटपाथवरसुद्धा हक्क प्रस्थापित झालेले असल्यामुळे ही गोष्ट काही सोपी नसते. रेल्वेस्थानकं आणि बस डेपोसारख्या सार्वजनिक ठिकाणी पोलीस सतत गस्त घालत असतात. ह्या पोलीसगस्तीमागचा मुख्य हेतू सार्वजनिक सुरक्षेपेक्षा तिकडे काणाडोळा करण्यासाठी लाच उकळणं हाच असतो. खरंतर नवागतांचं भक्ष शोधत गुंड आणि पोलीस हे दोघंही गिधाडांप्रमाणे घिरट्या घालत असतात. त्यामुळे खेड्यातून आलेले नवे स्थलांतरित बहुधा शहराबाहेरच्या ओसाड भागात, रहदारीच्या द्रुतगती महामार्गाच्या बाजूला, रेल्वेरुळांच्या बाजूला,

पुलाखाली किंवा मोठाल्या, रिकाम्या सिमेंटच्या पाइप्सच्या आत आसरा घेतात. हे रिकामे, मोठाले, पाण्यासाठीचे सिमेंटचे पाइप्स एखाद्या बांधकाम कंपनीनं रस्त्याच्या बाजूला ठेवलेले असतात. झोपायला असली जागा मिळवण्यासाठीसुद्धा त्यांना दलालांना पैसा चारावा लागतो. गावाकडून आणलेला पैसा किंवा दागिने ह्यातच खर्ची पडतात. शहरात एक वेळ नोकरी सहजपणे मिळेल, पण डोकं टेकायला वीतभर जागा मिळवणं महा कर्मकठीण असतं.

पाणी मिळवणं ही आणखी एक अवघड समस्या असते. कधीकधी एखाद्या सार्वजनिक संस्थेच्या रखवालदाराला पैसे चारून रात्रीच्या वेळेस तेथून पाणी आणावं लागतं. कधीकधी सार्वजनिक नळ सापडू शकतो. सार्वजनिक संडास इतके घाणेरडे असतात की, बहुतेक स्थलांतरित ते वापरण्याऐवजी अंधारात फूटपाथवर किंवा धुळीच्या गल्ल्यांमध्ये विधी उरकून टाकतात. संधी सापडेल, तेव्हाच आंघोळ करता येते. अशा परिस्थितीत आयुष्य फारच अस्थिर आणि अशाश्वत असतं. आडोसा नसल्याचा सर्वाधिक त्रास स्त्रिया आणि तरुण मुलींना होतो. सरतेशेवटी जेव्हा कुटुंब एक छोटीशी झोपडी बांधू शकतं, तेव्हा ती रखवालदार नसलेल्या खाजगी जमिनीवर किंवा सरकारी जमिनीवर बांधली जाते आणि कोणत्याही क्षणी तिथून हकालपट्टी होण्याची टांगती तलवार मस्तकावर लटकत असते.

अशा भीषण परिस्थितीत असतानासुद्धा कुटुंबातल्या प्रत्येक व्यक्तीला खंबीरपणे कमाई करणं भाग असतं. मोबदल्याच्या बदल्यात दलालांकडून कारखान्यात, दुकानात, बाजारात किंवा बांधकामाच्या जागेवर, वखारीत, घरात काम मिळवता येतं. स्त्रिया, लहान मुलं आणि वयात आलेल्या मुलींना मोठ्यांच्या संरक्षणाची गरज नेहमीच असते, त्यामुळे त्यांना घरीच बसावं लागतं. अशांपैकी बऱ्याच स्त्रिया घरात राहूनच काम करतात. विड्या वळणं, उदबत्त्या बनवणं अशी कामं चटकन शिकता येतात. अशा कामांना मुलंसुद्धा हातभर लावू शकतात आणि रोज रोकड कमाई होऊ लागते. काही जणी घरात खाद्यपदार्थ बनवून विक्रेत्यांना विकतात. काही जण कचरा जमा करणाऱ्या कंत्राटदारांसाठी कचऱ्याची छाननी करतात. मुलं आणि आया बरोबरीनं रस्ते धुंडाळून कचरा जमा करू शकतात. थोडं धैर्य दाखवलं की, अंगी कौशल्य नसतानासुद्धा आपल्या उपजीविकेपुरती कमाई करता येते.

अनोळखी वस्तीत जायचं धैर्य गोळा करायला वेळ लागतो. बससाठी लागणारा पैसा परवडत नसल्यामुळे असे गोरगरीब सर्वत्र पायीपायीच फिरत असतात. शिवाय रस्त्यांच्या नावांच्या पाट्या आणि बस-नंबर वाचण्याइतपत अक्षर-ओळख असल्याखेरीज बसचा वापर करणं शक्य नसतं. सुरुवातीला

शहरातल्या रहदारीची सवय नसते त्यामुळे त्यांना बिचकल्यासारखं होतं. खेड्यातल्या संथ आणि शांत आयुष्यानंतर शहरातली घाईगडबड, आवाज, प्रदूषण, भांडण-तंटे, सतत सतर्क राहण्याची आवश्यकता या गोष्टींचं विलक्षण दडपण येऊ शकतं; परंतु पोट भरण्यासाठी त्यांना कामाची गरज असते; मग ते काम कोणत्याही प्रकारचं असो! रोख उत्पन्नाशिवाय शहरात टिकाव लागणं अशक्य असतं.

सुरुवातीच्या काळात त्यांच्या कष्टाच्या कमाईचा साराच पैसा त्यांच्या हाती पडत नाही. ज्या ओळखीच्या माणसानं त्यांना मार्गदर्शन केलेलं असतं, त्याला सर्वांत आधी वाटा द्यावा लागतो. त्यांना काम मिळवून देणारा दलाल त्याचा हिस्सा वसूल करतो. ज्या वाण्याकडून त्यांनी उधारीने माल घेतलेला असतो, त्याचे पैसे सव्याज फेडावे लागतात. मदतीच्या प्रत्येक गोष्टीसाठी, ओळख करून घेण्यासाठी, माहिती मिळवण्यासाठी पैसे मोजावे लागतात. असे पैसे मिळवण्याचं कसब अंगी असलेले लोक पुढे जातात.

ही सारी कर्जं फेडायला खूप वेळ लागतो. तरीसुद्धा शहरात काम मिळवणं सोपं असते. जुगार खेळून, काळाबाजार करून, देहविक्रय करून पैसे मिळवण्याचा मोह होऊ शकतो. काही विभागांत तर भीक मागणं हासुद्धा किफायतशीर धंदा असतो. पोलिसांशी मैत्री जोडणं उपयुक्त ठरतं. दूरदृष्टी ठेवली, तर लक्षात येतं की, पोलिसानं तुमच्याकडे काणाडोळा करावा म्हणून चिरीमिरी देण्यापेक्षा त्याला अधूनमधून भेटवस्तू देऊन त्याचा स्नेह संपादन करणं अधिक श्रेयस्कर ठरतं.

कुटुंबातले पुरुष, स्त्रिया आणि मुलं नव्या भूमिका स्वीकारतात, नवी कामं हाती घेतात. काही जणांना हे एक आव्हानच वाटतं. आत-बाहेरून कुटुंबावर प्रचंड तणाव पडतो. आपल्या पारंपरिक संस्कृतीच्या सुरक्षित कोंदणातून निखळून वेगवेगळ्या जाती, धर्म, संस्कृती यांच्या कोलाहलात रुजू पाहणाऱ्या स्थलांतरित कुटुंबांना सतत जुळवून घ्यावं लागतं, कधी आग्रही राहावं लागतं, कधी नमतं घ्यावं लागतं, तर कधी भांडाभांडी आणि समझोते करून नव्या वातावरणात जम बसवावा लागतो; परंतु कुटुंबातल्या प्रत्येक व्यक्तीला सारे मतभेद बाजूला ठेवून रोजी-रोटी कमवणं क्रमप्राप्तच असतं.

शहरातल्या नगरपालिका ह्या अशा असंख्य कामकऱ्यांची कोणतीही दखल कधीच घेत नाहीत. त्यांच्या वाढत्या संख्येबरोबर त्यांच्या समस्यासुद्धा प्रचंड प्रमाणात वाढल्या असतात. त्यांचं निवारण करणं, ही काही सोपी गोष्ट नसते. शिवाय त्यांचं अस्थिर आणि बेकयदेशीर अस्तित्व शहराला फायद्याचंच ठरतं. हे स्वस्त, आज्ञाधारक, सहजी मिळू शकणारे ग्रामीण मजूर शहराच्या दृष्टीनं किफायतशीर ठरतात; परंतु त्यांची घरं आणि कामं अनधिकृत असल्यामुळे ह्या

मजुरांना स्वत:ची अशी ओळख निर्माण करता येत नाही. त्यांची मुलं सर्वत्र दिसतात. ती रस्त्यांवर, घरांमध्ये, बाजारपेठेत मजुरीची कामं करत असतात; परंतु त्यांच्यासाठी पाळणाघरं, वैद्यकीय सुविधा, पाणी, स्वच्छतागृहं किंवा निवारा पुरवण्याकडे नगरपालिका अजिबात लक्ष देत नाही. नंतर हे गोरगरीब दाटीवाटीनं राहत असलेल्या भागाचा उल्लेखसुद्धा विकासाच्या आराखड्यात केला जात नाही. त्यांच्या अस्तित्वाची कोणतीही दखल घेतली जात नाही.

अन्नधान्य आणि स्वयंपाकासाठी लागणारं केरोसीन मिळवण्यासाठी ह्या स्थलांतरितांना सरकारकडून दिल्या जाणाऱ्या रेशन-कार्डांची आवश्यकता असते. भारतात रेशनकार्ड हे एक ओळखपत्रच असतं, कारण त्यात घरचा पत्ता आणि कुटुंबात राहणाऱ्यांची संख्या नमूद केलेली असते; पण नव्यानं आलेल्या स्थलांतरितांना दीर्घ काळपर्यंत असं रेशनकार्ड मिळत नाही. शहराचे कायमस्वरूपी नागरिक असल्याचा दावा त्यांनी करू नये, हा त्यांना रेशनकार्ड नाकारण्यामागचा हेतू असतो. निवडणुकांच्या वेळेस नवी रेशनकार्डं देण्याची मागणी मतदार नेहमीच करत असतात. अशी रेशनकार्डं निवडून आलेला उमेदवार देऊ शकेल की नाही, हे त्याच्या राजनैतिक बळावर आणि मतदारसंघाबद्दल त्याला वाटत असलेल्या बांधिलकीवर अवलंबून असतं.

असे कष्टकरी मजूर रोज जरी रोख कमाई करत असले, तरी बँका त्यांना कर्ज देत नाहीत. ते चालचलाऊ झोपड्यांमध्ये राहत असल्यामुळे आणि त्यांच्यापाशी रेशनकार्ड नसल्यामुळे त्यांना बेभरवशाचं मानलं जातं. झोपडपट्टीत राहणाऱ्यांना सरकारकडून अगदी प्राथमिक दर्जाच्या सुविधासुद्धा दिल्या जात नाहीत. त्यांना नेहमीच उपेक्षित वाटत राहतं. अशा परिस्थितीत त्या शहरात अनेक वर्षं राहून आणि काम करूनसुद्धा त्यांना त्या शहराबद्दल काहीही आत्मीयता वाटली नाही, तर त्यात नवल ते काय?

शहरातल्या झोपडपट्टीतली परिस्थिती भीषणच असते. एका खोलीची काड्यापेटीसारखी झोपडी असते. आजूबाजूला माणसंच माणसं असतात. चोहीकडून तुमच्याकडे बघणाऱ्या नजरा असतात. रहदारीचा कर्णकर्कश आवाज सतत येत असतो. शेजारपाजारी भांडणं ऐकू येत असतात. रस्त्यावरच्या विक्रेत्यांचे रेडिओ कानठळ्या बसवत असतात. उजाडल्यापासून रात्र पडेपर्यंत यंत्रांची घरघर डोकं उठवत असते. मध्यरात्रीलाच काय ती थोडी शांतता होते आणि गल्ल्यांमधली भटकी कुत्रीसुद्धा रात्रीच्या थंडाव्यात विसावा घेऊ लागतात.

शहरातली सकाळ घाईगडबडीची असते. सार्वजनिक नळांवर लोकांची गर्दी असते. तिथे पाण्यासाठी झुंबड उडालेली असते आणि भांडाभांडी चालू असते. अहमदाबादसारख्या शहरात रोज नियमानं दोन तास पाणी सोडलं जातं, पण ते

फारच अपुरं असतं. पाण्यासाठीच्या भांडणात 'बळी तो कान पिळी' हा न्याय असतो. खेड्यातल्या विहिरींपाशी पाणी भरताभरता बायका शिळोप्याच्या गप्पा करत असतात. झोपडपट्टीत पाण्याच्या नळापाशी अशी जिव्हाळ्याची देवघेव केवळ अशक्य असते. सकाळी सहा वाजल्यापासूनच वातावरण तणावाचं होऊ लागतं. बारीक धारेच्या नळाखालून दिवसासाठीचं पिण्याचं आणि वापराचं पाणी भरून घ्यायची घाई प्रत्येक स्त्रीलाच असते. पाण्याचं काम हातावेगळं झालं की, त्यांना घाईघाईनं स्वयंपाक करून नवरा कामावर जाण्यापूर्वी त्याचा डबा भरून द्यायचा असतो, मुलांना शाळेत पाठवायला तयार करायचं असतं.

सार्वजनिक नळाच्या प्रत्येक मिनिटाच्या पाण्यासाठी भांडणं होत असतात. आजूबाजूच्या निसरड्या जागेपाशी पाण्याची डबकी तयार होतात. त्यात डास अंडी घालतात. शेजारीच म्युनिसिपालिटीनं बांधलेले संडास असतात. त्यांची सफाई कुणीच करत नसल्यामुळे तिथे असह्य घाण आणि दुर्गंधी यांचं साम्राज्य असतं. ते संडास वापरण्याऐवजी झोपडपट्टीतल्या स्त्रिया रात्रीच्या किंवा पहाटेच्या कमी वर्दळीच्या वेळेस रस्त्यावरच विधी उरकणं पसंत करतात. पुरुष माणसं कामावर निघून गेली की, मध्यान्हीला ह्या स्त्रिया आंघोळी करतात. आजूबाजूला भटकणाऱ्या बेकार तरुणांच्या नजरा चुकवून हे काम करावं लागतं. झोपडपट्टीत व्यक्तिगत एकान्त मिळणं अवघड असतं. बुभुक्षित नजरा चुकवून कामं उरकण्यातच स्त्रीचं कौशल्य कसाला लागतं.

एका खोलीत स्वयंपाक करणं, हेसुद्धा एक दिव्यच असतं. झोपडपट्टीत इंधन म्हणून केरोसीनचाच वापर होतो. काही ठिकाणी गोवऱ्या वापरल्या जातात. केरोसीन रेशनकार्डावरच मिळतं. रेशनकार्ड नसेल, तर काळ्या बाजारात भरमसाट किमतीला ते विकत घ्यावं लागतं. केरोसीनवर शिजवलेलं जेवण किंवा उकळलेला चहा यांना केरोसीनचा वास लागतो. केरोसीन जाळलं की, काजळी निर्माण होते. काजळीमुळे भिंती काळ्या होतात आणि भांडीसुद्धा साफ करणं अवघड बनतं.

धान्याच्या साठवणीसाठी जागा नसते. प्रत्येक जेवणापुरतं वाणसामान आणवं लागतं. पीठ, तेल, तांदूळ, साखर आणि चहा घाऊक बाजारात खूप स्वस्त पडतो. रोज किरकोळ खरेदी केली, तर जास्त किंमत मोजावी लागते. दिवसाकाठी अनेकदा थोडे-थोडे पैसे खर्च होत राहतात. मूल रडत असलं, तर थोडीशी नाणी देऊन त्याला गप्प करता येतं. ही नाणी घेऊन हे मूल कोपऱ्यावर धावत जातं आणि मिठाई किंवा जास्त पिकून उतरलेलं फळ विकत आणतं. लहान मुलं धावत जाऊन मोठ्यांची छोटी-छोटी कामं चटकन करतात. दिवसाकाठी अनेकदा ती चहाची पत्ती किंवा गुटका (चघळायसाठीची तंबाखू) विकत आणून देतात. चहा आणि तंबाखू ह्या झोपडपट्टीतल्या कामावर जाणाऱ्या किंवा घरी असलेल्या

कपडे धुणं ही झोपडपट्टीत राहणाऱ्यापुढील बिकट समस्या असते.
(मेनाबेन हरचंदभाई, 'सेवा'ची ग्रामीण सेविका)

स्त्री-पुरुषांच्या प्रमुख गरजा आहेत.

शहरातल्या लोकांना नैसर्गिक आपत्तींना कमी प्रमाणात सामोरं जावं लागत असलं, तरी पूर मात्र वारंवार येत असतात. झोपडपट्टी बहुधा खोलगट भागातच उभी राहते. त्यामुळे थोडे दिवस मुसळधार पाऊस झाला की, तिथे हाहाकार माजतो. अतिवृष्टी झाल्यावर शहरातली गटारं अपुरी पडतात, त्यामुळे पाणी तुंबून गटारांचं पाणी रस्ताभर पसरतं. नगरपालिका अशा पाण्याचा उपसा करायचे थोडे प्रयत्न करत असली, तरी बरेचदा ते तसंच राहतं आणि सरतेशेवटी सूर्याच्या उन्हात ते वाळून जातं. पावसात झोपड्यांच्या दारात तुंबलेल्या पाण्यावर तरंगणारा केरकचरा येणं, ही नेहमी घडणारीच गोष्ट असते. पावसाळ्यात झोपडपट्टीत ताप, जुलाब, कातडीचे रोग, कॉलरा, मलेरिया अशा साथी पसरतात. लहान मुलं मृत्युमुखी पडतात. खेड्यात त्वरित वैद्यकीय सेवा उपलब्ध नसते, शहरातले लोक त्या दृष्टीनं नशीबवान असतात. दुर्दैवानं, ॲनिमिआ आणि कुपोषण यांमुळे खंगलेले त्यांचे देह लवकर बरे होत नाहीत. त्याशिवाय हातावर पोट असल्यामुळे कामाचा एक दिवस बुडला की, तोंडी घास पडत नाही. कामाशिवाय दिवस गेले की, कर्जाचा डोंगर तेवढा वाढत राहतो.

जवळपास शाळा असली, तर मुलं शाळेत जातात. आयांना शिक्षणाचं महत्त्व पटलेलं असल्यामुळे मुलीसुद्धा शाळेत जातात. मुलं शाळेत गेली की,

आयांना थोडी शांतता आणि स्वस्थता लाभते आणि कमाई मिळवून देणाऱ्या गृहोद्योगासाठी आया वेळ काढू शकतात. स्त्री कामासाठी घराबाहेर जात असली, तर शेजारीपाजारी तिच्या मुलांकडे बघतात.

शहरातल्या जुन्या झोपडपट्ट्यांमध्ये एकाच जातीचे, धर्माचे, एकच भाषा बोलणारे, एकाच व्यवसायातले आणि बरेचदा एकाच मूळ गावातले लोक राहतात. नव्यानं उगवलेल्या झोपडपट्ट्यांमध्ये वेगवेगळ्या धर्माचे आणि वंशाचे लोक राहत असतात. विपद काळात एकतर हे लोक जवळ येऊन त्यांच्यात दृढ संबंध तरी प्रस्थापित होतात किंवा वैराचा वणवा तरी पेटतो.

निवडणुका आल्या की, झोपडपट्टीत चैतन्य निर्माण होतं. वेगवेगळ्या पक्षांचे उमेदवार मतांसाठी मनधरणी करताना लोकांच्या समस्या आस्थापूर्वक ऐकून घेतात. इतर काही उमेदवार धाक-दपटशा आणि दहशत या क्लृप्त्यांचा वापर करतात. दारू, मटका आणि वेश्या व्यवसाय ही झोपडपट्ट्यांची अविभाज्य अंगं आहेत. सगळ्याला स्त्रिया जमेल तसं तोंड देत असतात. जगाचं इतकं दर्शन झाल्यामुळे शहरी स्त्रिया ग्रामीण स्त्रियांहून खूपच चाणाक्ष आणि खंबीर बनतात.

गर्दीत आणि तणावाच्या वातावरणात राहणाऱ्या स्थलांतरित स्त्री-पुरुषांच्या सांस्कृतिक जीवनात अपरिहार्य परिवर्तन घडत जातं. शहरी जीवनाचा वेग, आयुष्यातली अस्थिरता त्यांच्या स्वतःच्या आशा-आकांशा यांमुळे त्यांची कामाबद्दलची, स्त्री-पुरुषांच्या भूमिकांबद्दलची, मुलांचं संगोपन, गृहकृत्यं आणि पतिपत्नींमधलं नातं यांबद्दलची मतं बदलू लागतात. स्त्रीच्या आयुष्यातला सर्वांत मोठा बदल असतो, पैसा कमावण्याची गरज आणि शक्यता याची तिला नव्यानं होणारी जाणीव!

◈

शहर हे सुशिक्षितांचं जग असतं. तिथे लिखित शब्दाचं साम्राज्य असतं. तिथे निरक्षर लोक भांबावून जातात, कारण शहरातल्या साऱ्याच गोष्टी त्यांना अनाकलनीय असतात. जाहीर सूचना, रस्त्यांच्या पाट्या, वर्तमानपत्रं, कायद्याचे दस्तऐवज, बँकेतली खाती, नोकरीच्या जाहिराती ह्या साऱ्या गोष्टी निरक्षरांच्या कक्षेबाहेर असतात. जीवनात टिकाव धरण्यासाठी त्यांना ओळखीच्या आणि विश्वासार्ह लोकांच्या स्थानिक वर्तुळातच वावरावं लागतं. निरक्षरांना अकुशल आणि मठ्ठ समजलं गेल्यामुळे ते केवळ कष्ट उपसायच्या योग्यतेचेच समजले जातात. असे लोक खंडोगणती असतात आणि ते भारतातल्या समांतर अर्थव्यवस्थेचा कणाच ठरतात.

भारतातल्या बहुसंख्य निरक्षरांच्या दृष्टीनं प्रौढ-शिक्षण हे एक स्वप्नच असतं. गरीब कामकऱ्याला फक्त अक्षरओळख करून देणाऱ्या शाळा अस्तित्वात नाहीत. हातावर पोट असलेले हे गरीब दररोज आणि वर्षानुवर्षं शाळेत जाऊ शकणं अशक्यच असतं. त्यांच्या प्राथमिक गरजा भागवण्याएवढं शिक्षण त्यांना दिलं गेलं पाहिजे. फसवणूक होऊ नये म्हणून ह्या गरीब कामकऱ्याला जमिनीचा सातबारा वाचता यायला हवा; जिवलग आप्तांना ख्यालीखुशालीची पत्रं लिहिण्याइतपत त्यांना लिहिता यायला हवं; रोजचं वर्तमानपत्र वाचणं, हिशोब लिहिणं, बँकेत खातं उघडणं, वाचता येण्याजोग्या कागदपत्रांवर सही करता येऊन कमी व्याजाचं कर्ज घेता येणं इतपत अक्षरओळख त्यांना असायला हवी. अशा गोष्टी शिकवणाऱ्या शाळा अस्तित्वात नाहीत.

प्रत्येक नागरिकाला मिळणारे हक्क आणि त्याची कर्तव्यं भारतीय संविधाता नमूद केलेली आहेत. गरीब-श्रीमंत, निरक्षर-साक्षर या सर्वांना सारखेच हक्क दिलेले आहेत. परंतु जेव्हा बहुतांश जनता गरीब आणि निरक्षर असते, तेव्हा अशा जनतेला आपल्या हक्कांबद्दल किंवा हे हक्क मिळवून त्यापासून फायदा करून घेण्याबद्दल काहीही माहिती नसते. गरिबांसाठी सरकारनं अनेक चांगल्या योजना आखल्या असल्या, तरी त्या गरिबांपर्यंत पोचतच नाहीत. स्थानिक नेत्यांकरवीच निरक्षरांना राजकीय बातम्या मिळत असल्यामुळे त्यांना अशा बातम्यांच्या विश्वासार्हतेबद्दल कधीच पुरेशी खात्री वाटत नसते. खेड्यातले अनेक लोक रेडिओ ऐकत असले, तरी खेड्यातल्या गरिबांना जिव्हाळ्याचे वाटणारे प्रश्न कधीही चर्चेला घेतले जात नाहीत. निरक्षर लोक माहितीसाठी दृक्श्राव्य माध्यमांवर अवलंबून असतात. टी.व्ही. निरक्षरांना करमणुकीचे अनेक कार्यक्रम पुरवत असला, तरी कामकऱ्याला उपयुक्त अशी माहिती टी.व्ही.वर कधीच पुरवली जात नाही. प्रसारमाध्यमं शहरी मध्यमवर्गासाठी कार्यक्रम बेततात. उरलेले लाखो गरीब केवळ बघ्ये असतात.

सरकारी टी.व्ही. वाहिन्यासुद्धा गरीब कामकऱ्याच्या उपयुक्ततेचे कार्यक्रम प्रसारित करत नाहीत. गरिबांना बँकेची सुविधा उपलब्ध करून देणं, हे गेली वीस वर्षं सरकारचं धोरण असूनही त्याबद्दल गरिबांना माहिती करून देणं आणि ह्या धोरणाची कार्यवाही करणं याबद्दल कोणताही मोठा प्रयत्न केला गेलेला नाही. ज्या गरीब कामकऱ्याला आपल्या नावाची सही करता येत नाही, त्याला बँकेत खातं उघडणंही जवळजवळ अशक्यच असतं. साक्षर नसल्यामुळे गरिबांना स्मरणशक्तीवर भिस्त ठेवावी लागते. स्वत:चे उद्योगधंदे आणि आर्थिक व्यवहार नीटपणे सांभाळणारे लोकसुद्धा परीटघडीच्या सरकारी नोकरशाहीला बिचकतात.

आर्थिक आणि सामाजिक बाबतींतल्या स्वीय-मदत-गटांना सरकार उत्तेजन देतं

आणि त्यांना प्रशिक्षण आणि आर्थिक साहाय्यसुद्धा देतं; परंतु ह्या गोष्टी पुरेशा नाहीत. जर निरक्षरतेमुळे गरिबांना मदत मिळवणं अशक्य होत असेल, तर दुसऱ्या कोणत्यातरी मार्गानं सरकारनं गरिबांपर्यंत ही बातमी पोचवणं आवश्यक आहे. आज सरकारी अनुदानं ही स्थानिक नेत्यांच्या खिशातच अंतर्धान पावत आहेत. काही स्वयंसेवक मदतसंस्थांनी पुढाकार घेऊन सरकारी मदत गरिबांपर्यंत पोचण्याच्या मार्गातल्या त्रुटी भरून काढण्याचा प्रयत्न सुरू केला आहे.

आपली पारंपरिक कौशल्यं आणि शारीरिक कष्ट यांच्या आधारे गरीब कामकरी रोजी रोटी कमवत असतो. अर्थव्यवस्था त्यांना पगारी नोकरी देत नसते. त्यांनाच संधी शोधून काम मिळवावं लागतं.

विरोधाभासाची गंमत वाटते की, असे लोकच आपल्या अर्थव्यवस्थेचा कणा आहेत आणि केवळ ७% लोक पगारी नोकऱ्या करत असतात.[१] स्त्रियांच्या संदर्भातले आकडे याहूनही बोलके आहेत. भारतात काम करणाऱ्या स्त्रियांपैकी फक्त ६% स्त्रिया पगारी नोकऱ्या करत असतात; ९४% स्त्रिया स्वतःचेच छोटे व्यवसाय किंवा मजुरी करत असतात;[२] आणि देशाची धोरणं आखणाऱ्याचं अशांकडे नुकतंच लक्ष वेधलं जाऊ लागल्यामुळे त्यांना अजूनही कायद्याचं संरक्षण किंवा कर्जं उपलब्ध झालेली नाहीत.

स्वतःच्या पायावर उभे असलेले हे लोक अनेक प्रकारचे व्यवसाय करत असतात. अर्थव्यवस्थेत ज्या गोष्टींची त्रुटी असते, त्यांच्यावर लक्ष ठेवून ती त्रुटी भरून काढणाऱ्या व्यवसायांवर त्यांची बारीक नजर असते. त्यामुळे अर्थव्यवस्थेत ज्याची गरज उद्भवते, असे हजारो व्यवसाय त्यांना लगेच करता येतात. शेतावरचे मजूर, बांधकामावरचे मजूर, सामानाची ने-आण करणारे, हातगाड्या ओढणारे, ट्रकमध्ये सामान भरणारे अशी अनेक कामं ते करत असतात. घरकाम, स्वयंपाक अशी कामंसुद्धा ते करतात. घरबसल्या शिवण, विड्या वळणं, लोहारकाम, टोपल्या विणणं, फेरीवाले, विक्रेते अशी अनेक कामं ते करू शकतात.

स्वतःचे बारीक-सारीक व्यवसाय करणाऱ्यांमध्ये काही गोष्टी अगदी सारख्या असतात. ते सर्व जण पैसा कमावण्यासाठी कष्ट करत असतात. त्यांच्यापाशी

---

१. विमेन अँड मेन इन द इन्फॉर्मल इकॉनॉमी : ए स्टॅटिस्टिकल पिक्चर. जिनिव्हा : इंटरनॅशनल लेबर ऑर्गनायझेशन, २००२.

२. श्रमशक्ती : 'रिपोर्ट ऑफ द नॅशनल कमिशन ऑन सेल्फ एम्लॉइड विमेन अँड विमेन इन द इन्फॉर्मल सेक्टर.' न्यू दिल्ली : गव्हर्मेंट ऑफ इंडिया, मिनिस्ट्री ऑफ विमेन अँड चाइल्ड डेव्हलपमेंट, १९८८.

अहमदाबादमध्ये कारखान्यातला माल पोचवण्याच्या यंत्रणेचा अविभाज्य भाग आहेत हातगाड्या! ('सेवा' ॲकॅडेमी)

भांडवल नसतं आणि व्यवसायाला लागणारी अवजारं त्यांच्या मालकीची नसतात. त्यांना कर्ज उपलब्ध होऊ शकत नाहीत. दलाल हे त्यांच्या व्यावसायिक आयुष्याचे अविभाज्य अंग असतं आणि ह्या दलालांकडून त्यांचं भरपूर प्रमाणात शोषण होत असतं. कुणाकडूनही त्यांची दखल घेतली जात नाही. त्यांना तंत्रज्ञान अवगत नसल्यामुळे त्यांची कामं शारीरिक कष्टांची असतात. उद्योगधंद्यातल्या कच्च्या मालाची ने-आण आणि त्यावर प्रक्रिया करणं अशी कामं हा वर्ग करत असतो. जरी असे लोक खूप असले, तरी ते वेगवेगळ्या जागी विखुरलेले आहेत, एकमेकांच्या संपर्कात नाहीत आणि अर्थव्यवस्थेत त्यांचा सहभाग किती मोलाचा आहे, याबद्दल ते सर्वस्वी अंधारात आहेत. किफायतीच्या सौद्यासाठी घासाघीस करण्याची आर्थिक शक्ती नसल्यामुळे मिळेल ती मजुरी स्वीकारणं त्यांना भाग पडतं.

काही प्रकारच्या व्यवसायांत काही विशिष्ट जातिधर्माचे लोकच प्रामुख्यानं आढळतात, तर इतर काही व्यवसायांत भारतातल्या सर्व जातिधार्मांचे लोक काम करू शकतात. मजूर कायदा काही व्यवसायांना किमान वेतन देतो. फक्त हे व्यवसाय त्यांनी मुक्रर केलेल्या प्रकारात मोडत असायला हवेत. ह्या कक्षेबाहेर मोडणाऱ्या व्यवसायांना किमान वेतन लागू होत नाही. जग एवढ्या झपाट्यानं बदलत असतं की, सरकारनं बनवलेल्या व्यवसायांच्या याद्या लगेचच कालबाह्य होत असतात. व्यवसाय लाखो प्रकारचे असतात. त्यामुळे खरी गरज आहे, ती

राष्ट्रीय पातळीवर किमान वेतन ठरवून देण्याची! दुर्दैवानं ज्या व्यवसायांसाठी कायद्यानं किमान वेतन लागू केलेलं आहे, तिथेसुद्धा सक्तीनं त्याची कार्यवाही करणारी यंत्रणा उपलब्ध नाही.

शेतमजूर अनेकदा बिगरहंगामी मोसमात बांधकामावर मजुरी करतात. त्यांचं संपूर्ण कुटुंबच बांधकामाच्या जागी हलतं आणि तिथलं काम पूर्ण होईपर्यंत तिथेच राहतं. असे लोक नेहमीच हलत असतात आणि अनोळखी वातावरणात वावरत असतात. त्यामुळे नेहमीच त्याचं शोषण केलं जातं. वेगवेगळ्या राज्यांत फिरणाऱ्या मजुरांबाबतचा कायदा त्यांच्या संरक्षणासाठी क्वचित वापरला जातो. करारावर मजूर नेमायच्या प्रथेमुळे सर्वांत जास्त पिळवणूक केली जाते. कंत्राटदार मजूर पुरवत असल्यामुळे मजुरांना पगार वेळेवर, ठरल्यानुसार देणं, त्यांना ओळखपत्रं आणि इतर सुविधा पुरवणं याची जबाबदारी कायद्यानं मालकावर येत नसते. त्यामुळे अपघातानंतर नुकसानभरपाई द्यायलासुद्धा मालक बांधील राहत नाहीत.

कारखान्यात आणि कारखान्याबाहेर राबणारे मजूरसुद्धा कंत्राटदारानं पुरवले की, त्यांची नावं कारखान्याच्या नोकरवर्गात मोडत नाहीत; अशी व्यवस्था वर्षानुवर्षं चालू आहे. मजूर म्हातारे झाले की, त्यांच्या जागी तरुण आणि धट्टेकट्टे मजूर नेमणं हे ह्या कंत्राट-प्रथेमुळे अगदी सोपं जातं. मालक ह्या वृद्ध मजुरांना कायद्यानं काहीही देणं लागत नसतो, कारण ते त्याचे पगारदार नोकर नसतातच! मालक-नोकर असा पुरावा सिद्ध करणारी कोणतीही कागदपत्रं अस्तित्वातच नसतात. सर्व प्रकारच्या संस्था — अगदी शैक्षणिक संस्थासुद्धा, तसंच बँका आणि मोठाले कारखाने निर्लज्जपणे ह्या कंत्राट पद्धतीचा उपयोग करतात. वेतनपटावर अशा मजुरांची नोंद नसते आणि त्यांची संघटनासुद्धा नसते, त्यामुळे निषेध व्यक्त करायला त्यांना व्यासपीठच मिळत नाही.

संघटना करता न येणं यामुळे घरात राहून छोटी-छोटी कामं करणाऱ्यांचा खूपच तोटा होतो. घरात राहून व्यवसाय करणाऱ्या बहुतांशी स्त्रियाच असतात. आर्थिक, सामाजिक अथवा सांस्कृतिक कारणांमुळे त्या घरालाच जखडलेल्या असतात. त्यांच्याकडे जगाचं लक्षही जात नाही. घरबसल्या केलेल्या कामांना नगावर पैसे देण्याची प्रथा जगभर बोकाळलेली आहे. ह्या पद्धतीत ठरावीक कामासाठी ठरावीक पैसा दिला जातो. वरवर पाहता ही पद्धत न्याय्य वाटली, तरी वस्तुत: ती मालकाच्या फायद्यासाठीच बेतलेली असते. नगावर पैसे दिले असता तो ताशी वेतनदर काय पडतो हे शोधलं, तर लक्षात येतं की, बरेचदा किमान वेतनापेक्षासुद्धा कमी दर दिलेला असतो. दुसऱ्या मजुरांच्या दृष्टीनं तोट्याची गोष्ट अशी की, त्यांच्यापर्यंत काम पोचण्यापूर्वी वाटेत अनेक दलाल

आपापला हिस्सा वसूल करत असतात. आपल्याला काम देणारी खरी व्यक्ती कोण, हे बरेचदा या मजुरांना कळतच नाही. ही प्रथा सुरू करण्यामागचं मालकाच्या फायद्याचं कारण असं आहे की, वाटेत अनेक दलाल ठेवल्यामुळे, आपल्या हाताखाली कोणीच कामगार नाहीत असा दावा करून मजूर-कायद्यातून तो पळवाट काढू शकतो.

नगावर काम करून देणाऱ्यांना त्यांच्या घरीच कच्चा माल आणून दिला जातो. तयार माल दलालाजवळ दिला की, कामगारांना मजुरीबरोबरच पुढल्या कामासाठीचा कच्चा माल दिला जातो. अशा अटीवर लाखो स्त्री-पुरुष काम करत असतात. ते विड्या वळतात, अगरबत्त्या बनवतात, कागदाच्या पिशव्या बनवतात, कपडे शिवतात, बोंडातून कापूस बाहेर काढतात, शेंगदाण्याची टरफलं काढतात, भरतकाम करतात, धान्य पाखडतात आणि निवडतात, ब्लॉक-प्रिंटिंग तंत्रानं छपाई करतात, काड्यापेटीसाठी काड्यांना गुल लावतात, इलेक्ट्रिकल आणि इलेक्ट्रॉनिक उपकरणांची एकत्र जोडणी करतात, कारखान्यातला माल खोक्यात भरून त्यावर लेबल लावतात. घरबसल्या लोक असे विविध व्यवसाय करत असतात.

लोक घरबसल्या अनेक वर्षं उत्पादन करत असले, तरी नगावर मजुरी देण्याची प्रथा गेल्या काही वर्षांत खूपच वाढते आहे. सुरुवातीच्या काळात मजूर मालकाच्या कारखान्यात विड्या वळत असत, परंतु सध्या पन्नास लाख लोक घरबसल्या विड्या वळून देत आहेत. कारखान्यात विड्या वळून देण्याचं काम पुरुष करतात, तर स्त्रिया घरबसल्या विड्या वळून देतात. मजूर कायदा अनेक गृहउद्योगांपैकी फक्त घरबसल्या विड्या वळून देणाऱ्यांना संरक्षण देतो, पण प्रत्यक्षात ह्या कायद्याची अंमलबजावणी क्वचित केली जाते.

त्याचप्रमाणे पापड लाटणं, अगरबत्त्या बनवणं, पतंग बनवणं, फटाके बनवणं अशा इतर लाखो व्यवसायांना किमान वेतन दिलं जावं किंवा इतर सुविधा दिल्या जाव्यात हे पाहणारी कोणतीही कायदेशीर तरतूद केली गेलेली नाही. काही ठिकाणी जेव्हा कामगारांनी एकत्र येऊन नगावरचा वेतनदर वाढवून मागितला, तेव्हा दलालांतर्फे कंत्राट देण्याची पद्धत बदलून खरेदी-विक्रीची पद्धत सुरू करण्यात आली. या पद्धतीनुसार मालक कच्चा माल मजुरांना विकतो आणि तयार माल त्यांच्याकडून विकत घेतो.

घरबसल्या काम करणारे लोक बाहेर जाऊन स्वत: घासाघीस करू शकत नाहीत. त्यामुळे त्यांना काम आणि मजुरी यांसाठी फक्त दलालांवरच अवलंबून राहावं लागतं. याचा फायदा घेऊन दलाल त्यांचं शोषण करतात. घरबसल्या काम करणाऱ्यांना कामासाठीची अवजारं किंवा यंत्रं भाड्यानं घ्यावी लागतात

आणि कच्चा माल विकत घ्यावा लागतो. (उदाहरणार्थ शिवणासाठीचा दोरा, सुया इ.) त्यामुळे दलालाची चंगळ होते. हा व्यवसाय घरबसल्या होत असल्यामुळे दिलेलं काम पुरं करण्यासाठी घरातली इतर माणसं विनावेतन मदत करत असतात.

अनेक लहानसहान कलाकुसरीची कामं करून वस्तू तयार करणारे कारागीरसुद्धा घरबसल्या काम करत असतात. ते स्वतःचं भांडवल घालून कच्चा माल विकत आणतात, वस्तू बनवतात आणि त्या वस्तू बाजारात विकतात. मातीची मडकी, लोखंडी शेगड्या, बादल्या, हातमागाचं कापड, जरीचं आणि रेशमाचं भरतकाम, बांबूपासून बनवलेल्या गोष्टी, दगड आणि लाकडावर केलेलं कोरीवकामं, कागदाच्या लगद्यापासून बनवलेल्या गोष्टी, ब्राँझ आणि इतर धातूवर केलेलं कोरीव काम अशा विविध गोष्टी ते बनवतात. ह्यातल्या अनेक कला हस्तकला हँडिक्राफ्ट बोर्ड आणि इतर विकास संस्थांच्या अखत्यारीत येत असल्यामुळे नशिबानं त्यांच्या कामाबद्दलच्या माहितीची नोंद केली जाते. ह्या हस्तकला अनेक स्त्री-पुरुषांना चांगली कमाई मिळवून देतात.

कुभांर, विणकर, बुरूड (टोपल्या विणणारे) अशा कारागिरांचा माल स्थानिक बाजारात विकला जाऊ शकत नाही. दलाल त्यांना नगावर मजुरी देतात आणि त्यांनी बनवलेला माल इतर शहरांत आणि दूरच्या जागी विकतात. ह्या हस्तकलांसाठी लागणारे बांबू, सूत, धातू वगैरे कच्च्या मालाच्या किमती दर वर्षी वाढताहेत आणि तयार मालाची किंमत दलाल म्हणेल तीच असते. त्यामुळे कारागिरांना होणारा फायदा घटतच चाललेला आहे. जे कारागीर पूर्वी स्वतःच्या पायावर उभे असत, त्यांना कर्ज उपलब्ध नसल्यामुळे कच्च्या मालाची घाऊक खरेदी करता येत नाही आणि स्वस्तात कच्चा माल मिळवता येत नाही. त्यांचा तयार माल सरतेशेवटी कोण विकत घेणार, याची त्यांना काहीही कल्पना नसते. त्यामुळे बाजारात या मालाला किती किंमत येते, हे त्यांना कधीही कळत नाही. त्यांची घरं लहान-लहान असल्यामुळे कच्चा माल आणि तयार वस्तू साठवण्याएवढी रिकामी जागासुद्धा तिथं नसते.

पारंपरिक कौशल्यं वापरून टोपल्या विणण्याची कामं करणारे कारागीर पूर्वापार प्रचलित अवजारंच वापरतात. त्यांनी बनवलेल्या वस्तूंना स्थानिक बाजारात फारशी किंमत येत नाही आणि जास्त किंमत येईल अशा दूरच्या बाजारपेठांपर्यंत त्यांना माल पोहोचवता येत नाही. काही प्रकारचा कच्चा माल आता मिळेनासा झाल्यामुळे अशा कारागिरांना त्यांची पारंपरिक कौशल्यं वापरण्याची संधी मिळेनाशी होते आहे.

काही प्रकारचा कच्चा माल खूप महाग झाल्यामुळेसुद्धा त्यांना धंदा करता

येणं अशक्य झालं आहे. जंगलात राहणाऱ्या आदिवासींना त्यांची पारंपरिक घरं बांधण्यासाठीसुद्धा बांबू तोडण्याची मनाई वनविभागानं केलेली आहे, पण लाकडाचे व्यापारी मात्र वनविभागातल्या रखवालदारांना लाच देऊन बिनबोभाट वनतोड करत आहेत. जंगलातलं वेत अदृश्य होत आहे. बांबूच्या जंगलाचा एखादा संपूर्ण विभाग कागदगिरण्यांना कमी किमतीला विकायला सरकार मंजुरी देतं आणि टोपल्या विणणारे गरीब कारागीर सातफुटी बांबूसाठी बाजारात पंधरा रुपये मोजतात. कागदगिरण्यांना हाच बांबू रुपयापेक्षा कमी किमतीला मिळतो.

भारतात रस्त्यावरले विक्रेते सर्वत्र दिसतात. तेसुद्धा आपापल्या व्यवसायातच असतात. त्यांच्यापुढल्या समस्या आणखीच निराळ्या आहेत. देशभरातल्या ताज्या मलाची विक्री करणारा तो महत्त्वाचा घटक असूनही त्यांना कामगार समजलं जात नाही. विक्रेते आणि फेरीवाले यांच्या संदर्भात नवं सरकारी धोरणं आखलं गेलं असलं, तरी त्यांची अंमलबजावणी कशा प्रकारे केली जाईल, त्यावर या लाखो लोकांचं भविष्य अवलंबून असणार आहे. जरी भारतातल्या प्रत्येक शहरात ताज्या भाज्या आणि फळं विकण्याचं काम लहान-लहान विक्रेते करत असतात, तरी बाजारात विक्रीसाठी बसायच्या जागेबद्दल नेहमी विवाद होत असतात. पारंपरिक प्रकारे भरणाऱ्या जुन्या वस्तूंच्या बाजाराकडे नेहमीच तुच्छतेनं बघितलं जातं. अशा कमी किमतीच्या वस्तू विकणारे आणि विकत घेणारे दोघेही दरिद्री असतात, हे त्यामागचं कारण असू शकेल. त्यांच्या गरजा शहरी श्रीमंतांना दखलपात्र वाटत नसाव्यात.

स्वतःच्या व्यवसायावर उपाजीविका करणारे देशातले लक्षावधी लोक अतिशय गरिबीत आयुष्य कंठत आहेत आणि आपली परिस्थिती सुधारण्याचं बळ त्यांच्याठायी नाही, ही अत्यंत दुःखद वस्तुस्थिती आहे. हे पाहून मनात येणारे विचार आपल्याला प्रक्षुब्ध करतात. आपण भारतातल्या पारंपरिक व्यवसायव्यवस्थेची अवहेलना करण्याऐवजी त्याला उत्तेजन आणि नवजीवन का देत नाही? आपण भारतातली जीवनपद्धती विचारात न घेता आंधळेपणानं नव्या आधुनिक प्राणालींकडे का धाव घेतो? आर्थिकदृष्ट्या क्रियाशील असलेल्या भारतातल्या लक्षावधी लोकांना बँकेत खातं उघडण्याला मज्जाव केला जात असताना देशात सुदृढ बँकव्यवस्था कशी प्रस्थापित होऊ शकेल? शहरातल्या अनेक लहानसहान उद्योगांची दखल घेऊन त्यांच्यासाठी योजना आखल्याखेरीज आधुनिक शहरं कशी बांधता येतील? देशातल्या ७५% कामगारांना कामगार म्हणून स्वीकारल्याशिवाय देशात मजूर-चळवळ कशी होऊ शकेल? खेड्यातल्या असंख्य गरीब महिलांना अभिव्यक्तीचं स्वांतत्र्य नसताना आपण स्त्रीमुक्ती कशी आणणार?

आपल्याला ह्या प्रश्नांवर अजूनही तोडगे सापडलेले नाहीत, कारण आपण अजूनही दारिद्र्य-निवारण हे प्रत्येक सरकारचं आणि प्रत्येक नागरिकाचं आद्य कर्तव्य मानत नाही आणि गरिबांना मदत करायचे आपले प्रयत्न म्हणजे निवडणुकांमध्ये मतं मिळवण्यासाठी त्यांच्यापुढे फेकलेले तुकडे असतात!

२

चिंध्या गोळा करणारे

१८९०च्या दशकाच्या शेवटापासून आजतागायत अहमदाबादमधले दोन-तृतीयांश लोक कापडाच्या व्यवसायात आहेत. गिरण्यांनी फेकून दिलेल्या कापडाच्या चिंध्यांवर व्यवसाय करणारी एक मोठी उपअर्थव्यवस्था उदयाला आलेली आहे. मोठाले व्यापारी कापड गिरण्यांकडून कापडाचे असे तुकडे आणि चिंध्या विकत घेत आणि दलालांच्या मालिकेकरवी सरतेशेवटी ते तुकडे झोपडपट्टीतल्या मुस्लीम स्त्रियांकडे पोचते करत. त्या घरबसल्या त्या कापडाच्या तुकड्यांपासून कपडे आणि रजया शिवत असतं. लोखंडाचे आणि लाकडाचे तुकडेसुद्धा दलालांकरवी मारवाडी स्त्री-कारागिरांना विकले जात. त्यापासून त्या बादल्या, स्वयंपाक घरातलं शेल्फ, लोखंडी शेगड्या आणि फर्निचरच्या लहानसहान गोष्टी बनवत असत. अशा गोष्टी बहुधा शहरातले गोरगरीबं विकत घेत असत. ह्या कचऱ्यातल्या अगदी निकृष्ट दर्जाच्या गोष्टी दलित स्त्रियांकडे पोहोचत. कापडगिरण्या, कारखाने आणि दुकानं इथल्या जमिनी झाडताना सापडलेल्या उरल्यासुरल्या टाकाऊ गोष्टी आणि रस्त्यावर फेकलेल्या कचऱ्यातल्या उपयुक्त गोष्टी दलित स्त्रिया गोळा करत असत.

कचरा गोळा करणाऱ्या अशा स्त्रियांना टाकाऊ मालाचा पुनर्वापर करून देणाऱ्या क्रियाशील कार्यकर्त्याच म्हणायला हवं. त्या कामाच्या प्रत्येक ठिकाणी, रस्त्यांवर, कचराकुंड्यांमध्ये धांडोळत वापरण्याजोग्या गोष्टींच्या शोधार्थ फिरत असतात. वर्तमानपत्रं, पांढरे कागद, काचेच्या बाटल्या, प्लास्टिकच्या पिशव्या, बाटल्यांची बुचं, मोडकी-तोडकी मशीनरी, लोखंडी खिळे, लोखंडी पट्ट्या, गुंतवळ, लाकडाच्या ढलप्या अशा पुनः वापरण्याजोग्या वस्तू त्या हस्तगत करतात.

कचरा जमवणाऱ्यांचा दिवस पहाटेलाच सुरू होतो. आपली पिशवी खांद्यावर

टाकून त्या दिवसाच्या फेरीसाठी पहाटेच घराबाहेर पडतात. रस्त्यांवर आणि फूटपाथवर उपयुक्त कचऱ्याचा शोध घेत त्यांचे तरबेज डोळे भिरभिरत असतात. असा कचरा दिसला की, ती तो उजव्या हातानं उचलते आणि डाव्या खांद्यावर लटकत असलेल्या पिशवीत टाकते. चालता-चालता ती बघत असते, वाकून उचलत असते, उचललेली गोष्ट पिशवीत टाकते. आणि पुढे चालू लागते. सकाळी नऊ वाजता ती घरी परत जाते. सकाळची रहदारी वाढण्यापूर्वी ती घर गाठते. ती भराभरा स्वयंपाक करते, कुटुंबीयांना जेवण वाढते आणि पुन्हा कचऱ्याच्या शोधार्थ रस्ता गाठते. आणलेला माल मध्यान्हीला ती जमिनीवर पसरते, त्यातल्या वेगवेगळ्या गोष्टींची छाननी करून ती त्या गोष्टी वेगवेगळ्या बॅगांमध्ये भरते आणि हा माल व्यापाऱ्यांकडे देते. तो व्यापारी तिला मालाची रोख रक्कम देतो. वेगवेगळ्या प्रकारच्या मालाच्या किमती वेगवेगळ्या असतात. तिनं आणलेल्या गोष्टींपैकी काही गोष्टी घेण्याला तो नकार देतो; पण ती त्याच्याशी किमतीबद्दल घासाघीस करू शकत नाही. घरी जाऊन ती परत आपली पिशवी खांद्यावर टाकते आणि कचऱ्याच्या शोधार्थ घराबाहेर पडते. अंधार होण्यापूर्वी ती घरी परतते. वाटेत ती रात्रीच्या जेवणासाठी वाणसामान विकत घेते. त्यासाठी दिवसा कमावलेले रुपये उपयोगी पडतात. ती पीठ, मीठ, तांदूळ, कांदे आणि काही चमचे तेल विकत घेते. ती स्वयंपाक करून घरच्यांना रात्रीचं जेवण देते आणि खूप थकली नसली, तर दुपारी गोळा केलेला कचरा वेगवेगळ्या पिशव्यांमध्ये छाननी करून भरते. बादलीत पाणी शिल्लक असेल, तर ती आंघोळ करते आणि झोपी जाते.

घाणीत धांडोळून उपयुक्त कचरा गोळा करणं, हे हलक्या दर्जाचं आणि थकवणारं काम आहे; पण ज्या कुणाला रोजीरोटी कमावणं क्रमप्राप्त आहे, त्याच्यापुढे ह्या कामाचा पर्याय खुला आहे. काकदृष्टी असलेली मुलंसुद्धा हे काम हुशारीनं करू शकतात. ती आयांसमवेत रस्त्यांवर फिरतात किंवा आपल्या वयाच्या मुलांचा गट करून फिरतात. हे काम वेळखाऊ आहे, त्यात जंतुसंसर्ग होण्याचा भरपूर धोका आहे. नशिबावर खूपसं अवलंबून असतं आणि व्यापारी काय किंमत द्यायला तयार होईल यावर रोजीरोटी अवलंबून असते. कचरा गोळा करणारे कोणतीही घासाघीस करू शकत नाहीत.

◈

१९७०च्या दशकाच्या अखेरीस गुजरात विश्वविद्यालयात अजंना दवे नावाची विद्यार्थिनी शिकत होती. सरकारतर्फे राबवल्या जाणाऱ्या 'कामगार कल्याण योजनां'सदर्भातल्या प्रश्नांबद्दल तिला आत्मीयता वाटत होती. तिनं या संदर्भात माझी भेट घेतली. अहमदाबादमधल्या कचरा गोळा करणाऱ्यांकडे मी तिचं लक्ष

वेधून घेतलं. ह्या साऱ्या गरीब कामकारी महिला असूनही सरकारच्या 'कामगार-कल्याण योजनां'पासून त्यांना काहीही लाभ होत नव्हता, कारण त्या कुण्या मालकासाठी कामं करत नसून स्वत:च्या व्यवसायात होत्या. त्यांचं काम आणि व्यवसाय याच्याशी 'सेवा'ची नुकतीच कुठे ओळख होऊ लागलेली होती. त्यांच्याबद्दलच्या आमच्या प्रयत्नांसाठी मदत करण्याची इच्छा ह्या विद्यार्थिनीनं दर्शवली. तिच्या मार्गदर्शनाखाली 'सेवा'नं अहमदाबादमधल्या कचरा गोळा करणाऱ्यांबद्दल विशेष माहिती जमा केली. ह्या माहितीच्या जोरावर अंजनाला एम. ए.ची पदवी मिळाली आणि 'सेवा'ला त्यांच्या व्यवसायाबद्दल सखोल माहिती गोळा करता आली.

अंजनानं गोळा केलेल्या माहितीनुसार[१] कचरा गोळा करणाऱ्या स्त्रियांचं उत्पन्न अतिशय कमी होतं. त्यांना महिन्याकाठी २०० रुपयांहूनही कमी आमदनी मिळत असे. कचरा गोळा करणाऱ्या ९०% स्त्रिया झापेडपट्टीत राहत असत. त्यांच्या कुटुंबात सरासरी सहा माणसं असत. त्यांची अर्धीअधिक मुलं शाळेत जातच नसत. १८% कुटुंबात फक्त घरातली स्त्री ही एकमेव मिळवती व्यक्ती असे. ह्यातल्या बहुतेक स्त्रिया मालकीची जमीन नसलेल्या ग्रामीण कारागीर जमातीतल्या होत्या. ही कारागिरांची जमात दोन पिढ्यांपूर्वी खेड्यांमध्ये विणकर, मोची किंवा कातड्याच्या वस्तू बनवणं अशा व्यवसायात होती. पूर्वापार सवर्णांकडून ह्या दलितांचा छळ होत आलेला होता. गरिबीला कंटाळून त्यांनी आपापली खेडी सोडून कापडधंद्याचं केंद्र असलेलं अहमदाबाद गाठलं होतं आणि झोपडपट्टीत घरं मिळवून त्यांनी नोकऱ्या शोधायला सुरुवात केली होती.

कचरा गोळा करणं हे धोक्याचं काम होतं. उघड्या हातानं सतत ॲसिडच्या बाटल्या, इलेक्ट्रिकल वायर्स, खिळे, काचा, घाणेरडे कागद आणि कापडं हाताळल्यामुळे त्यांना विविध प्रकारचे जंतुसंसर्ग होत असत. त्वचारोग, इसब, दमा ह्या त्यांच्या नेहमीच्या तक्रारी होत्या. त्याचप्रमाणे सततची पाठदुखी, पाय, खांदे आणि मान अवघडणं आणि दुखणं असे त्रास त्यांना होत असत. नुकताच एका कचरा गोळा करणारीच्या हातात एका बाँबचा विस्फोट होऊन तिचा हातच छिन्नविच्छिन्न झाला. ''धुळीत चाचपडणाऱ्यांचं आयुष्यसुद्धा धुळीसारखंच (मातीमोल) असतं.'' असा विलाप धूलिबेननं केला होता. तिचं बिचारीचं नावही तेच होतं! कचरा गोळा करणाऱ्या बऱ्याचशा स्त्रिया दलित समाजाच्या असतात आणि त्यांचं कामसुद्धा

---

१. अंजना दवे – ''ए सोशो-इकॉनॉमिक सर्व्हे ऑफ पेपर-पिकिंग लेडीज इन अहमदाबाद.'' अनपब्लिश्ड मास्टर्स थीसिस, गुजरात युनिव्हर्सिटी, १९७९.

शहरातल्या कचरा डेपोमधून पुन्हा वापरण्याजोग्या गोष्टी धांडोळत असताना
(फोटो : अमित दवे)

हलक्या दर्जाचं असतं. त्यामुळे आपण क:पदार्थ आहोत, असं त्यांना वाटू लागतं.

त्यांनी गोळा केलेल्या, पुनर्वापराजोग्या वस्तूंच्या किमती दर महिन्याला बदलत असतात; त्या किमती शहराच्या वेगवेगळ्या विभागांत वेगवेगळ्या असतात. आणि व्यापारी लहर येईल ती किंमत देत असतो. शिवाय परदेशातून आयात केलेल्या भंगार मालाच्या पुरवठ्याप्रमाणे स्थानिक भंगारच्या किमतीसुद्धा वरखाली होत असतात, परंतु भंगाराचा व्यापारी जी किंमत देईल, त्याचा स्वीकार ह्या स्त्रिया निमूटपणे करतात.

आज रद्दी पेपरचा भाव किलेला साडेतीन रुपये आहे, पुठ्ठ्याच्या खोक्यांना किलोमागे अडीच रुपये मिळतात. जाड प्लास्टिकच्या पिशव्यांना किलोला पाच रुपये, लोखंडी भंगार मालला किलोमागे चार रुपये. केसांना किलोमागे शंभर रुपये मिळतात. पाण्याच्या बाटल्यांचं प्लास्टिक किलोमागे दोन रुपये भावानं विकलं जातं. बाटल्यांना किलोमागे ५ ते ३५ रुपये मिळतात, कारण ह्याच बाटल्या साध्या नळाच्या पाण्यानं भरून त्या मिनरल वॉटर म्हणून विकायचा धंदा तेजीत चालला आहे. पूर्वी कचऱ्यात कागदांचं प्रमाण भरपूर असे. आता कागदांची जागा प्लास्टिकनं घेतलेली आहे. दोन हजार एक साली ह्या स्त्रियांना महिन्यासाठी ५०० रु. कमाई होत होती. १९७९ साली त्यांना दोनशे रुपये महिना कमाई होत होती. हे दोनही आकडे अगदी नगण्य म्हटले पाहिजेत!

गिरधरनगरामधली दहीबेन आणि रायखाडमधली चंचलबेन ह्या दोन कचरा गोळा करणाऱ्या स्त्रिया १९८० सालच्या उन्हाळ्यात मला त्यांच्या वस्तीत घेऊन गेल्या. दुपारच्या वेळेस कचरा गोळा करणाऱ्या स्त्रिया घरी येऊन कचऱ्याची छाननी करत असतात. ती वेळ गाठून आम्ही त्यांना एकत्र करून त्यांची सभा घेतली. स्त्रिया मोकळेपणानं आणि निर्भीडपणे बोलत होत्या. आपापसातले मतभेद विसरून त्या नव्याचं स्वागत करायला सिद्ध झालेल्या होत्या. त्यांच्या समाजात ही बातमी इतकी झपाट्यानं पसरली की, वर्षभरात त्यातल्या अनेक जणी 'सेवा'च्या सदस्य बनल्या. चंचलबेन त्यांचं नेतृत्व करत होती. आता मला रंजनबेन नावाची नवी सहकारीसुद्धा मिळाली होती. शहराच्या इतर भागांतल्या कचरा वेचणाऱ्या महिलांना ती एकत्र आणत होती.

त्यांची संघटना स्थापन करण्याची जबाबदारी आम्ही अंजनावर सोपवली होती. हे काम तिनं मनापासून केलं. सरकारी मजूर अधिकारी (गव्हर्मेंट लेबर ऑफिसर) म्हणून अंजनाची नियुक्ती झाल्यावर तिला 'सेवा' सोडणं भाग पडलं. तिला गमावणं हा 'सेवा'चा तोटा असला, तरी कामगारांकडे बघणाऱ्या सरकारी अधिकाऱ्यांमध्ये आमच्या वतीनं बोलणारी एक व्यक्ती लाभली, ही आमच्या संस्थेच्या दृष्टीनं मोठी फायद्याची गोष्टच ठरली.

कापड गिरण्यांशी TLAचे घनिष्ठ संबंध होते. त्याचा फायदा घेऊन, गिरण्यांमधल्या व्यवस्थापनाला पटवून 'सेवा'नं कचरा उचलणाऱ्या महिलांना गिरण्यांमधल्या जमिनींवरचे आणि ऑफिसांमधले कागद आणि इतर टाकाऊ जिन्नस थेट गोळा करण्याची परवानगी मिळवून दिली. ह्या स्त्रियांनी आत येण्याला गिरण्यांतल्या मॅनेजर्सनी आक्षेप घेतला नसला, तरी प्रत्यक्षात ही परवानगी वापरण्यात खूपच अडचणी आल्या. आमच्या लक्षात आलं की, गिरण्यांमधले काही मजूर आणि त्यांचे मुकादम यांची कचरा गोळा करणारी एक टोळी यापूर्वीच अस्तित्वात होती. आपला मलिदा जातोय असं पाहून त्यांनी जोरदार विरोध केला. जरी 'सेवा'ची सरशी होऊन 'सेवा'च्या सदस्य असलेल्या कचरा उचलणाऱ्या स्त्रियांना सरतेशेवटी प्रवेश मिळाला, तरी आम्ही एक महत्त्वाचा धडा शिकलो आणि आर्थिक हितसंबंध गुंतलेले लोक कशी छुपी लढत देऊ शकतात या अनुभवाची खूणगाठ आम्ही मनाशी बांधली.

काही थोडक्या स्त्रियांना ह्या परवानगीचा फायदा झाला, पण उरलेल्यांचं काय? ऑफिसांमधून कचरा गोळा करता यावा अशी मागणी इतर सदस्यसुद्धा जोरदारपणे करू लागल्या होत्या, परंतु १९८० सालपर्यंत गिरण्या हळूहळू डबघाईला येऊ लागल्या होत्या आणि त्यांचं उत्पादन कमी-कमी होत चाललं होतं. त्यामुळे गिरण्यांमधून गोळा करता येण्याजोगा टाकाऊ मालसुद्धा कमी

शहरातल्या कचरा डेपोत कचऱ्याची छाननी करताना

(फोटो : अमित दवे)

होऊ लागला होता. गिरणी मालकांच्या म्हणण्याप्रमाणे उत्पादनासाठी होणाऱ्या खर्चात खूप वाढ झाल्यामुळे गिरण्या डबघाईला आलेल्या होत्या. इतरांचं म्हणणं होतं की, यामागची कारणं अधिक गुंतागुंतीची होती आणि गिरणीमालकांनी आधुनिक यंत्रसामग्री आणण्यात पैसा गुंतवणं टाळल्याचा हा परिणाम होता. कारण काहीही असो! १९९० सालपर्यंत साठ गिरण्या पूर्णपणे बंद पडल्या आणि सव्वा लाख गिरणीकामगार बेकार झाले. जवळजवळ सर्व कामगार पुरुषच होते.

कामासाठीची स्पर्धा जीवघेणी झालेली होती आणि फार थोड्या नोकऱ्या दृष्टिपथात होत्या. त्यामुळे आमच्या सदस्य असलेल्या स्त्रियांचे नवरे रिकामटेकडेपणे त्यांच्या घराच्या दारात बसून विड्या फुंकताना नजरेस पडू लागले. लवकरच कोणत्यातरी कारखान्यात नवी नोकरी मिळेल अशी आशा करत ही माणसं रिकामपणी घरी बसू लागली. त्यामुळे घरच्यांच्या मुखी घास घालण्याची जबाबदारी घरातल्या स्त्रीच्या शिरावर आली. ज्यांच्यापाशी भांडवल किंवा अंगी कोणतंही विशेष कौशल्य नव्हतं, अशा गरीब स्त्रिया कचरा गोळा करू लागल्या. चंचलाबेन म्हणाली, "कचरा गोळा करणं हेच आमचं प्राक्तन असलं, तर ते आम्ही निमूटपणे स्वीकारू, परंतु कचऱ्यासाठी कमी किंमत दिलेली आम्ही खपवून घेणार नाही. आम्ही योग्य किमतीसाठी लढा देऊ!"

कचऱ्यासाठी चांगली किंमत यावी म्हणून मधल्या दलालाला हटवायचा निर्णय स्त्रियांनी घेतला. आपली स्वत:ची वखार असावी आणि तिथे कचऱ्याची छाननी करता यावी आणि नीटपणे वर्गवारी करून माल थेट व्यापाऱ्याला विकता यावा अशी ह्या स्त्रियांची इच्छा होती. मालाची छाननी, वर्गवारी करून तो साठवता यावा यासाठी झोपडपट्टीत पुरेशी मोठी जागा मिळणं आवश्यक होतं, पण ती आणायची कुठून? मग नेतृत्व करणारी एक स्त्री पुढे आली आणि तिनं आपल्या घरामागच्या अंगणातली जागा या स्त्री-सदस्यांना विनाआकार देऊ केली. ही मोठी हुरूप आणाणरी घटना होती! स्त्रियांनी घेतलेला पुढाकार आणि दाखवलेला उत्साह कृतीत परिवर्तित झालेला पाहणं, मोठं आनंदाचं होतं. स्त्रियांनी भागभांडवल विकत घेतलं आणि नवी सहकारी संस्था सुरू केली.

परंतु असं केंद्र चालवण्यात 'सेवा' अननुभवी असल्यामुळे हा प्रयोग दुदैवानं फसला. ह्या स्त्रियांचं नेतृत्व करणारीनंच त्यांचा विश्वासघात केला. मागच्या अंगणात जोरानं फोफावणारा धंदा पाहून तिनं आणि तिच्या नवऱ्यानंच दलाली सुरू केली आणि त्यातही फसवणूक केली. स्त्रियांनी एक दलाल टाळला, पण त्यांच्या नशिबी पहिल्याहूनही वाईट असा दुसरा दलाल आला. भांडणं आणि तक्रारी वाढू लगल्या. ह्या साऱ्या स्त्रिया एकाच जातीच्या होत्या आणि एकमेकींच्या नातेवाईक होत्या. त्यामुळे त्यांची भांडणं सोडवणं 'सेवा'ला अवघड होऊन बसलं. ही सहकारी संस्था बंद करून प्रत्येकीचं भागभांडवल परत करणंसुद्धा अवघड झालं. कारण संस्थेच्या बँकेतल्या खात्यातले पैसे अदृश्य झाले होते. बहुतांश सदस्यांनी भागभांडवलासाठी गुंतवलेले पैसेसुद्धा त्यांना परत मिळू शकले नाहीत. त्यांना संघटनेबद्दल तिरस्कार वाटू लागला. सदस्यांमध्ये वैर उद्‌भवलं. जमलेलं एक लग्नसुद्धा मोडलं. ह्या अनुभवामुळे संस्थेच्या विश्वासार्हतेबद्दलच शंका उपस्थित झाली.

हे अपयश 'सेवा'च्या दृष्टीनं एक मोलचा अनुभव ठरलं. आराखडा आखून नियोजन करणं, फसवाफसवी होऊ नये म्हणून सतर्कतेची धोरणं आखणं, आलेल्या उत्पन्नाची न्याय्य वाटणी करणं, संस्थेच्या नियमांची काटेकोर कार्यवाही करायला लावणं यासाठी शिस्तबद्ध संघशक्तीच्या बळावर नीटपणे पाया रचूनच त्यावर संस्था उभारावी लागते, असा बोध आम्ही घेतला. इतकी फसवणूक झालेली असूनही स्त्रिया उमेद हरल्या नाहीत, ही गोष्ट मला कौतुकास्पद वाटली. इतर पर्याय शोधायला हा अत्यंत सुयोग्य क्षण होता.

सरकारी कचेऱ्यांमधल्या तुडुंब भरून वाहणाऱ्या टाकाऊ कागदांच्या डब्यांवर ह्या स्त्रियांचा बरेच दिवस डोळा होता. एकाच ऑफिसातून जमा केलेल्या कागदांच्या तावांवर अनेक कुटुंबांचं पोट भरलं असतं. त्यामुळे आम्ही सरकारी

कचेऱ्यांकडे मोर्चा वळवला आणि तिथले रद्दी कागद गोळा करण्यासाठी परवानगी मागितली, पण आमच्या विनंतीच्या पत्रांची कुणीही गांभीर्यानं दखल घेतली नाही.

दरम्यान कचरा वेचणाऱ्या आणखी स्त्रिया 'सेवा'च्या सदस्य बनत होत्या. त्यांच्यातले सुप्त गुण, नवी कौशल्यं शिकण्याची त्यांची इच्छा आणि त्यांची अंत:प्रेरणा जोखून त्यांच्यासाठी वेगळे पर्याय शोधण्याच्या हेतूनं आम्ही त्यांच्या वस्त्यांमध्ये अनेक सभा घेतल्या. ह्या शोधमोहिमेत अनेक महत्त्वाच्या गोष्टी लक्षात आल्या.

ज्या स्त्रिया खेड्यांमधल्या विणकर समाजातून आलेल्या होत्या, त्यांना पारंपरिक कौशल्यं पुन्हा नव्यानं वापरण्याची इच्छा होती. इतर काही जणींना घरांमध्ये किंवा कचेऱ्यांमध्ये सफाईची कामं मिळवावीशी वाटत होती. इतर काही जणींची इच्छा होती की, प्रक्रिया करून पुन्हा वापरात आणलेले कागद वापरून फाइल फोल्डर्स आणि इतर ऑफिस स्टेशनरी बनवायला शिकावं. कचरा गोळा करायचं पूर्वीचं कामच बऱ्याच जणींना चालू ठेवायचं होतं; फक्त त्यांना रद्दीसाठी रास्त मोबदला हवा होता. त्या अतिशय गरीब असल्यामुळे त्यांना कोणतीही नवी अनिश्चितता नको होती.

एक गोष्ट आमच्या लक्षात आली की, ह्या साऱ्या स्त्रिया दलित समाजातल्या असल्या, तरी त्यांच्यातसुद्धा श्रेष्ठ-कनिष्ठ अशा श्रेणी होत्या. विणकर स्वत:ला मोच्यापेक्षा श्रेष्ठ मानत असत आणि हे दोघंही स्वत:ला भंग्यांपेक्षा श्रेष्ठ मानत असत. उपजातीची बंधनं तोडूनं त्यांनी एकमेकांत मिसळावं असे कितीही प्रयत्न केले, तरी त्यांना आपल्या समाजातल्या स्त्रियांबरोबरच मिसळायचं असे. संस्था सुरू करताना सुरुवातीच्या काळात असे गट नेहमीच पडतात; परंतु इतर सहकारी संस्थांचं अपयश आणि यश जवळून बघितल्यानंतर त्यांच्यातला दुरावा कमी होऊ लागतो आणि इतर स्त्रियांकडे त्या केवळ आपल्या सहकर्मचारी आणि बहिणी म्हणून पाहू लागतात आणि त्यांना एकमेकींबद्दल आत्मीयता वाटू लागते. हा बदल जबरदस्तीनं घडवता येत नाही. तो हळूहळू आणि स्वाभाविकपणेच घडावा लागतो; पण तसा बदल घडणं सहकारी संस्थेच्या यशासाठी आवश्यक असतं.

प्रशिक्षण आणि मदत देणाऱ्या 'राज्य विणकर केंद्र' यांसारख्या विद्यमान सरकारी संस्थांच्या मदतीनं 'सेवा'तल्या इच्छुक स्त्रियांनी आपलं विणकामाचं कौशल्य वाढवलं. त्यांनी 'विजय' नावाची सहकारी संस्था स्थापन केली आणि त्याद्वारे त्या शर्टसाठी कापड विणून ते खुल्या बाजारात विकू लागल्या. त्यांनी पुरेसे पैसे जमा केले आणि आपल्या झोपडपट्टीत स्वत:ची शेड उभी केली.

कचरा उचलणाऱ्यातल्या तरुण स्त्रियांनी आणि त्यांच्या मुलींनी सरकारी पॉलिटेक्निकमध्ये कागदापासून ऑफिस स्टेशनरी बनवण्याचं प्रशिक्षण घेतलं. त्या कागदापासून पाकिटं बनवू लागल्या आणि गेली अनेक वर्षं त्या सरकारी कचेऱ्यांना फाइल्स आणि इतर स्टेशनरी पुरवत आहेत. त्यांनी आपल्या सहकारी संस्थेला 'गीतांजली' असं नाव दिलं.

सफाई करणाऱ्यांनी आपल्या सहकारी संस्थेचं नामकरण 'सौंदर्या' असं केलं. सफाईच्या गोष्टी योग्य प्रकारे वापरून व्यावसायिक सफाई कामगार बनण्याचं प्रशिक्षण ह्या स्त्रियांनी घेतलं. त्यांनी एप्रन्स आणि हातमोजे वापरावेत अशी सूचना त्यांना करण्यात आली. सुरुवातीला ही सूचना त्यांना विचित्र वाटली; पण लवकरच त्या तरबेज झाल्या आणि कचेऱ्या आणि आजूबाजूचा परिसर साफ करण्यासाठी मोठाल्या संस्थांकडून त्यांना आता कंत्राटं मिळतात.

कचरा उचलणाऱ्या ज्या बहुतांश स्त्रियांना आपल्या पूर्वीच्याच व्यवसायात राहायचं होतं, त्यांनी 'सुजाता' नावाची सहकारी संघटना स्थापन केली. काही दिवसांनी ही संघटना आकारानं इतकी मोठी झाली की, तिचे दोन भाग पाडावे लागले. दुदैवानं त्यांपैकी एक भाग आता बंद पडला आहे.

◈

माणेकबेन धुलाभाई ही 'सौंदर्या' ह्या संघटनेची सक्रिय सदस्य होती. ती विधवा असूनही तिनं कष्टानं मुलाला शाळा आणि कॉलेजचं शिक्षण दिलेलं होतं. गरीब कुटुंबात नांदायला तयार असलेल्या सुशिक्षित मुलीशी आपल्या मुलाचा विवाह करून द्यावा, अशी माणेकबेनची इच्छा होती आणि ती अशा मुलीचा शोध घेत होती. कॉलेजच्या पहिल्या वर्षात शिकणारी तिच्याच जातीची मंजुळा तिला आपल्या लेकासाठी आवडली. मंजुळेला शिक्षिका व्हायचं होतं.

साखरपुडा झाल्यावर काही दिवसांनी मंजुळेला रस्त्यावर तिची भावी सासू, माणेकबेन कचरा गोळा करताना दिसली. मंजुळेला धक्काच बसला. आपली सासू कचरा गोळा करणारी आहे याची तिला अजिबात कल्पना नव्हती. लग्नानंतर आपल्यावरसुद्धा कचरा गोळा करण्याच्या कामाची सक्ती केली जाईल या विचाराने ती धास्तावून गेली. शिक्षिका होण्याचा तिच्या स्वप्नाचा चक्काचूर झाला असता. कॉलेज-शिक्षण वाया गेलं असतं. तिच्या भावनांबद्दल तिच्या आईनं अजिबात सहानुभूती दाखवली नाही. "सारं नेक काम मानाचंच असतं. तू थोडी शिकली आहेस, म्हणून स्वत:ला फार शाहाणी समजू नकोस." असं आईनं मंजुळेला दटावलं. मनात आशंका असूनही मंजुळा बोहोल्यावर चढली.

रोज सकाळी माणेकबेन कचरा गोळा करायला घराबाहेर पडत असे; परंतु तिनं

मंजुळेला कधीही तिच्याबरोबर यायला सांगितलं नाही. लग्नानंतर महिन्यानं माणेकबेन सुनेला 'सेवा'च्या ऑफिसात घेऊन आली. संघटनेला 'नॅशनल इन्स्टिट्यूट ऑफ डिझाइन'च्या इमारतीच्या सफाईचं कंत्राट मिळालेलं होतं आणि वेगवेगळ्या जागांवर भरती करण्यासाठी स्त्रियांचे इंटरव्ह्यू घेतले जात होते. एन. आय. डी.चा सुंदर परिसर आणि इमारत पाहून मंजुळा खूपच प्रभावित झाली, पण तिथं सफाईचं काम करण्याची कल्पना तिच्या पचनी पडेना. एवढं शिकूनही तिच्या नवऱ्याला नोकरी मिळालेली नव्हती. त्यानं बाजारात ढकलगाडीवरून काटे, चमचे, सुऱ्या विक्रीचा व्यवसाय सुरू केलेला होता. त्यामुळे टेबल-खुर्चीवर बसून करायच्या पांढरपेशा नोकरीचं स्वप्न बाजूला ठेवून तिनं सफाईचं काम करायला मनापासून सुरुवात केली.

वर्षभरात मंजुळाला दिवस गेले आणि तिनं एन. आय. डी.मधली नोकरी सोडून दिली; पण तिच्या सहकारी स्त्रियांना ती परत कामावर यायला हवी होती. प्रसूतीनंतर काही दिवसांनी मंजुळाच्या गटाची मुकादम असलेली रतनबेन मंजुळाच्या घरी तिला भेटायला आली आणि तिनं तिला दुसऱ्या संस्थेतल्या कामांवर पर्यवेक्षक म्हणून नोकरी देऊ केली. हे काम होतं 'फिजिकल रिसर्च लॅबोरेटरी'च्या इमारतीच्या सफाईचं. मंजुळा द्विधा मन:स्थितीत होती, पण त्यांच्या सहकारी संघटनेची अध्यक्ष हिराबेन हिनं तिला खूप आग्रह केला. ती म्हणाली, ''आम्हांला तुला गमावायचं नाहीये. तू सुशिक्षित आणि चलाख आहेस आणि तू आमच्याबरोबर काम करावंस, अशी आमची इच्छा आहे.'' तिच्या शिक्षणाबद्दल आणि कार्यक्षमतेबद्दल ह्या स्त्रियांनी दाखवलेला विश्वास पाहून मंजुळा भारावून गेली. ती पुन्हा कामावर रुजू झाली. तिच्यात संघटनगुण होते आणि कामाच्या ठिकाणी ती सुव्यवस्था राखू शकत असे. तिच्या ठायीच्या नेतृत्वगुणांना धुमारे फुटले. मंजुळा एक कार्यक्षम पर्यवेक्षक बनली आणि तिच्या संघटनेची बाजू मांडणारी एक उत्कृष्ट प्रवक्ती बनली.

१९९० साली मंजुळेच्या संघटनेनं जर्मनीतल्या एका शिबिरात भाग घेण्यासाठी मंजुळेची निवड केली. स्वत:च्या व्यवसायात असलेल्या स्त्रियांना तिथे आपापल्या कामावरचे अनुभव विशद करायचे होते. इतर व्यवसायातल्या 'सेवा'च्या आणखी सदस्य जर्मनीला जाणार होत्या. त्यांच्याबरोबर आपल्या सहकारी संघटनेचं प्रतिनिधित्व करण्यासाठी मंजुळा जाणार होती. दुदैवानं जर्मनीतलं शिबिर पूर्ण होण्यापूर्वीच मंजुळेच्या दोन सहकारी स्त्रिया आजारी पडल्या आणि त्यांच्यासोबत तिला परतावं लागलं.

'सौंदर्या' ह्या सहकारी संघटनेच्या व्यवस्थापकपदी १९९१ साली मंजुळेच्या संघटनेनं तिची नियुक्ती केली. सहा वर्षातच मंजुळेनं तिला हवी असलेली 'टेबलखुर्ची'वरची पांढरपेशी नोकरी मिळवली. ह्या पदी नेमणूक झाल्यावर 'सेवा'च्या ज्येष्ठ कार्यकर्त्या हर्षबेन यांच्या हाताखाली मंजुळेनं व्यवस्थापनाचं

सखोल प्रशिक्षण घ्यायला सुरुवात केली. हिशोब ठेवणं, बिलं चुकती करणं, सफाईसाठी लागणाऱ्या गोष्टी विकत आणून त्यांचा हिशेब ठेवणं, संभाव्य गिऱ्हाइकांना भेटणं, त्यांना कामाच्या मोबदल्याचा आकडा सांगणं आणि ३०० सदस्य असलेली संघटना कार्यक्षमतेनं चालवणं ह्या साऱ्या जबाबदाऱ्या ती पार पाडतेय. हे आव्हान तिनं नीटपणे पेललंय.

कोणत्याही वाढत्या आकाराच्या सहकारी संघटनेला ज्या समस्यांचा सामना करावा लागतो, तसाच 'सौंदर्या'च्या सदस्यांनासुद्धा करावा लागतो. नव्या सदस्यांना स्वच्छतेच्या कामाचं प्रशिक्षण सततच दिलं जात असतं, पण शिकून तयार झालेल्या ह्या सदस्यांना नोकऱ्या मिळवून देण्यासाठी संघटनेला खूप धडपड करावी लागते. कंत्राटानुसार स्त्रियांना वेगवेगळ्या संस्थांमध्ये, बँकांमध्ये, शॉपिंग सेंटर्समध्ये सफाईचं काम करावं लागतं. काही गट अपार्टमेंट बिल्डिंगच्या सफाईचं काम करतात. अशा गटातल्या स्त्रिया प्रत्येक फ्लॅटमधला कचरा गोळा करून आणतात आणि जिने आणि अंगण यांसारख्या सामाईक जागांची सफाई करतात.

सर्वसाधारणतः ह्या स्त्रिया दोन किंवा तिनाच्या गटानं एका ठिकाणी दोन ते तीन तास काम करतात. ज्या स्त्रिया कचऱ्याची सफाई करतात, त्यांना ऑफिस उघडण्यापूर्वीच आपलं काम पुरं करावं लागते. ही गोष्ट तत्त्वतः सोपी असली, तरी प्रत्यक्षात पार पाडणं अवघड असतं. बऱ्याचशा स्त्रिया गावाबाहेरच्या झोपडपट्टीत राहत असतात. त्यांची राहती जागा नदीपलीकडल्या उच्चभ्रूंच्या वसाहतीतल्या ऑफिसांपासून खूपच दूर असते. काही जणी रोज सकाळी दीड तास पायी चालत कामाची जागा गाठतात. इतर जणी पैसे मोजून नगरपालिकेच्या बसनं येतात; पण गरीब मोहोल्ल्यांमधून श्रीमंतांच्या वस्तीत थेट जाणारी बस नसते. मध्येच कुठेतरी बस बदलवी लागते. त्यामुळे स्त्रियांना वेळेवर कामाची जागा गाठणं अवघड जातं. आपल्या संघटनेची स्वतःची बस असावी, 'सौंदर्या एक्स्प्रेस' असावी आणि त्या बसनं सदस्यांना घरून कामाच्या जागी पोहोचवावं असं त्यांचं स्वप्न आहे, पण ते प्रत्यक्षात उतरवायला संघटनेकडे पुरेसा पैसा नाही.

सुरुवातीला जेव्हा संडास साफ करणं आणि लांब दांड्याच्या झाडूनं इमारतीबाहेरचं पटांगण साफ करणं अशी कामं करायची वेळ आली तेव्हा काही स्त्रियांनी अशी कामं भंग्यांची आहेत असं म्हणून ती कामं करायला नकार दिला; पण जेव्हा ही कामं करणाऱ्या त्यांच्या भगिनी चांगला पैसा कमवताना दिसू लागल्या, तेव्हा त्यांचा विरोध मावळला. अजूनही 'सौंदर्या'च्या सर्व सदस्या ही कामं करायला तयार होत नाहीत, पण त्यांचा विरोध कमी होऊ लागलेला आहे.

मतपरिवर्तनासाठी एप्रन आणि हातमोजे यांचीसुद्धा मदत होऊ लागलेली आहे. "ज्याप्रमाणे पोलिसांचे गणवेश असतात, परिचारिका त्यांचे गणवेश घालतात; त्याप्रमाणे एप्रन आणि हातमोजे ही आमची 'ओळख' आहे. मला या गोष्टी वापरायला काहीही कमीपणा वाटत नाही. त्यामुळे माझी साडी स्वच्छ राहते. शिवाय यापूर्वी ऑफिसातले कर्मचारी आम्हांला अस्वच्छ समजून आमच्या हातचा पाण्याचा पेलासुद्धा स्वीकारत नसत, पण ह्या एप्रन आणि हातमोज्यांमुळे आमच्याकडे पाहाण्याची त्यांची दृष्टीसुद्धा बदलली आहे!" एक सदस्य म्हणाली.

'सौंदर्या' ही संघटना आता वेगवेगळ्या प्रकारची कामं स्वीकारते. बाजारपेठेच्या गरजेनुसार पुढे येणारी लहानमोठी कामं 'सौंदर्या'च्या सदस्य आनंदाने करतात. लग्नसराईत त्यांना खूप कामं मिळतात. स्वच्छ गणवेश परिधान केलेल्या 'सौंदर्या'च्या सदस्य लग्नाचे हॉल स्वच्छ करतात, फुलांच्या माळा लावून हॉल सुशोभित करतात, आतिथींना जेवण वाढतात, पाण्याचे पेले नेऊन देतात, नंतरची सफाई आणि भांडी धुणं इत्यादी कामं करतात. सार्वजनिक स्विमिंग पूल, सार्वजनिक बागांमधल्या बाथरूम्स आणि टॉयलेट्स स्वच्छ ठेवायची कंत्राटं 'सौंदर्या' स्वीकारते. सौंदर्याच्या सदस्यांचा एक गट खाजगी घरं स्वच्छ करायचं कंत्राट घेतो, तर दुसरा एक गट हॉटेलांमध्ये सफाईचं काम करतो. 'सौंदर्या' ही संघटना आता आपल्या विविध सेवांची जाहिरात करणारी वेबसाइट बनवते आहे.

सुरुवातीच्या यशानंतर शिशू अवस्थेतल्या ह्या संघटनेवर एक खटला भरला गेला आणि मोठंच संकट कोसळलं. स्वत:च्या पायावर उभ्या असलेल्या गरीब स्त्रियांनी एकत्र येऊन सफाईसारख्या प्राथमिक सुविधा देऊ केल्या, तर त्यामुळे कुणाला धोका पोचणार होता? असं असूनही वेगवेगळ्या संस्थांमधल्या कर्मचारी-संघटनांनी एकत्रित प्रयत्न करून ह्या स्त्रियांच्या संघटित प्रयत्नांमध्ये अडथळा आणला.

ह्या संस्थांच्या कर्मचारी-संघटनांनी युक्तिवाद केला की, 'सौंदर्या' ह्या सहकारी संस्थेच्या सदस्यांनी कंत्राट घेऊन संस्थेतलं सफाईचं काम स्वीकारलं आहे आणि याचाच अर्थ होतो की, ह्या स्त्रिया 'सौंदर्या' ह्या सहकारी संस्थेच्या 'पगारी नोकर' आहेत आणि त्याप्रमाणेच संस्थेच्यासुद्धा नोकर आहेत. 'सेवा'ची धडपड होती की, कोर्टानं सहकारी संघटनेचं स्वतंत्र अस्तित्व मान्य करावं, कारण ही संघटना सर्व भागधारकांच्या सामाईक मालकीची असून ते भागधारक नफा-तोटा वाटून घेत असतात. ह्या सहकारी संघटनेचे सदस्य जी संस्था साफ करतात, त्या संस्थेचे ते पगारी नोकर नसतात किंवा ते संघटनेचेसुद्धा पगारी नोकर नसतात. फक्त 'सौंदर्या' ही संघटना ह्या संस्थेला जबाबदार असताना 'नोकर-मालक' संबंध उद्भवतच नाही; परंतु संस्थेतल्या 'कर्मचारी संघटने'ला भीती वाटत होती

की, 'सौंदर्या'ला मिळालेल्या कंत्राटामुळे संस्थेतल्या कर्मचाऱ्यांच्या संघटनेच्या वाट्याला कमी नोकऱ्या येतील.

हा खटला लेबरकोर्ट, हायकोर्ट, सुप्रीमकोर्टापर्यंत पोचला आहे. 'सहकारी संस्था' ही स्वतंत्र अस्तित्व असलेली संस्था असून आपल्या सदस्यांच्या वतीनं तिला कंत्राटाच्या अटींबाबत सौदा करण्याचा अधिकार आहे. ह्या गोष्टीला जर कोर्टानं मान्यता दिली नाही, तर साऱ्या 'कामगार सहकारी संघटनां'चं भवितव्यच काजळणार आहे. हा काही केवळ रास्त मोबदला मिळवून देण्याचा प्रश्न नाही. रास्त मोबदला मिळवून दिला गेला आहे. हा त्याहूनही मूलभूत असा 'कामगार' शब्दाच्या व्याप्तीबद्दलचा प्रश्न आहे.

वकिलांचे आणि कोर्टाचे उंबरठे झिजवून मंजुळा जेरीस आली. संस्थांकडून 'सौंदर्या'ला मिळणारी कंत्राटं कमी झाली. कायद्याच्या लढाईत अडकायला कुणीच तयार नव्हतं. १९९९च्या सरकारी ठरावानुसार स्त्रियांच्या सहकारी संस्थांना कंत्राटं मिळवण्यासाठी टेंडर भरावं लागत नसे. ही सूट रद्द करण्यात आली. आता कचरा गोळा करणं आणि सफाई करणं अशा कामांची कंत्राटं मिळवायलासुद्धा 'सौंदर्या'ला टेंडर भरावं लागतं.

'सेवा' आपल्या सदस्यांना रास्त मोबदला मिळवून देण्याची धडपड करत असते. 'सेवा'च्या प्रयत्नांना खो घालण्यासाठी काही कंत्राटदार आपल्या टेंडरमध्ये अगदी कमी मोबदला मागतात. मंजुळा म्हणते, "आम्ही तसं करत नाही. आमची सहकारी संघटना आपल्या सदस्यांना निदान किमान वेतन तरी मिळवून देते. त्याहूनही जास्त वेतन मिळवून देण्यासाठी आम्ही धडपडत असतो."

'सौंदर्या'ला संस्थांकडून मिळणाऱ्या कंत्राटांचा आकडा, तिची सदस्य संख्या आणि त्यांची प्राप्ती १९९९पासून सतत वरखाली होत आहे. कोर्टाचे खटले चालू होते, तेव्हा 'सौंदर्या'ला मिळणारी कंत्राटं कमी झाली. त्यानंतर कंत्राटांची संख्या वाढली असली, तरी टेंडरच्या फॉर्मसाठी लागणारी फी ह्या संस्था दिवसेंदिवस वाढवतच चालल्या आहेत. टेंडर-फॉर्मसाठी संस्था २०० रु. ते ५०० रु. फी आकारत आहेत आणि गिऱ्हाइकाच्या श्रेणीनुसार १०,००० ते ५०,००० रुपयांचं डिपॉझिटसुद्धा मागत आहेत. भारत सरकारसुद्धा एक गिऱ्हाईक आहे. "आम्ही कामाच्या शोधार्थ गेलो की, आम्हांला हे टेंडरचे फॉर्म भरावे लागतात आणि डिपॉझिट म्हणून पैसे भरावे लागतात; पण मी जेव्हा अनेक संस्थांकडे काम मिळवायला जाते, तेव्हा डिपॉझिट म्हणून इतके पैसे अडकवणं आमच्या सहकारी संस्थेला कसं बरं शक्य होईल?" मंजुळा रास्त प्रश्न विचारते.

दरम्यान रतनबेन आणि दिविबेनसारख्या आमच्या पूर्वीपासूनच्या सदस्या सहकारी संस्थेच्या कामाबरोबरच आपला कचरा गोळा करण्याचा उद्योग करतच

आहेत. ह्या स्त्रिया अजूनही रस्त्यावरचा कचरा उचलून त्यातला पुन्हा वापरण्याजोगा माल व्यापाऱ्याकडे नेऊन देतात आणि रोख रक्कम मागतात, पण हा व्यापारी आता नाखूश आहे. कारण त्या स्त्रिया पूर्वीप्रमाणे त्याच्याकडून कर्ज काढत नाहीत. सहकारी तत्त्वावर चालवलेल्या 'सेवा' बँकेच्या सदस्या या नात्यानं त्यांनी आता 'सेवा बँके'त खाती उघडली आहेत. रतनबेननं दीर्घ मुदतीच्या ठेवीत १०,००० रुपये गुंतवले आहेत आणि त्यावर तिला चांगला व्याजदर मिळतो आहे. दिविबेन वृद्ध आहे आणि आपल्या मतिमंद मुलीला सांभाळते आहे. त्यामुळे तिला फारसे पैसे शिल्लक टाकता येत नाहीत; परंतु 'सेवा बँके'तल्या त्यांच्या भागभांडवलावर त्यांना दर वर्षी १५% डिव्हिडंड मिळतो.

माझ्या मनात बरेचदा विचार येतो की, अहमदाबादमधल्या बंद पडलेल्या गिरणीची एखादी रिकामी इमारत ताब्यात घेऊन स्वत:च्या विविध व्यवसायांत असलेल्या ह्या स्त्रियांना तिथे एकत्र आणावं. ह्या इमारतीत संशोधन, प्रॉडक्ट डिझाइन, गोदाम, छाननीसाठी सोय, आर्थिक सेवा, कौशल्यं वाढवण्यासाठी प्रशिक्षण, प्रत्येक व्यवसायासाठी देशातल्या प्रमुख बाजारपेठेशी संपर्क साधण्याची सुविधा अशा गोष्टी उपलब्ध असाव्यात. इथे वाचनालयं, पाळणाघरं आणि दवाखान्याची सुविधासुद्धा उपलब्ध असावी. कचऱ्यातून पुन्हा वापरण्याजोग्या गोष्टी शोधण्याचा व्यवसाय करणाऱ्या स्त्रिया ह्या जागी खूपच योगदान देऊ शकतील.

वापरण्याजोग्या गोष्टी कचऱ्यातून बाजूला काढणं हा व्यवसाय असंख्य लोकांची पोटं भरू शकतो. हे काम शहरातल्या कचरा गोळा करणाऱ्या स्त्रिया करत असतात आणि शहर स्वच्छ ठेवायला त्यांची खूपच मदत होत असते. शहरानं त्यांची दखल घेऊन त्यांच्यासाठी ठोस सुविधा पुरवल्या पाहिजेत. कोणताही व्यवसाय जेव्हा अधिकृत बनतो आणि आधुनिक तंत्रानं केला जातो तेव्हा त्या व्यवसायात पूर्वी अनधिकृत पातळीवर काम करणाऱ्या स्त्रियांना बाजूला सारलं जातं आणि त्यांची जागा अधिकृत व्यवसायातले पुरुष बळकावतात हे पूर्वापारपासूनच दिसून आलेलं आहे. बायकांनी वर्षानुवर्षं केलेल्या कष्टांचे फायदे पुरुषांनाच मिळतात.

कचरा गोळा करणारी स्त्री ही पुन्हा वापरण्याजोग्या वस्तू गोळा करते, विविध विभागांमध्ये त्यांची वर्गवारी करते आणि भंगाराचा व्यापार करणाऱ्याला त्या वस्तू विकते. भंगारवाला त्या गोष्टींवर संस्करण करून त्या गोष्टी लघुउद्योगांना आणि कारखान्यांना विकतो. तिथे या गोष्टींपासून नवा कच्चा माल तयार केला जातो. हा कच्चा माल अधिकृत कारखान्यांकडे पोचतो आणि त्या जुन्या मालापासून बनलेल्या नव्या गोष्टी बाजारपेठेत पोचतात. भारतातल्या बहुतेक साऱ्या व्यवसायांमध्ये

हेच चित्र दिसतं. उत्पादनाच्या, मनुष्यबळाचा वापर करणाऱ्या अर्ध्याअधिक गोष्टी ह्या अनधिकृत अर्थव्यवस्थेतले गोरगरीब अगदी कमी मजुरीवर करून देत असतात. उत्पादनाच्या प्रत्येक टप्प्यावर योगदान देणारी प्रत्येक व्यक्ती त्या व्यवसायासाठी आणि संपूर्ण अर्थव्यवस्थेसाठी महत्त्वाचा घटक आहे. ह्या वस्तुस्थितीचा स्वीकार आपण केला, तरच आपण न्याय्य, लोकशाही तत्त्वावरची आणि सर्वांचा सहभाग शक्य करून देणारी प्रणाली स्थापन करू शकू आणि अशी प्रणाली गरिबी हटवण्यासाठीची गुरुकिल्ली ठरेल!

३
कापडाचे तुकडे आणि कपडे शिवणारे

कापडाचे तुकडे शिवणारे

कापडगिरण्यांमधल्या उत्पादनाच्या वेळेस दोन ते आठ इंच लांबीचे कापडाचे तुकडे वाया जातात. अशा वाया जाणाऱ्या कापडाच्या चिंध्यांचा व्यवसाय अहमदाबादमध्ये १९७०च्या दशकात जोरानं फोफावला होता. दर वर्षी कापड गिरण्यांतून ३५ लाख किलो वजनाच्या चिंध्या टाकाऊ म्हणून बाजूला काढल्या जात. आणखी दोन लाख किलो वजनाच्या चिंध्या पॉवरलूम फॅक्टऱ्यांमधून टाकाऊ म्हणून बाजूला काढल्या जात. आपल्या फॅक्टऱ्यांमधून हा कचरा हटवण्यासाठी कंत्राटदारांना पैसे दिले जात असत. लहान मुलांचे कपडे बनवणारं देशातलं तेव्हाचं सर्वांत मोठं केंद्र कोलकाता हे होतं. कोलकात्याचे कपडे बनवणारे व्यापारी ह्यातले चांगल्या दर्जाचे कापडाचे तुकडे विकत घेत असत. मशीन्स, अवजारं आणि फॅक्टरीमधली इतर यंत्र साफ करायला ह्या चिंध्यांपैकी एक-पंचमांश चिंध्या वापरल्या जात असत. वापरून तेलकट झालेल्या अशा चिंध्यासुद्धा विकल्या जात असत. ह्या तेलकट चिंध्या विकत घेणारे लहानसहान व्यापारी त्या चिंध्या दर्यापूरच्या 'खोळ' बनवणाऱ्या कारागिरांना विकत असत. खोळ म्हणजे रजईचं आवरण. ह्या चिंध्या एकत्र जोडून रजईचं आवरण बनवलं जात असे.[१]

अगदी सुरुवातीला ह्या चिंध्या फॅक्टरीतून हटवण्यासाठी गिरण्या कंत्राटदारांना पैसे देत असत. त्यानंतर गिरण्यांनी ह्या कापडाच्या चिंध्या फुकट वाटून टाकायला सुरुवात केली. १९६०नंतर गिरण्यांनी ह्या चिंध्या विकायला सुरुवात केली.

---

१. ललित कृष्णस्वामी – ''रॅग्ज इन अ रिव्होल्यूशन.'' अहमदाबाद, इंडिया : सेल्फ एम्प्लॉइड विमेन्स असोसिएशन. अनपब्लिश्ड पेपर.

तेव्हा त्यांची किंमत किलोमागे १ ते ४ रुपये होती. १९७०च्या दशकात ही किंमत ४ रु. किलोच्या जवळपासच होती. १९८०नंतर ती किंमत किलोमागे ११ रुपये एवढी वाढली. अहमदाबादमधल्या चिंध्याच्या व्यापाऱ्यांच्या संघटनेच्या अहवालानुसार १९८०च्या दशकात रजयांच्या आवरणांना, खोळींना खूपच मागणी होती. अगदी सर्वसाधारण, मध्यमवर्गीय व्यापारी अशा दहा लाख खोळींचा साठा नेहमी तयार ठेवत असे. तो गुजरातमधल्या आणि जवळच्याच राजस्थान आणि मध्यप्रदेश इथल्या व्यापाऱ्यांना ह्या खोळी पुरवत असे. अगदी कमी धोक्याचा असा हा जोरदार, किफायदशीर धंदा होता. ह्या चिंध्यांपासून बनलेल्या खोळींची मागणी वाढू लागल्यावर ह्या चिंध्यांची मागणीसुद्धा वाढली. त्याचबरोबर त्यांच्या किमतीसुद्धा वर जाऊ लागल्या.

तेलकट चिंध्यांपासून बनवलेल्या खोळी स्वस्त असल्यामुळे त्यांची मागणी झपाट्यानं वाढू लागली. ७ ते १० रुपयांना खोळ मिळत असल्यामुळे ती विकत घेणं गोरगरिबांनासुद्धा परवडत असे. खोळ हे खरं म्हणजे रजईचं आवरण आहे. परंतु त्यात कापूस किंवा चिंध्या भरून रजई बनवणं गरिबांना परवडत नसल्यामुळे गोरगरीब त्या खोळी तशाच वापरत. पंचमहाल आणि डुंगरपूर अशा डोंगराळ भागातले गोरगरीब अशा खोळींमध्ये जुनी वर्तमानपत्रं भरून ऊब आणायचा प्रयत्न करत असत. अहमदाबादमध्ये अनेक कामांसाठी खोळ वापरली जाते. पलंगपोस म्हणून, स्लीपिंग बॅग म्हणून, जमिनीवर अंथरायला म्हणून, सामान भरायला किंवा शालीसारखासुद्धा खोळीचा उपयोग केला जातो.

खोळ विकत घेणाऱ्यांप्रमाणेच खोळ बनवणारेसुद्धा अगदी दरिद्री असतात. १९७०च्या दशकात अहमदाबादच्या दर्यापूर ह्या मध्यवर्ती भागात राहणाऱ्या ३००० मुस्लीम स्त्रिया खोळ शिवण्याचं काम करत असत. व्यापारी त्यांना किलोच्या हिशोबानं चिंध्या पुरवत असत. बायका त्या तेलकट चिंध्या घरी नेत असत आणि उकळत्या पाण्यात सोडा आणि केरोसीन घालून त्यात त्या चिंध्या बुडवून ठेवून धुवत असत. त्या चिंध्या वाळवून इस्त्री करून आकाराप्रमाणे त्यांची वर्गवारी करत असत. मग एका खोलीच्या घरात मशीनवर ह्या चिंध्यांची खोळ बनवण्यात येत असे. एका खोळीसाठी साठ ते नव्वद चिंध्या एकत्र शिवाव्या लागत. डझनभर खोळी शिवायला दोन दिवस लागत. शिवलेल्या खोळी ह्या स्त्रिया संध्याकाळी व्यापाऱ्याला नेऊन देत.

तयार मालची छाननी करणारी चार माणसं ह्या व्यापाऱ्याकडे उपस्थित असत. एक जण खोळीचं वजन करी आणि दिलेल्या चिंध्यांपेक्षां खोळीचं वजन किती कमी भरलं याची नोदं ठेवी; दुसरा शिवलेल्या खोळींचा दर्जा तपासत असे; तिसरा हिशोब करून किंमत चुकवण्यासाठी चौथ्याजवळ पैसे काढून देत

जुन्या शिवणयंत्रावर चिंध्या शिवून रजईच्या खोळी बनवत असलेल्या मायलेकी
('सेवा' ॲकॅडेमी)

असे आणि हा चौथा माणूस खोळ शिवणारीला पैसे देत असे. खोळीमागे साठ पैसे मजुरी दिली जाई. अर्थात वजन केल्यानंतर दिलेल्या चिंध्यांच्या वजनापेक्षा शिवलेल्या खोळीचं वजन कमी भरलं, तर तो तोटा वळता करून घेतला जात असे. डझन खोळी शिवून त्या बाईला सात रुपये वीस पैसे कमाई होत असे. खोळ बनवताना स्वत:ची पदरमोड करून तिने ह्या व्यापाऱ्याचा चांगलाच फायदा करून दिलेला असे, हे तिला जाणवत असे. खोळ बनवण्यासाठी ती स्वत:चीच जागा आणि स्वत:चंच शिवणयंत्र वापरत असे; शिवणयंत्रासाठी तिची स्वत:ची वीज खर्च होत असे; तेलकट चिंध्या स्वच्छ करण्यासाठी तिला स्वत:लाच पाणी उकळावं लागत असे आणि त्यासाठी तिचं स्वत:चं इंधन खर्च होत असे; सोडा-केरोसीन, शिवणसाठीचा दोरा याचासुद्धा भरपूर खर्च होत असे. ह्या साऱ्यासाठी पदरमोड करून ती व्यापाऱ्याचा नफा वाढवत असे. प्रत्यक्षात हा खर्च वजा जाता तिची कमाई अगदी नगण्य असे. खोळीच्या व्यवसायातल्या व्यापाऱ्यांना इतका नफा सुटत असला, तर त्यात आश्चर्य ते काय! परंतु ह्या स्त्रिया टाकाऊ चिंध्यांपासून रजयांसाठीच्या खोळी बनवत असल्यामुळे ह्या धंद्यातल्या स्त्रियांना मजूर चळवळींपासून होणाऱ्या लाभाला मुकावं लागत होतं. ह्या धंद्यातलं उत्पादन, विक्रेते किंवा गिऱ्हाइकं हे सारे जणच अनधिकृत अर्थव्यवस्थेचा भाग असल्यामुळे अधिकृत अर्थव्यवस्थेतल्या कुणाचंच लक्ष

त्यांच्याकडे जात नसे.

दर्यापूरला दर्याखानवरून नाव दिलं गेलं होतं. सहाशे वर्षांपूर्वी अहमदाबादची स्थापना करणाऱ्या अहमदशहा बादशाहचा आवडता सरदार दर्याखान हा होता. दर्यापूरमध्ये हिंदू-मुस्लीम आणि श्रीमंत-गरीब जनतेची सरमिसळ आढळते. दर्यापूरमध्ये राहणारे अनेक मुस्लीम एकमेकांचे नातेवाईक आहेत. दर्यापूर हे चिंधी व्यापाराचं मुख्य केंद्र आहे. तिथं चिंध्यांच्या वखारी, खोळीची दुकानं आणि व्यापारी आणि कारागिरांची घरं आहेत. दर्यापूरमधले पुरुष कापडगिरण्यांत काम करत असत किंवा रिक्षा चालवत असत. त्यांच्या बायका घरबसल्या खोळ शिवायचा व्यवसाय करत असत. प्रत्येक घरी कमीतकमी एक तरी शिवणयंत्र असे. मुख्य रस्त्यावर ओळीनं खोळींची दुकानं होती आणि दुकानांच्या पाठीमागच्या बाजूलाच खोळी साठवण्यासाठी गोडाऊन होतं. खोळीच्या दुकानाच्या वरच्या मजल्यावरच व्यापारी आपल्या कुटुंबीयांसह राहत असत. दिवसा हे व्यापारी दुकानात बसून खोळी विकत आणि रात्रीच्या जेवणानंतर शिवलेल्या खोळी आणि चिंध्या स्वीकारत.

झैदाबेन विवाहानंतर कर्नाटकातून अहमदाबादमध्ये आली. ती थोडंसं उर्दू बोलू शकत असली, तरी दर्यापुरातल्या लोकांची बोलीभाषा समजायला तिला अडचण पडत असे. दर्यापुरात प्रत्येक जण गुजराती बोलत असे आणि त्यांच्या उर्दू भाषेलासुद्धा गुजराती ढंग होता; परंतु तिला तिचं नवं घर आणि आजूबाजूचा परिसर आवडला होता, कारण तिच्या माहेरापेक्षा इथं स्त्रियांच्या हालचालींवर खूपच कमी निर्बंध होते. दर्यापुरातल्या मुस्लीम स्त्रियांना फिरताना बुरखा घ्यावा लागत नसे. त्या मोठमोठ्यानं गप्पा-गोष्टी करत, बाजारहाट करत, आपापल्या नवऱ्याबरोबर सिनेमे बघायला जात आणि घरबसल्या शिवणयंत्रावर कपडे शिवत.

झैदाबेनला शिवणकाम येत नव्हतं किंवा तिनं यापूर्वी पैसे कमवायला कधी कामसुद्धा केलेलं नव्हतं; पण आता तिला तसं करायची तीव्र इच्छा वाटत होती. तिची सासू साऱ्या कुटुंबाचे कपडे स्वत: शिवत असे. दर काही दिवसांनी ती नेमानं कापड गिरणीत जाऊन पाच रुपयांना चिंध्यांचं भेंडोळं विकत आणत असे. ह्या चिंध्या स्वच्छ धुऊन साऱ्या कुटुंबासाठी ती हातानं त्यांचे कपडे शिवत असे. असं ऐकिवात आहे की, एका जमान्यात दर्यापूरमधल्या प्रत्येक घरातली प्रत्येक व्यक्ती घरातल्या कर्त्या स्त्रीनं चिंध्यांपासून हातानं शिवलेले कपडे घालत असे. अशा कहाण्या झैदाबेन जरी तिच्या नवऱ्याकडून ऐकत असली, तरी तिनं चिंध्यांच्या व्यवसायात काम केलेलं त्याला आवडणार नाही, असं तिला वाटत होतं.

पण तिची मैत्रीण आणि शेजारीण हुसेनाबेन हिला चिंध्या धुऊन त्यांची वर्गवारी करायला ती दिवसा मदत करत असे. त्यानंतर तिनं शिवणयंत्र कसं

वापरायचं ते शिकून घेतलं. हळूहळू तिनं चोरून खोळी शिवायला सुरुवात केली. तिला शिवणाचा अनुभव नाही हे पाहिल्यावर व्यापाऱ्याने तिच्या खोळींना खोळीमागे ६० पैशाऐवजी फक्त ३० पैसे दर देऊ केला. हे पैसे अगदी थोडे असले, तरी आपण घरी पैसे आणू शकतोय याचाच तिला मोठा आनंद वाटत होता! आता ती हा व्यवसाय करायला सिद्ध झाली होती. फक्त तिच्यापाशी स्वत:चं शिवणयंत्र नव्हतं. ती शेजारणीकडे जाऊन तिचं भाड्याचं शिवणयंत्र रिकामं असलं की, वापरत असे.

ज्या दिवशी तिनं वीस डझन खोळी व्यापाऱ्याला नेऊन दिल्या आणि त्यांचा मोबदला हातात घेतला, तेव्हा ह्या व्यवहारातल्या अन्यायाची तिला प्रथमच तीव्रतेनं जाणीव झाली. 'अनेक दिवस कष्ट करून इतके थोडे पैसे? मी इतके कष्ट करूनसुद्धा आजारी मुलाला डॉक्टरकडे नेण्याइतकीसुद्धा कमाई झालेली नाही!' तिच्या मनात विचार आला. त्यानंतर तिनं मनाची समजूत घातली की, तिच्या कामाच्या दराबाबत तिनं खंत का करावी? थोडे पैसे कमावता येताहेत हेही नसे थोडके! ह्या मोजक्या पैशातला काही हिस्सा शेजारणीचं मशीन वापरल्याबद्दल तिलासुद्धा द्यावा लागणार होता.

झैदाबेनप्रमाणेच बहुसंख्य स्त्रिया भाड्याच्या शिवणयंत्रांवर शिलाई करत असत. त्यासाठी त्यांच्या थोडक्या कमाईतला हिस्सा मशीनच्या भाड्यांसाठी देणं त्यांच्या जिवावर येत असलं, तरी त्यांच्यापुढे दुसरा पर्याय नव्हता. झैदाबेननं आपली खंत हुसेनाबेनपाशी व्यक्त केली. हुसेनाबेननं तिला सहानुभूती दाखवली. ह्या दोघींनी एकमेकींना उभारी दिली आणि त्यांनी धीर करून व्यापाऱ्यापाशी दर वाढवून मागायचं ठरवलं. दुसऱ्या दिवशी त्या व्यापाऱ्याकडून मळक्या चिंध्यांचं बंडल आणायला गेल्या, तेव्हा त्यांनी त्याच्यापाशी मजुरी वाढवून देण्याची मागणी केली. ह्या बायका ऐकणार नाहीत हे जाणवल्यावर त्यानं त्यांचा खोळीमागचा दर दहा पैशांनी वाढवून दिला, परंतु त्या दोघी दुकानातून बाहेर पडत असताना, तो हुसेनाबेनला म्हणाला, ''पुढल्या वेळेस माझ्या दुकानात असल्या सोलापुरी बायकांना घेऊन येऊ नकोस!'' त्याला ध्वनित करायचं होतं की, गुजरातेबाहेरून आलेल्या स्त्रिया परक्या आहेत आणि त्यांनी फार अपेक्षा ठेवू नयेत. आपल्या कामाचा कमी मोबदला दिला जाणं, स्वत:च्या मालकीचं शिवणयंत्र नसणं आणि आपल्याच गावी परक्याप्रमाणे वागणूक मिळणं हे सारं झैदाबेनच्या सहनशक्तीपलीकडलं होतं. तिनं आपलं दु:ख त्या रात्री आपल्या पतीपुढे उघडं केलं आणि त्यानं तिला खूपच सहानुभूती दाखवली. शिल्लक टाकलेल्या पैशातून तिला सेकन्डहॅन्ड शिवणयंत्र विकत घेऊन द्यायचंसुद्धा त्यानं कबूल केलं. तिला जरी व्यापाऱ्यानं आपल्या लहरीनुसार ठरवलेला मोबदला स्वीकारावा

लागणार होता, तरी आपल्या मालकीच्या शिवणयंत्रावर आता शिवणकाम करता येईल म्हणून झैदाबेन हरखून गेली होती.

हुसेनाबेनचा भाऊ शेखूभाई हा TLAमधला निवडून आलेला कामगार-प्रतिनिधी होता. तो १९७७ साली माझ्या ऑफिसात आला आणि चिंध्या शिवणाऱ्यांच्या समस्यांबद्दल तो खूपच सहानुभूतिपूर्वक बोलला. मी त्याच्याबरोबर जाऊन दर्यापूरच्या ह्या स्त्रियांची भेट घेतली. शेखूभाईनं मला चिंध्यांची गोडाउन्स आणि दुकानं दाखवली. त्या वस्तीत सर्वप्रथम माझं स्वागत करणारी स्त्री होती करीमाबेन. ही एक ठेंगणी, काळी, चष्मा लावणारी, मध्यमवयाची विधवा स्त्री होती. चिंध्यांपासून खोळी शिवणाऱ्या असंख्य स्त्रियांशी तिनं माझी ओळख करून दिली. ती त्यांच्या वतीनं त्यांच्यापुढल्या समस्या उत्कृष्ट प्रकारे मांडत होती.

त्यांच्या समस्यांचं योग्य प्रकारे आकलन व्हावं म्हणून आम्ही एकूण सात मोहोल्यांमध्ये (आळ्यांमध्ये) सर्वेक्षण करून आढावा घ्यायचं ठरवलं. या सात मोहोल्यांमध्येच खोळी शिवणाऱ्या बहुतांश स्त्रिया राहत होत्या. करीमाबेनला सर्वेक्षणाची कल्पना अजिबात पसंत नव्हती. ती तक्रारीच्या सुरात म्हणाली, "नेमकी समस्या कोणती आहे, हे आम्हां सर्वांना पक्कं ठाऊक आहे! खोळ शिवून मी जे पैसे मिळवते, त्याहून ती खोळ शिवताना मी जास्त पैसे खर्च करत असते. हीच समस्या आहे!" आणखी मोबदला मिळणं आवश्यक होतं, हीच त्यांची एकमुखानं तक्रार होती, हे तर स्पष्टपणे दिसत होतं. नशिबानं नेमक्या ह्या गरजेच्या वेळेसच रेनाना झाबवाला 'सेवा'मध्ये दाखल झाली. चिंध्या शिवून खोळी बनवणाऱ्या ह्या स्त्रियांच्या समस्यांमध्ये तिनं ताबडतोब लक्ष घातलं. करीमाबेन, रेनाना आणि मी एकत्रितपणे चांगलं सांघिक कार्य करू शकतो, असं आमच्या लगेचच लक्षात आलं.

नियोजनपूर्वक पावलं उचलण्यासाठी आम्ही करीमाबेन आणि हुसेनाबेन यांच्या मदतीनं सर्वेक्षण करायचं ठरवलं. सर्वेक्षणं मोलाची ठरतात आणि सर्वेक्षणांमुळे काम करणं 'सेवा'ला खूप सुलभ झालं आहे, असा आमचा अनुभव आहे. सर्वेक्षणांमुळे आम्हांला समस्यांचं आकलन पूर्णपणे होतं. त्यानंतर ठोस पावलं उचलली की, सर्वेक्षणादरम्यान आम्हांला त्या समाजातल्या नेतृत्वगुण असलेल्या व्यक्तीसुद्धा हेरता आलेल्या असतात आणि त्यांची मदत घेणं सुलभ होतं.

ह्या सर्वेक्षणातून आम्हांला जे-जे जाणवलं, ते-ते ह्या स्त्रियांना सांगण्यासाठी आम्ही एक मोठी सभा घेतली. त्यानंतर प्रत्येक मोहोल्ल्यात राहणाऱ्या स्त्रियांनी आपापल्या उपसभा घेतल्या आणि आपल्याला मिळणारा मोबदला आणि आपल्यापुढल्या समस्यांबद्दल त्यांनी धीर करून मोकळेपणानं आपापसात चर्चा केली. ह्या सभांकडे इतरांचं लक्ष जाणं अपरिहार्य होतं आणि नेम धरून दगड

मारून ह्या सभा उधळण्याचेसुद्धा प्रयत्न केले गेले. ह्या प्रयत्नांना धूप न घालता ह्या स्त्रियांनी एकमेकींचं बोलणं नीटपणे ऐकून घेतलं. चर्चेअंती त्यांच्या लक्षात आलं की, मोबदला वाढवून मागणं हे न्याय्य होतं आणि त्यांनी ते यापूर्वीच करायला हवं होतं.

सरतेशेवटी 'सेवा'च्या सदस्य ह्या नात्यानं ह्या स्त्रियांनी आपल्या मागण्यांबद्दलचं लेखी पत्र चिंधी-व्यापारी संघटनेच्या अध्यक्षाकडे पाठवून दिलं. ह्या पत्राची एक प्रत लेबर कमिशनरच्या ऑफिसातही पाठवण्यात आली. सहाशे स्त्रियांनी त्यांचा मोबदला खोळीमागे साठ पैशांवरून सव्वा रुपयावर वाढवून मागितला. आपलं धाडस पाहून स्त्रिया स्वत:च इतक्या थक्क झाल्या होत्या, तर ते पत्र पाहून व्यापारी किती थिजून गेले असतील! वेगवेगळ्या व्यापाऱ्यांना भेटून आमच्या मागण्यांबद्दल चर्चा करण्यासाठी एक कार्यकारी समिती स्थापन केली गेली. व्यापाऱ्यांनी ह्या समितीच्या सदस्यांचं बोलणं लक्षपूर्वक ऐकून घेतल्यामुळे त्यांच्या आशा पल्लवित झाल्या. स्त्रियांची उमेद वाढली आणि ह्या चर्चेनंतर चांगलं निष्पन्न होईल म्हणून ह्या स्त्रियांनी अनेक आठवडे वाट पाहिली; पण काहीही उत्तर आलं नाही. त्याऐवजी आमच्या कानावर आलं की, चिंधी-व्यापारी-संघटनेच्या कार्यकारिणीनं एका चर्चासभेत ठराव संमत केला की, यापुढे 'सेवा'च्या सदस्यांना शिवणकाम देणं बंद करायचं.

आम्ही व्यापाऱ्यांशी आणखी नेटानं चर्चा केल्या, पण त्यांनी धूप घातली नाही. त्याऐवजी दर्यापूरमधल्या गरिबांमध्ये 'सेवा' असंतोष फैलावते आहे असा आरोप त्यांनी आमच्यावर केला. झैदाबेन म्हणाली, "रस्त्यातली मुलं शिव्या देत आमच्यामागे धावत होती. मला त्याबद्दल कुणापाशीही, अगदी माझ्या घरातसुद्धा तक्रार करता आली नाही." ह्या स्त्रियांच्या मागण्यांना त्यांच्या कुटुंबीयांचा पाठिंबा होता; पण त्यांनी चर्चासभांना जावं, 'सेवा'च्या ऑफिसात जावं किंवा व्यापाऱ्यांशी बोलायला रस्त्यावर फिरावं हे त्यांना मंजूर नव्हतं. झैदाबेन म्हणाली, "आमचे नवरे कामावर गेले की, लगेचच घराला कुलूप घालून आम्ही चर्चासभांसाठी धावत होतो. बेकार असताना ह्या सभाच आम्हांला संजीवन देत होत्या. आमचे नवरे म्हणत, 'तुम्ही बेकार आहात आणि चर्चा करून पोट भरताय!' पण आम्ही अशी टीका निमूटपणे ऐकून घेत होतो."

एका शुक्रवारी नमाझनंतर आम्ही एका मशिदीमागच्या पटांगणात भेटलो आणि आमच्या वैफल्याला वाचा फोडली. चर्चेनंतर आम्ही दोन निर्णय घेतले : सर्वाधिक गरजूंना काम देण्यासाठी आम्ही स्वत:चंच उत्पादनकेंद्र स्थापन करू आणि आम्ही आमच्या मागण्या आणखी मोठ्या आवाजात मांडू. पहिला निर्णय ताबडतोब अमलात आणता आला नाही. दुसऱ्या निर्णयानुसार आम्ही दर्यापूरच्या

रस्त्यांवर मोर्चे कढायचं ठरवलं. लोक जेवून वामकुक्षी घेतात, तेव्हा दर्यापूरमधल्या स्त्रिया येणाऱ्या रविवारच्या मध्यान्हीला, रस्त्यांवर बाहेर पडून कण्यांवर 'हमारी मांगे पूरी करो!', 'सव्वा रुपैय्या लेके-रहेंगे!' अशा आरोळ्या ठोकतील, असं ठरवलं गेलं. परंतु प्रत्यक्षात त्या रविवारी करीमाबेनबरोबर मूठभर स्त्रियाच उभ्या राहिल्या. बऱ्याचशा स्त्रिया घराबाहेर पडल्याच नाहीत. झैदाबेनसुद्धा आली नाही; परंतु ही घटना दर्यापुरात लपून राहिली नाही.

सोमवारी चिंधी-व्यापारी संघटनेच्या अध्यक्षानं मला बोलावून सांगितलं की, गरीब स्त्रियांच्या मागण्यांना त्यांचा कधीच विरोध नव्हता! "आम्ही त्यांना खोळीमागे एक रुपया मजुरी द्यायला तयार आहोत." तो म्हणाला. त्या संध्याकाळी 'सेवा' आणि व्यापाऱ्यांची संघटना यांनी ह्या ठरावावर सह्या केल्या. स्त्रिया पुन्हा शिवणकाम करू लागल्या, परंतु दिलेलं वचन व्यापाऱ्यांनी कधीच पाळलं नाही. कबूल केलेली एक रुपया प्रति खोळ ही मजुरी ह्या व्यापाऱ्यांनी कोणत्याही स्त्रीला दिली नाही.

'नगावरचा मजुरीचा दर' हा अतिशय महत्त्वाचा प्रश्न आहे आणि धोरण आखणारे ह्या प्रश्नाकडे कधीही पुरेसं लक्ष देत नाहीत. नगावरचा दर मालक अशा पद्धतीनं ठरवतो की, त्याला अगदी कमी खर्चात सर्वाधिक प्रमाणात नफा मिळावा. जोवर कामगारांना एकत्रित होऊन, एकमुखानं योग्य दराची मागणी करता येत नाही, तोवर मालक त्यांची पिळवणूक करतच राहतात. मालकांच्या फायद्याची आणखी एक गोष्ट म्हणजे, नगावर मजुरी घेणाऱ्यांना मजूर कायदा लागू पडत नसतो!

किमान वेतन मिळण्याच्या कायद्याखाली येणाऱ्या विविध व्यवसायांची यादी भारत सरकारनं बनवलेली आहे, परंतु आपल्या देशात माणसागणिक भिन्न व्यवसाय असताना अशी यादी कशी पुरी पडेल? ह्या सरकारी यादीत शिवणकामाचा समावेशच केलेला नाही. या कायद्यात ज्या व्यवसायांचा समावेश आहे, तिथेसुद्धा किमान वेतन दिलं जातंय की नाही, याची अंमलबजावणी केली जात नाही. सर्व व्यवसायांमधल्या कामगारांना कायद्यानं किमान वेतन दिलं जाण्याची तरतूद खरं म्हणजे केली गेली पाहिजे; मग कामगार या यादीत ते समाविष्ट असोत की नसोत! देशातल्या मजूर-कायद्यांची अंमलबजावणी 'लेबर डिपार्टमेंट' ह्या सरकारी खात्यातर्फे केली जाते आणि अशा अनधिकृत छोट्या उद्योगातल्या कामगारांबद्दल ह्या खात्याला फारच तुटपुंजी माहिती असते. ह्या मजूरखात्याचा बराचसा वेळ राज्यातल्या कारखान्यांमधले कज्जे सोडवण्यातच खर्च होत असतो. स्वतःचे छोटे व्यवसाय करणारे असंख्य लोक मजूर खात्याला दिसतच नाहीत आणि अशांच्या समस्यांचं निवारण केलंच जात नाही. अशी वस्तुस्थिती असताना मजूर

खातं आणि त्याचे कामगार कायदे यांची उपयुक्तता काय, असा प्रश्न आपल्याला पडला, तर ते अगदी स्वाभाविक आणि क्षम्य मानलं पाहिजे!

मजूर-खात्याकडून कितपत मदत होईल, याबद्दल साशंकता वाटत असूनसुद्धा आम्ही तिथे लेखी तक्रार करायचं ठरवलं. आम्हांला वाटलं की, भारताचे नागरिक या नात्यानं आम्ही लोकांच्या समस्या निवारण्यासाठी सरकारी यंत्रणेला वेठीला धरलंच पाहिजे. मग त्यासाठी पाठपुरावा करणं कितीही वेळखाऊ, कंटाळवाणं आणि विफलतादायक का असेना! जलद कार्यवाहीसाठी शिवणकाम करणाऱ्या स्त्रियांनी पाच जणांची समिती नेमली. कोणती शिवणकाम करणारी स्त्री कोणत्या व्यापाऱ्यासाठी खोळी शिवून देते आणि त्यासाठी तिला नगामागे किती मजुरी मिळते, याची पूर्ण यादी या समितीने तयार केली.

मजूर-खात्यानं मजुरांच्या आणि व्यापाऱ्यांच्या प्रतिनिधींच्या असंख्य बैठकी घेतल्या, परंतु प्रगतीला खीळ घालायच्या हेतूनं महत्त्वाच्या बैठकींना व्यापारी अनुपस्थितच राहिले. अनेक महिने बोलणी करूनसुद्धा काहीही निष्कर्ष निघाला नाही. दरम्यान, खोळ शिवण्यावर पोट अवलंबून असलेल्या स्त्रियांना वेचून काढून त्यांना काम द्यायचं व्यापाऱ्यांनी बंद केलं. ह्या चळवळीत सक्रिय सहभाग असलेल्यांनासुद्धा काम देणं व्यापाऱ्यांनी बंद केलं. अशांना आर्थिक मदत पुरवण्याजोगी पुंजी 'सेवा' ह्या संघटनेपाशी नव्हती. त्यामुळे 'सेवा'नं त्यांना मदत करायच्या हेतूनं खोळ बनवण्यासाठी छोट्याशा केंद्राची स्थापना केली. त्यासाठी सुरुवातीचं ३,००० रुपये भांडवल TLAनं घातलं. ह्या गोष्टीमुळे ह्या गरजू स्त्रियांची थोडी सोय लावता आली असली, तरी वाटाघाटीदरम्यान आम्हांला याचा त्रासच झाला. हे व्यापारी वारंवार दावा करू लागले की, 'सेवा' ही संस्था त्यांच्यासारखीच एक व्यापारी होती.

सरतेशेवटी, व्यापाऱ्यांनी 'सेवा'ला लेखी करारान्वये खोळीमागे १ रुपया मजुरी देण्याचं लेबर कमिशनरसमोर कबूल केलं, परंतु प्रत्यक्षात हा दर ८० पैसे ते १ रुपया यांमध्येच बदलत राहिला होता. हा छोटासा विजयसुद्धा अल्पजीवी आनंदाचा ठरला, कारण नगामागे दर वाढवून मिळताच शिवणाचा दोरा महागला आणि हा फायदा नष्ट झाला. बायका स्वखर्चानं दोरा विकत आणत असल्यामुळे मजुरी वाढूनही त्यांचा काहीच फायदा झाला नाही. शिवणाच्या दोऱ्याच्या किमती वाढतच गेल्या आणि पुन्हा एकदा खोळीमागे दर वाढवून मागण्याची गरज उभी राहिली. खोळींचा धंदा तेजीत चाललेला होता आणि खोळींच्या व्यापाऱ्यांची बरकत होत होती. बरेच जण आपापली घरं मोठी करत होते. जॉर्डन रोडवर पाश्चिमात्य पदार्थ बनवणारी दोन नवी, अलिशान रेस्टॉरंट्स उघडण्यात आली होती. दर्यापुरातले लग्नसमारंभ पहिल्यापेक्षा अधिक धामधुमीत साजरे होत होते.

खोळीच्या व्यवसायात भरपूर नफा सुटत होता.

१९८० साली गुजरात सरकारनं चिंध्यांवर विक्रीकर लावला. हा विक्रीकर हटवण्यासाठी चिंध्यांच्या व्यापाऱ्यांनी अर्थखात्यापुढे धरणं धरलं. त्यांचा दावा होता की, ह्या विक्रीकरामुळे खोळींचा धंदा ठप्प होईल आणि हजारो गरीब स्त्रिया उपाशी मरतील!

आमच्या मागण्या अर्थखात्यापुढे ठेवण्यासाठी हीच सुवर्णसंधी होती, हे आम्ही ओळखलं. आम्ही मागणी केली की, हे व्यापारी कामगारांना जोवर नगामागे मजुरी वाढवून देत नाहीत, तोवर अर्थखात्यानं विक्रीकर अजिबात हटवू नये. असं अगदी क्वचित घडतं, पण आमच्या नशिबानं अर्थमंत्री असलेले श्री. सनत मेहता हे एक वरिष्ठ कामगार-नेतेसुद्धा होते. त्यांनी मुत्सद्दीपणे कामगारांचं पारडं झुकतं ठेवण्यासाठी आपलं वजन खर्ची केलं. व्यापाऱ्यांना सरतेशेवटी नमतं घेऊन सरसकट सर्व कामगारांना खोळीमागे सव्वा रुपया शिवणाची मजुरी देणं भाग पडलं.

शहराच्या ज्या इतर भागांतल्या स्त्रिया चिंध्यांपासून कपडे शिवून देत होत्या, त्यांच्यापर्यंत आमची यशोगाथा पोचली. 'सेवा'नं केलेल्या सर्वेक्षणात आम्हांला कळलं की, शहराच्या शहापूर विभागातल्या स्त्रिया चिंध्यांपासून मुलांचे कपडे शिवून देत असत आणि बापूनगर, आमराइवाडी आणि सारसपूर ह्या अहमदाबादेच्या विभागातल्या स्त्रिया कटपीसपासून परकर शिवून देत असत. दर्यापूर विभागातल्या खोळी शिवणाऱ्या दोन प्रमुख स्त्रिया शहापूरच्या गल्ल्यांमध्ये पोचल्या आणि त्यांनी कपडे शिवणाऱ्या स्त्रियांना संघटित केलं.

काही गरीब स्त्रियांना गरजेच्या वेळेस 'सेवा'च्या खोळी शिवण्याच्या केंद्राची मदत झाली होती. खोळ-बाजारात 'सेवा'नं एक दुकान भाड्यानं घेतलं होतं आणि तिथे आम्ही ह्या खोळी विकत होतो. खोळी विकणं अवघड नव्हतं, पण कापड- गिरण्यांमधून कच्चा माल, चिंध्या मिळवणं फारच अवघड काम होतं. कापडगिरण्यांच्या विक्री अधिकाऱ्यांशी व्यापारी लोकांचे आर्थिक हितसंबंध होते. जरी TLAचा आम्हांला पाठिंबा होता आणि आमच्या वतीनं TLA गिरण्यांशी बोलणी करत होती, तरी कापडगिरण्यांमधले खालच्या स्तरावरले अधिकारी चांगलेच लबाड होते. आमच्या केंद्राला चिंध्या विकताना ते जास्त किंमत लावत, दर्जा निकृष्ट असे आणि वजनात मारत असत. चिंध्यांच्या गाठोड्यात विटांचे तुकडे, घाणेरडी ब्लँकेट्स आढळत. झैदाबेनला तर त्यात एकदा गंजलेला खंजीर आढळला. आमच्या छोट्याशा उत्पादन केंद्राला १९८०च्या दशकात प्रचंड विरोधाला सामोरं जावं लागलं.

असं असूनही खोळी बनवण्याच्या आमच्या केंद्राचं उत्पादन आणि विक्री

खूपच वाढत होती. कोणत्याही व्यापारी उद्योगाला उत्तेजन द्यायचं नाही, असं 'सेवा'चं धोरण असल्यामुळे आम्ही ह्या खोळी बनवण्याच्या केंद्राची नोंदणी जुलै १९८२मध्ये 'सबीना सहकारी संस्था' अशी करून घेतली. ह्या 'सबीना सहकारी संस्थे'नं केवळ गरजूंना रोजगारच मिळवून दिला नाही, तर पावसाळ्याच्या दिवसातसुद्धा जास्त दरावर पूर्ण वेळ काम मिळवून दिलं. ज्या गरीब स्त्रियांना उपाशी मारण्याचा प्रयत्न व्यापाऱ्यांनी केलेला होता, त्या स्त्रियांना 'सबीना'नं रोजगार मिळवून दिला आणि त्या स्त्रिया संघटनेच्या सक्रिय कार्यकर्त्या बनल्या. असाधारण आणि आर्थिकदृष्ट्या यशस्वी प्रकल्प म्हणून 'गुजरात स्टेट कोऑपरेटिव्ह डिपार्टमेंट'नं 'सबीना'ला प्रथम पारितोषिक देऊन गौरवलं. व्यापाऱ्यांसाठी खोळी शिवण्याऐवजी अनेक स्त्रिया 'सबीना' संघटनेच्या सदस्य बनून 'सबीना'साठी शिवणकाम करण्याची इच्छा दर्शवू लागल्या. त्यांनी असं केल्यामुळं आपल्यासाठी काम करणाऱ्या स्त्रियांना योग्य वेतन देणं व्यापाऱ्यांना भाग पडलं असतं. सरकारनं 'टेक्स्टाइल कॉर्पोरेशन'मधल्या चिंधीच्या किमती ठरवण्याच्या समितीवर 'सबीना सहकारी संघटने'ची नियुक्ती केली. चिंधी व्यापाराचं हे सुवर्णयुग होतं आणि चिंध्यांपासून खोळी शिवणाऱ्या आमच्या सदस्य एकाएकी प्रकाशात आल्या!

बिस्मिल्ला नावाची एक वृद्ध महिला नियमानं 'सबीना'च्या दुकानात येऊन चटचट खरेदी उरकत असे. ह्या बिस्मिलाला साऱ्या जणी 'खाला' (आत्या) अशी हाक मारत. दुपारी तिचा नवरा वामकुक्षी घेत असताना खाला 'सबीना'च्या दुकानातून चांगल्या प्रतीच्या खोळी विकत घेत असे आणि घरोघरी जाऊन त्या विकत असे. ह्या व्यवहारात तिला थोडासा नफा मिळत असे. लवकरच कुणीतरी खालाचे हे उद्योग तिच्या नवऱ्याच्या कानी घातले. तिच्या नवऱ्यानं कडक शब्दांत तिची कानउघडणी केली आणि तिची जागा घरातच आहे आणि तिनं गुपचूप घरी राहून घर सांभाळावं असं फर्मान सोडलं; पण दुसऱ्या दिवशी खाला पुन्हा दुकानात आली आणि दारोदार खोळी विकू लागली. ती घरी परत गेली, तेव्हा हातात काठी घेऊन तिची वाट पाहत असलेला नवरा तिला दिसला. तो इतका संतापला होता की, त्यानं खालाला बेदम चोप दिला. सरतेशेवटी शेजारीपाजारी तिच्या मदतीला धावले. काही दिवसांनी ठणकणारी गात्रं ठीक झाल्यावर खाला पुन्हा 'सबीना'च्या दुकानात हजर झाली. त्यानंतर 'सबीना'तल्या कर्मचारी स्त्रिया खालाला घरापर्यंत पोचवू लागल्या. नवऱ्यानं तिला चोप द्यायचं बंद केलं होतं की नाही याबद्दल कुणालाच काही कल्पना नव्हती. काही दिवसांनी 'सबीना सहकारी संघटने'च्या सदस्य स्त्रियांनी खालाला महिना पाचशे रुपये पगारावर वजन करायच्या मशीनजवळ मालाचं वजन करायची नोकरी दिली. नोकरी करू देण्याबद्दल नवऱ्याचं मन खालानं वळवलं किंवा नाही हे कुणालाच ठाऊक नव्हतं, पण हसतमुखानं आणि घाबरल्या

आपल्या नव्या घरी कपडे शिवत असताना (श्रेया शाह)

डोळ्यांनी खाला दररोज कामावर हजर राहू लागली. काही महिने उलटले आणि तिथल्या स्त्रियांना एक विलक्षण दृश्य दिसलं. खालाचा नवरा दररोज मध्यान्हीला दुकानात आपल्या पत्नीसाठी गरमगरम जेवणाचा डबा घेऊन येऊ लागला!

खालाप्रमाणेच कामावर जाऊ लागलेल्या इतर स्त्रियांनासुद्धा त्यांच्या नवऱ्यांच्या आणि इतर कुटुंबीयांच्या प्रतिक्रियेला आणि विरोधाला तोंड द्यावं लागलं. 'सेवा' आपल्या सदस्यांच्या घरगुती विवादात लक्ष घालत नसली, तरी आम्ही 'सेवा'च्या सदस्यांना, त्यांच्या कामावरच्या बहिणींना पाठबळ आणि उमेद द्यायला उत्तेजन देत असतो. नोकरी जाणार नाही हा विश्वास त्यांच्या मनात जागा करणं अतिशय महत्त्वाचं असतं. आर्थिक स्थैर्यामुळे स्त्रीचं मनोबल वाढतं आणि घरातल्या समस्यांना ती आत्मविश्वासानं सामोरी जाऊ लागते.

झैदाबेन 'सबीना सहकारी संघटने'चं व्यवस्थापन सांभाळत होती, तर करीमाबेन 'सेवा'ची उपाध्यक्ष म्हणून काम बघत होती. त्यामुळे खोळी शिवणाऱ्या भगिनींचे हितसंबंध योग्य व्यक्तींच्या हातून जपले जात होते. ह्या स्त्रियांना चिंधी ट्रेडर्स असोसिएशनकडून, त्यांच्या समाजाकडून आणि त्यांच्या नवऱ्यांकडून मानाची वागणूक मिळू लागली होती. कामगार-संघटना आणि सहकारी-संस्था यांच्या संयुक्त प्रयत्नांनी बदल घडवून आणण्याचा 'सेवा'चा हा पहिलाच आणि यशस्वी प्रयत्न होता.

पण वर्षं उलटू लागल्यावर एकामागोमाग एक कापडगिरण्या बंद पडू लागल्या. गिरण्यांशिवाय चिंध्या मिळणार नव्हत्या. १९९०च्या दशकापर्यंत

फक्त दहा कापडगिरण्या चालू राहिल्या होत्या आणि त्या आता सुती कापड बनवेनाशा झाल्या होत्या. सिन्थेटिक कापडाच्या चिंध्या शिवणं अवघड असतं. त्यामुळे त्यांचा फारसा उपयोग होऊ शकत नाही. चिंधी ट्रेडर्स असोसिएशन बंद पडली आणि व्यापारी आणि खोळी शिवून देणाऱ्या स्त्रिया बेकार झाल्या. मुख्तिआरबंधूंशी मजुरी वाढवून देण्यासाठी आम्ही सतत हुज्जत घालत असू. ह्या व्यापारी बंधुद्वयानं आपलं खोळीचं दुकान बंद करून टाकलं आणि शीतपेय विकणाऱ्या दुकानात आपला STD फोन-बूथ उघडला.

अहमदाबादमध्ये इतकी उलथापालथ होत असूनही दर्यापूरमधली 'सेवा'ची सदस्यसंख्या घटली नाही. 'सेवा बँके'चं काम जोरात सुरू होतं आणि 'सबीना'चं दुकान हे बचत, कर्ज, विमा आणि घरकर्ज अशा आर्थिक सेवा पुरवणारं महत्त्वाचं केंद्र बनलं होतं. पॅचवर्क आणि रेडिमेड गार्मेंटसाठी कपडे बेतण्याचं प्रशिक्षण घेण्यासाठी दर्यापूरमधल्या तरुण मुली 'सेवा'कडे येऊ लागल्या. 'सबीना'चं दुकान अजूनही चालू आहे, परंतु ते ना-नफा ना-तोटा तत्त्वावर चालवलं जात आहे. आपण टाकलेली शिल्लक आणि सेवा बँकेनं दिलेलं कर्ज या जोरावर झैदाबेननं एक छोटासा फ्लॅट विकत घेतला, पण त्यानंतर तिचे नेतृत्वगुण आणखी बहरले नाहीत. एक चांगली हिशेबनीस आणि मनमिळाऊ व्यवस्थापक एवढ्यावरच तिची प्रगती थांबली. रेनाना 'सेवा'ची सेक्रेटरी म्हणून निवडून आली.

खोळींची जागा तयार कपड्यांच्या व्यापारानं घेतली. जुन्या खोळ-व्यापाऱ्यांच्या ज्या तरुण मुलांजवळ पुरेसं भांडवल होतं, त्यांनी अंतर्वस्त्रं आणि इतर तयार कपडे बनवण्याच्या वेगवेगळ्या टप्प्यांकडे लक्ष वळवलं. कपडे बेतून कापणं, शिवणं, जोडणं, इस्त्री करणं, पॅक करणं अशा वेगवेगळ्या प्रक्रिया करण्यासाठी त्यांनी लहान कारखाने टाकून मोठाल्या कंपन्यांना माल पुरवायला सुरुवात केली. ते पुरुषांना आणि दर्यापूरमधल्या थोड्याशा मुलींना कामावर ठेवू लागले. पायमशिनांची जागा विजेवर चालणाऱ्या यंत्रांनी घेतली. नोकरदारांच्या वस्त्यांमधल्या झोपडपट्ट्यांमध्ये गार्मेंट इंडस्ट्री फोफावली आहे. गार्मेंट व्यवसायातल्या स्त्रियासुद्धा आता 'सेवा'च्या सदस्य झाल्या आहेत.

मी अनुभवानं शिकलेय की, अन्याय तीन स्तरांवर केला जातो; अन्यायाचे तीन चेहरे असतात. पहिला – अन्याय करणारा चेहरा. हा स्त्रियांना लगेचच दिसतो. तो चेहरा असतो, त्यांचं शोषण करणाऱ्यांचा. कधी तो क्रूर पोलीस असतो, तर कधी निष्ठुर मालक असतो किंवा कधी तो दुष्ट कंत्राटदार असतो. अशा थेट शोषण करणाऱ्यांना मदत करणारी यंत्रणा हा अन्यायाचा दुसरा स्तर असतो. त्यात सरकारी खाती आणि कायद्याची यंत्रणा मोडते. सखोल माहिती होईपर्यंत हा दुसरा अन्याय करणारा स्तर कामगार स्त्रियांना सहज समजत नाही.

मजुरांचे हितसंबंध जपण्यासाठी मजूरखातं निर्माण केलं गेलं; परंतु नोकरी देणारे मालक आणि व्यापारी तिथे भ्रष्टाचार माजवतात आणि लाचखोरीला चटावलेल्यांना मिंधं करून टाकतात. त्यामुळे मजुरांचं हित जपण्याऐवजी हे मजूरखातं अशा मालकांना आणि व्यापाऱ्यांना कायद्यातून पळवाटा शोधून देण्यातच व्यग्र राहतं. गरीब फेरीवाल्या विक्रेत्यांना नगरपालिका गुन्हेगारांप्रमाणे वागवते. वर्षानुवर्षं कोर्टात खटले चालू राहतात आणि कोर्टाचा निकाल लागतो, तेव्हा तो फारच क्वचित अशा स्वतःच्या व्यवसायातल्या गरिबांच्या बाजूनं लागतो. हे सारं शोषण तिसऱ्या आणि अत्युच्च स्तरावरच्या अन्यायामुळे शक्य होतं. हा तिसरा स्तर असतो धोरणं आखणाऱ्या आणि कायदे बनवणाऱ्या श्रेष्ठींचा! कोती मनं, गुंतलेले आर्थिक हितसंबंध, गरिबांच्या परिस्थितीबद्दलचं संपूर्ण अज्ञान ह्या सर्व गोष्टींमुळे आखली जाणारी धोरणं संपूर्णतः कालबाह्य, असंबद्ध, अव्यवहार्य, अंमलबजावणी करण्यास कठीण आणि कधीकधी तर उघडपणे शोषण करणारी असतात! 'सेवा' ह्या तिन्ही स्तरांवरच्या अन्यायांशी लढा देत असते. मालक, कंत्राटदार आणि पोलीस यांच्याशी समोरासमोर हुज्जत घालण्याशिवाय आम्ही मोर्चे काढतो, संप घडवून आणतो, कोर्टात खटले दाखल करतो, समस्येकडे सर्वांचं लक्ष वेधून घेण्यासाठी प्रत्येक स्तरावर किंवा कधीकधी तिन्ही स्तरांवर एकाच वेळेस आम्ही कृतिशील पावलं उचलतो. मोहिमा, शिबिरं, सर्वेक्षणं, धरणी, प्रचार, कोर्टात खटले दाखल करण्यासाठीची पूर्वतयारी, विविध ठिकाणी स्नेहसंबंध जोडणं ह्या साऱ्या गोष्टी ह्या लढ्यासाठीच कराव्या लागतात. परंतु ह्या साऱ्या लढतीसाठी संघटित राहणं हे सर्वांत महत्त्वाचं आहे. जर स्त्रियांची एकजूट अभेद्य असेल, तरच सारी लढत; मग ती थेट असो, कायदेशीर असो की धोरणाबाबत असो, फलदायी ठरू शकेल!

कपडे शिवणारे

चिंध्यांपासून खोळी शिवण्यापेक्षा कपडे शिवणं हा अधिक प्रतिष्ठित व्यवसाय मानला जातो. घरबसल्या कपडे शिवून देण्याचा व्यवसाय गेल्या तीस वर्षांत अधिकाधिक स्त्रिया करू लागल्या आहेत. मजुरी वाढवून घेण्यासाठी खोळी बनवणाऱ्या स्त्रिया लढा देत असताना आमच्या लक्षात आलं की, स्वस्तात खोळी शिवून घेण्यामुळे व्यापाऱ्यांचा धंदा किफायतशीर होत होता. घरबसल्या शिवण शिवून देण्याला हे व्यापारी उत्तेजन देत असत कारण असं काम त्यांना स्वस्तात करून मिळत असे.

अहमदाबादमधल्या शहापूर विभागातल्या स्त्रिया छापील चिंध्या वापरून लहान मुलांचे कपडे शिवून देत असत. दर्यापूरमधल्या खोळी शिवणाऱ्या स्त्रिया

नगामागे दरवाढीसाठी देत असलेल्या लढतीकडे ह्या स्त्रियांचं बारीक लक्ष होतं. झैदाबेन आणि करीमाबेनच्या नातेवाईक स्त्रिया शहापूरमध्ये राहत होत्या आणि त्या लहान मुलांचे कपडे शिवून देत होत्या. ह्या ओळखीच्या स्त्रियांच्या मदतीनं १९८६ साली 'सेवा'नं घरबसल्या चिंध्यांपासून कपडे शिवून देणाऱ्या स्त्रियांच्या व्यवसायाचं आणि आयुष्याचं सर्वेक्षण केलं. मध्यमवयीन स्त्रिया सद्य:स्थितीला कंटाळलेल्या होत्या आणि बदल घडवून आणण्यासाठी संघटित होण्यास उत्सुक होत्या, असं या सर्वेक्षणात आम्हांला आढळलं आणि आम्हांला आनंद झाला.

ह्या सर्वेक्षणातली माहिती अपेक्षेप्रमाणेच होती.[१] ह्या व्यवसायातल्या ८४% स्त्रियांना महिना ५०० रुपयांहून कमी प्राप्ती होत होती. कामगार स्त्रियांनाच उत्पादनाचा खर्च पेलावा लागत होता. छोट्या कपड्यांसाठी डझनाला दीड रुपया, तर मोठ्या कपड्यांसाठी डझनाला दहा रुपये असा वेतनदर दिला जात होता. शिवणयंत्र, दोरा, वीज, घरातली जागा, व्यापाऱ्याच्या दुकानात जाण्याचा वाहतुकीचा खर्च ह्या गोष्टी वजा जाता स्त्रियांची सरासरी कमाई महिन्याला ३०० रुपयेच होती. पावलं दुखणं, पाय सुजणं, पाठ धरणं आणि झोप न येणं अशा प्रकारचा त्रास ९०% स्त्रियांना होत होता. कामामुळे उद्भवणाऱ्या अशा व्याधींवर यातल्या बऱ्याचशा स्त्रियांना डॉक्टरकडून उपचार करून घ्यावे लागत होते आणि त्यासाठी खर्च होत होता. व्यापारी त्यांच्या जिवावर नफा कमावत होते. कमी वेतनदर आणि अनियमितपणे मिळणारं काम यांमुळे ६२% स्त्रियांनी नोकरी देणारे मालक बदलले होते. 'सेवा बँके'कडून कर्ज काढून २२% स्त्रियांनी आपल्या मालकीची शिवणयंत्र खरेदी केली होती. ५१% स्त्रियांनी मालकाच्या खातेवाहीत आपल्या नावांची नोंद केलेली होती. ह्या साऱ्या स्त्रियांना ओळखपत्र (I. D.Card) किंवा उपस्थितीची नोंदवही याचं महत्त्व कळत होतं. यातल्या ४२% स्त्रिया 'सेवा' संघटनेच्या सदस्या होत्या आणि ४८% स्त्रियांनी 'सेवा बँके'त खातं उघडलेलं होतं.

सरकारी मजूर खात्याच्या योजनेखाली 'सेवा'ला विविध व्यवसायांतल्या कामगारांना प्रशिक्षण देणारे वर्ग आयोजित करायची विनंती करण्यात आली. कपडे शिवून देण्याच्या व्यवसायातल्या स्त्रियांना संघटित करून, त्यातल्या होतकरू कार्यकर्त्या हेरण्याची ही आमच्यापुढली सुवर्णसंधीच होती! १९८३ सालापर्यंत आम्ही फ्रॉक आणि परकर शिवून देणाऱ्या ३९०६ स्त्रियांना संघटित केलं. चिंध्यांपासून खोळी

---

१. पॉला कँटर. 'एस्टिमेटिंग नंबर्स इन हाउसहोल्ड इंडस्ट्री : द केस ऑफ होम-बेस्ड गार्मेंट मेकर्स इन अहमदाबाद.'' अहमदाबाद, इंडिया. अनपब्लिश्ड मॅन्युस्क्रिप्ट, १९८६.

शिवणाऱ्या स्त्रिया संघटित होताना घाबरत होत्या, परंतु ह्या स्त्रिया 'सेवा'च्या सदस्या झाल्याबरोबर लढा द्यायला सिद्ध झाल्या.

मजुरी वाढवून देण्याची ह्या स्त्रियांची मागणी त्यांना नोकरीवर ठेवणाऱ्या मालकांपुढे 'सेवा'नं ठेवली, पण काहीही उत्तर मिळालं नाही. आम्ही लेबर कमिशनरच्या कार्यालयाला लक्ष घालायची विनंती केली. लेबर-इन्स्पेक्टर ह्या कामगार स्त्रियांच्या घरी गेले आणि त्यांनी त्यांना मिळणाऱ्या वेतनदराबाबतचे पुरावे गोळा केले. त्यांनी मालकांच्या ऑफिसांना भेटी दिल्या. काही ऑफिसांवर त्यांनी धाडसुद्धा घातली; पण ह्या सरकारी अन्वेषणानंतर काहीही निष्पन्न झालं नाही.

गुजरात सरकारनं तयार कपड्यांवरचा विक्रीकर वाढवल्यामुळे हे मालक तेव्हा प्रक्षुब्ध मन:स्थितीत होते. खोळींच्या व्यापाऱ्यांप्रमाणेच तयार कपड्यांचे व्यापारीसुद्धा विक्रीकर घटवून घेण्यासाठी 'सेवा'ची मदत मागत आले, परंतु 'सेवा'नं त्यांच्याकडे लक्ष दिलं नाही. सरकारकडे निषेध नोंदवण्यासाठी ह्या व्यापाऱ्यांनी आपली सारी उत्पादन-केंद्रं बंद करून टाकली. कामगार तीन महिने बेकार बसून राहिले.

मग दंगल उसळली.

१९८५ साली पेटलेल्या जातीय दंग्यांमध्ये अनेक कामगार होरपळून निघाले. मुस्लीम लोक राहत असलेल्या जागी दंगलीनं सर्वांत भीषण रूप धारण केलं. ह्या स्त्रियांची घरं लुटली गेली आणि पेटवली गेली. शिवणयंत्र विकत घेण्यासाठी 'सेवा बँके'नं जास्तीची कर्जं उपलब्ध करून दिली. 'सेवा' संघटनेनं त्यांना व्यावसायिक पुनर्वसनासाठी मदत केली. 'सेवा'ला आणखी संकटांचा सामना करावा लागला.

१९८५च्या जातीय दंगलीच्या वेळेस आमच्या 'सेवा' ऑफिसाला धमक्या दिल्या जाऊ लागल्या. 'सेवा'च्या इमारतीच्या वेगवेगळ्या कक्षांना आमच्या काही निवर्तलेल्या नेत्यांची नावं देण्यात आलेली आहेत – सूपा, झोरा, कपिला वगैरे. 'झोरा' हे मुस्लीम नाव आहे आणि आमच्या हिंदू शेजाऱ्यांनी ह्या नावाला आक्षेप घेतला. आमची सध्याची 'सेवा'ची कचेरी आहे, तिथे पूर्वी दिवाणवाडा होता. अहमदाबादवर मराठ्यांचं राज्य होतं, तेव्हाच्या मंत्र्यांचं हे निवासस्थान होतं. आमचे सध्याचे शेजारी ह्या मंत्र्यांचे वंशज आहेत. त्यांना त्यांच्या पूर्वजांबद्दल अपार अभिमान आहे. जातीय दंगे उसळण्यापूर्वीसुद्धा त्यांनी 'झोरा' ह्या नावाच्या पाटीला आक्षेप घेतला होता. आता जातीय दंगे पेटून उठल्यावर त्यांनी आम्हांला निर्वाणीचा निरोप धाडला – "ही पाटी खाली उतरवा, नाहीतर परिणाम भोगायला सिद्ध व्हा!"

'सेवा'चं ऑफिस सकाळी दहा वाजता उघडल्यावर मी एक सभा घेतली आणि कार्यकारी समितीपुढे वस्तुस्थिती मांडली. कार्यकारिणीत बहुसंख्येनं हिंदू

स्त्रिया होत्या. त्या म्हणाल्या, "अशा धमक्यांना आपण भीक घालता कामा नये, नाहीतर उद्या ते आपल्या मुस्लीम भगिनींना 'सेवा'च्या कचेरीत प्रवेश करायलासुद्धा प्रतिबंध करू लागतील!" पण मुस्लीम स्त्रियांना हे पटलं नाही. रहमतबेन ही ब्लॉक प्रिंटिंग करणारी कुशल कारागीर आहे. तिला प्रेमानं 'मामी' असं संबोधलं जातं. ती म्हणाली, "अशा कठीण परिस्थितीत आपण व्यवहार-चातुर्य दाखवलं पाहिजे. आपल्याला नावाच्या पाट्या सुरक्षित ठेवायच्या आहेत की माणसं सुरक्षित ठेवायची आहेत? नावाच्या पाटीला एवढं महत्त्व कशासाठी द्यायचं?" इतर स्त्रिया म्हणाल्या, "आपण झोराच्या नावाची पाटी काढून टाकली, तर सूपा आणि कपिलाच्या नावांच्या पाट्यासुद्धा काढून टाकायला हव्यात!"

ह्या चर्चासभेनंतर मी माझ्या ऑफिसात बसलेली होते, तेव्हा मामी आणि मंजुळा ह्या तीन पाट्या घेऊन आत आल्या. त्या पाट्यांना मारलेले खिळे आणि हूक त्यांना बोचत होते. मला पराजित झाल्यासारखं वाटत होतं. अचानक माझ्या खुर्चीमागच्या खिडकीतून ह्या दोघींना भडकलेल्या ज्वाळा आणि काळा धूर दिसला. रायखाड पेटलं होतं! यानंतर जमालपूरचा नंबर लागणार होता आणि मामी आणि इतर काही स्त्रिया जमालपूरमध्ये राहत होत्या. हा विचार मनात येताक्षणी मी चपापले. संपूर्ण शहरभर संचारबंदी लागू केली जाण्यापूर्वी ह्या स्त्रियांना सुखरूपपणे घरी पोचवणं आवश्यक होतं. पोलिसांकडून मदतीची अपेक्षा करण्यात काही अर्थ नव्हता. आम्हांला मदत कोण करणार होतं? आमच्या शेजाऱ्यांखेरीज ह्या स्त्रियांना दंगलखोरांच्या वेढ्यातून कुणीही सुखरूपपणे बाहेर काढू शकलं नसतं. ज्या तरुणांनी झोरा नावाची पाटी हटवण्याची मागणी केली होती, त्यांच्याजवळच मी मदतीची याचना केली. ते आश्चर्यचकितच झाले. त्यांनी कितीही आव आणला असला आणि धमकी दिली असली, तरी मामी आणि इतर मुस्लीम भगिनींना ते ओळखत होते आणि त्यांच्याबद्दल त्यांना मनातून आपुलकीसुद्धा वाटत होती. त्यांनी क्षणभरही विचार न करता ह्या स्त्रियांना आपल्या जीपमध्ये बसवलं आणि मुस्लीम वस्तीतल्या त्यांच्या घरी सुखरूपपणे पोचतं केलं. परतफेड म्हणून ह्याच स्त्रियांनी भडकलेल्या मुस्लीम जमावातून त्यांना बाहेर काढून मुख्य रस्त्यापर्यंत पोचवलं.

स्त्रियांना राजकारणी नेत्यांबद्दल अजिबात आदर वाटत नाही, कारण तेच आपल्या फायद्यासाठी ह्या दंगली पेटवतात, हे त्या जाणून आहेत. "नवं सरकार निवडून येता क्षणीच दंगली का पेटतात?" करीमाबेननं विचारलं. "मला वाटतं की, राजकीय नेतेच आपल्या विरोधकांना बदनाम करून त्यांचं सरकार कोसळावं म्हणून ह्या जातीय दंगली घडवून आणतात!" पोलिसांवरसुद्धा ह्या स्त्रियांचा फारसा विश्वास नाही.

दंगली थांबवायला पोलीस संचारबंदी जारी करतात; पण संचारबंदी हा गोरगरीब स्त्रियांचा पूर्वापारपासूनचा शत्रू आहे. दाट वस्तीच्या भागात त्या एकेका खोलीच्या घरत त्या राहत असतात. इतक्या लहानशा जागेत घरातले वृद्ध लोक, सासू-सासरे, मुलं-बाळं, पाहुणे आणि कधीकधी तर पाळीव शेळ्यांसमवेतसुद्धा त्यांना बंद दाराआड राहावं लागतं. मध्यरात्रीनंतर दिवे मालवावे लागतात. वातावरणातला तणाव, गर्दीतली घुसमट, उकाडा आणि भीतीचं वातावरण यांमुळे जीव नकोसा होतो. सर्व स्त्रियांचं एकमत आहे की, संचारबंदीपेक्षा दंगली परवडल्या!

१९८५च्या दंगलीच्या वेळेस दर्यापूरवर दोन महिन्यांहून अधिक काळ संचारबंदी लादली गेली. एका असह्य उकाड्याच्या दिवशी दीर्घ काळ चाललेली संचारबंदी दु:सह वाटून 'सेवा'ची उपाध्यक्ष करीमाबेन आपल्या घरातून बाहेर पडली. तिच्या आसपास राहणाऱ्या 'सेवा'च्या सदस्यांना तिनं एकत्र केलं आणि तिथे तैनात असलेल्या लष्करी अधिकाऱ्याकडे त्यांनी मोर्चा वळवला. त्यांनी त्याला संचारबंदी उठवायचं फर्मान सोडलं. त्यांचं धारिष्ट्य पाहून थक्क झालेल्या त्या लष्करी अधिकाऱ्यानं त्यांना त्याच्या वरिष्ठांकडे नेऊन त्यांचं गाऱ्हाणं मांडायला सांगितलं. करीमाबेननं वार्णिलेले लोकांचे हाल ऐकून त्याचं मन द्रवलं म्हणून किंवा परिस्थिती पुरेशी नियंत्रणाखाली आली आहे असं वाटून त्यानं खरोखरच त्या संध्याकाळी दर्यापूरवरची संचारबंदी हटवली.

शहर हळूहळू पूर्वस्थितीला येऊ लागलं; पण आप्तांचे मृत्यू आणि उपजीविकेचे मार्ग बंद होणं ह्या संकटांतून बाहेर पडायला खूप काळ जावा लागला. शिवणकाम देणारे मालक हळूहळू धंदा सुरू करू लागले आणि ते ह्या स्त्रियांना कामसुद्धा देऊ लागले; पण त्यांनी मजुरीचा दर कमी केला.

भारतातून जगभरात कपड्यांची निर्यात होते. तयार कपड्यांच्या व्यवसायात अनेक कामगारांना कारखान्यांत काम मिळतं आणि त्याहूनही अधिक कामगारांकडून घरबसल्या शिवण शिवून घेतलं जातं. असं असूनही कपडे शिवणं ह्या कामाचा समावेश किमान वेतनाच्या कायद्यात केला जात नाही. कपडे शिवणाऱ्या कामगारांना गुजरात सरकारकडून किमान वेतन दिलं जाण्याची मागणी मंजूर करून घ्यायची वेळ आली आहे, असं 'सेवा'नं ठरवलं. किमान वेतन दिलं जावं ही मोहीम राबवण्यात 'सेवा'नं पूर्ण १९८६ सालभर प्रयत्न केले. इतर व्यवसायातल्या, प्रामुख्यानं विड्या वळण्याच्या व्यवसायातल्या कामगारांनी कपडे शिवणाऱ्या कामगारांना मनापासून पाठिंबा दिला. इतर व्यवसायातल्या स्त्रियांना चटकन जाणवतं की, आपल्या समस्या एकसारख्याच आहेत आणि त्या एकमेकींच्या मदतीला धावून येतात.

नोकरी देणारे मालक, कंत्राटदार, व्यापारी आणि मजूरखातं यांच्याबरोबर सतत मीटिंग्ज घेतल्यावर आम्हांला आमच्या कुवतीबद्दल आणि सामर्थ्याबद्दल आत्मविश्वास

वाटू लागला. तयार फ्रॉक्स विकणाऱ्या व्यापाऱ्यांबरोबरच्या आमच्या वाटाघाटी यशस्वी झाल्या. डझनभर फ्रॉक्स शिवण्याची मजुरी अडीच रुपयांवरून साडेसात रुपयांवर वाढवून दिली गेली. कामगार स्त्रिया इतक्या हर्षोत्फुल्ल झाल्या की, त्यांनी मालकांना धन्यवाद देणारं पत्र पाठवलं. मनोबल वाढल्यामुळे काही स्त्रियांनी तर टेलिव्हिजन-इंटरव्ह्यू दिले आणि खडतर कष्ट आणि कमी वेतनामुळे दुःसह झालेल्या आयुष्याचं वास्तव जगापुढे मांडलं! वेतनदर वाढवून मागणं किती न्याय्य होतं, हे त्यांनी विशद केलं. न्याय मिळण्यासाठी आपली सत्यस्थिती जनतेपुढे मांडून जनतेचा पाठिंबा मिळवणं आवश्यक आहे, असं त्यांना वाटलं.

स्थानिक मालकांबरोबरच्या वाटाघाटींमध्ये जरी आम्हांला यश आलं असलं, तरी किमान वेतनाबद्दल सरकारकडून मंजुरी मिळवण्याचे आमचे प्रयत्न चालूच होते. कपडे शिवणं ह्या कामाचा समावेश किमान वेतनाच्या यादीत केला जावा, याबद्दलची आमची मोहीम वेग घेत होती. कपडे शिवण्याच्या व्यवसायातल्या ३००० महिलांनी आपल्या वस्तीतून मोर्चा काढला. दर्यापूरमधून खोळी शिवणाऱ्या स्त्रियांच्या मोर्चाचं नेतृत्व करीमाबेननं केलं. हे दृश्य पाहण्यासारखं होतं! काळा बुरखा परिधान केलेल्या मुस्लीम स्त्रिया, हातात मेगॅफोन घेऊन, सायकलरिक्षात बसून त्यांच्या व्यवसाय-भगिनींना मोर्चात सामील व्हायचं आवाहनं करत होत्या. साऱ्या जणी जोशात आलेल्या होत्या. झैदाबेननं त्यांच्या आवेशाचे वर्णन केलं : "मी आयुष्यात पहिल्यांदाच आम जनतेपुढे माझे दोन्ही हात उंचावले! अगदी पूर्णपणे उंचावले! एकदा तसं केल्यावर माझी भीड चेपली. खरं सांगायचं, तर जनतेपुढे आमच्या ऐक्याचं आणि बळाचं प्रदर्शन करताना मला फार अभिमान वाटत होता."

हा मोर्चा लेबर-कमिशनरच्या ऑफिसपुढे जाऊन थांबला. मोर्चाच्या प्रतिनिधी मंडळातली एक जण पुढच्या मागण्यांचा अर्ज लेबर कमिशनरपुढे ठेवून आली – किमान वेतन, आयडेंटीटी कार्ड, शिशू कल्याणाच्या योजना, वैद्यकीय सुविधा, शाळेसाठी शिष्यवृत्या. करीमाबेनसारख्या काही स्त्रिया इतक्या जोशात आल्या होत्या की, त्या लेबर-कमिशनरशी मोठमोठ्यानं वादविवाद करू लागल्या होत्या आणि त्यांना थोपवता थोपवता नाकी नऊ आले होते! इतर कार्यकर्त्या गटागटानं जाऊन धरणं धरू लागल्या आणि मंत्र्यांच्या भेटी घेऊन आपल्या मागण्या मांडू लागल्या. किमान वेतनाबद्दल सल्ला देणाऱ्या समितीची बैठक जिथं भरली होती, तिथं २०० कार्यकर्त्यांनी घेराव घातला आणि धरणं धरलं. आमच्या प्रयत्नांना यश आलं. डिसेंबर १९८७मध्ये गुजरात सरकारने कपडे शिवणाऱ्यांना अखेरीस किमान वेतन लागू केलं. इतकी जलद कार्यवाही झालेली पाहून ह्या स्त्रिया थक्क झाल्या आणि अजिबात वेळ न दडवता त्यांनी मजूरमंत्र्यांच्या

गांधीनगरमधल्या ऑफिसात जाऊन त्यांच्यावर पुष्पवृष्टी केली. परंतु दुर्दैवानं दुसऱ्याच दिवशी मंत्री महोदयांनी कपडे शिवण्याबद्दलचं किमान वेतन रद्द केलं. त्यांच्यावर कपड्यांच्या व्यापाऱ्यांनी इतका प्रचंड दबाव आणला की, गरीब कामगारांकडे पाठ फिरवणं त्यांनी श्रेयस्कर मानलं! आमचा विश्वासघात झाला होता!

"इन्शा अल्ला! देवाशपथ, आम्ही पुन्हा लढा देऊ!" स्त्रिया एकमुखानं गरजल्या. भिंतीवर चढणारा कोळी कितीही वेळा खाली घसरला, तरी पुन्हा-पुन्हा भिंतीवर चढण्याचा प्रयत्न करतच राहतो. त्या कोळ्याप्रमाणेच आम्ही आमची धडपड चालू ठेवली. आमचा कसा विश्वासघात केला गेला, हे आम्ही पत्रकारांपुढे मांडलं. इतर मजूर-संघटनांनीसुद्धा आमच्या आवाजात त्यांचा आवाज मिळवला! अनेक महिने आम्ही गटागटानं विधिमंडळाच्या सदस्यांच्या भेटी घेत होतो, राजकीय नेत्यांपुढे गाऱ्हाणी मांडत होतो. राज्याच्या विधानसभेबाहेर आम्ही पत्रकं वाटली. 'सेवा'च्या २००० सदस्यांचं प्रतिनिधिमंडळ 'गुजरात चेंबर ऑफ कॉमर्स'पुढे किमान वेतनाचं गाऱ्हाणं मांडायला गेलं. त्यांनी आमचं बोलणं लक्षपूर्वक ऐकून घेण्याचं सौजन्य दाखवलं. 'इंटरनॅशनल लेबर ऑर्गनायझेशन'सारख्या मान्यवर संस्थेकडून गुजरातमधल्या तयार कपड्यांच्या व्यवसायाचं संपूर्ण सर्वेक्षण केलं गेलं होतं आणि त्यांचा अहवाल आमच्या हाती आला होता.

सरतेशेवटी, १९८८मध्ये गुजरात सरकारनं पुन्हा कपडे शिवणाऱ्या कामगारांना किमान वेतन लागू करून कबूल केल्याप्रमाणे डझनभर पेटिकोट किंवा बाबासूट किंवा मिडिफ्रॉक्सना साडे पंधरा रु. वेतनदर लागू केला. ही बातमी आनंददायक होती, पण त्यापाठोपाठ एक वाईट बातमी आली. मालक कामगारांना कामावरून काढून टाकू लागले. कोणत्याही मजूर चळवळीत तुम्हांला यश मिळतं न मिळतं, तोच अशा घटनांना तुम्हांला अपरिहार्यपणे सामोरं जावंच लागतं. ही नाण्याची दुसरी बाजू असते! जेव्हा-जेव्हा कामगार वेतनवाढ मागतात, तेव्हा-तेव्हा त्यांना कामावरून हटवलं जातं किंवा त्यांचा छळ केला जातो. त्यामुळे स्त्रियांपुढे कामाचे फारसे पर्याय उपलब्ध नसताना त्या वेतनवाढ मागायला कचरतात.

'सेवा'नं आता आक्रमक धोरणाचा अवलंब केला. त्यांनी अधिक चांगले पगार, बोनस, लॅगबुकमध्ये कामाची नोंद आणि प्रॉव्हिडंट फंड अशा मागण्या केल्या. आमच्या यादीतल्या प्रत्येक मालकाला मजूरखात्यानं नोटिस पाठवली. कामावरून काढलेल्या २०० कामगारांना पुन्हा कामावर ठेवलं गेलं. ज्या चोवीस स्त्रियांना पुन्हा कामावर घेतलं गेलं नव्हतं, त्यांच्या वतीनं 'सेवा'नं लेबर कोर्टात खटला दाखल केला. मालक कोर्टात उपस्थितच राहत नसत किंवा वारंवार

खटल्याची तारीख पुढे ढकलत असत. 'सेवा' कोर्टाच्या निकालाची वाट पाहत असे आणि हे बेकार कामगार असाहाय्य असत. त्याच वेळेस कोर्टाच्या नोटिसा टाळण्यासाठी मालक आपल्या कंपन्यांची नावं बदलून टाकत असत. ह्या कामगारांना न्याय मिळावा अशी कळकळीची विनंती 'सेवा'नं गुजरात हायकोर्टाला केली. 'सेवा'च्या सदस्यांनी ह्या मालकांच्या दुकानांपुढे धरणं धरली. मालकांशी आणि कायद्याशी लढा देण्यात आमची शक्ती खर्ची पडत होती.

'सेवा'च्या अंतर्गतच एक नाउमेद करणारी घटना घडली. परकर शिवणाऱ्यांच्या वेतनाबद्दल खटला चालू असताना एका मालकानं 'सेवा'च्या एका नेत्या स्त्रीलाच लाच देऊन फितूर करून घेतलं आणि आमचं ऐक्य मोडण्याच्या हेतूनं तिच्याकडून गोपनीय माहिती मिळवली. हे लक्षात आल्यावर 'सेवा'च्या सदस्य संतापल्या आणि त्या स्त्रीला त्यांनी 'सेवा'च्या कार्यकारी समितीवरून राजीनामा द्यायला लावून हटवलं; पण स्त्रियांच्या एकजुटीला आधीच तडा गेलेला होता.

किमान वेतन लागू केल्याबरोबरच दोऱ्याच्या किमती वाढल्या. असं नेहमीच घडतं! एक डझन परकर शिवण्याची मजुरी होती आठ रुपये. त्यातला दोऱ्याचा खर्च दोन रुपयांवरून चार रुपयांवर गेला. त्यामुळे 'सेवा'नं आग्रह धरला की, यापुढे शिवण्याचा दोरा मालकांनीच कामगारांना पुरवावा. शेवटी दोऱ्याची वाढलेली किंमत लक्षात घेऊन डझनभर परकर शिवायची मजुरी ८ रुपयांवरून १० रुपयांवर वाढवण्यात आली आणि त्यानंतर ती पुन्हा एकदा १४ रुपयांवर वाढवली गेली. ह्या नव्या वेतनदरावर काढून टाकलेल्या कामगारांना पुन्हा कामावर घेतलं गेलं. जरी 'सेवा'मध्ये प्रत्येक यशस्वी घटना साजरी केली जाते, तरी या वेळेस ह्या कामगारांना पुन्हा कामावर घेतल्याचा आनंदोत्सव करण्याच्या मन:स्थितीत कुणीच नव्हतं, कारण दोऱ्याच्या किमती पुन्हा वाढल्या होत्या. आमचे सारे प्रयत्न फोल होताहेत, अशी आमची भावना झालेली होती.

किमान वेतन कायद्याची कडक अंमलबजावणी करण्यात यावी, असा १९९५ साली मजूर मंत्र्यांवर खूप दबाव आणला गेला. किमान वेतनाच्या कायद्यात कपडे शिवणाऱ्या कामगारांचा समावेश केला गेला असला, तरी प्रत्यक्षात तो केवळ कागदोपत्रीच होता. पुढली दोन वर्षं सेवाचे कार्यकर्ते लेबर ऑफिसर्सबरोबर संयुक्तपणे तयार कपड्यांच्या कारखान्यांना भेटी देऊन पाहणी करत होते. कामगारांना योग्य ती आयडेंटिटी कार्ड्स देण्यात आली आहेत, त्यांना किमान वेतन दिलं जातंय, त्यांची उपस्थिती नोंदवली जातेय आणि त्यांची थकबाकी दिली गेलीये या गोष्टी प्रत्यक्ष पाहून त्याची खात्री करून घेतली जात होती. कपडे शिवणाऱ्या वीस हजार स्त्रिया आता 'सेवा'च्या सदस्य झालेल्या होत्या.

कपडे शिवणाऱ्या स्त्रिया वाढत्या संख्येनं 'सेवा बँके'कडून कर्ज घेऊ

लागल्या होत्या कारण त्यांना जुनी शिवणयंत्रं विकून त्या जागी विजेवर चालणारी नवी शिवणयंत्रं विकत घ्यायची होती. 'सेवा'च्या सदस्य 'सेवा बँके'कडून विमा उतरवू लागल्या होत्या. त्या त्यांच्या छोट्या घरांची डागडुजी करण्यासाठी किंवा त्यांच्याच वस्तीत नवी घरं घेण्यासाठी सेवा बँकेकडून कर्ज घेऊ लागल्या होत्या.

आजूबाजूची परिस्थिती झपाट्यानं बदलत होती. १९९०च्या दशकात किरकोळीच्या व्यापाराला तेजी आलेली होती आणि तयार कपड्यांचा व्यवसायसुद्धा भरभराटीनं चालू होता. कारखान्यांप्रमाणेच घरबसल्या शिवणकाम करणाऱ्यांकडूनसुद्धा तयार कपड्यांचं उत्पादन होत होतं. दोन्ही प्रकारच्या कामगारांना कामानुसार नगावर मजुरी दिली जात होती. मालक आणि कामगार यांच्यात लेखी करार कधीच केला जात नसे. फ्रॉक्स आणि परकर यांपेक्षा सलवार कमीझ, लेहंगा, मुलांचे आकर्षक कपडे, चणिया-चोळी, कुशन कव्हर्स यांनाच बाजारात जोराची मागणी होती. ह्या नव्या प्रकारचा माल शिवण्यासाठी विजेवर चालणारी शिवणयंत्रं घेतली जात होती किंवा आधीच्या शिवणयंत्रांना विजेची मोटर बसवून घेतली जात होती. यासाठी 'सेवा बँक' कर्ज पुरवत होती.

२००० सालाच्या सुरुवातीलाच गुजरातमध्ये भीषण भूकंप झाला. त्याच वेळेस राज्याच्या अर्थव्यवस्थेलासुद्धा त्याचा फटका जाणवला. जागतिकीकरण आणि मुक्त अर्थव्यवस्था यांमुळे अर्थव्यवस्थेत मूलभूत बदल घडून आले. त्याचबरोबर घरबसल्या काम करणाऱ्यांच्या जगातही प्रचंड प्रमाणात परिवर्तन घडून आलं. सप्टेंबर २००३मध्ये मी 'सेवा'च्या शिवण कामगारांच्या समितीच्या सभेला उपस्थित राहिले, तेव्हा मला पुन्हा एकदा वारंवार घसरत भिंत चढत राहणारा कोळी आठवला. पटकन घेतलेल्या आढाव्यात दिसून आलं की, सभेला उपस्थित राहिलेल्या ८४ सदस्यांची मालमत्ता घसरली होती; फक्त ५५ स्त्रिया मालकीची शिवणयंत्र वापरत होत्या. इतर जणी भाड्याच्या शिवणयंत्रांवरच काम रेटत होत्या. आणि फक्त पंचवीस स्त्रिया विजेवर चालणारी शिवणयंत्रं वापरत होत्या. पाच वर्षांत शिवणयंत्रांचं भाडं ५० रुपयांवरून १५० रुपयांवर गेलं होतं. साठ स्त्रियांना, त्यांच्या पंधरा वर्षांखालच्या मुली शिवणात मदत करत होत्या. त्रेसष्ठ स्त्रिया भाड्याच्या घरात राहत होत्या. त्यांची दिवसाची सरासरी कमाई ३० ते ५० रुपये होती. कायद्यानं ठरवलेलं दिवसागणिक ८९.६० रुपये वेतन केवळ कागदोपत्रीच होतं. ह्या कामगार स्त्रिया निराशेनं उद्‌गारल्या, "मजुरी वाढवून मागायला आधी काम तर मिळायला हवं ना? काम कुठेय?" त्यातल्या एकीनं सांगितलं की, रेवडी बाजारातल्या परकर विकणाऱ्या ८४ दुकानांपैकी केवळ ९-१० दुकानं चालू होती. बाकीची बंद पडली होती.

तयार कपड्यांचं शिवणकाम करणाऱ्यांपुढली आजची समस्या मालकाकडून

पिळवणूक होणं एवढीच नाहीये. २००१ सालच्या जातीय दंगलीनंतर अहमदाबादमध्ये उपलब्ध असलेलं कामच कमी झालेलं आहे. मुस्लीम लोक मुख्यत्वेकरून घरबसल्या काम करून देणं पसंत करत आले आहेत. त्यांना याची सर्वाधिक झळ पोचलेली आहे. या वेळची दंगल इतक्या भीषण स्वरूपाची होती की, सारं शहर धमक्या, भीती आणि अत्याचार यांमुळे गळाठून गेलं होतं आणि सारे व्यवहार ठप्प झाले होते. शहरातल्या गोरगरिबांची आर्थिकदृष्ट्या दैना झाली होती. 'गुजरात इन्स्टिट्यूट ऑफ डेव्हलपमेंट रिसर्च'च्या (GIDR) सर्वेक्षणानुसार केवळ चाळीस दिवसांत शहरातल्या असंघटित अर्थव्यवस्थेचं १७९ कोटी रुपयांचं नुकसान झालं होतं. त्यांपैकी २,५७,००० घरबसल्या काम करणारे कामगार म्हणजे उत्पादन करणाऱ्यांपैकी ८०% लोक बेकारीनं होरपळून निघाले होते.[३]

या वेळेस 'सेवा'लासुद्धा हिंसा आणि द्वेष यांचा सामना करावा लागला. अहमदाबादेतल्या 'सेवा'च्या १,००,००० सदस्यांपैकी ४०,००० सदस्य आणि त्यातल्या बहुतांश मुस्लीम स्त्रिया निर्वासितांच्या छावण्यांमध्ये राहत होत्या. आमच्या इमारतीच्या पायऱ्यांवर दोन जिवंत बाँब सापडले. वेळेवर माहिती कळल्यामुळे पोलिसांना ते निकामी करता आले आणि मोठा विध्वंस टळला. 'सेवा'च्या शाखांच्या दोन कचेऱ्या जाळून टाकण्यात आल्या. आम्ही साऱ्या जणी पाच निर्वासित छावण्यांमध्ये काम करू लागलो. तिथे स्वच्छता राखणं, लोकांच्या स्वास्थ्याकडे लक्ष पुरवणं, काम देणाऱ्या मालकांशी स्त्रियांची गाठ घालून देऊन त्यांना रोजगार उपलब्ध करून देणं अशी कामं आम्ही हाती घेतली. ह्या छावण्यांमध्ये आम्ही पाचशे शिवणयंत्रं ठेवली आणि तिथे शिवून घेतलेले कपडे आम्ही विक्रीसाठी 'सेवा'च्या दुकानांमध्ये ठेवू लागलो. काम आणि रोजगार मिळू लागल्यामुळे स्त्रियांचं मन त्यांनी सोसलेल्या भीषण आपत्तींवरून दुसरीकडे वळण्यास मदत झाली. ह्या भीषण दंगलीत विधवा झालेल्या स्त्रिया आणि अनाथ झालेली बालकं यांच्या पुनर्वसनाची जबाबदारी पंतप्रधानांनी आमच्यावर सोपवली.

काही काळानं ह्या स्त्रिया आपापल्या घरी परत गेल्या. काहींनी त्यांची घरं दुरुस्त करून घेतली. काही जणींना ती नव्यानं बांधावी लागली. काही जणींच्या घरमालकांनी त्यांना पुन्हा घरं देण्यास नकार दिला. ज्यांना जुन्या वस्तीत परत जायचा धीर होत नव्हता, त्या शहराच्या इतर भागांमधल्या स्वजातीयांसमवेत राहू लागल्या, परंतु जुन्या निवासस्थानापासून दूर निघून गेल्यामुळे त्यांना काम

---

३. जीमोल उन्नी : "लॉस ऑफ इन्कम अमंग इन्फॉर्मल सेक्टर वर्कर्स इन अहमदाबाद, २८ फेब्रुवारी ते ८ एप्रिल २००२ अहमदाबाद, इंडिया : गुजरात इन्स्टिट्युट ऑफ डेव्हलपमेंटल रिसर्च. अनपब्लिश्ड रिपोर्ट, २००२.

मिळणं अवघड होऊन बसलं.

धंद्याला बरकता येऊ लागते-न लागते, तोच मध्यवर्ती सरकारनं उद्योगधंद्यांवर व्हॅल्यू-अॅडेड-टॅक्स (VAT) लागू केला. त्याच्या निषेधार्थ व्यावसायिकांनी अनेक महिने कामच बंद केलं. त्यानंतर ट्रकड्रायव्हर्सनी देशभर संप घडवून आणला. त्यामुळे गुजरातमधले महत्त्वाचे कारखाने अनेक महिने बंद पडले. पूर्वी महिन्याकाठी वीस दिवस काम आणि रोजगार मिळत असे. त्याऐवजी आता फक्त सहा-सात दिवसच काम मिळू लागलं. लोक हादरून गेले; निराश झाले. कोणतंही मोठं धोरण किंवा घटना सर्वांत आधी स्वत:च्या छोट्या व्यवसायात असलेल्या गरीब स्त्रियांच्या पोटावरच पाटा आणत होती, असं वाटू लागलं.

भाड्याच्या घरांमध्ये राहणाऱ्यांपुढली समस्या असते, त्यांच्या घरमालकाची वागणूक! विजेचा खर्च वाचवण्यासाठी घरमालक मेन स्विच आपल्या ताब्यात ठेवतो आणि भाडेकरू स्त्रीला रात्री उशिरापर्यंत काम करणं अशक्य करून टाकतो. आमच्या समितीची एक सदस्य फरिदाबेन म्हणते, ''केवळ रात्रीच मला निर्विघ्नपणे भरभर काम करता येतं. दिवसा माझी चार मुलं आणि नवरा यांच्या तैनातीत असताना मला अजिबात फुरसत मिळत नाही.''

स्त्रियांना रागही येऊ लागला होता. झुबेदाबेन म्हणाली, ''माझ्या कंत्राटदाराची बेपर्वा वृत्ती पाहून मला अतिशय संताप येतो. मी त्याच्यासाठी इतकी वर्षं काम करते आहे! तरीसुद्धा त्याच्याजवळ काहीही मागायची सोय नाही. त्याचं उत्तर ठरलेलं असतं, 'जास्त पैसे मिळतील, तिथं जायला तू मोकळी आहेस!' मी आणखी कुठे जाऊ शकत नाही, हे त्याला पक्कं ठाऊक आहे. आम्हांला मूग गिळून गप्प बसण्याखेरीज पर्याय नाही!'' झुबेदाबेनचा पूर्वीचा लढाऊ बाणा नाहीसा झालेला आहे. बेकारीचा ताण त्यांच्यानं सोसवत नाही. अमीरजहान मला म्हणाली, ''काहीही आपत्ती ओढवली की, मी माझ्या मुलांनाच बदडून काढते.'' शरीफाबिबी प्रांजल कबुली देते, ''गरजेच्या वेळेसच मशीन नेमकं बंद पडलं की, माझा नुसता संताप संताप होतो!'' झुलेखाबेन तिच्या नवऱ्यावरच संतापते : ''जर तो पुरेशी कमाई करत असता, तर मला इतके कष्ट उपसावे लागले नसते. काम हा माझ्यापुढला जीवनमरणाचाच प्रश्न आहे.'' तरीसुद्धा त्या जिद्दीनं धडपड करतच राहतात.

'सेवा' संघटनेची प्रमुख, मनाली ही वर्षानुवर्षं कामगार खटल्यांकडे बघत आलेली आहे. कायद्याच्या यंत्रणेवरचा तिचा विश्वास पूर्णपणे उडून गेलेला आहे. ''जेव्हा जेव्हा मी भेट घेऊन आणि चर्चा करून थेट मालकांबरोबरच कामगारांच्या तक्रारींचं निवारण करू पाहिलं आहे, तेव्हाच थोडंफार यश मिळालेलं आहे. कोर्टात खटले नेले की, बरेचदा मजूरच हरतात किंवा त्यांना थोडी नुकसानभरपाई किंवा इतर

फायदे मिळाले असता, त्यांच्या नोकऱ्याच गेलेल्या असतात.'' मालकाला किती मजुरी देणं खरोखरच शक्य आहे या गोष्टीची जाणीव असणं आणि मालक-नोकरांमधला कोणताही तंटा सामोपचारानं मिटवण्याची खरीखुरी इच्छा असणं ह्या गोष्टी कामगार खटले मिटवण्यासाठी अत्यावश्यक आहेत. कायद्यांमुळे जर मजुरांना न्याय मिळत नसला, तर आपण पुन्हा-पुन्हा कोर्टाचे उंबरे कशासाठी झिजवतो?

स्त्रियांचा विश्वास फक्त त्यांच्या संघटित बळावर आहे. परवाच गार्मेंट कमिटीची तरुण सेक्रेटरी सैरा सदस्यांना नवीन उपक्रमांची माहिती देत होती. ती म्हणाली, ''थ्रेड कमिटीनं (स्वस्तात शिवणाचा दोरा मिळवता येण्यासाठी नेमलेली समिती) थेट उत्पादकांकडून घाऊक प्रमाणावर दोरा विकत मिळवण्यासंबंधात यशस्वी वाटाघाटी केलेल्या आहेत.'' 'सेवा'च्या ग्रामीण विभागातल्या, भरतकाम करणाऱ्या सदस्यांनासुद्धा शिवणदोऱ्याच्या वाढत्या किमतींची झळ पोचत होती. त्यांनासुद्धा थेट उत्पादकांकडून घाऊक प्रमाणात घेतलेला दोरा स्वस्तात उपलब्ध करून दिला जाणार आहे. शिवणकाम करणाऱ्या तरुण वयाच्या मुलींना शिवणयंत्रांच्या डागडुजीचं प्रशिक्षण देऊन तयार केलं जातं आहे. शिवणयंत्रं ठीकठाक अवस्थेत ठेवायला ह्या गटाची मदत होईल. भाड्याच्या घरात राहणाऱ्यांना विजेचं वेगळं मीटर बसवून देण्यासाठी गृह-समितीची स्थापना केली गेली आहे; त्यांना 'सेवा बँके'ची मदत मिळते आहे. सैरानं आणखी एक आनंदाची बातमी सांगितली की, दंगलीच्या वेळेस वैधव्य आलेल्या बावन्न विधवांनी 'नॅशनल इन्स्टिट्यूट ऑफ फॅशन टेक्नॉलॉजी'बरोबर सहकार्य करून अत्याधुनिक वस्त्रं निर्माण करायचं ठरवलं आहे. नवी कौशल्यं आत्मसात करणं अजूनही या स्त्रियांना आनंददायक वाटतं. कोळी भिंतीवर चढतो, पडतो; पण हिंमत हारत नाही. तो एकटा नसतो!

४

विक्रेते

तीन पिढ्यांपूर्वी लक्ष्मीबेन टेटाचे कुटुंबीय साबरमती नदीच्या काठी कलिंगड आणि भोपळ्यांची पैदास करून आपला माल माणिक चौकात विकत असत. माणिक चौक हा अहमदाबादमधला भाजी-बाजार आहे. तटबंदी असलेल्या चमनपुरा विभागाच्या बाहेर हे लोक राहत असत. चमनपुरा ही आता कामकऱ्यांची झोपडपट्टी बनलेली आहे. शेतकरी, विणकर, कुंभार, चांभार आणि आजूबाजूच्या खेड्यांमधले इतर बलुतेदार हे त्यांचा माल विक्रीसाठी शहरात घेऊन येत. अहमदाबादमधल्या कापडगिरण्या आणि इतर कारखाने प्रचंड प्रमाणावर वाढले. कारखान्यांनी सोडलेलं टाकाऊ पाणी साबरमती नदीत प्रदूषण फैलावू लागल्यामुळे नदीच्या पाण्यावर शेती करणं अशक्य झालं. घरातले कर्ते पुरुष शेतीऐवजी कापडगिरण्यांमध्ये काम करू लागले, तर स्त्रियांनी भाज्यांची विक्री चालूच ठेवली. फक्त त्या आता घाऊक बाजारातून माल आणून किरकोळीनं विकू लागल्या होत्या. वस्तीबरोबर बाजारपेठ वाढू लागली आणि माणिक चौकातल्या रिकाम्या जागा घरांनी आणि दुकानांनी भरून गेल्या.

माणिक चौक हा अहमदाबादचा अगदी मध्यवर्ती विभाग आहे. शंभर वर्षांपूर्वी होती, तशीच आताही ती अत्यंत गजबजलेली बाजारपेठ आहे. सुरुवातीला माणिक चौकात वेगवेगळ्या मालाच्या पेठा होत्या. विविध वस्तूंची पेठ (कमॉडिटी मार्केट), सोन्याचांदीची सराफी दुकानं, किरकोळ विक्रीचं कापड, धान्य, मसाले, पितळेची आणि स्टीलची भांडी आणि सर्वांत लोकप्रिय आणि गर्दी खेचून घेणारी अशी फळं आणि भाज्यांची मंडई. कमॉडिटी मार्केट आता इतरत्र हललंय. सराफांनी आता नदीपलीकडल्या सुखवस्तू विभागात मोठाली दुकानं उघडली आहेत, पण माणिक चौकात मात्र भाजीबाजार अजूनही तेजीनं चालला आहे.

पूर्वीचा भाजीबाजार एका प्रचंड इमारतीतल्या गाळ्यांमध्ये भरत असे. आज

ह्या गाळ्यांना खूप किंमत येते आणि तरीसुद्धा त्यांना प्रचंड मागणी आहे. हे गाळे अपुरे पडतात. त्यामुळे भाजी-विक्रेते आता इमारतीबाहेरच्या रस्त्यांवर आणि आजूबाजूच्या गल्ल्यांमध्येसुद्धा बसू लागले आहेत. वेगवेगळ्या भाज्यांचे वेगवेगळे विभाग आहेत. मिरच्या आणि लिंबं विकणारे गल्लीच्या टोकाला एकत्र बसतात. मटारदाणे दुसऱ्या कोपऱ्यात विकले जातात. जास्त पिकून उतरलेली फळं गोरगरीब विकत घेतात. ही फळं विकणारे इमारतीच्या भिंतीलगत बसतात. फूटपाथवर प्रामुख्यानं स्त्रिया आणि मुलं भाजी विकायला बसतात. प्रत्येक स्त्रीला बसायला आणि समोर भाजीच्या दोन टोपल्या ठेवायला जागा मिळते. ह्या स्त्रिया बहुधा एक-दोन प्रकारच्याच हंगामी भाज्या विकतात आणि त्यांचा धंदा तेजीत चालतो. कारण त्या कमी किमतीला माल विकतात आणि रस्त्यावर फिरणाऱ्यांच्या अगदी पायाशीच त्या बसलेल्या असतात.

हा सारा विभाग छोट्या प्रमाणावरच्या विक्रेत्यांनी आणि चिमुकल्या दुकानांनी भरून गेलेला आहे. भिंतीलगतची दुकानं, ढकलगाड्यांवरून माल विकणारे विक्रेते, फूटपाथवर बसून भाज्या विकणारे आणि टोपल्या घेऊन बसलेले विक्रेते यांची एकच गर्दी उसळलेली असते. बरीचशी गिऱ्हाइकं पायी येऊन माल विकत घेतात, तरी ही रहदारी अखंड चालू असते. रिक्षा, मोटरी, स्कूटर यांची ये-जा सतत चालू असते. त्यांनी सोडलेल्या धुरानं हवा कोंदट होते. रस्ते जुने आणि अरुंद असून गिऱ्हाइकांच्या गर्दीनं इतके फुलून गेलेले असतात की, वाहनांना भोंगा वाजवल्याशिवाय तसूभरसुद्धा पुढे जाता येत नाही. खरं पाहता, हा भाग फक्त पादचाऱ्यांसाठी खुला ठेवायला हवा होता.

सध्या माणिक चौकाच्या फूटपाथवर बसून ३१३ स्त्रिया भाज्या विकतात. काही जणींच्या अनेक पिढ्या, त्यांच्या आया किंवा सासवा त्यांच्यापूर्वी तिथंच बसून भाजी विकत असत. लक्ष्मीबेन टेटाप्रमाणेच इतर अनेक जणी वाघरी जमातीच्या आहेत. त्यांच्या नजरेपुढंच शहर बघताबघता विस्तारलं आहे. नवी दुकानं, जास्त रहदारी, आणखी इमारती आणि वाढती लोकवस्ती; परंतु ह्या वाढत्या अर्थव्यवस्थेचा ह्या भाजी विक्रेत्यांना फारसा फायदा झालेला नाही. विक्रीसाठी बसायची त्यांची जागा वाढत्या गर्दीमुळे कमी झाली किंवा अजिबात नाहीशी झाली. हे विक्रेते बाजाराचाच अविभाज्य भाग आहेत, परंतु नगरपालिका तसं मानत नाही. नगरपालिकेच्या मते हे विक्रेते अत्यंत गरीब, मागासलेले, खालच्या थरातले आणि आवरायला कठीण अशी जमात आहेत आणि त्यांना भाजीबाजारात अजिबात थारा देता कामा नये. शहराची धोरणं आखणारे त्यांचं अस्तित्वच मानत नाहीत. पोलिसांच्या दृष्टीनं हे विक्रेते म्हणजे रहदारीला अडथळा आहेत; पण प्रत्यक्षात मोटारी अस्तित्वात आल्या, त्यापूर्वीपासून हे विक्रेते इथं बसत आलेले आहेत. नगरपालिकेच्या मते, ह्या

माणिक चौक मार्केटमधल्या भाजी-विक्रत्या (सेवा अॅकॅडेमी)

लोकांना इथे बसायचा परवाना नसल्यामुळे ते अतिक्रमण करणारे आहेत.

आणि तरीसुद्धा विक्रेते आहेत म्हणूनच बाजार आहे! कायद्याच्या कचाट्यामुळे सारे जणच रस्त्यावरच्या विक्रेत्यांची पिळवणूक करत असतात. किरकोळ विक्री करणाऱ्या दुकानांना हे विक्रेते फूटपाथवर नको असतात. पोलिसांनासुद्धा ते रस्त्यांवर नको असतात; पण कानाडोळा करण्यासाठी हात गरम झाले, तर वर्षानुवर्षं त्यांच्याकडे दुर्लक्ष करून त्यांना विक्री करून द्यायला पोलीस राजी असतात.

'रस्त्यावर बसून माल विकणारे आणि त्यांचा वाहनांना होणारा त्रास' एवढीच काही ह्या समस्येची व्याप्ती नाही! खेड्यातली किंवा शहरातली पारंपरिक अर्थव्यवस्था हा अजूनही भारतीय आयुष्याचा कणाच आहे आणि अशा लहान प्रमाणावरच्या अर्थव्यवस्थेचं अस्तित्वच नकोसं झाल्यामुळे त्यांच्या समस्यांकडे लक्ष तरी कोण देणार, हाच खरा मूलभूत प्रश्न आहे. ही समस्या जगभरात दिसू लागली आहे. आज केवळ मोठ्या प्रमाणावरच्या उद्योगधंद्यांकडे लक्ष पुरवून केवळ त्यांच्याच गरजा लक्षात घेतल्या जात असताना जगभरातले लहानसहान उद्योजक, स्वत:च उत्पादन आणि विक्री करणारे कामगार त्यातूनच मार्ग काढून आपला माल खपवण्यासाठी धडपडत आहेत. अनेक विकसनशील देशांमध्ये धोरणं आखणारी किंवा त्यांची कार्यवाही करणारी यंत्रणा अशा लहान स्तरावरल्या उत्पादक-कामगार-विक्रेत्यांच्या गरजांकडे अजिबात लक्ष देत नाही.

माणिक चौक बाजारात लक्ष्मीबेन टेटाचे कुटुंबीय अनेक पिढ्यांपासून विक्री

करत आले आहेत. पदपथावरच्या तिच्या जागेबद्दल तिला विशेष जिव्हाळा वाटतो आणि तो रास्तच आहे. तिनं इथे इतका काळ व्यतीत केला आहे आणि तिच्या सात अपत्यांपैकी एकाला तर तिनं इथेच जन्म दिलेला आहे! आता तिचं वय झालंय आणि ती विक्रीसाठी बसू शकत नाही. वर्षानुवर्षं विक्रीसाठी बसलेली असताना जवळून जाणाऱ्या वाहनांच्या धुरामुळं तिला दम्याचा विकार जडला आहे, परंतु तिच्या जागेवरच बसून आता तिची सून दररोज भाजी विकते.

माणिक चौक बाजारातल्या स्त्री-विक्रेत्यांच्या समस्या 'सेवा'पुढे मांडायला सर्वांत आधी लक्ष्मीबेनच आमच्याकडे आली. त्यांना सर्वाधिक त्रास होत होता पोलिसांचा! ह्या स्त्रिया कायद्यानुसार सार्वजनिक जागेवर अतिक्रमण करत होत्या आणि त्यांच्या ह्या बेकायदेशीर व्यवहाराचा बागुलबुवा करून पोलीस त्यांच्याकडून पैसे आणि भाजीपाला उकळत होते. विक्रेत्यांनी खंडणी द्यायला नकार दिला, तर त्यांना मारझोड केली जाई आणि त्यांचा माल जप्त केला जाई. पोलिसांना लाचलुचपत न देणाऱ्यांना ट्रॅफिक-कोर्टापुढं हजर राहायचं फर्मान सुटत असे. निरक्षर स्त्रियांना त्याची अतिशय धास्ती वाटत असे. त्यांच्या कुटुंबीयांना सामोपचारासाठी मध्ये पडावं लागत असे. त्यामुळे लाचेबरोबरच कामावरची गैरहजेरी आणि वेतन-कपात असा दुहेरी फटका त्यांना सोसावा लागत असे!

ह्या स्त्रियांचा जप्त झालेला माल सोडवून आणण्याकडे सुरुवातीला 'सेवा'नं आपलं लक्ष केंद्रित केलेलं होतं. ह्यांपैकी बहुसंख्य स्त्रियांजवळ स्वतःचं पुरेसं भांडवल नसल्यामुळे सकाळी घाऊक बाजारातून त्या उधारीवर माल आणत असत आणि संध्याकाळी त्याचा मोबदला सव्याज परत करत असत. पोलिसांनी त्यांचा माल जप्त केल्यावर त्यांच्यावर दुहेरी आपत्ती कोसळत असे. भाजीपाला जप्त होत असे आणि तरीसुद्धा त्यांना घाऊक विक्रेत्याला मुद्दल आणि दिवसगणिक वाढत जाणारं व्याज परत करायचं असे. काही दिवसांचं व्याज तुंबलं की, या बायका घाऊक विक्रेत्यांच्या कर्जात आकंठ बुडून जात. ह्या स्त्रियांना कर्जाची आवश्यकता होती, ती दैनिक व्यापारासाठीच नव्हे, तर अशा अडचणींतून टिकाव लागण्यासाठीसुद्धा! 'सेवा बँके'नं ह्या स्त्रियांकडे बारकाईनं बघायला सुरुवात केली. ह्या स्त्रिया कष्टाळू होत्या, त्यांच्याकडे नियमितपणे येणारी खूप गिऱ्हाइकं होती आणि त्यांच्या अंगी व्यवहारचातुर्य होतं. वाजवी दरात खरेदी करता येण्यासाठी त्यांना भांडवलाची आणि विक्री करता येण्यासाठी कायदेशीर जागेचीच काय ती आवश्यकता होती! 'सेवा बँक' त्यांना भांडवल पुरवू शकली असती आणि 'सेवा सहकारी संघटने'नं त्यांच्या जागेच्या प्रश्नाकडे लक्ष पुरवलं असतं.

पोलिसांना सरळ आणणं सोपं नव्हतं. अनेक वर्षं फुकटात फळं-भाज्या लुटायला आणि वरकड पैशांची कमाई करायला चटावलेल्या पोलिसांनी ह्या

स्त्रियांना संघटित करण्याचे प्रयत्न हाणून पाडायला, धमक्या द्यायला सुरुवात केली. ह्या स्त्रिया बाजारात जिथे विक्रीसाठी बसतात, त्याला कायद्यानं संमती मिळावी यासाठी मी असंख्य वेळा पोलीस कमिशनरची भेट घेतली. ह्या स्त्रियांच्या वतीनं अनेक वेळा भेटूनही काही निष्पन्न झालं नाही.

१९७७ साली नवं सरकार सत्तेवर आलं आणि त्याचबरोबर पोलीस खात्यातल्या अनेकांच्या बदल्या झाल्या. बदलून आलेल्या पोलीस अधिकाऱ्यांनी ह्या भाजीविक्रेत्यांवर कठोर कारवाई सुरू केली. ''असंख्य आहेत आणि आतोनात गोंगाट करतात'' असं त्यांचं मत होतं. १५ ऑगस्ट १९७८च्या स्वातंत्र्यादिनाच्या दिवशी 'सेवा'नं अहमदाबादेत एक निषेध-मोर्चा काढला. आमच्या निषेधाची दखल घेऊन की काय, परंतु नगरपालिकेनं फूटपाथवर ४' × ४' असे चौकोन आखले. एक भाजी विक्रेती आणि तिच्या दोन टोपल्या यांना पुरेलशी जागा! 'दोन टोपल्यांसाठी जागा' असं ह्या ४' × ४'च्या चौकोनांचं वर्णन करण्यात आलं. अर्थात ह्याला कायदेशीर मंजुरी म्हणता येत नव्हतं, पण तरीसुद्धा आम्हांला आनंद झाला.

पण भाजीविक्रेत्यांच्या उपस्थितीला आक्षेप घेणारी धेंडं अनेक होती! पोलीस आणि म्युनिसिपल कॉर्पोरेशन यांना त्यांची गर्दी नकोशी वाटत होती, तर दुकानात बसून भाजी विकणाऱ्यांना त्यांची स्पर्धा नकोशी झालेली होती. अखेरीस जानेवारी १९८०मध्ये ह्या विरोधाला तोंड फुटलं. दोन प्रतिस्पर्धी टोळ्यांमधल्या भांडणात माणिक चौकातल्या बँकेच्या पायरीवरच एक सायकलस्वार मरण पावला. ह्या विभागातला तणाव इतका वाढला की, सावधगिरीचं धोरण म्हणून पोलिसांनी संचारबंदी जाहीर केली आणि संपूर्ण माणिक चौक विभागच बंद करून टाकला. जरी ह्या अपघाताशी फूटपाथवरच्या विक्रेत्यांचा काहीही संबंध नव्हता, तरीसुद्धा त्यांना हाकलण्यासाठीची ही सुवर्णसंधी पोलिसांनी साधलीच! संचारबंदी हटवल्यावर माणिक चौक बाजारातले इतर धंदे आणि रहदारी पूर्ववत् चालू झाली, परंतु फूटपाथवरच्या विक्रेत्यांना मात्र बसायला परवानगी देण्यात आली नाही.

ह्या स्त्रिया अत्यंत प्रक्षुब्ध झाल्या. हातावर पोट असल्यामुळे रोजगाराशिवाय त्यांची उपासमार होऊ लागली. अनेक जणींनी उधारीवर धंदा केलेला होता. बेकारीच्या दिवसागणिक त्यांच्यावरलं कर्जावरच्या व्याजाचं ओझं वाढत चाललं होतं. 'सेवा'नं कॉर्पोरेशनच्या अधिकाऱ्यांच्या भेटी घेऊन त्यांना कळकळीची विनंती केली की, ह्या स्त्रियांना आखून दिलेल्या जागी बसून भाजी विकायला त्यांनी परवानगी द्यावी; पण त्यांनी केवळ आम्हांला टोलवून पोलीस कमिशनर आणि म्युनिसिपल कॉर्पोरेशनच्या कचेऱ्यांमध्ये फेऱ्या घालायला लावल्या. तिथले अधिकारी आमचं बोलणं सौजन्यपूर्वक ऐकून घेत असत, पण कोणताही तोडगा

काढत नसत. सात दिवस अविरत प्रयत्न करूनसुद्धा आम्हांला काहीही मार्ग काढता आला नाही. भिंतीवर डोकं आपटल्यासारखाच हा प्रयत्न निष्फळ ठरला.

पोलीस कमिशनरबरोबरची शेवटची मीटिंग तर फारच वैताग आणणारी ठरली. विक्रीला कायदेशीर परवानगी मिळावी म्हणून आम्ही सोळा जणी आमची बाजू मांडत असतानाच पोलीस कमिशनरनं आम्हांला कुटुंबनियोजनाची माहिती सांगणारं व्याख्यान द्यायला सुरुवात केली. एखाद्या शाळा-मास्तराप्रमाणे तो खोलीतल्या प्रत्येकीपुढे उभा राहून विचारू लागला की, तिला किती मुलं आहेत. आम्ही बचावाचा पवित्रा घेऊ असं त्याला वाटलं असावं; पण लक्ष्मीबेन आमचं नेतृत्व करत होती. ती व्यवहारात मुरलेली स्त्री होती. तिनं उलट प्रश्न विचारला, "साहेब, आता तुम्ही आम्हांला सांगा, तुमच्या आईला किती मुलं झाली?" तो खजिल होऊन म्हणाला, "माझी आई... मी सातांपैकी पाचवं अपत्य आहे." आमची चर्चा तिथेच थांबली!

२८ जानेवारीच्या संध्याकाळी आम्ही ठरवलं की, विक्रेत्या त्यांना आखून दिलेल्या जागी बसून दुसऱ्या दिवशी सकाळपासून विक्री करू लागतील. आम्ही अधिकाऱ्यांना तसं लेखी पत्र दिलं. महापौरांनी आम्हांला आमचा निर्णय मागे घेण्याची विनंती केली, पण विक्रेत्यांची समस्या सोडवण्यासाठी कोणतीही मदत देऊ केली नाही. त्या वेळेस 'सेवा' हा TLAचाच एक भाग होता आणि TLAच्या अध्यक्षांनीसुद्धा आम्हांला अशा आक्रमक कारवाईपासून परावृत्त करायचा प्रयत्न केला. मी त्यांना उत्तर दिलं, "मी आमच्या सदस्यांच्या पाठीशी उभी राहणार आहे. कारण त्यांच्या मागण्या न्याय्य आहेत! गरिबांच्या विरोधात असलेल्या कायद्याचा हा सविनय कायदेभंग आहे! आपलं पोट भरायचा अधिकार प्रत्येकालाच आहे. गरिबांना तर आहेच आहे!"

दुसऱ्या दिवशी सकाळी विक्रेत्या आणि 'सेवा'चे कार्यकर्ते आठ वाजता मार्केटमध्ये हजर झाले. दोन पोलीस व्हॅन्स तिथे आमच्या आधीच येऊन सज्ज होत्या. जणूकाही आम्ही तिथे दंगाधोपाच करणार होतो! दहा वाजता पोलिसांची आणखी कुमक हजर झाली. ते पाहून बघ्यांची गर्दी जमली आणि तणाव वाढू लागला. आता पुढे काय घडणार याबद्दल पोलीस साशंक होते, पण 'सेवा'च्या कार्यकर्त्यांना कोणतीही साशंकता वाटत नव्हती. दुकानदार कुतूहलानं पाहत होते. पोलिसांनी मला सांगितलं की, मी ह्या विक्रेत्या-स्त्रियांना रस्त्यावरून हटवावं; पण मी त्यांच्याशी विवाद करून त्यांना बोलण्यात गुंतवून ठेवलं. दरम्यान विक्रेत्यांनी पटापट माल आणला आणि आपापल्या जागी त्या स्थानापन्न झाल्या. पोलिसांनी लाठीमार करायचा ठरवला असता, तर ह्या स्त्रियांना सुरक्षित ठेवण्यासाठी 'सेवा'च्या कार्यकर्त्यांनी त्यांच्याभोवती कडं तयार केलं होतं.

हा कायदा आणि सुव्यवस्थेचा प्रश्न आहे, असं पोलीस म्हणू शकले नसते. विक्रेत्यांना कैदेत टाकून पुन्हा कर्फ्यू लावणं त्यांना शक्य होणार नव्हतं, पण स्त्री-विक्रेत्यांनी विक्रीला सुरुवात करता क्षणी सकाळच्या गिऱ्हाइकांनी त्यांच्याभोवती गर्दी केली. ''छान! तू परत आलीस हे किती बरं झालं!'' असे उद्‌गार निघू लागले. क्षणभरातच मिरच्या, टोमॅटो तोलले जाऊ लागले आणि विक्री होऊ लागली. धंदा नेहमीप्रमाणे सुरू झाला होता. पोलिसांना काहीही करता आलं नाही.

दुपारपर्यंत पोलिसांनी तिथून काढता पाय घ्यायचं ठरवलं. ''तुम्हांला आमची गरज नाही तर! घडेल त्याला तुम्हीच तोंड द्या!'' असा जाता-जाता टोमणा मारून त्यांनी गाशा गुंडाळला. रहदारीच्या नियंत्रणासाठीसुद्धा एकही पोलीस थांबला नाही. आम्ही ते आव्हानसुद्धा स्वीकारलं. 'सेवा'च्या कर्मचाऱ्यांनी आणि सदस्यांनी आठवडाभर माणिक चौकातल्या रहदारीचं नियंत्रण केलं. पहिल्या दिवसानंतर ह्या स्त्रियांचा निश्चय आणि कार्यक्षमता पाहून बाजारातले इतर व्यापारीसुद्धा प्रभावित झाले असावेत. कारण त्यांनी स्वेच्छेनं त्यांना मदत आणि पाठिंबा दिला. ज्या स्त्रियांबद्दल पूर्वी त्यांना तुच्छता वाटत होती, त्यांनाच त्यांनी पाठबळ दिलं. अशी सहकाराची भावना ह्या बाजारात यापूर्वी कधीही दिसली नव्हती! अजूनही त्या स्त्रिया आठवण काढतात की, असहकाराच्या त्या सहा दिवसांत त्यांची अभूतपूर्व कमाई झाली होती. लाच मागणारे पोलीस लचके तोडत नव्हते. माणिक चौक बाजार पूर्ववत् चालू झाला.

जरी विक्रेते आपापल्या जागी बसून विक्री करू लागले असले होते, तरी अजूनही ते बेकायदाच बसत होते आणि आमचा मूळ प्रश्न अजूनही सुटलेला नव्हता. सर्व संबंधित अधिकाऱ्यांकडे पाठवलेल्या लेखी अर्जांना काहीही उत्तर दिलं जात नव्हतं. आणखी एक निषेध-मोर्चा काढून आम्ही त्यांना हलवण्याचा प्रयत्न केला. हा निषेध-मोर्चा आधीच्या मोर्चाहूनसुद्धा मोठ्या संख्येनं काढला गेला होता. विक्रेत्यांच्या निदर्शनापुढे भाषण करायला आम्ही मुख्यमंत्र्यांना आमंत्रण दिलं होतं. लोकांचा प्रतिनिधी या नात्यानं मुख्यमंत्र्यांनी लोकांची गाऱ्हाणी ऐकून घेतली पाहिजेत असं आम्हांला वाटत होतं; परंतु स्त्रियांनी सांगितलेल्या त्यांच्या समस्या ऐकून घेतल्यावर मुख्यमंत्री श्री. बाबुभाई पटेल त्यांना धारेवर धरू लागले! ''तुम्ही तुमची खेडी सोडून शहरात कशासाठी आलात? साऱ्या समस्यांचं तेच मूळ आहे, हे तुम्हांला समजत कसं नाही?'' पण असा दृष्टिकोन असला, तरी स्त्रियांचा संदेश त्यांना कळलेला होता. दोन दिवसांनी त्यांनी आम्हांला त्यांच्या कक्षात मीटिंगसाठी बोलावलं. म्युनिसिपल कमिशनर आणि पोलीस कमिशनरसुद्धा तिथे आमची वाट पाहत थांबलेले होते. त्यानंतर गृहमंत्री, कायदामंत्री आणि मजूरमंत्रीसुद्धा विक्रेत्यांच्या समस्यांबद्दलच्या आमच्या चर्चेत सहभागी झाले.

'सेवा'च्या वतीनं फक्त लक्ष्मीबेन आणि मी उपस्थित होतो. उभयपक्षी विवाद मिटवण्याची इच्छा असल्यामुळे आम्ही तात्पुरता तोडगा लगेच शोधून काढला. 'सेवा'ची सदस्य असलेलं आयडेंटिटी कार्ड हा माणिक चौकातल्या विक्रेत्यांचा वैध विक्री परवाना समजण्यात येईल, असं उभयपक्षी मान्य केलं गेलं. ह्या आयडेंटिटी कार्डात सारीच आवश्यक माहिती दिलेली होती. विक्रेत्याचं नाव, फोटो, ती जेथून विक्री करत होती, ती जागा आणि 'सेवा'ची जनरल सेक्रेटरी या नात्यानं मी केलेली सही. हे सरकार कोसळेपर्यंत म्हणजे दोन वर्षांहूनही अधिक काळ 'सेवा'चं आयडेंटिटी कार्ड हा विक्रीसाठीचा कायदेशीर परवाना समजला जात होता आणि पोलिसांकडून होणारा छळसुद्धा कमी झाला होता; परंतु यानंतर निवडून आलेल्या सरकारचं धोरण मात्र वेगळचं होतं.

शहरातल्या गोरगरिबांच्या दृष्टीनं १९८१ हे अतिशय वाईट वर्ष होतं. वैद्यकीय महाविद्यालयातल्या शेड्यूल्ड कास्ट्स आणि ट्राइब्जच्या लोकांसाठीच्या राखीव जागा वाढवण्याच्या मुद्द्यावरून शहरभर निदर्शनं झाली आणि भीषण दंगली उसळल्या. शहरात दंगल उसळली की, आपल्या लहानसहान व्यवसायात काम करणारे गरीब लोक सर्वांत आधी बेकारीनं त्रस्त होतात. TLAच्या नेत्यांबरोबरच्या मतभेदांमुळे 'सेवा'मधल्या कार्यकर्त्यांचं मनोबलसुद्धा खच्ची झालेलं होतं. सुप्रीम कोर्टचे जस्टिस आणि फ्री-लीगल एड कमिटीचे चेअरमन पी. एन. भगवती यांच्याकडून मला याच वेळेस दिल्लीतल्या एका सेमिनारसाठी उपस्थित राहण्याचं आमंत्रण आलं. अत्यंत प्रक्षुब्ध मन:स्थितीत असताना मी ह्या आमंत्रणाला उत्तर पाठवलं. मी उत्तरात लिहिलं की, 'गरिबांच्या विरोधात असलेले अनेक कायदे मी पाहिले आहेत.' आणि कायद्याच्या नावाखाली माणिक चौकामधल्या विक्रेत्यांवर केल्या जाणाऱ्या अन्यायाबद्दल मी सविस्तर माहिती कळवली.

त्या पत्रात मी असंही लिहिलं की, 'लक्ष्मीबेन गेली चाळीस वर्षं त्याच जागी बसून माणिक चौकात भाजी विकत आलेली आहे आणि त्याच जागी तिच्यापूर्वी तिची सासू भाजी विकत असे. तिच्या दिवसाच्या दहा रुपये कमाईवरच त्यांच्या कुटुंबाचं पोट भरतं, कारण तिचा नवरा गेली १२ वर्षं आजारी आणि बेकार आहे. आठवड्यातून तीन ते चार वेळा तिला दंड केला जातो. दंडागणिक तिला साडेबारा रुपये भरावे लागतात. गेली सहा वर्षं तिनं जो दंड भरला, त्याच्या पावत्या तिनं जपून ठेवलेल्या आहेत. शक्रीबेनसुद्धा गेली चाळीस वर्षं माणिक चौकात भाजी विकते आहे. तिच्याजवळसुद्धा तिनं भरलेल्या दंडाच्या पावत्या आहेत. देवीबेनसुद्धा गेली वीस वर्षं माणिक चौकाच्या दाणापीठ विभागात विक्री करते आहे. गेल्या आठ वर्षांत तिनं भरलेल्या दंडाच्या पावत्या तिच्यापाशी आहेत. अनेक वर्षं बाजारात विक्री करत असल्याचे पुरावे देऊ शकतील, अशा अगणित स्त्रिया आहेत.'

न्यायमूर्ती भगवतींनी माझं पत्र जनहित-याचिकेत (पब्लिक इन्टरेस्ट पेटिशनमध्ये) परिवर्तित केलं आणि मी एक वकील नेमावा असा सल्ला त्यांनी मला दिला. इंदिरा जयसिंग ह्या तरुण वकिलाच्या हाती आम्ही रस्त्यावरल्या विक्रेत्यांच्या हक्काबद्दलचा खटला सोपावला. इंदिरा जयसिंगनं मुंबईतल्या फूटपाथवसियांचा खटला जिंकलेला होता. आम्ही ७ जानेवारी १९८२ रोजी 'सेवा' ह्या संस्थेच्या वतीनं आणि लक्ष्मीबेन, शक्रीबेन, देवीबेन आणि मी अर्जदार म्हणून म्युनिसिपल कमिशनर, पोलीस कमिशनर आणि गुजरात राज्य यांच्याविरुद्ध भारताच्या सुप्रीम कोर्टात खटला दाखल केला. या खटल्यात आम्ही दावा केला की, खटला भरणाऱ्या स्त्रियांना विक्रीचा परवाना नाकारून नगरपालिकेनं ह्या विक्रेत्यांना संविधानानं दिलेला मूलभूत हक्कच (Fundamental Constitutional right) नाकारला आहे. बचाव करणाऱ्या पक्षानं मौनच पाळलं. पोलीस खात्यातलं कुणीही उपस्थित राहिलं नाही. खटल्याची सुनावणी ऐकणाऱ्या दोन न्यायाधीशांनी विक्रेत्यांवर कारवाई करण्यास बंदी केली. कोर्टानं नगरपालिकेला आज्ञा केली की, माणिक चौकात विक्री करणाऱ्या 'सेवा'च्या सर्व सदस्यांना संरक्षण दिलं जावं आणि 'सेवा'बरोबर वाटाघाटी करून ह्या रस्त्यावरच्या विक्रेत्यांच्या जागेबाबतचा कायमस्वरूपी तोडगा नगरपालिकेनं काढावा. कायमस्वरूपी तोडगा निघेपर्यंत माणिक चौकातल्या विक्रेत्यांना आताच्या जागी बसून विक्री करायची तात्पुरती परवानगी देणारा परवाना दिला जाईल. 'सेवा'नं आणखी एक मागणी केलेली होती. 'माणिक चौक बाजार फक्त पदचाऱ्यांसाठीच खुला असावा.' परंतु ही मागणी कोर्टानं नाकारली, कारण अशी मागणी मान्य केली असती, तर ह्या विभागातली सध्याची खाजगी घरं, सार्वजनिक इमारती आणि कचेऱ्या यांची गैरसोय झाली असती.

विक्रेत्यांच्या विविध समस्यांवर कायमस्वरूपी तोडगे काढण्यासाठी 'सेवा'नं नगरपालिकेच्या अधिकाऱ्यांबरोबर खूपदा चर्चा केली. नगरपालिकेनं विक्रेत्यांचा माल पोचवण्यासाठी खास बस, घाऊक बाजारासाठी कोल्ड स्टोरेजची सुविधा, नगरपालिकेनं बांधलेल्या प्रत्येक नव्या बाजारात स्त्रियांना विक्री करता यावी म्हणून आखून दिलेल्या जागा अशा सुविधा करून देण्याचं कबूल केलं. दुर्दैवानं पुढल्याच वर्षी सरकार कोसळलं आणि कबूल केल्या गेलेल्या सुविधा कागदोपत्रीच शिल्लक राहिल्या. माणिक चौक बाजाराबद्दलचा कोर्टाचा निकाल हा केवळ कागदोपत्रीचा दस्तऐवज म्हणून शिल्लक राहिला आहे. कोणतीही गोष्ट करण्याबाबत नगरपलिका अळंटळं करत राहते. विक्रेत्यांची पुढली पिढी माणिक चौकात विक्रीसाठी बसू लागली असली, तरी त्यांच्या समस्या काही दूर झालेल्या नाहीत.

माणिक चौकात उपद्रव पोचवणं स्थानिक पातळीवर पूर्ववत् चालू आहे. खोलवर हितसंबंध गुंतलेले अनेक लोक अशा शोषणाला हातभार लावत आहेत.

सुप्रीम सर्वोच्च न्यायालयापुढे कैफियत मांडणारे चार
अर्जदार : देवीबेन, लक्ष्मीबेन, शक्रीबेन, इलाबेन (आनंद पटेल)

ह्या महत्त्वाच्या बाजारात जागेला अफाट किंमत येतेय. आत्मरक्षणासाठी गरिबांनी संघटन केल्याखेरीज त्यांचा निभाव लागणं कठीण आहे. 'सेवा'च्या मदतीनं ह्या स्त्रियांना कायद्याबाबत सल्ला मिळवता येतो आणि आपल्या तक्रारी सरकारच्या कानावर घालता येतात.

१९८६ साली भारताच्या अध्यक्षांनी राज्यसभेची सदस्य म्हणून माझी नियुक्ती केली. ५ ऑगस्ट, १९८८ रोजी विक्रेत्यांबाबतचा ठराव मी राज्यसभेपुढे मांडला. रस्त्यावर बसून विक्री करणाऱ्यांच्या समस्यांना भारतीय लोकशाहीच्या इतिहासात सरकारपुढे प्रथमच व्यासपीठ मिळालं.

माझ्या ठरावात मी सरकारला कळकळीची विनंती केली की, फेरीवाले आणि रस्त्यावरले विक्रेते यांचं राहणीमान उंचावण्यासाठी त्यांच्याबद्दल राष्ट्रीय स्तरावर धोरण आखलं जावं आणि विस्तृत रचनात्मक धोरणांतर्गत त्याचा समावेश केला जावा. त्यांना रोजगार मिळवण्यासाठी, शहरातल्या उपलब्ध जागेवर बसवण्यासाठी कायदेशीर परवानगी देण्यात यावी अशी मागणीसुद्धा मी ह्या ठरावात केली. नगरविकासाच्या आराखड्यात शहरी वितरण संस्थेत त्यांची गणना करून त्यांना विक्रीसाठी खास जागा उपलब्ध करून देण्यात यावी आणि स्थानिक पातळीवर याची कार्यवाही केली जाण्यासाठी योग्य त्या सूचना देण्यात याव्यात, अशी मागणीसुद्धा मी ह्या ठरावात केली होती.

नागरी समस्यांकडे लक्ष पुरवणाऱ्या केंद्रीय मंत्र्यांनी विक्रेत्यांच्या समस्यांकडे सहानुभूतिपूर्वक पाहण्याचं आश्वासन दिलं. फेरीवाले आणि विक्रेते यांच्याबद्दल राष्ट्रीय धोरण आखण्याचा ठराव एकमतानं मंजूर झाला, परंतु सत्तेवरच्या सरकारावर दबाव आणून ठोस पावलं उचलायला लावण्यासाठी जे राजनैतिक बळ लागतं, ते एकेकट्या सदस्यापाशी नसल्यामुळं ह्या ठरावाची कार्यवाही करवणं सोपं नव्हतं. सर्व राजनैतिक पक्षांपासून अंतर राखून वागण्याच्या माझ्या धोरणामुळे ठरावाला मंजुरी मिळवण्यापलीकडे मला आणखी काही करता आलं नाही.

◈

अहमदाबादमधल्या विक्रेत्यांची 'सेवा'मधली सदस्यसंख्या ४१,०००वर गेलेली आहे. माणिक चौकातील परिस्थिती थोडीफार सुधारली आहे; अजूनही दंड केले जातात, पण ते पूर्वीपेक्षा कमी वेळा आणि कमी रकमेचे असतात. 'सेवा'चे कार्यकर्ते आपल्या सदस्यांच्या वतीनं पोलीस चौकीत जातात. ह्यामुळे विक्रेत्यांचा वेळ वाया जात नाही आणि लाचलुचपत न देता काम होतं. विक्रेत्या-स्त्रियांना पूर्वीप्रमाणे धमक्या दिल्या जात नाहीत. पूर्वीप्रमाणे असं धाकदपटशाचं धोरण पोलिसांना वापरता येत नाही, कारण स्त्रिया बहुसंख्य आहेत आणि त्या संघटित होऊन एकमेकींच्या पाठीशी उभ्या राहू लागल्या आहेत; त्या कायद्याची मदतसुद्धा मिळवू लागल्या आहेत.

दुदैवानं अतिक्रमण-विरोधी पथकांकडून त्यांच्या हातगाड्या आणि माल जप्त होण्याचं संकट अजूनही ओढवू शकतं. जप्त केली गेलेली गाडी अनेक दिवस परत केली जात नाही. त्यामुळे विक्रेत्या-स्त्रीला बाहेर जाऊन विक्री करणं अशक्य होतं. बरेचदा परत केलेली गाडी मोडक्या अवस्थेत परत मिळते. पूर्वी अतिक्रमणविरोधी अधिकारी स्त्रियांच्या गाड्यांबरोबर विक्रीचा मालसुद्धा जप्त करत असत. आता ते फक्त गाडी जप्त करतात आणि माल विक्रेत्यापुढे ओतून देतात. मोठीच कृपा म्हणायची!

दरम्यान शहरातल्या विक्रेत्यांची संख्या वाढतच चाललेली आहे. रस्त्यांवरच्या फेरीवाल्यांचा नेमका आकडा समजत नाही, कारण ते सतत फिरत असतात आणि मागणीनुसार त्यांचा आकडा बदलत असतो; परंतु 'सेवा'नं २००१ साली घेतलेल्या सर्वेक्षणानुसार अहमबादेत ८०,००० विक्रेते १०० वेगवेगळ्या व्यवसायांत १४० मुख्य बाजारांमध्ये माल विकत होते. पंचवीस वर्षांपूर्वी जमालपूर मार्केटमध्ये १२५ विक्रेते बसत. आज तिथे जवळ-जवळ १,००० विक्रेते माल विकतात. त्यातले निम्मे विक्रेते ह्या व्यवसायात नव्यानं शिरलेले आहेत. बाजारात फळं विकणाऱ्या गाड्यांच्या दोन ओळी मावतील अशी जागा पोलिसांनी करून

दिली, पण ताबडतोब गाड्यांची आणखी एक ओळ उभी राहिली. विक्रेत्यांची वाढती संख्या लक्षात घेऊन नगरपालिकेनं त्यांना विक्रीसाठी योग्य अशी जागा आणि परवाने द्यायला सुरुवात केली नाही, तर त्यांच्यात भांडणं होणं अटळ आहे.

कारखान्यात पुरेशा लोकांना नोकऱ्या मिळत नसल्यामुळे अधिकाधिक लोक अशा व्यवसायांनी पोट भरायचा प्रयत्न करत आहेत. विक्रेत्यांची वाढती संख्या हा बेकारीचाच एक परिणाम आहे. अहमदाबादमधल्या कापडगिरण्या १९८० ते १९९०च्या दरम्यान एकामागोमाग एक बंद पडत गेल्या. त्यामुळे एक लाख लोकांवर बेकारीचं संकट ओढवलं. बेकारांपैकी बहुतेक सारे पुरुष होते. त्यातले अनेक जण अनेक वर्षं नव्या नोकरीची वाट पाहत स्वस्थ बसले.[१] अशा लोकांच्या बायकांवरच घराची जबाबदारी येऊन पडली. काही मिल-मजूर स्वतःचे छोटे-छोटे व्यवसाय करू लागले आहेत आणि कमी मजुरीच्या, फारसं कौशल्य आवश्यक नसलेल्या व्यवसायांमध्ये असलेल्या स्त्रियांशीच स्पर्धा करू लागले आहेत. अनेक स्यियांपुढे विक्रीशिवाय पोट भरण्याचा आणखी कोणताही मार्ग नसतो. विक्रेत्यांपैकी एक-तृतीयांश स्त्रिया त्यांच्या कुटुंबातली एकमेव कमावती व्यक्ती असतात. १९९०च्या सुमाराला नगरपालिकेतल्या अधिकाऱ्यांनी एका जागी बसून विक्री करण्यासाठी परवाने देणं थांबवलं. तोवर १,००० विक्रेत्यांना असे परवाने दिले गेले होते. आता फक्त फिरत्या विक्रेत्यांना विक्रीचे परवाने मिळू शकतात.

शहरातल्या सतत वाढणाऱ्या लोकसंख्येमुळे जमिनींचे भाव कडाडत आहेत. नगरपालिकेच्या अधिकाऱ्यांना वाटणारी भीती रास्त आहे की, विक्रीची जागा कायदेशीर केली गेल्यावर रस्त्यावर बसून भाजी विकणारे त्या जागेवरच पक्कं बांधकाम करतील. अशी भीती सयुक्तिक आहे, परंतु बाजारात सुव्यवस्था राखून विक्रेत्यांना माल विकून पोट भरू देण्यासाठी काहीतरी तोडगा काढणं आवश्यक आहे. आताची यंत्रणा अविश्वास आणि झापड लावलेली दृष्टी यांवर उभारली गेली आहे आणि त्यामुळे सत्तेचा गैरवापर आणि भ्रष्टाचार फैलावतो आहे.

बेकायदेशीरपणे इतके व्यवहार चालू दिले गेल्यामुळे लाचलुचपत बोकाळली आहे. किरकोळ विक्री करणारे दुकानदार आणि मोठे व्यापारी पोलिसांना लाच देऊन किंवा धमकावून गप्प करू शकतात; परंतु गोरगरीब असाहाय्य असतात. भद्र मंदिराच्या बाहेर बांगड्या विकण्यासाठी विक्रेतीला तिच्या गाडीमागे दररोज तीन रुपये लाच देऊन पोलिसाला गप्प करावं लागतं. ही रक्कम मोजली की, तिला दिवसभर शांतपणे विक्री करता येते. जिथे विक्रेते मोक्याच्या जागी बसतात, तिथे

---

१. जान ब्रेमेन व पार्थिव शाह – वर्किंग इन द 'मिल नो मोअर'. न्यू दिल्ली : ऑक्सफर्ड युनिव्हर्सिटी प्रेस, २००४.

त्यांना जास्त रक्कम देणं भाग पडतं. सणांच्या दिवशी, विशेषत: संध्याकाळी, जेव्हा बाजार गिऱ्हाइकांनी फुलून गेलेला असतो, तेव्हा वातावरणातला तणावसुद्धा वाढलेला असतो. पोलीस मंडळी गिऱ्हाइकांमध्ये मिसळून कोणत्या विक्रेतीचा केवढा धंदा होतो आहे, याचा अंदाज घेत फिरत असतात. जेवढी विक्री जास्त, तेवढी लाचेसाठीची मागणीसुद्धा वाढीव!

पोलिसांव्यतिरिक्त त्या-त्या टापूतले गुंडसुद्धा आपला हप्ता वसूल करत असतात. जेव्हा 'सेवा'चे कार्यकर्ते नव्या विभागातल्या सदस्यांना संघटित करू पाहतात, तेव्हा तिथल्या स्त्री-विक्रेत्या कधीकधी स्पष्टपणे सांगतात की, 'भाई'कडून परवानगी घेतल्याशिवाय त्यांना कोणत्याही नव्या संघटनेत सामील होता येणार नाही. 'सेवा'ची कार्यकर्ती ह्या 'भाई'ला भेटली की, तो आढ्यतेने सांगतो की, तो त्या विभागातल्या साऱ्या विक्रेत्यांना 'सेवा'चं सदस्यत्व सहज स्वीकारायला लावू शकेल, परंतु त्याला त्यापासून काय लाभ होणार आहे? असल्या गुंडांना वळवून सदस्यांना संघटित करण्यासाठी धैर्य, व्यवहारचातुर्य आणि सर्वांत महत्त्वाची गोष्ट म्हणजे स्त्रियांचं सहकार्य यांची आवश्यकता असते.

मध्यमवर्गीयांच्या वस्तीतल्या काही बाजारांमध्ये हे गुंड दिवसाकाठी, गाडीगणिक २० ते २५ रुपये हप्ता उकळतात. इतर काही जागी गुंडांनी पैसे उकळण्याची नामी शक्कल शोधून काढलेली आहे. ते विक्रेत्याच्या ठेल्यावर दिवसातून तीनदा चहाचा कप ठेवतात आणि कपामागे १० रुपये वसूल करतात. विक्रेत्याला चहा हवा असो की नसो! त्याला कपामागे दहा रुपये खंडणी मोजावीच लागते.

शहरातल्या घाऊक भाजीबाजारात ह्या विक्रेत्यांचं शोषण करणारी आणखी एक व्यक्ती असते. ती म्हणजे तिथला बिलं बनवणारा कारकून. याला 'मेहता' नावानं संबोधलं जातं. सर्व विक्रेत्यांकडून बिलं बनवण्यासाठी हा मेहता मालाच्या किमतीच्या १०% ते १६% पैसे उकळतो. अधिकृत रक्कम केवळ ६% असताना हा कारकून वरकड कमाई खिशात टाकत असतो. सारे विक्रेते ह्या 'मेहता'चा मनापासून तिरस्कार करतात. याशिवाय हा माल किरकोळ बाजारात पोचवण्यासाठी मालाच्या किमतीमागे ४ ते ५ टक्के वाहतुकीचा खर्च येतो. हजार रुपयाच्या मालावर 'मेहता' आणि वाहतूक यांवर शंभर ते दीडशे रुपये वरकड मोजावे लागतात.

सावकारसुद्धा खूपच शोषण करतात. 'सेवा'चे सदस्य होण्यापूर्वी हे विक्रेते भाजी विकत घेण्यासाठी सावकाराकडून व्याजी पैसे घेत. एका दिवसाचं व्याज १०% असे. त्याच दिवशी सव्याज मुद्दल फेडलं नाही, तर दुसऱ्या दिवशी व्याजापोटीच २०% द्यावे लागत. 'सेवा बँके'ची स्थापना झाल्यावर बँकेच्या सदस्यांना वाजवी व्याजदरावर भांडवल उपलब्ध होऊ लागलं, परंतु बाजारात आजसुद्धा सावकाराला पूर्वीप्रमाणेच जब्बर व्याज मोजावं लागतं. जे विक्रेते 'सेवा बँके'चे

सदस्य नाहीत, त्यांना पूर्वीप्रमाणेच खूप व्याजदर देऊन पैसे उभे करावे लागतात.

माणिक चौक, दाणापीठ आणि सारसपूर यांसारख्या जुन्या काळापासून चालत आलेल्या बाजारपेठांमध्ये विक्रेत्यांना अधिकारातल्या व्यक्तींपासून कमी प्रमाणात उपद्रव पोचतो. वर्षानुवर्षांच्या त्याच-त्याच विवादानंतर एका प्रकारे 'जैसे थे' वृत्ती निर्माण झालेली आहे. आता विक्रेते आणि अधिकारी यांच्यातले बखेडे नवीन जागी उभ्या राहिलेल्या बाजारपेठांकडे वळलेले आहेत. नवीन जागी राहणाऱ्यांच्या गरजा भागवण्यासाठी ताबडतोब नव्या बाजारपेठा उभ्या राहतात. रस्त्यावर बसून माल विकणारे, फेरीवाले, हातगाडीवाले व्यापाराची नवी संधी ताबडतोब हेरतात आणि तिथे माल पुरवू लागतात; परंतु अशा नव्या बाजारपेठा नगरपालिकेच्या आराखड्यानुसार अधिकृत नसतात. नवीन वस्तीसाठीच्या गरजा लक्षात घेऊन अधिकृत बाजारपेठ उपलब्ध करून देणं, हे काम नगरविकासाच्या आराखड्यामार्फत न होता अनधिकृत स्तरावरच अशा हुशार विक्रेत्यांकरवी केलं जातं. अहमदाबादमधल्या वाढत्या लोकवस्तीसाठी पाणी, सांडपाण्याचा निचरा, वीज, सार्वजनिक वाहतुकीची साधनं ह्या सुविधा उपलब्ध करून देण्यास नगरपालिकेला भरपूर वेळ लागतो. नव्या उपनगरांमध्ये व्यापारी, आर्थिक किंवा सामाजिक संस्थांची पुरेशी सुविधा उपलब्ध करून देणं ह्याकडे नगरपालिकेचं लक्ष विलंबानंच जातं. गरजवंतच नगर-विकास घडवून आणतात!

स्थानिक गरजेनुसार नवीन जागी विक्री होऊ लागते आणि अशा विक्रेत्यांना अधिकृत दर्जा द्यायचा की त्यांना अनधिकृत म्हणायचं, एवढचं अधिकाऱ्यांच्या हाती उरतं. कधीकधी संगमरवरी फरशा असलेले मोठमोठे शॉपिंग मॉल्स आधी बांधले जातात आणि त्यानंतर नगरपालिका त्यांना मंजुरी देते. अशा परिस्थितीत गोरगरिबांकडे कोण लक्ष पुरवणार आहे?

शहराची परिस्थिती सुधारण्याच्या प्रयत्नांना थोडसं यश आलेलं आहे. पाणी आणि सार्वजनिक शौचालयं यांबाबतची परिस्थिती पस्तीस वर्षांपूर्वी होती, त्याहून थोडी सुधारली आहे. पुष्कळदा विनंतीअर्ज दिल्यानंतर आणि खूप वेळा शिष्टमंडळं पाठवल्यानंतर बाजारपेठेत थोडीशी सार्वजनिक शौचालयं बांधण्यात आलेली आहेत, पण त्यांची संख्या अगदीच कमी आहे आणि विक्रेत्यांच्या कामाच्या जागेपासून ती खूप लांब आहेत. "साहेब, तुम्हांला कधी टॉयलेटला जावं लागत नाही का?" मणिबेननं एकदा तिच्या विभागातल्या नगरसेवकाला परखडपणे विचारलं. कधीकधी अशा एखाद्या साध्याशा प्रश्नानंच अधिकाऱ्यांना त्यांच्या कर्तव्याची जाणीव होते.

मध्यमवर्गीयांची विक्रेत्यांबद्दलची मानसिकता परस्परविरोधी असते. त्यांना स्वस्तात ताजा माल विकत तर हवा असतो, पण विक्रेत्यांची गरिबीची राहणी आणि रांगडं बोलणं यांबद्दल त्यांना तिटकारा वाटतो. त्याचप्रमाणे घासाघीस करून माल

गळी उतरवू पाहणारे विक्रेते फसवतील, अशीही भीती मध्यमवर्गीयांना वाटत असते. विक्रेत्यांना अशी मानसिकता काही नव्यानं दिसलेली नसते. ते हसतात आणि आपलं काम करत राहातात.

कालांतरानं काही अधिकाऱ्यांना ह्या विक्रेत्यांबद्दल सहानुभूती वाटू लागते. नगरपालिकेचे कनिष्ट अधिकारी कधीकधी ह्या विक्रेत्या स्त्रियांना आधीच सावध करतात की, अमुक जागी, अमुक दिवशी अतिक्रमणविरोधी पथकाची धाड पडणार आहे. अतिक्रमणविरोधी पथकाचे लोकसुद्धा कधीकधी कबूल करतात की, ह्या सततच्या निरर्थक कारवाईचा त्यांना उबग आलेला आहे. ते विक्रेत्यांनाच विचारतात, ''तुम्ही 'सेवा'चे सदस्यलोकच ह्या प्रश्नावर तोडगा का नाही शोधून काढत?'' त्यांनासुद्धा ह्या धाडींची निरर्थकता पटलेली असते.

◈

आमच्या अहमदाबादमधल्या अनुभवावरून अगदी स्पष्टपणे जाणवतं की, भारतीय शहरातल्या विक्रेत्यांच्या समस्यांची दखल रचनात्मक धोरणाद्वारा घेतली गेली पाहिजे. त्यांना विक्रीसाठीची जागा, विक्रीचा परवाना, आर्थिक आणि नागरी सेवा ह्या नगरविकासाच्या आराखड्याद्वारा दिल्या जायला हव्यात आणि त्यांना पोट भरायची संधी दिली जायला हवी. अशा नगरविकासाच्या आराखड्यात विक्रेत्यांच्या गरजांचा परामर्श घेतला जायला हवा.

यासाठी भारतातल्या शहरांमध्ये ह्या विक्रेत्यांचं योगदान किती आहे, याची योग्य ती दखल घेतली जायला हवी. गरजेच्या वस्तू आणि सेवा यांचा पुरवठा करण्यासाठी ह्या लोकांनी केलेलं योगदान काही कमी नाही! भारतातल्या शहरातल्या निम्न आर्थिक स्तरावरचे ५०% लोक त्यांच्या दैनिक गरजेच्या गोष्टी अशा रस्त्यांवरच्या विक्रेत्यांकडून विकत घेतात. आर्थिकदृष्ट्या संपन्न असलेले लोकसुद्धा त्यांच्या गरजेच्या बऱ्याचशा गोष्टी अशा विक्रेत्यांकडूनच खरेदी करतात.

फेरीवाले आणि रस्त्यावर बसून माल विकणारे लोक गिऱ्हाइकांना रास्त किमतीत माल तर उपलब्ध करून देतच असतात, पण याशिवाय अशा अनधिकृत प्रकारच्या विक्रीमुळे असंख्य लोकांना रोजी रोटी मिळत असते. ती रोजी रोटी कमावताना हे गोरगरीब मोठ्या आणि लहान उत्पादकांच्या मालांची किरकोळ विक्री करून मोठंच योगदान देत असतात.

फेरीवाल्यांच्या आणि विक्रेत्यांच्या नेमक्या आकड्याबद्दल वेगवेगळे अंदाज ऐकीवात आहेत. फेरीवाल्यांबद्दलच्या राष्ट्रीय धोरणाच्या मसुद्यानुसार भारतात अंदाजे एक कोटी विक्रेते आहेत आणि त्यांपैकी एक-तृतीयांश स्त्रिया आहेत. अहमदाबादमधल्या रस्त्यावरच्या विक्रेत्यांबद्दल अलीकडेच केल्या गेलेल्या सर्वेक्षणानुसार अशा विक्रेत्यांची

संख्या स्वत:च्या व्यवसायांमध्ये असलेल्या लोकांच्या १६% एवढी आहे. शहरातल्या लोकसंख्येपैकी २% लोक रस्त्यावर बसून माल विकतात, म्हणजे ३५ ते ५० माणसांमागे एक विक्रेता असतो.[२]

'मुंबईतले फेरीवाले विरुद्ध मुंबई म्युनिसिपल कॉर्पोरेशन' ह्या खटल्यावर १९८५ साली सुप्रीम कोर्टनं निकाल देताना म्हटलं की, विक्रीला परवानगी असलेले आणि परवानगी नसलेले प्रत्येक शहरातले भाग स्पष्टपणे नमूद केले जावेत, म्हणजे विक्रेत्यांना माल विकणं सोपं पडेल. दोन वर्षांनी, 'सौदान सिंग विरुद्ध दिल्ली म्युनिसिपल कॉर्पोरेशन' ह्या खटल्याचा निकाल जाहीर करताना सुप्रीम कोर्टानं म्हटलं की, विक्री करणं हा संविधानानं प्रत्येकाला दिलेला मूलभूत हक्क आहे आणि नीटपणे नियमन केलं, तर लहान विक्रेते जनतेच्या गरजा उपयुक्तपणे भागवताना दिसून येतील, दैनंदिन गरजेच्या गोष्टी ते रास्त किमतीत उपलब्ध करून देऊ शकतील. संविधानाच्या १९ (1) ग ह्या कलमान्वये, व्यापार किंवा व्यवसाय करण्याचा हक्क प्रत्येक व्यक्तीला आहे. रस्त्यावर विक्री करायला मज्जाव करताना रस्ते फक्त जाण्यायेण्यासाठीच वापरले पाहिजेत, असं म्हणून हा हक्क कोणालाही नाकारता येणार नाही.

रस्त्यावरले विक्रेते शहरातल्या गिऱ्हाइकांना महत्त्वाची सुविधा पुरवत आहेत; रस्त्यावरल्या विक्रीमुळे अनेकांना पोट भरता येत आहे; सुप्रीम कोर्टानंसुद्धा त्यांच्या बाजूनं निर्णय दिलेला आहे. असं असूनसुद्धा देशभरातल्या शहरांमधल्या विक्रेत्यांना विक्रीसाठी दररोज अनेक संकटांना सामोरं जावं लागतंय.

मुंबई विश्वविद्यालयातले डॉक्टर शरत भौमिक यांनी 'सेवा'च्या वतीनं मुंबई, दिल्ली, अहमदाबाद, पटना, इंफाळ, बंगलोर आणि भुवनेश्वर इथल्या विक्रेत्यांच्या समस्यांची पाहणी केली.[३] त्यांनी केलेल्या पाहणीत आढळलं की, रस्त्यावर बसून विक्री करणाऱ्यांना फक्त इंफाळ आणि भुवनेश्वर या दोन शहरांनी त्यांच्या नगरविकास आराखड्यात समाविष्ट करून घेतलेलं आहे; आणि फक्त इंफाळ ह्या एकमेव शहरानं रस्त्यावर बसून माल विकण्याबाबतचे नियम स्पष्टपणे नमूद केलेले आहेत. मणिपूरच्या स्टेट प्लॅनिंग ॲक्टच्या अनुसार, प्रत्येक निवासी विभागात, प्रत्येक १००० लोकसंख्येमागे ४ ते ६ दुकानं आणि दहा फेरीवाले यांना

---

२. जीमोल उन्नी व उमा रानी – "अर्बन इन्फॉर्मल सेक्टर : साइझ अँड इन्कम जनरेशन प्रोसेस इन गुजरात." न्यू दिल्ली : नॅशनल कौन्सिल ऑफ अप्लाइड इकॉनॉमिक रिसर्च, २०००.

३. शरत के. भौमिक – "हॉकर्स अँड द इन्फॉर्मल सेक्टर : रिपोर्ट." मुंबई, इंडिया अनपब्लिश्ड रिपोर्ट, २००२

जागा करून दिली पाहिजे. भुवनेश्वर डेव्हलपमेंट ऑथॉरिटीनं सार्वजनिक जागांपैकी ३% जागा व्यापारी विभाग म्हणून राखून ठेवलेली आहे आणि त्या व्यापारी विभागातली फूटपाथवरली जागासुद्धा विक्रीसाठी राखीव करून दिली आहे. बेंगळुरू हे प्रचंड शहर असूनही तिथे इतर शहरांएवढी रस्त्यांवर बसून विक्री केली जात नाही. कोलकात्यात राज्य सरकार आणि म्युनिसिपल कॉर्पोरेशन या दोघांचा फेरीवाल्यांना कडवा विरोध आहे, परंतु प्रसारमाध्यमं आणि जनता मात्र फेरीवाल्यांना पाठिंबा देत आहे. डॉ. भौमिक यांच्या पाहणीनुसार कोलकात्यातले ८२% लोक फेरीवाल्यांकडून मालाची खरेदी करणं पसंत करतात.

ह्या पाहणीनुसार इंफाळमधल्या विक्रेत्या फक्त स्त्रियाच होत्या. खाजगी बांधकाम करणाऱ्या कंत्राटदारांशी तीन वर्षं अथक लढा देऊन ह्या स्त्रियांनी रस्त्यावरली आपली विक्रीची जागा टिकवून धरली होती. अहमदाबादमध्येसुद्धा विक्रेत्यांमध्ये ४०% स्त्रियाच आहेत आणि त्या 'सेवा'च्या सदस्य होऊन संघटित झाल्या आहेत. रस्त्यावरले आणि फेरीवाले विक्रेते स्वत:च्याच व्यवसायात असतात आणि विविध जागी विखुरलेले असतात. त्यामुळे सर्वसाधारण कामगार-संघटनांना त्यांच्यात फारसं गम्य वाटत नाही. सर्व विक्रेत्यांनी मिळून आपली संघटना स्थापन केली, तरच त्यांना बाजारात हक्काची जागा मिळवून कायदेशीरपणे विक्री करणं शक्य होईल; परंतु आजवर त्यांना एकजुटीनं मोठा आवाज उठवता आलेला नाही.

डॉ. भौमिकनी केलेल्या पाहाणीनुसार मुंबईत २००१ साली फेरीवाल्यांवर मोठ्या प्रमाणात धाडी घातल्या गेल्या आणि त्यानंतर पोलीस आणि म्युनिसिपल अधिकारी लाच म्हणून जास्त मोठ्या रकमांची मागणी करू लागले. काही ठिकाणी तर लाचेची मागणी दहा पटीनं वाढली. शांतपणे विक्री करता यावी आणि पोलिसांची धाड पडणार आहे याची पूर्वसूचना मिळावी यासाठी विक्रेते कोणतीही रक्कम द्यायला तयार होतात. अशा संरक्षणासाठी मुंबईतले फेरीवाले खूप पैसा खर्च करतात.

जेव्हा ब्रिटिशांनी भारतातली शहरं त्यांच्या नियंत्रणाखाली आणली, तेव्हा १८८२ साली त्यांनी लागू केलेल्या कायद्यांच्या पायावरचं १९४९ सालचा 'बाँबे प्रॉव्हिन्शिअल म्युनिसिपल कॉर्पोरेशन ॲक्ट' बेतला गेला. ह्या कायद्यात कोणताही मोठा बदल न करता तोच कायदा आजही पाळला जातोय.

२००४ सालपर्यंत अहमदाबादेत फक्त १००० विक्रेत्यांना कायदेशीर परवाने देण्यात आलेले होते, तर प्रत्यक्षात ८०,००० फेरीवाले आणि रस्त्यावरले विक्रेते शहरात माल विकत होते. अनेक शहरांमधल्या नगरपालिकांनी रस्त्यावरच्या विक्रेत्यांना परवाने देणं थांबवलेलं आहे, परंतु फक्त परवाने नाकारल्यामुळे रस्त्यावरली विक्री थांबवता येत नाही. त्यामुळे रस्त्यावरली विक्री फक्त बेकायदा

ठरते आणि गरीब फेरीवाले संरक्षणासाठी गावगुंडांना लाच देऊन त्यांच्या तुंबड्या भरत राहतात.

बहुतेक मोठ्या शहरांमध्ये अशीच परिस्थिती आढळते. थोडे परवाने दिले जात असल्यामुळे लाचखोरी बळावते. दिल्लीतल्या 'मानुषी' ह्या स्त्रीविषयक प्रकाशनानं केलेल्या सर्वेक्षणानुसार परवान्यांची छाननी करणं, परवाने देणं आणि परवान्यांची अंमलबजावणी करणं या गोष्टींसाठी अधिकारी दर महिन्याला ५० लाख रुपये कमावतात. रहदारीच्या नियमांचं उल्लंघन केल्याबद्दल किंवा जप्त केलेला माल परत देण्याबद्दल अहमदाबादमध्ये ८० लाख रुपयांचा अधिकृत दंड केला जातो, तर पोलिसांना आणि नगरपालिकेच्या अधिकाऱ्यांना लाचेपोटी तीन कोटी पंचावन्न लाख रुपये कमावता येतात. त्या गोष्टींवर विचार केला जाणं आवश्यक आहे.

विक्रेत्यांना विक्रीसाठी ठरावीक जागा नेमून देणं हा चांगला मार्ग आहे, पण त्यामुळे एका महत्त्वाच्या गोष्टीकडे दुर्लक्ष होतंय. विक्रेत्यांना सतत वेगवेगळ्या जागी हलत राहणं गरजेचं असतं. विक्रीसाठी ठरावीक जागा नेमून दिल्यामुळे वेगवेगळ्या विभागांतल्या जनतेच्या गरजेनुसार त्या जागी आणि त्या वेळेस माल पोचवणं शक्य होणार नाही. ठरावीक ठिकाणी राहणाऱ्या अथवा काम करणाऱ्यांच्या सोयीनुसार त्या जागी आणि नेमक्या त्यांना सोयीच्या वेळेस विक्रेत्यांना माल पुरवावा लागतो. विक्रीसाठी जागा ठरवून देताना विक्रेत्यांचं किंवा गिऱ्हाइकांचं मत कधीही विचारात घेतलं जात नाही. नेमून दिलेली विक्रीची जागा गिऱ्हाइकांच्या सोयीची नसली, तर तिथे विक्रेत्यांचा धंदा चालत नाही. विक्रेते, नागरिक आणि नगरपालिकेचे अधिकारी यांच्यात याबाबत संवाद साधला जाणं आणि त्यानंतर निर्णय घेतला जाणं अगत्याचं आहे.

बाजारात मोठ्या प्रमाणावर भाजीपाला नेणं ही विक्रेत्यांपुढची मोठी समस्या आहे. भाज्या, फळं, मासे आणि तत्सम नाशवंत माल विकणाऱ्यांना दररोजच या गोष्टी बाजारात न्याव्या लागतात. दुदैवानं सार्वजनिक वाहतुकीच्या साधनांनी – बस, ट्रेन, सबवे – या ठिकाणांहून विक्रेत्यांना माल नेण्यास परवानगी नसते. त्यामुळे खूपशा गरीब विक्रेत्यांना डोक्यावर ओझं घेऊन खूप अंतर चालून जाणं भाग पडतं किंवा ढकलगाड्या किंवा रिक्षांवर पैसे खर्चावे लागतात. अशा विक्रेत्यांच्या गरजा सार्वजनिक वाहतुकीच्या साधनांद्वारा भागवल्या गेल्या, तर गरिबांची सोय होईलच आणि त्याशिवाय राज्याला भरपूर पैसासुद्धा मिळेल. मुंबईच्या लोकलगाड्यांमध्ये मासे नेणाऱ्या कोळिणींसाठी वेगळे डबे राखून ठेवलेले असतात. त्रिवेंद्रम्‌मध्ये खेड्यातून मासे आणणाऱ्यांसाठी वेगळ्या बसेस सोडल्या जातात. असे प्रयत्न देशभरातल्या इतर शहरांमध्येसुद्धा केले गेले पाहिजेत.

शहरांसाठी नगरविकासांचा आराखडा करणारे नियोजक गरीब कामगारांना लक्षातच घेत नाहीत आणि चकचकीत शहराचा आराखडा तयार करतात. अधिकृत व्यावसायिक आणि उच्चभ्रूंच्या गरजांकडे ते पूर्णपणे लक्ष पुरवतात, पण बहुसंख्य कष्टकरी त्यांच्या खिजगणतीतही नसतात. त्यांच्या झकपक शहरात गोरगरिबांना स्थान नसतं.

ह्या समस्येमागचं एक कारण आहे, मोकळी जागा ठेवण्याबाबतच्या आपल्या कल्पना! जमिनींच्या भडकत्या किमती पाहता, कुठली जमीन, कोणाला आणि कशासाठी द्यायची हा प्रश्न म्हणजे एक कूटप्रश्न बनतो! दुर्दैवानं नेहमी श्रीमंतांनाच झुकतं माप मिळतं. भारतात अधिकृत, सुनियोजित अर्थव्यवस्थेबरोबरच समांतरपणे अनधिकृत अर्थव्यवस्था नांदते आहे, ही वस्तुस्थिती डोळसपणे स्वीकारली आणि नगरविकासाच्या आराखड्यांमध्ये ह्या दोन्ही अर्थव्यवस्थांना नीटपणे सामावून घेतलं, तर प्रश्नांची उकल होईल. अनधिकृत समांतर अर्थव्यवस्थेचा घटक असलेले फेरीवाले आणि पदपथावरले विक्रेते बाजारपेठेत चैतन्य आणि रंगत आणतात. नवीन बाजारपेठांचा आराखडा आखताना ह्या विक्रेत्यांची मतंसुद्धा विचारात घेतली गेली, तर खूपच फायदा होईल. नवीन बाजारपेठा चांगल्या अवस्थेत ठेवण्यासाठी असे विक्रेते आनंदानं पदरमोड करून आर्थिक हातभार लावतील. नाहीतरी सध्या लाचेपोटी त्यांना काही थोडका खर्च करावा लागत नाहीये!

अधिकृत, सुसंघटित अर्थव्यवस्थेला हे फेरीवाले किती आणि कोणतं योगदान देत आहेत, याबद्दल प्रसारमाध्यमं आणि विशेषत: वर्तमानपत्रं अनभिज्ञ आहेत. ह्या विक्रेत्यांच्या योगदानाला प्रसारमाध्यमांनी योग्य ती प्रसिद्धी दिल्याखेरीज त्यांच्याबद्दलचं जनमत सुधारणं शक्य नाही. आर्थिक, सामाजिक, ऐतिहासिक किंवा मानवंशशास्त्रदृष्ट्या ह्या विक्रेत्यांवर फारच क्वचित अभ्यास केला जातो.

इटलीमध्ये अशा विक्रेत्यांची सन्मानपूर्वक दखल घेतली जाते, हे पाहून मला फारच आनंद झाला. अशा विक्रेत्यांनी आवश्यक असलेलं प्रशिक्षण घेतल्यानंतर मिलान शहरातल्या 'चेंबर ऑफ कॉमर्स'तर्फे त्यांना विक्रीसाठी कायदेशीर परवाने दिले जातात. प्रत्येक विक्रेत्याला दहा वर्षांच्या कालावधीसाठी परवाना दिला जातो आणि त्या परवान्याचं नूतनीकरणसुद्धा होऊ शकतं. हे विक्रेते आवश्यक तो करसुद्धा भरतात. मिलनमध्ये दररोज भरणारे १५०० बाजार आहेत आणि ८००० बाजार आठवड्यातून एकदा भरतात. ह्या विक्रेत्यांच्या संघटना आपल्या समस्या अधिकाऱ्यांपुढे मांडतात. दर तीन वर्षांनी ह्या विक्रेत्यांच्या संघटना मेळावा भरवतात.

मी जगभर प्रवास करताना अनेक देशांतल्या विक्रेत्यांशी बातचीत केलेली

आहे. आणि त्यांच्यापुढल्या समस्या माणिक चौक बाजारातल्या विक्रेत्यांच्या समस्यांहून फारशा निराळ्या नाहीत, असं माझ्या लक्षात आलेलं आहे. जगभरातल्या विक्रेत्यांना एकत्र आणून त्यांना आपल्या समस्या आणि कल्पना एकमेकांपुढे मांडण्यासाठी व्यासपीठ मिळवून द्यावं, असं माझं स्वप्न होतं. हे स्वप्न १९९५ सालच्या जून महिन्यात सत्यात उतरलं. 'रॉकफेलर फाउंडेशन'नं मला इटलीतल्या लेक कोमोवरल्या बेलजिओ ह्या छोट्याशा खेड्यातली त्यांची जागा उपलब्ध करून दिली आणि जगभरातल्या विक्रेत्यांच्या कायदेशीर स्थानाबद्दल एक आंतरराष्ट्रीय सर्वेक्षण शिबिर भरवायला सांगितलं. जगभरातल्या दहा शहरांतल्या विक्रेत्यांनी इथे हजेरी लावली. ॲक्रा, अहमदाबाद, मिलान, मनिला, डरबन, नैरोबी, न्यूयॉर्क, रिओ-डी जनीरो, सँटाक्रुझ आणि व्हेराक्रुझ ह्या शहांरातून प्रतिनिधी आले. प्रत्येक शहरातले तीन प्रतिनिधी आले. एक पुरुष विक्रेता, एक स्त्री विक्रेती आणि एक संघटना कार्यकर्ता. आम्हा सर्वांच्या समस्यांमध्ये खूपच साम्य होतं. रस्त्यावर विक्री करण्याच्या अपराधासाठी बरेचसे विक्रेते एकाहून अधिक वेळा तुरुंगात जाऊन आलेले होते. त्या सर्वांचं एकामत होतं की, रस्त्यावर बसून विक्री करणाऱ्याला त्यांच्या-त्यांच्या देशात कायद्याचं संरक्षण अजिबात मिळत नाही आणि त्यांना पोलीस आणि इतर अधिकाऱ्यांचा खूपच त्रास सहन करावा लागतो. कायद्याबाबतच्या समस्यांमध्येसुद्धा खूपच साधर्म्य होतं. पुरेसे परवाने दिले जात नव्हते. बसायला पुरेशी जागा मिळत नव्हती, धोरणं त्यांच्याकडे सहानुभूतीनं कधीच बघत नव्हती. पोलिसांचा ससोमिरा ही नित्याचीच बाब होती. नगरविकासाचा आराखडा करणारे त्यांच्याकडे दुर्लक्ष करत होते. बँकांचा त्यांच्यावर अजिबात विश्वास नव्हता. त्यांच्या संघटनांतर्फे केल्या जाणाऱ्या प्रयत्नांना फारसं यश मिळत नव्हतं.

आम्ही आयोजित केलेलं शिबिर संपवताना आम्ही फेरीवाल्यांचे हक्क नमूद केले. आलेल्या प्रतिनिधींनी अनौपचारिक स्तरावर आंतरराष्ट्रीय संघटना स्थापन केली. अखेरीस नोव्हेंबर २००२मध्ये, डरबनमध्ये 'स्ट्रीट नेट इंटरनॅशनल'ची स्थापना झाली. माणिक चौकहून बेलजिओमार्गे डरबनपर्यंत पोचलेला हा आंतरराष्ट्रीय रस्ता खाचखळग्यांचा आणि अडथळ्यांचा नक्कीच होता, पण एके काळी बिकट वाट होती, ती आता वहिवाट होऊन संवाद साधणं सुकर झालेलं होतं.

१९९५ साली, बेलजिओत रस्त्यांवरच्या विक्रेत्यांच्या हक्कांची घोषणा केली गेली. त्यानंतर भारतातल्या विविध शहरांतल्या विक्रेत्यांना संघटित करून त्यांच्या हक्कांची जाणीव करून देण्याचं काम 'सेवा'नं जोमानं हाती घेतलं. स्थानिक स्वयंसेवी संस्था आणि कामगार संघटना यांच्या मदतीनं १९९६ साली 'सेवा'नं चौदा प्रमुख शहरांतल्या विक्रेत्यांच्या संख्येची मोजणी केली. ह्या सर्व प्रमुख शहरांतल्या विक्रेत्यांच्या संघटनांचे प्रतिनिधी अहमदाबादेत एकत्र जमले आणि

राष्ट्रीय पातळीवर त्यांच्या समस्यांना वाचा फोडण्यासाठी त्यांनी संयुक्त संघटना स्थापन केली. अशा रीतीनं नॅशनल अॅलायन्स ऑफ स्ट्रीट व्हेंडर्स, इंडिया (NASVI) स्थापिली गेली. त्याचं मुख्यालय पाटण्यात संस्थापित केलं गेलं. त्यांच्याकडून 'फूटपाथ की आवाज' हे पत्रक नियमानं काढलं जातं आणि त्यात त्यांच्या समस्यांना वाचा फोडली जाते.

फेरीवाल्यांसंदर्भात राष्ट्रीय धोरण आखलं जावं म्हणून नगरविकास मंत्रालयाच्या (Urban Development Ministry) मदतीनं NASVIनं दिल्लीत चर्चासभा भरवली. सरकारबरोबर आणि धोरणं आखणाऱ्यांबरोबर आपल्या समस्यांवर चर्चा करण्यासाठी तीस शहरांतल्या विक्रेत्यांच्या संघटनांचे प्रतिनिधी तिथे उपस्थित राहिले. त्यांनी राष्ट्रीय स्तरावरलं धोरण आखण्यासाठी कार्यकारी समिती नेमली. त्यांनी तयार केलेल्या धोरणाबाबतचा मसुदा वेगवेगळ्या राज्य सरकारांपुढे मंजुरीसाठी पाठवण्यात आला आहे.

ह्या राष्ट्रीय धोरणाशी मिळतंजुळतं धोरणं गुजरात राज्यसरकारनं आखलेलं आहे. हे धोरण आहे 'योग्य ते कायदे सुधारून, नको ते कायदे रद्द करून, नवे कायदे मंजूर करवून आणि त्यांची कार्यवाही करवून विक्रेत्यांना कायदेशीर स्थान मिळवून देणं आणि नगरविकासाच्या आराखड्यात त्यांना विक्रीसाठी विवक्षित जागा उपलब्ध करून देणं.' ह्यावर अजून गुजरातच्या मुख्यमंत्र्यांकडून सही-शिक्का होणं बाकी आहे. ते झालं की, गुजरातेतल्या विक्रेत्यांना कायद्यानं मंजुरी मिळेल. असं होण्याची आम्ही श्वास रोखून वाट पाहतो आहोत; पण तोवर 'भाजीच्या दोन टोपल्यांपुरती जागा' हे केवळ एक स्वप्नच असणार आहे!

५

बँकेचा व्यवहार

अर्थार्जन करणाऱ्या, पण गरीब अशा स्त्रियांना, आर्थिक मदत आणि सुविधा पुरवणाऱ्या यंत्रणेची अपार गरज आहे, हे आम्हांला सुरुवातीपासूनच प्रकर्षानं जाणवत होतं. यांच्यापैकी अधिकांश स्त्रिया अनधिकृत सावकारी करणाऱ्यांच्या, दलालांच्या, दागिने गहाण घेणाऱ्यांच्या, वाण्यांच्या किंवा घरमालकांच्या कर्जात बुडलेल्या असत. हे लोक त्यांना ताबडतोब कर्ज पुरवत असले, तरी ते त्यावर जबरदस्त व्याजदर आकारत असत. व्याजदर दिवसाला १०%पासून महिन्याला २५%पर्यंत कसाही आकारला जाई. ह्या स्त्रियांना त्यांनी शिल्लक टाकलेली रक्कम सुरक्षित ठेवण्याजोगी जागाही उपलब्ध नसे. त्यांची घरं वखवखलेल्या नजरांपासून सुरक्षितता देत नसत.

१९६९ साली भारतातल्या बँकांचं राष्ट्रीयीकरणं केलं गेलं. केंद्र सरकारनं स्थानिक बँकांवर दबाव आणायला सुरुवात केली की, त्यांनी गोरगरिबांनासुद्धा बँकेची सुविधा पुरवावी. ही संधी साधून १९७२ साली 'सेवा' आपल्या सदस्यांच्या वतीनं बँकांकडे गेली. गोरगरिबांपर्यंत कसं पोचावं आणि कर्ज देण्याबाबत त्यांची विश्वासार्हता आणि लायकी कशी आजमावावी, याची कल्पना बँकांना अजिबातच नव्हती. त्यामुळे 'सेवा'ची मध्यस्ती त्यांना बरी वाटली.

पण यात खूप अडचणी होत्या. पहिली महत्त्वाची अडचण म्हणजे तारणाशिवाय कुणालाही कर्ज देणं बँकांना धोक्याचं वाटत होतं. गरीब कष्टकऱ्यांपाशी तारण ठेवण्याजोगी मालमत्ता नसल्यामुळे मोठीच समस्या उभी राहिली. दुसरी अडचण होती गरीब कष्टकऱ्यांची निरक्षरता. ह्या स्त्रियांना आपल्या नावाची सही तर करता येत नव्हतीच, पण त्यांना नेमकं कायदेशीर असं नावही नव्हतं. काही स्त्रिया नवऱ्याच्या नावांचा जाहीरपणे उच्चार करायला लाजत असत, त्यामुळे मधलं

नाव म्हणून त्या वडलांचं नावच लावत. इतर काही जणी कामकऱ्यांच्या प्रथेनुसार आपलं नाव, त्यानंतर वडलांचं किंवा नवऱ्याचं नाव लावून आडनाव लावतच नसत. बँकेच्या अधिकाऱ्यांना हे सारे फसवणुकीचे प्रयत्न वाटत.

बँकांप्रमाणे आम्हीसुद्धा अननुभवी होतो. ह्या कामकरी स्त्रियांना बँकेतल्या परीटघडीच्या वातावरणाची भीती वाटत असे. ती भीती सयुक्तिकही होती. ह्या कष्टकरी स्त्रियांच्या मोठ्या आवाजातल्या रांगड्या बोलण्याला आणि त्यांच्या अंगाला येणाऱ्या घामट दर्पाला बँकेतले कॅशियर नाकं मुरडत असत. बँकेत भरण्यासाठी या बायकांनी चोळीत कोंबलेल्या, चुरगळलेल्या, लहान परिमाणाच्या नोटा काढल्या की, ते नाक उडवत असत. थोडक्यात म्हणजे 'सेवा'च्या सदस्य बँकेत स्वागतार्ह समजल्या जात नव्हत्या. जरी पुरेसा अनुभव गाठीला नसणं हे अशा वागण्यामागचं एक कारण असणं शक्य होतं, तरी दुसरं महत्त्वाचं कारण होतं की, ह्या गरिबांवर आणि त्यांच्या अर्थार्जनाच्या क्षमतेवर पांढरपेशांचा अजिबात विश्वास नव्हता.

आमच्या ह्या सदस्यांपुढेसुद्धा काही व्यावहारिक समस्या होत्या. दिवसभर त्या कामात व्यग्र असल्यामुळे बँकेच्या कामकाजाच्या वेळेत पैसे भरायला त्यांना तिथे जाता येत नसे. दिवस मावळताना वाचवलेली रक्कम बँकेत भरता आली नाही, तर ती खर्च होऊन जात असे. कर्जाऊ पैसे देणाऱ्या सावकारापाशीच यातल्या बऱ्याच स्त्रिया आपली बचत सांभाळायला देत असत.

डिसेंबर १९७३मध्ये नारनघाटावर 'सेवा'च्या सदस्यांची सभा भरलेली असताना पुरी बाजारात जुने कपडे विकणाऱ्या चंदाबेननं मला प्रश्न विचारला, "ताई, आपण आपलीच बँक का चालू करत नाही?" मी तिला शांतपणे, समजावणीच्या स्वरात उत्तर दिलं, "कारण बँक सुरू करण्यासाठी खूप पैसे भांडवल म्हणून घालावे लागतात." चंदाबेननं ताबडतोब उत्तर दिलं, "आपण गरीब असू, पण आपण खूप जणी आहोत." हे उत्तर ऐकून मी थक्कच झाले. आमच्या संघटनेवर तिचा इतका विश्वास होता की, आम्हांला काहीही अशक्य नाही, असं तिला वाटत होतं! त्या सभेत उपस्थित असलेल्या प्रत्येकीच्या डोक्यात चंदाबेनचे शब्द निनादू लागले. आम्हा सर्वांनाच वाटू लागलं, 'काय हरकत आहे? आपली स्वतःची बँक असायलाच हवी!' विचार केल्यावर ही कल्पना अगदी शक्य वाटू लागली.

आमच्या प्रथेनुसार ह्या भावी बँकेच्या गिऱ्हाइकांबाबत आम्ही एक सर्वेक्षण केलं.[१] त्यातून आम्ही पुढीलप्रमाणे निष्कर्ष काढले –

- डोक्यावर ओझी वाहणाऱ्या, हातगाड्या ओढणाऱ्या, टोपल्या विकणाऱ्या,

---

१. 'सेवा' रिपोर्ट, (१९८८) अलाहाबाद, इंडिया : सेल्फ एम्प्लॉईड विमेन्स असोसिएशन.

कचरा गोळा करणाऱ्या आणि कचऱ्यापासून वस्तू बनवणाऱ्या स्त्रियांपैकी, ९०% स्त्रिया निरक्षर होत्या.

• आम्ही ज्या बारा व्यवसायांचं सर्वेक्षण केलं, ते व्यवसाय करणाऱ्या सर्व स्त्रिया झोपडपट्टीत राहत होत्या.

• ओझी वाहणाऱ्या, कचरा गोळा करणाऱ्या आणि भाजी विकणाऱ्या स्त्रियांच्या घरांना पक्क्या भिंती नव्हत्या.

• ब्लॉक प्रिंटिंग करणाऱ्या, विड्या वळणाऱ्या, अगरबत्त्या बनवणाऱ्या, पापड लाटणाऱ्या स्त्रिया आपापल्या घरातूनच हे व्यवसाय करत होत्या.

• कपडे शिवून देणाऱ्यांपैकी १०% स्त्रिया कंत्राटदाराच्या शेडमध्ये बसून शिवण शिवणाऱ्या होत्या.

• सर्वेक्षण केलेल्यांपैकी ८२% स्त्रिया विवाहित होत्या.

• डोक्यावर ओझी वाहणाऱ्या आणि हातगाड्या ओढणाऱ्या स्त्रियांपैकी ८०हून अधिक स्त्रिया आणि विक्री करणाऱ्यांपैकी ६५% हून अधिक स्त्रिया कामाच्या जागेवर आपली मुलं नेत असत.

• ब्लॉक प्रिंटिंग करणाऱ्यांपैकी ९६%हून अधिक स्त्रिया भाड्यानं घेतलेल्या टेबलांवर, भाड्यानं घेतलेल्या व्हरांड्यात काम करत असत.

• हातगाड्या ओढणाऱ्यांपैकी ६५% स्त्रिया आणि भाज्या विकणाऱ्यांपैकी ५९% स्त्रिया भाड्यानं गाड्या घेत होत्या.

• कपडे शिवणाऱ्या स्त्रियांपैकी ८०% स्त्रिया भाड्याची शिवणयंत्रं वापरत होत्या.

• वेगवेगळ्या सेवा पुरवणाऱ्या व्यवसायिकांपैकी हातगाडीवर माल वाहून नेणाऱ्यांना सर्वांत जास्त कमाई मिळत होती. त्यांचं सरासरी मासिक उत्पन्न ३०० रुपये होतं.

• वेगवेगळ्या गोष्टींची विक्री करणाऱ्यांपैकी भाजी विक्रेत्यांना सर्वांत जास्त उत्पन्न मिळत होतं. त्यांचं सरासरी मासिक उत्पन्न ३०० रुपये होतं.

• घरबसल्या काम करणाऱ्यांना सर्वांत कमी मिळकत होत होती. त्यातसुद्धा कपडे शिवणाऱ्यांची कमाई सर्वांत कमी, महिना १०० रुपये, एवढीच होती.

• सर्व व्यवसांयापैकी कचरा गोळा करणाऱ्यांना सर्वांत कमी कमाई मिळत होती. त्यांना महिना फक्त ८२ रुपये मिळत होते.

• सर्वेक्षण केलेल्यांपैकी हातगाड्या ओढणारे, भाज्या विकणारे, कचरा गोळा करणारे, ब्लॉक प्रिटिंग करणारे सर्वांत जास्त कर्जबाजारी होते. त्यांना कुटुंबाच्या आर्थिक व्यवहारांबद्दल काहीही कल्पना नव्हती.

सर्वेक्षणाच्या वेळेस प्रत्येक व्यावसायिकाच्या डोक्यावर सरासरी ७००

रुपये कर्जाचं ओझं होतं. ह्या साऱ्या स्त्रिया अर्थार्जन करत होत्या, त्या झोपडपट्टीत राहून काम करत होत्या; त्यातल्या अधिकांश स्त्रिया निरक्षर होत्या; आणि कुटुंबाचं पोट भरण्यासाठी त्यांची कमाई अतिशय महत्त्वाची होती.

ही वस्तुस्थिती लक्षात घेऊनच आम्ही १९७४ साली आमची बँक स्थापन केली. बँकेचे शेअर्स प्रत्येकी १० रुपयांचे होते. सहा महिन्यांतच ६,२८७ सभासदांकडून ७१,३२० रुपयांचं शेअर्सचं भांडवल उभं राहिलं. २० मे १९७४ रोजी 'श्री महिला सेवा सहकारी बँक लिमिटेड' उर्फ 'द सेवा विमेन्स को-ऑपरेटिव्ह बँक' संस्थापित झाली.

आम्ही भांडवल गोळा केलं होतं, परंतु सहकारी संस्थांचा रजिस्टार आमच्या बँकेची नोंदणी करायला तयार होईना. अर्जदार ह्या साऱ्या गरीब, निरक्षर, विविध व्यवसायांमध्ये विखुरलेल्या आणि हलक्या स्तरावरच्या स्त्रिया असल्यामुळे रजिस्टारला त्या लायक वाटेनात. मागच्या कोणत्याही कारणास्तव 'अर्बन को-ऑपरेटिव्ह बँक अ‍ॅक्ट' कुणालाही बाद करत नसतो. खरी समस्या होती, मध्यमवर्गीय बाबूगिरीछाप मानसिकतेची! मला एका बाजूला घेऊन रजिस्टार मला कळकळीनं सांगू लागला, "इलाबेन, मी तुमच्या मोठ्या भावासारखा आहे आणि ही बँकेची कल्पना सोडून द्यायची मी तुम्हांला कळकळीची सूचना करतोय, त्यावर विश्वास ठेवा. ह्या गरीब स्त्रिया तुमची कर्जं कधीच फेडणार नाहीत. शेवटी तुमच्यावरच जीव द्यायची वेळ येईल! असली कल्पना डोक्यातून काढून टाका!" पण माझा माझ्या भगिनींवर विश्वास होता. बँकेची कल्पना त्यांनाच सुचलेली नव्हती का? त्यांनी बँकेसाठी भाग-भांडवल उभं केलं नव्हतं का? कष्ट करून पैसे कमावणाऱ्या, हातात रोख रक्कम असलेल्या आणि शिल्लक टाकणं आणि कर्जाऊ पैसे मिळणं यांची आत्यंतिक गरज असलेल्या ह्या स्त्रियांना मी दररोज पाहत नसते, तर कदाचित रजिस्टारच्या बोलण्याचा माझ्यावर परिणाम झाला असता.

रजिस्टारनं आता आणखी एक अडचण उपस्थित केली. "निरक्षरांना बँकेचे व्यवहार कसे करता येतील?" त्याच्या मुद्द्यात तथ्य होतं. ह्या बँकेच्या पंधरा संस्थापिकांपैकी एकीलासुद्धा सही करता येत नव्हती. त्या संध्याकाळी त्या साऱ्या जणींना मी सही करायला शिकवलं. त्यांनी रात्रीपर्यंत खूप नेटानं सराव केला. अखेरीस अजिबात चूक न करता त्यांना सही करता येऊ लागली, पण याचा रजिस्टारवर काहीही प्रभाव पडला नाही. मग मी सुचवलं की, ओळख पटण्यासाठी बँकेच्या पास बुकवर खातेधारकाचा फोटो लावावा. रजिस्टारला हा तोडगा पटला आणि एकदाची 'सेवा बँके'ची नोंदणी सहकारी बँक म्हणून झाली!

त्यानंतर बँकेची प्रगती अव्याहत सुरू राहिली. गरीब लोक बँकेचे व्यवहार

करू शकणार नाहीत, ह्या समजुतीला ह्या स्त्रियांनी हाणून पाडलं. ह्या निरक्षर, झोपडपट्टीत राहणाऱ्या आणि हातावर पोट भरणाऱ्या स्त्रियांनी कर्ज देण्याबद्दलची त्यांची विश्वासार्हता तर सिद्ध केलीच, शिवाय कोणत्याही सरकारी अर्थसाहाय्याशिवाय त्यांची बँक फायद्यात चालवून दाखवली. 'सेवा बँके'च्या शेअर होल्डर्सना सुरुवातीपासूनच दर वर्षी, न चुकता त्यांच्या शेअर्सवर नियमितपणे डिव्हिडण्ड मिळत आलेला आहे. फारच थोड्या बँकांना असं करून दाखवता आलेलं आहे!

बँकेचं यश पैशांवर नव्हे, तर ग्राहकवर्गावर अवलंबून असतं. आम्ही काही केवळ 'आणखी एक बँक' नव्हतो. आमची बँक वेगळीच होती. आमच्या बँकेकडून ह्या गरीब स्त्रियांना विविध आर्थिक सुविधा उपलब्ध करून दिल्या जाणं गरजेचं होतं आणि त्याहूनही महत्त्वाची गोष्ट म्हणजे, ह्या गरीब स्त्रियांनाच ह्या बँकेचे व्यवहार चालवायचे होते! 'सेवा बँके'चं नावच केवळ 'सहकारी बँक' असं नव्हतं, तर सहकार्य हा 'सेवा बँके'चा आत्माच होता! १९७४ साली बँकेची ध्येयं पुढीलप्रमाणे आखली गेली होती –

> *कर्जामुळे स्वत:च्या व्यवसायात असलेल्या गरीब स्त्रियांची उत्पादनं आणि अर्थार्जन क्षमता वाढली पाहिजे. आमच्या बँकेतर्फे ह्या स्त्रियांना तांत्रिक व्यवस्थापन- विषयक मदत दिली जाईल. उत्पादन, सामान सुरक्षित ठेवणं, आयोजन, मालाची आणि सेवांची विक्री ह्या विविध विषयांसाठी ही मदत केली जाईल. ह्या स्त्रियांनी गहाण टाकलेले दागिने सोडवण्यासाठी, गहाण टाकलेली घरं आणि जमिनी सोडवण्यासाठी सावकारांकडून, घरमालकांकडून किंवा दलालंकडून घेतलेल्या कर्जांची परतफेड करण्यासाठी 'सेवा बँक' त्यांना कर्ज देईल. स्वत:च्या व्यवसायात असलेल्या ह्या गरीब स्त्रियांना सोयीची पडतील अशी धोरणं आणि योजना 'सेवा बँक' आखेल. त्यांच्या घरून किंवा कामाच्या जागेवरून दररोज त्यांनी शिल्लक टाकलेले पैसे गोळा करणं, तसंच त्यांची बचत आणि त्यांनी घेतलेली कर्जं यांची उत्पादनक्षमता वाढवण्यासाठी ह्या स्त्रियांना प्रशिक्षण आणि मदत देणं, ही धोरणं आखली जातील.*

कामगार-संघटनेचा पाठिंबा आणि मदत मिळवणंसुद्धा महत्त्वाचं होतं. कामगार-संघटनेकडून कायद्याच्या बाबतीतली मदत पुरवणं आणि पाळणाघरं पुरवणं, व्यावसायिक कौशल्यं विकसित करणं, वैद्यकीय मदत आणि विमा ह्या क्षेत्रांत मदत पुरवणं, बचतीवर अवलंबून असलेला ग्रुप इन्शुरन्स मिळवणं हेसुद्धा एक ध्येय होतं. स्वत:च्या व्यवसायात असलेल्या सभासदांना बचत ठेवण्यासाठी व कर्जासाठी सुविधा पुरवणं आणि त्यांच्या गरजेनुसार व त्यांना झेपेलशा गतीनं

बँकेकडून दिल्या जाणाऱ्या सुविधा वाढवणं, हे बँकेचं ध्येय होतं.

सुरुवातीच्या महिन्यात स्त्रिया अनुभवावरून शिकत गेल्या. कितीही लहान रक्कम असली, तरी ती बँकेत भरावी आणि दर वेळेस बँकेत येऊन फक्त एक रुपया जरी त्यांनी भरला, तरी हळूहळू त्यांची मालमत्ता वाढत जाईल, असं ह्या स्त्रियांना आम्ही सांगितलं असल्यामुळे त्या नियमानं थोडे-थोडे पैसे खात्यात भरू लागल्या. 'माझ्याजवळ पैसा नाही. मला शिल्लक टाकता येत नाही.' अशी कुरकूर कुणीही केली, तर चंदाबेन ताबडतोब म्हणत असे, "तू रिकाम्या हातांनी कधीही देवळात जात नाहीस. जातेस? देवळात जाताना तू निदान एक रुपया तरी घेऊन जातेस. त्याचप्रमाणे बँकेत येताना काहीतरी रक्कम बरोबर आणत जा आणि खात्यात भरत जा!" ही शिकवण लक्षात ठेवून अनेक स्त्रिया बँकेत येत, खात्यात पैसे भरायला रांगेत उभ्या राहत, खात्यात पाच रुपये भरत. त्यानंतर त्या दुसऱ्या रांगेत उभ्या राहत आणि खात्यातून दहा रुपये बाहेर काढत! सुरुवातीच्या काळात अनेक स्त्रिया असे व्यवहार करत असत. बँकेच्या व्यवहारांबद्दल साऱ्याच जणी शिकत होत्या.

ज्या स्त्रियांना लिहिता-वाचता येत नसे, त्यांच्यासाठी आम्ही खुणा आणि रंग यांची योजना केलेली होती. प्रत्येक पासबुकवर सहीऐवजी खातेधारकाचा फोटो लावलेला असे; परंतु पासबुकाच्या शेवटच्या पानावर गुजराती अक्षरं आणि आकडे छापलेले असत. गरज पडली असती, तर त्यांच्या मदतीनं स्त्रिया वाचू शकल्या असत्या. बँकेत येणाऱ्या प्रत्येकीला तिच्या नावाची सही करायला आणि खात्यातल्या नोंदी वाचून दाखवायला कुणाचीतरी मदत मिळेल, अशी तजवीज आम्ही केलेली होती.

खूप वर्षं 'सेवा बँके'ला 'फोटो बँक' म्हणून ओळखलं जात होतं. कामकरी स्त्रियांनी 'सेवा बँके'ला हे नाव बहाल केलेलं होतं. बँकेत एका कोपऱ्यात दिवसभर एक फोटोग्राफर तैनात केलेला असे. तो बँकेचा कर्मचारीच होता. हातातल्या पाटीवर त्यांची नावं आणि खातेनंबर लिहून त्या पाटीसकट खातेधारकांचा फोटो काढण्याची कामगिरी ह्या फोटोग्राफरवर सोपवण्यात आलेली होती. ह्या फोटोग्राफरच्या पाठीमागच्या बाजूला रांगेनं स्टीलची कपाटं ठेवलेली होती. त्यात खातेधारकांनी बँकेकडे सांभाळायला दिलेली पासबुकं ठेवलेली असत. ज्या स्त्रियांना आपली बचत इतर कुटुंबीयांना कळू द्यायची नसे, अशा स्त्रिया आपली पासबुकं घरी न नेता बँकेतच ठेवत असत. खेड्यातल्या विहिरीभोवती ज्याप्रमाणे बायका शिळोप्याच्या गप्पा करत उभ्या राहतात, त्याप्रमाणे बँकेत ह्या स्त्रिया गप्पागोष्टींचा अड्डा टाकून बसत आणि अनेक कप चहा पीत. संध्याकाळपर्यंत बँकेच्या जमिनीवर चहाचे डाग पडत आणि विड्यांची थोटकं साठत. बँकेच्या

लोकप्रियतेचंच ते द्योतक होतं.

१९७६ सालच्या अखेरीपर्यंत 'सेवा बँके'त ११,०३८ शेअरधारक-सभासदांची खाती होती. ११,९८,८७२ रुपयाचं फिरतं भांडवल होतं आणि २१,६२३ रुपये नफा मिळालेला होता. ६,९४५ शेअरहोल्डर्सना ९% डिव्हिडंड देता आला होता. सुरुवात तर मोठी जोमानं झाली!

बँकेचं काम मोठं जोखमीचं असतं. त्यात एवढीशी चूकसुद्धा होऊन चालत नाही. गरिबांसाठीची बँक इतर बँकांहून कोणत्या बाबतीत निराळी असते? तिचं कामकाज कसं चालवलं जातं? ह्या प्रश्नांची उत्तरं शोधण्यासाठी ह्या स्त्रियांच्या खऱ्याखुऱ्या गरजांचा सतत परामर्श घेत राहणं आणि त्यावर तोडगे शोधण्यासाठी चाकोरीबाहेरचा विचार करता येणं गरजेचं असतं. ह्या स्त्रियांच्या गरजांकडे सतत लक्ष पुरवत राहिल्यामुळे आम्हांला त्यांना उपयुक्त अशा बँकेच्या सुविधा पुरवता आल्या.

'सेवा बँक' ही इतर बँकांसारखी असली, तरी अनेक बाबतींत निराळीसुद्धा आहे! 'सेवा बँक' ही सहकारी बँक असल्यामुळे ती तिच्या सभासदांच्याच मालकीची आहे. त्यांचाच नियंत्रणाखाली आहे. तिच्याच सभासदांकडून ती ठेवी स्वीकारते आणि त्यांनाच ती कर्ज पुरवते. सेवा बँक 'रिझर्व्ह बँक ऑफ इंडिया' आणि 'स्टेट रजिस्टार ऑफ को-ऑपेरेटिव्हज' यांच्या दुहेरी नियंत्रणाखाली असून ती गरिबांसाठीची प्रमुख वित्तीय संस्था आहे.

बँकेच्या सभासद-ग्राहकांपैकी निवडून आलेले पंचवीस व्यवहाराकुशल प्रतिनिधी बँकेच्या गव्हर्निंग बोर्डवर असतात. त्यामुळे 'सेवा बँक' सततच स्वतःच्या व्यवसायातल्या गरीब स्त्रियांच्या गरजांकडे लक्ष पुरवत असते. गव्हर्निंग बोर्ड, बँकेचे व्यवस्थापकीय अधिकारी आणि ग्राहक यांच्यात नेहमीच एकवाक्यता असते, कारण ग्राहकांमधूनच व्यवस्थापक आणि गव्हर्निंग बोर्डची निवड झालेली असते. त्यामुळे स्वतःच्या व्यवसायातल्या ज्या गरीब स्त्रियांच्या गरजा देशातल्या इतर बँका पुऱ्या करू शकत नाहीत, त्यांच्या गरजा 'सेवा बँक' पूर्ण करते.

स्त्रिया बँकेत येतील अशी वाट न पाहता सुरुवातीला बँकच स्त्रियांकडे पोचली. कष्टांच्या कामात ह्या स्त्रिया दिवसभर इतक्या व्यग्र असत की, त्यांची बचत त्यांच्या खात्यांमध्ये भरायला संध्याकाळी बँकेत येणं त्यांना शक्य होत नसे. ह्या बायकांना खूप वेळा, पण अगदी थोडे-थोडे पैसे त्यांच्या खात्यांमध्ये भरता येत असल्यामुळे बँकेत येण्यासाठी बसवर पैसे खर्चणं त्यांना पखडण्याजोगं नव्हतं. त्यांना त्यांच्या घरामध्येच ह्या सुविधा पोचवून त्यांच्याकडची रोजची शिल्लक खात्यात जमा करवण्याची तरतूद बँकेकडून केली जाणं गरजेचं होतं. ह्या स्त्रियांशी नियमितपणे संपर्क साधल्याखेरीज बँकेचा कारभार यशस्वी होणं

शक्य नव्हतं.

खातेदाराच्या बचतीच्या सवयींचा अंदाज लागला की, अशा खातेदाराला कर्ज द्यावं किंवा नाही याचा अंदाज बांधणं बँकेला सोपं जातं. कर्जासाठी अर्ज करण्याची रीत साधी आणि सर्वांना समजेल अशी असणं अगत्याचं होतं. ह्या स्त्रिया निरक्षर असल्यामुळे त्यांना सतत तोंडी माहिती देत त्यांच्याकडून फॉर्म भरून घ्यावे लागत. बँकेत त्यांच्यापुढे कोणते पर्याय खुले आहेत आणि त्यांच्या गरजांच्या दृष्टीनं त्यातले कोणते पर्याय अधिक योग्य आहेत, हे त्यांना समजावून सांगणं आवश्यक होतं. आर्थिक नियोजनाबद्दल माहिती मिळवण्यास ह्या स्त्रिया नेहमीच उत्सुक असत. आजवर त्यांचं पोट हातावर असल्यामुळे शिल्लक टाकणं आणि ती कुठेतरी गुंतवणं ह्याबद्दल त्या पूर्णपणे अंधारातच होत्या. त्यामुळे त्यांना आर्थिक नियोजनाबद्दल प्रशिक्षण आणि समुपदेशन देणारे वर्ग भवायला बँकेनं सुरुवात केली. आयुष्यभरासाठी तरतूद करायला कसं नियोजन करावं ह्याबद्दल ह्या स्त्रियांना प्रशिक्षण देण्यात आलं. कोणत्याही आपत्तीचा घाला गरिबांवर फार खोलवर प्रहार करत असतो. त्यामुळे त्यांना वैद्यकीय, कायद्याबाबत, विम्याबाबत, व्यावसायिक प्रशिक्षणाबाबत मदत पुरवणं ह्या गोष्टींकडेसुद्धा 'सेवा बँक' लक्ष पुरवू लागली.

खातेदार हा कर्ज देण्यायोग्य आहे किंवा नाही याची छाननी 'सेवा बँक' ज्या प्रकारे करते, त्या छाननीची पद्धतसुद्धा सर्वसाधारण बँकांहून निराळीच असते. स्वतःच्या व्यवसायात असलेली स्त्री धंद्यात नेहमीच धोका पत्कारायला सज्ज असते. विपत्ति काळात आपली मालमत्ता ती कशा प्रकारे वापरते यावरून तिचं व्यावसायिक नैपुण्य सिद्ध होत असतं.

ह्या स्त्रियांजवळ फारच थोडी जंगम मालमत्ता असते. शिल्लक टाकलेले थोडेसे पैसे किंवा विकण्याजोगे अथवा गहाण टाकण्याजोगे थोडेसे चांदीचे दागिने ह्यापलीकडे त्यांच्याजवळ काहीसुद्धा नसतं. जर घर स्वतःच्या मालकीचं असेल, तर ती घरबसल्या काम करू शकते आणि घर ही तिची स्थावर मालमत्ता असते. कधीकधी एखादी गाय किंवा कुटुंबाकडून तिच्याकडे चालत आलेला हातमाग तिच्यापाशी असतो. कधीकधी तिच्यापाशी ढकलगाडी किंवा शिवणयंत्र असतं. ह्या गोष्टी वापरून ती रोजगार कमावू शकते. रेशनकार्ड हीसुद्धा एक प्रकारची मालमत्ताच म्हणायला हवी. रेशनकार्ड असलं की, तिला वाजवी दरानं धान्य विकत घेता येतं. गरीब स्त्रियांच्या दृष्टीनं कोणतंही ओळखपत्र, प्रमाणपत्र किंवा परवाना हा मौल्यवान ठेवाच असतो, कारण तो त्यांना स्वतःची ओळख मिळवून देतो. बँक ह्या साऱ्या गोष्टी हिशोबात घेते.

परंतु ह्याखेरीज इतरही काही गोष्टी मोलाच्या असतात आणि त्या गोष्टी

स्त्रीला अर्थार्जनाला आणि आर्थिकदृष्ट्या जबाबदारीनं वागायला मदत करतात. शिक्षण ही अतिशय मोलाची गोष्ट आहे, परंतु फारच थोड्या स्त्रिया सुशिक्षित असतात. साक्षरतासुद्धा फायद्याची ठरते. मुलं हासुद्धा मोलाचा ठेवा असतो. मुलांमुळे कमावते हात आणि कुटुंबाचं उत्पन्न वाढतं. नवऱ्यांमुळे कधी फायदा होतो, तर कधी तोटा! दारूचं व्यसन नसलं, तर नवरा मोलाचा ठरतो; स्त्रीला घराबाहेर पडून अर्थार्जन करायला परवानगी देणारे सासू-सासरे मोलाचे असतात; व्यवसायासाठी आणि अर्थार्जनासाठी आपल्या जातीचा लौकिकसुद्धा उपयुक्त ठरतो. रोजगार मिळवताना चाणाक्ष स्त्रिया ह्या साऱ्या गोष्टींपासून फायदा करून घेतात.

ज्या स्त्रीजवळ पैसा किंवा अंगभूत कौशल्य नसेल, ती स्त्रीसुद्धा शारीरिक कष्टाच्या बळावर पैसे मिळवू शकते. हातगाडी ओढणं, डोक्यावर ओझी वाहणं, बांधकामाच्या जागी मजुरी करणं असे व्यवसाय ती करू शकते. उत्तम प्रकृती हादेखील मोलाचा ठेवाच आहे. पारंपरिक कौशल्यं अवगत असलेल्या स्त्रिया घरबसल्या टोपल्या विणणं आणि टाकाऊ गोष्टींपासून वस्तू बनवणं असे उद्योग करू शकतात आणि बाजारात अशा गोष्टींची विक्री करू शकतात. वाघरी जमातीसारख्या काही जमातीचे लोक पूर्वापारपासून विक्रीच्या व्यवसायात आहेत. भाज्या,फळं आणि वापरलेल्या कपड्यांचा बाजार हा वाघरी लोकांच्या ताब्यात आहे. मुस्लीम स्त्रियांना घराबाहेर पडून अर्थार्जन करायला त्यांची संस्कृती परवानगी देत नाही. त्या घरबसल्या व्यवसाय करतात. शिवणकाम, ब्लॉक प्रिंटिंग, बांधणीचं रंगकाम असे व्यवसाय त्या करू शकतात. कर्ज देताना ह्या सर्व गोष्टी 'सेवा बँक' लक्षात घेत असते. खातेदारांना घरोघर सेवा पुरवणाऱ्या बँकेच्या कर्मचाऱ्यांना 'बँकसाथी' म्हणतात. हे बँकसाथी ह्या स्त्रियांची बलस्थानं हेरून व्यवसायात पुढे जायला त्यांना मदत करतात.

बँकसाथी हे स्त्रियांना घरोघरी सुविधा पुरवणारे बँकेचे कर्मचारी आहेत. ते खातेदारांच्याच समाजातले आणि त्यांच्याच वस्तीत राहणारे कर्मचारी असतात. बँकेचे कर्मचारी या नात्यानं ह्या खातेदारांना सेवा पुरवताना बरेचदा बँकसाथी एकीकडे ह्या खातेदारांसारख्याच व्यवसायातून अर्थार्जन करत असतात. बँकेचं खातं सांभाळण्याचा अनुभव असलेल्या; चांगली विश्वासार्हता आणि स्थानिक मान्यता असलेल्या; उत्साही, खंबीर असलेल्या; 'सेवा'मध्ये क्रियाशील असलेल्या आणि लिहिता-वाचता येत असलेल्या स्त्रिया बँकसाथी म्हणून काम करू शकतात. ह्या बँकसाथींना सिक्युरिटी-डिपॉझिट म्हणून सेवा बँकेत १५,००० रुपयांची मुदत ठेव ठेवावी लागते; अफरातफर झाल्यास ही सुरक्षाठेव जप्त केली जाते. (रिझर्व्ह बँकेनं ही सुरक्षा ठेवीची रक्कम वाढवण्याचा आदेश दिला आहे.)

दरियापूरमधल्या चिंध्या आणि कपडे शिवणाऱ्या कामगार-स्त्रियांना फिरती बँक-सुविधा पुरवणारी दिलशाद नावाची बँकसाथी (राहुल)

बँकसाथीही बँकेकडून कर्ज घेऊ शकते किंवा मुदतठेवीत पैसे गुंतवू शकते. कार्यक्षम बँकसाथी बँकेच्या ४०० ठेवीदारांची सेवा करू शकते. बँकसाथीच्या कामकाजाकडे बँकेतल्या नियोजित अधिकाऱ्याचं बारीक लक्ष असतं.

जरी ह्या स्त्रियांना पैसे शिल्लक टाकण्याची तीव्र इच्छा वाटत असली, तरी अनेक कारणांमुळे प्रत्यक्षात त्यांना ते शक्य होत नाही. नेहमीची तक्रार असते, 'माझ्याजवळ पैसेच नाहीत, तर मी शिल्लक काय टाकणार?' ह्या युक्तिवादावर एका बँकसाथीनं उत्तर दिलं होतं, "हा उपाय करून बघ! दर वेळेस भाकरीचं पीठ मळताना दोन मुठी पीठ बाजूला काढून ठेव. ओळीनं सहा दिवस तू असं पीठ बाजूला टाकत गेलीस की, सातव्या दिवशी तेवढ्या पिठावर तुला दिवसभर पुरतील येवढ्या भाकऱ्या बनवता येतील. पैसे शिल्लक टाकताना हीच युक्ती वापर!" त्यानंतर बँकसाथी म्हणाली, "भाज्या कशा शिजवायच्या ह्यांची युक्तीसुद्धा तुला सांगते – खूप पाणी आणि मिरच्या घालून भाजीचा रस्सा उकळ. भाजी तिखट झाली, तर खाणारे कमी खातात. कमी भाजी पुरते आणि ती चवदारसुद्धा लागते!"

ह्या गरीब स्त्रिया सर्वांत अधी अन्नावर काटकसर करतात. दुसरी काटकसर

असते, झोपेच्या बाबतीत. कमी झोप घेतली की, जास्त तास राबता येतं आणि जास्त कमाई करता येते. आयुष्यभरच चणचण आणि काटकसर यांना तोंड देणाऱ्या ह्या स्त्रियांना मितव्यय आणि बचत हा आयुष्याचा अपरिहार्य भागच वाटतो. त्यामुळेच रोजची कमाई रोजच्या गरजांपोटी खर्चण्याला त्यांचा प्रत्यवाय नसतो. त्यातून बचत कशी करायची याचे धडे त्यांना शिकवावे लागतात.

सतत ह्या स्त्रियांशी संपर्कात राहता येईल असे कार्यक्रम आखले की, बँकेला ह्या स्त्रियांची कुवत आणि गरज यांचा अदाज बांधणं सोपं पडतं. कर्जावर घेतलेले पैसे खातेदार कशावर खर्च करणार आहे, ह्याकडे तर बँक लक्ष पुरवतेच; पण त्याशिवाय तिला सर्वांत किफायतशीर दरावर खरेदी करायला बँकेकडून साहाय्य केलं जातं; मग त्या स्त्रीला कर्जाचे पैसे वापरून ढकलगाडी विकत घ्यायची असो, शिवणयंत्र विकत घ्यायचं असो की एका खोलीचं घर घ्यायचं असो. खातेदार स्त्रिया जर सावकाराच्या, घरमालकाच्या किंवा दागिने गहाण घेणाऱ्याच्या कर्जात बुडलेल्या असल्या, तर त्यांच्या कचाट्यातून ह्या स्त्रियांची सोडवणूक व्हावी म्हणूनसुद्धा बँक त्यांना मदत करते. बँकेकडून ही सर्वांत महत्त्वाची गोष्टी असते. आयुष्यभराच्या कर्जातून सुटका झाल्यानंतर माल विकत घेताना किफायतशीर सौद्यासाठी घासाघीस करण्याची स्त्रियांची क्षमता खूपच वाढते.

बचतखात्यातली शिल्लक वाढू लागली की, ह्या स्त्रियांचं आयुष्यसुद्धा बदलू लागतं. त्यांना आर्थिक सुरक्षितता लाभली की त्याबरोबर त्यांचं मनोबलदेखील वाढतं. आर्थिक विवंचना ओसरल्या की, त्यांच्या नवऱ्यांची वागणूकसुद्धा मार्दवपूर्ण बनते. नवरे स्त्रियांना ओझं न मानता बरोबरीच्या नात्यानं वागवू लागतात. कुटुंबात ह्या स्त्रीला मान मिळू लागतो आणि तिच्या शब्दाला वजन येतं.

कर्जाची सुविधा पुरवतानाच बचत करायला लावणं आणि विमा उतरवणं ह्या गोष्टी महत्त्वाच्या ठरतात, कारण ह्या स्त्रियांच्या आयुष्यात खूपच अनिश्चितता असते. चलनवाढीपासून सुरक्षितता देणारी पैसे गुंतवणूक 'सेवा बँके'कडून करून दिली जाते. सुरक्षित रोख्यात पैसे गुंतवणारे म्युच्युअल फंड्स; म्हातारपणी दरमहा पेन्शन देण्यासाठी दरमहा नियमितपणे हप्ते घेणारे गुंतवणूक पर्याय; मुलांच्या शिक्षणासाठी, लग्नासाठी किंवा घरासाठी एकरकमी पैसे मिळवण्यासाठी दरमहा नियमित हप्ते घेणाच्या गुंतवणूक योजना असे अनेक पर्याय 'सेवा बँक' उपलब्ध करून देते.[२] आयुर्विमा, मेडिकल इन्शुरन्स आणि मालमत्तेचा विमासुद्धा 'सेवा बँक' उपलब्ध करून देते. 'लाइफ इन्शुरन्स कॉर्पोरेशन' आणि 'जनरल

---

२. ॲन्युअल रिपोर्ट ऑफ सेवा बँक, (२००४), अहमदाबाद, इंडिया : सेल्फ एम्प्लॉइड विमेन्स असोसिएशन.

इन्शुरन्स कॉर्पोरेशन' यांच्या सहयोगानं 'डिपॉझिट लिंक्ड ग्रुप इन्शुरन्स पॉलिसी' मिळवून द्यायला 'सेवा बँके'नं प्रारंभ केला आहे. ह्या ग्रुप इन्शुरन्समुळे बाळंतपण, वैधव्य, अपघात, रुग्णालायाचा खर्च, मृत्यू, पूर, आग आणि दंगली यांदरम्यान झालेलं नुकसान ह्या सर्व बाबतींत मदत मिळू शकते. त्यामुळे अनेक प्रकारच्या धोक्यांपासून ह्या स्त्रियांना खूपसं संरक्षण मिळू लागलं आहे.

कर्जासाठीच बहुसंख्य स्त्रिया 'सेवा बँके'कडे धाव घेत असतात. अनुभव गाठीशी आल्यानंतर कर्जमंजुरीबाबतची बँकेची कार्यपद्धती खूपच साधी-सोपी होऊन त्याचं विक्रेंद्रीकरण झालेलं आहे. कर्जासाठी बँकेत अर्ज दिल्यावर दहा दिवसांच्या आत कर्जाची रक्कम हातात मिळते. हे कर्ज कशासाठी काढलं जातंय ह्याची छाननी करून खात्री करून घेण्यासच सर्वांत जास्त वेळ लागतो. बँकेकडून दिल्या जाणाऱ्या कर्जांपैकी ७७% कर्जं कोणत्याही तारणाशिवाय दिली जातात.

कर्जाच्या अर्जाबद्दल निर्णय घेण्याची प्रक्रिया तशी सोपी असते. बँकसाथी सर्वांत आधी अर्जदाराच्या पात्रेतचा अंदाज घेते. निर्णय घेण्यापूर्वी ती विविध बाबी लक्षात घेते : अर्जदाराचं उत्पन्न अनियमित आहे का, कर्जाच्या परतफेडीचे काही हप्ते तिच्याकडून आलेले नाहीत का, घरातले किती लोक तिच्यावर अवलंबून आहेत, घरबसल्या कामात मदत करतील अशी किती मुलं तिला आहेत, ती नियमितपणे बचत करतेय का, घरात मौल्यवान वस्तू सुरक्षित ठेवण्यासाठी स्टीलचं कपाट आहे की नाही, झोपडपट्टीतली तिची राहती जागा कायदेशीर आहे की नाही, आजूबाजूची वस्ती धोक्याची नाही ना, तिच्यावर पोलिसांनी कधी खटला भरला आहे का आणि तिचे दात पांढरेशुभ्र आहेत की नाहीत (दातांवर तंबाखूचे डाग दिसले म्हणजे तंबाखूचं व्यसन आहे आणि त्यावर सतत खर्च होत राहणार हे कळतं.)! ह्यांपैकी एक-दोन गोष्टी विरोधात जात असल्या, तरी त्या अर्जदाराला ताबडतोब नापास केलं जात नाही, कारण ह्या गोष्टींना रद्दबातल करणाऱ्या चांगल्या गोष्टीसुद्धा आढळू शकतात. ज्या गोष्टींपासून कर्जफेडीत बाधा येऊ शकेल, त्या गोष्टी हेरणं, हे जसं बँकसाथीचं कर्तव्य असतं, तसंच ह्या स्त्रीला कोणत्या बाबतीत मदतीची गरज पडेल, ह्याचा अंदाज घेणं हीसुद्धा बँकसाथीची महत्त्वाची जबाबदारी असते. ह्या स्त्रीला पाळणाघर, कायद्याच्या बाबतीत सल्ला किंवा वैद्यकीय उपचारांची गरज आहे का, हे बँकसाथीनंच आजमावायचं असतं. ज्या स्त्रीच्या नवऱ्याला दारूचं व्यसन आहे किंवा जी स्त्री निराधार विधवा आहे, अशा स्त्रीला बँकेचं कर्ज उपलब्ध करून द्यावचं किंवा नाही याबाबत निर्णय घेताना इतर अनेक गोष्टी लक्षात घेऊन थोडी सूट द्यावी लागते.

बँकसाथीनं पहिल्या स्तरावरची अर्जाची छाननी केल्यानंतर तिची वरिष्ठ अधिकारी अर्जदाराच्या व्यवसायाची पाहणी आणखी बारकाईनं करते. त्या व्यवसायात किती अटीतटीची स्पर्धा आहे, कुटुंबाची रोख शिल्लक केवढी आहे, उत्पादनाची साधनं कोणती आहेत, अर्जदार स्त्रीचं धंद्यातलं कौशल्य कसं काय आहे, बँकेच्या बचतीच्या पर्यायांमध्ये तिचा सहभाग कितपत आहे, ह्या सर्वांचा अंदाज बांधण्यांचं काम ही वरिष्ठ अधिकारी करते.

त्यानंतर ही वरिष्ठ अधिकारी बँकसाथीला सांगते की, तिनं कर्जाच्या अर्जाबाबतच्या निर्णयाची प्रक्रिया, कर्जफेडीचे नियम आणि कर्जफेडीचे हप्ते चुकवल्यास होणारे दुष्परिणाम यांबाबत अर्जादाराला संपूर्ण माहिती द्यावी. अर्जदार स्त्रीला ह्या साऱ्या गोष्टी नीटपणे समजल्या आहेत, याची खात्री करून घेतल्यानंतरच बँकसाथी अर्जावर सही करून कर्जासाठी त्या स्त्रीची शिफारस करते. मग तो अर्ज कर्जमंजुरी देणाऱ्या समितीपुढे ठेवला जातो. ही समिती दर तीन दिवसांनी मीटिंग घेते आणि अर्जांना मंजुरी देते किंवा मंजुरी नाकारते. अर्जाला मंजुरी दिली गेली, तर बँकेच्या मध्यवर्ती शाखेकडून आठवडा ते दहा दिवसांत कर्जाचे पैसे हाती दिले जातात. बँकसाथी ह्या अर्जदार स्त्रीला तिच्या कर्जाच्या अर्जाबाबतचा निर्णय कळवते. बँकसाथीद्वारा बँकेकडे आलेल्या बचत ठेवीवर १% आणि कर्जाच्या रक्कमेच्या ३% कमिशन बँकसाथीला दिलं जातं.

कधीकधी कर्जासाठी अर्ज देणाऱ्या स्त्रिया इतक्या दैन्यात राहत असतात की, त्यांची ओळख पटवायला काहीही कागदपत्रं उपलब्ध नसतात. अशा वेळेस त्यांना कर्ज देताना बँकेची चलबिचल होते. अशा वेळेस बँकेच्या संचालक मंडळावरची व्यक्ती कधीकधी अशा स्त्रीला रेशन कार्ड किंवा व्होटिंग कार्ड किंवा इलेक्ट्रिसिटी कनेक्शन मिळवून देते आणि तिला कायदेशीर ओळख उपलब्ध करून देते. बँकेच्या संचालक मंडळावरच्या लोकांना ह्या समस्या अगदी जवळून माहीत असतात आणि अशा वेळेस कोणकोणत्या बाबतीत मदत पुरवावी लागेल (जसे कायद्याची, वैद्यकीय, शिशुसंगोपनाबाबत किंवा घराबाबत) हेसुद्धा त्यांना चटकन उमगतं.

बँकेचे खातेदार ज्या विभागांमध्ये बहुसंख्येनं राहत असतात, अशा चार विभागांमध्ये बँकेच्या उपशाखा आहेत. खातेदारांशी संपर्क ठेवण्यासाठी सत्तर बँकसाथी बँकेत कार्यरत आहेत. ह्या चार शाखांपैकी रखियाल विभागातली शाखा ही द्वितीय क्रमांकाची महत्त्वाची शाखा आहे. कारखान्यात मजुरी करणाऱ्यांच्या दाट वस्तीच्या विभागात, एका अरुंद तिमजली इमारतीत ह्या शाखेची कचेरी आहे. कारखान्यात मजुरी करणारे; कंत्राटदारांसाठी मजुरी करणारे; घरबसल्या विड्या वळणारे; अगरबत्त्या बनवणारे; कपडे शिवणारे अशा जागतिक बाजरपेठा

असलेल्या गोष्टी बनवणारे लोक ह्या वस्तीतल्या प्रत्येक घरात राहतात. बँकेच्या इमारतीत, तळमजल्यावर बँकेचे व्यवहार चालतात; दुसऱ्या मजल्यावरच्या कक्षात स्त्रिया गप्पागोष्टी करतात; मीटिंग घेतात किंवा नुसता आराम करतात; तिसऱ्या मजल्यावर प्रशिक्षणाचे वर्ग घेतले जातात.

रखियाल इथल्या शाखेत 'सेवा बँके'नं नियुक्त केलेल्या तीन अधिकारी स्त्रिया काम करतात. त्यांचापैकी पारूल आणि अलका ह्या कॉमर्स शाखेच्या पदवीधर आहेत, तर मणिबेननं सातव्या इयत्तेपर्यंतचं शिक्षणं पूर्ण केलं आहे. 'सेवा बँके'ची कर्मचारी म्हणून कामाला सुरुवात करण्यापूर्वी ती बर्फाच्या फॅक्टरीमध्ये काम करत होती. रखियालच्या आजूबाजूच्या, प्रामुख्यानं कामगार वस्ती असलेल्या बापूनगर, ओढाव आणि नरोदा ह्या विभागांनासुद्धा 'सेवा बँके'ची रखियाल शाखा सेवा पुरवते. तिथेच राहणाऱ्या अकरा बँकसाथी ह्या तीन विभागांत सेवा पुरवतात.

रखियालच्या शाखेत, दर महा जवळजवळ ३००० खातेदार स्त्रिया प्रत्येकी ५००० ते १०,००० रुपये त्यांच्या खात्यात जमा करते आणि जवळजवळ २००० स्त्रियांना दर महा कर्ज उपलब्ध करून दिलं जातं. ह्यांपैकी बऱ्याचशा स्त्रिया दुसऱ्यांदा कर्ज घेत असतात. ह्या शाखेत दर महा ३०० नवी खाती उघडली जातात आणि दर महा बँकसाथींनं शिफारस केलेले १०० नवे कर्जासाठीचे अर्ज ह्या शाखेकडे येतात.

बँकेत दररोज चालणाऱ्या व्यवहारांकडे नजर टाकली, तर बँकेच्या कामाचा आवाका लक्षात येईल. खातेदार स्त्रिया त्यांच्या नेहमीच्या बचत खात्यात पैसे भरायला येतातच, पण त्याखेरीज त्या विविध बचत योजनांतसुद्धा पैसे गुंतवत असतात. त्या रीकरिंग फिक्स्ड डिपॉझिट खात्यात दर महा पैसे टाकतात किंवा ज्या बचत योजनेत पैसे गुंतवले असता त्यांना लहान रकमेची कर्जं त्वरित उपलब्ध होतात, अशा बचत योजनेत त्या पैसे गुंतवतात. दर महा २५०, ५००, ७५० रुपये पाच वर्षं सतत गुंतवले की, ती रक्कम नवं घर घ्यायला कामी येते. बचत खात्यात दर महा ठरावीक रक्कम टाकून लग्नासारख्या मंगलकार्यासाठी पुंजी जमा करणाऱ्या खातेदार स्त्रियासुद्धा पुष्कळ आहेत. बँकेत एक निवृत्ती वेतन योजना आहे. त्यात अठ्ठावन्नाव्या वर्षापर्यंत दर महा थोडी रक्कम नियमितपणे टाकून निवृत्ती वेतनाची सोय करून ठेवता येते. जरूर पडल्यास हे सगळे पैसे दहा वर्षांनी काढूनही घेता येतात.

कर्जं चुकती करण्याचं कामसुद्धा दिवसभर सतत चालू असतं. सावकाराकडे गहाण ठेवलेले दागिने सोडवून घेण्यासाठी; भूकंप, पूर किंवा दंगली यांदरम्यान उद्ध्वस्त झालेली घरं पुन्हा बांधण्यासाठी; धंद्यासाठी आवश्यक अशा

ढकलगाड्यांसारखी साधनं विकत घेण्यासाठी किंवा सध्याचा धंदा वाढवण्यासाठी यंत्रं व कच्चा माल विकत घेण्यासाठी काढलेली कर्जं फेडायला दररोज रीघ लागते. आजकाल सेलफोन विकत घेण्यासाठी कर्जाची जोरदार मागणी होऊ लागलेली आहे. (ह्या सेलफोनना ह्या बायका थैलीफोन (थैली = पिशवी) म्हणतात, कारण हे सेलफोन कापडी पिशव्यांमध्ये ठेवून इकडेतिकडे नेले जातात.) ज्या स्त्रिया आपला व्यवसाय स्वतःच सांभाळत असतात, अशा स्त्रियांना सेलफोन अतिशय उपयुक्त वाटतो. विक्रीची जागा न सोडता, त्यांना सेलफोनवरून घाऊक बाजरातून मालाची मागणी करता येते. सरकारकडून मिळणारे टेलिफोन मिळवणं अवघड असतं; विशेषतः झोपडपट्टीत राहणाऱ्यांना ते मिळणं अशक्यच असतं. त्यामुळे तंत्रज्ञानातल्या क्रांतीमुळे उपलब्ध झालेले सेल फोन त्वरित घेता येणं, हे अशांसाठी वरदानच ठरलं आहे.

विविध गुंतवणूक पर्यायांपैकी आपल्या दृष्टीनं सुयोग्य पर्याय कोणते, याचं प्रशिक्षण देण्यासाठी 'सेवा बँक' आठवड्यातून एकदा असा आठ आठवड्यांचा प्रशिक्षणवर्ग घेते. आयुष्यातली प्रत्येक शक्यता लक्षात घेऊन त्यासाठी अर्थनियोजन कसं करावं हे ह्या स्त्रिया ह्या प्रशिक्षणवर्गात शिकतात. मृत्यू, अपघात, आजार, अरिष्ट किंवा प्रसूती यांसाठी विमा उतरवणं आवश्यक असतं. निर्वाह, मुलांचं शिक्षण, लग्न, वृद्धापकाल यांसाठी बचत करणं आवश्यक असतं. उद्योगधंद्यासाठी कर्जाची आवश्यकता असते. बचत आणि कर्ज यांची भिन्न प्रयोजनं लक्षात आली की, ह्या स्त्रियांना आर्थिक नियोजन करणं सुलभ होतं.

ह्या प्रशिक्षणवर्गांमध्ये चर्चा केली जाते आणि त्या वेळेस ह्या स्त्रिया आपल्या विविध आर्थिक गरजा नमूद करतात. या चर्चेनंतर कोणत्या गोष्टी अनिवार्य आहेत व कोणत्या अप्रस्तुत आहेत, हे त्यांना उमगतं. त्यानंतर प्रत्येक स्त्री आपल्या कुटुंबासाठी अंदाजपत्रक आखते. ह्या अंदाजपत्रकाबाबत ती इतर कुटुंबीयांशीसुद्धा चर्चा करते आणि त्यांच्या मते कोणत्या बाबींवरचा खर्च आवश्यक आहे आणि कोणत्या गोष्टींवरला खर्च ही उधळपट्टी आहे याचा परामर्श या स्त्रिया घेतात. सतत चहा ढोसणं, विड्या ओढणं, तंबाखू चघळणं, दारू पिणं, टी.व्ही. आणि सिनेमा यांवर खर्च करणं ह्या सर्व गोष्टींना उधळपट्टी मानून त्यावर टीका केली जाते. शेवटी सर्व कुटुंबीय मिळून निर्णय घेतात की, यातल्या कोणत्या गोष्टींवर खर्च करण्याची मुभा आहे. लग्नासाठीचा खर्च मात्र एकमतानं अनिवार्य ठरवला जातो. त्यात कुणीही कपात करू इच्छित नसतं!

अशा प्रशिक्षणानंतर स्त्री अधिक सूज्ञ बनते. आपली खरीखुरी मालमत्ता कोणती आणि अनिवार्य खर्च कोणते यांवर ती काळजीपूर्वक विचार करू लागते. कुटुंबासाठी अर्थनियोजन करणारं अंदाजपत्रक तयार केल्यामुळे ती

घरच्यांशी त्याबाबत चर्चा करू शकते. कधीकधी त्यांच्याकडून त्यांचे नवरेसुद्धा हे प्रशिक्षण घेतात. शारदाबेन एक दुकान चालवते. एकदा तिच्या घरी महत्त्वाचे अतिथी भोजनासाठी येणार होते. त्या संध्याकाळी तिनं प्रशिक्षणाच्या वर्गात गैरहजर राहण्याचं ठरवलं होतं; पण प्रशिक्षणवर्गातला पुढला धडा ऐकायची तिच्या नवऱ्यालाच इतकी उत्सुकता वाटत होती की, तिनं गैरहजर राहता कामा नये, असा आग्रह त्यानंच धरला. त्यानं स्वत: स्वयंपाक करून तिच्या अनुपस्थितीबद्दल पाहुण्यांची माफी मागायचं वचन दिलं! खरंतर तत्त्वत: ह्या स्त्रियांच्या नवऱ्यांनासुद्धा प्रशिक्षणवर्गात हजर राहू देता येईल, पण स्वत: स्त्रियांनीच शिकून शहाणं होणं अधिक श्रेयस्कर असतं, असं आम्ही अनुभवानं शिकलो आहोत. एकदा घर चालवणाऱ्या स्त्रीला कुटुंबाच्या आर्थिक स्थितीची चांगली माहिती झाली की, ती स्वत:च्या गतीनं, आपल्या मतानं बदल घडवून आणू शकेल. तिला नवऱ्याच्या निर्णयांवर अवलंबून राहावं लागणार नाही.

प्रशिक्षणाचा वर्ग पूर्ण झाल्यावर ह्या स्त्रियांना एक दाखला दिला जातो. तो त्या मोठ्या अभिमानाने घरी नेतात. प्रशिक्षणाचे आठ आठवडे पूर्ण झाल्यावर ह्या स्त्रियांना कुटुंबासाठी अंदाजपत्रक बनवण्याची सोपी परीक्षा द्यावी लागते. त्यानंतर त्या सर्वांना एक प्रमाणपत्र दिलं जाते. त्यांना ते फार मोलाचं वाटतं!

ह्या प्रशिक्षणवर्गाकडून बँकेलासुद्धा खूपच बोध होतो. उदाहरण द्यायचं म्हणजे, सर्वच स्त्रियांना वृद्धापकालाची विलक्षण भीती वाटत असते, कारण वृद्धत्वामुळे त्यांची कमावण्याची क्षमता कमी होऊन त्यांना इतरांवर अवलंबून राहावं लागतं. उपभोगासाठी किंवा उत्पादनासाठी पैशांचा विनियोग करता येतो, हे ज्ञान त्यांना मोठं रोचक वाटतं. १०० रुपये उपभोगासाठी खर्चून टाकले की, त्यातून पुढे काहीही मिळत नाही; पण तेच धंद्यासाठी वापरले, तर उत्पन्न वाढू शकतं, हे ज्ञान ह्या स्त्रियांचा दृष्टिकोन बदलून टाकतं. पैशाचा विनियोग करण्याचे पर्याय त्यांच्या लक्षात येतात आणि त्या पर्यायांचे परिणामसुद्धा त्यांना समजतात. कधी-कधी त्यातल्या काही जणी उत्स्फूर्तपणे म्हणतात, 'हे तुम्ही आम्हांला आधीच सांगितलं असतं, तर आमचं आयुष्य किती बदलून गेलं असतं!'

वर्गातल्या सामूहिक प्रशिक्षणानंतर प्रत्येकीला वैयक्तिक प्रशिक्षण दिलं जातं. आपण शिल्लक टाकलेले पैसे केव्हा खर्चावेत आणि कशासाठी खर्चावेत, शिल्लक टाकलेले पैसे खर्च न करता कर्ज काढणं कसं अधिक श्रेयस्कर ठरेल ह्याबद्दल केलेल्या मार्गदर्शनामुळे ह्या स्त्रिया योग्य ते निर्णय घेऊ शकतात. ज्या गरीब स्त्रिया उदरनिर्वाहासाठी कर्ज काढतात, त्यांचं उत्पन इतकं कमी असतं आणि कर्जफेडीची कुवतही इतकी कमी असते की, त्या आयुष्यभरासाठी कर्जात बुडून जातात. 'तुमच्या उत्पन्नाच्या दुप्पटी किंवा तिप्पटीपेक्षा जास्त कर्ज काढू

नका' असा साधा सल्ला त्यांना इतर पर्यायांबाबत विचार करण्यास उद्युक्त करतो.

रूपाबेनचा नवरा एका कारखान्यात दर महा ८०० रुपये कमावणारा कामगार होता. रूपाबेन दिवसा रस्त्यावर बसून चोलाफली (बेसनाचा तिखट पदार्थ) विकून वरकड पैसे मिळवत असे. रात्री ती रजया शिवत असे. ती दिवसाकाठी सरासरी दहा रुपये कमावत असे. तिचा नवरा आजारी पडल्यावर तिचे दिवस पालटले. दरमहा ५% व्याजावर २००० रुपये कर्जाऊ घेऊन तिनं तिच्या नवऱ्यावर औषधोपचार केले. तो आजारी पडल्यावर घरात काहीही पैसा येईना. तो दोन महिने कामावर जाऊ शकला नाही आणि त्या काळात त्याला काहीही पैसे घरी आणता आले नाहीत. तिला घरी राहून नवऱ्याची शुश्रूषा करावी लागत असल्यामुळे तिला रस्त्यावर चोलफली विकून वरकड पैसे मिळवता येत नव्हते. ती घरबसल्या फक्त रजया शिवू शकत होती, पण दुर्दैवानं यातून फारसे पैसे मिळत नव्हते. तिचा नवरा कामावर जाऊ लागला, तेव्हा त्याच कामासाठी त्याला ८०० रुपयांऐवजी ५०० रुपये दिले जाऊ लागले. कुटुंबाला मदत करण्यासाठी तिच्या मोठ्या मुलानं शाळा सोडली आणि तो एका गॅरेजमध्ये काम करू लागला. लवकरच तिचा धाकटा मुलगासुद्धा मोठ्या भावाबरोबर कामाला जाऊ लागला. दोघे मिळून दर महा ६०० रुपये घरी आणू लागले. रूपाबेन खूप कष्ट करत होती, पण तिची स्वत:ची प्रकृतीच ढासळू लागली होती. तिला क्षयाची लागण झाली. तिच्या औषधांचा खर्च भागवण्यासाठी तिच्या मोठ्या मुलानं आपल्या मालकाकडून २००० रुपये उसने घेतले. मालक त्याच्या दर महिन्याच्या पगारातून २०० रुपये वळते करून घेऊ लागला. भरीत भर म्हणून मुसळधार पावसात त्यांच्या डुगडुगत्या घराची एक भिंत कोसळली. त्याच्या दुरुस्तीसाठी ह्या कुटुंबाला १०,००० रुपये ५% व्याजानं कर्जाऊ घ्यावे लागले. कर्जाचं ओझं आणि तोकडं उत्पन्न ही चिंतेची बाब होती. रूपाबेनच्या पोटात सतत दुखू लागलं. रस्त्यावर चोलाफली विकण्याचं कामसुद्धा तिला बसूनच करावं लागे, कारण पोटात सतत असह्य वेदना होत असत. तिची रोजची कमाई २४ रुपयांपेक्षा जास्त नव्हती. डॉक्टर म्हणाले की, तिचं गर्भाशय काढून टाकणं आवश्यक होतं. लग्नात तिच्या वडलांनी तिला दिलेले दागिने गहाण टाकून तिनं उपचारांसाठी १२,००० रुपये कर्जाऊ घेतले आणि ऑपरेशनसाठी पैसा उभा केला. तिच्या धाकट्या मुलानंसुद्धा ५,००० रुपये कर्जाऊ काढून आधीचं कर्ज फेडण्यासाठी पैसा उभा केला. अशा परिस्थितीत रूपाबेन 'सेवा बँके'कडे आली. तिनं बचत खातं उघडलं. तिची प्रकृती सुधारू लागल्यावर ती जास्त काम करू लागली. दर महा ती तिच्या खात्यात ५० रुपये भरू लागली. आता तिच्या मुली मोठ्या झाल्या होत्या आणि त्यांच्या मदतीनं ती जास्त प्रमाणावर चोलाफली

बनवून विकू लागली होती. त्यानंतर तिनं 'सेवा बँके'च्या 'दैनिक बचत योजने'त दररोज दहा रुपये गुंतवायला सुरुवात केली.

तिची आर्थिक स्थिती सुधारण्याच्या मार्गावर असतानाच २००० सालच्या भूकंपानं सारा गुजरात हादरून गेला. त्या भूकंपानं रूपाबेनचं आयुष्यसुद्धा उद्ध्वस्त केलं. जरी तिचं घर भूकंपात कोसळलं नसलं, तरी महिनाभर काहीही काम मिळालं नव्हतं. तिची बचत संपुष्टात आली होती. दररोजचं आयुष्य सुरू झाल्यावर तिनं पुन्हा दैनिक बचत योजनेत दररोज दहा रुपये टाकायला सुरुवात केली. त्यात तिचे २००० रुपये जमा झाल्यावर तिनं 'सेवा बँके'कडून १०,००० रुपये कर्जाऊ काढले आणि तिच्या मुलांना रिक्षा दुरुस्तीचं दुकान टाकण्यासाठी भांडवल उभं करून दिलं. तिच्या मुलांनी तिला तिच्या पडत्या काळात जी मदत केलेली होती, त्याबद्दल कृतज्ञता व्यक्त करण्यासाठी तिनं त्यांना नव्या उद्योगासाठी मदत केली. पण दुर्दैवानं पुढल्याच वर्षी अहमदाबादेत भीषण जातीय दंगली उसळल्या आणि अनेक आठवडे सारे व्यवहार ठप्प झाले. नवं गॅरेज टाकण्याच्या दृष्टीनं ती अगदीच अयोग्य वेळ ठरली. तिचा नवरा ज्या कारखान्यात काम करत असे, तो कारखाना ह्या दंगलग्रस्त भागातच होता. त्या कारखान्याचं प्रचंड नुकसान झालं आणि साऱ्या कामगारांना कामावरून काढून टाकण्यात आलं. तिचा नवरा पुन्हा एकदा बेकार झाला. तिच्या स्वत:च्या व्यवसायातून कुटुंबाचं पोट भरण्याएवढे पैसे सुटत नव्हते. 'सेवा बँके'कडून घेतलेल्या कर्जाच्या परतफेडीचे हप्ते रूपाबेनकडून चुकते होईनात. जरी तिच्यावर वाईट परिस्थिती ओढवलेली असली, तरी बँकेनं तिच्या पाठीशी राहण्याचा निर्णय घेतला, कारण यापूर्वी तिनं चिकाटीनं कर्जफेड केलेली होती. तिला आपल्यावरच्या आर्थिक जबाबदारीची पूर्णपणे जाणीव होती आणि त्यासाठी कष्ट करायला ती तयार होती. तिच्या मुलाला रिपेअर गॅरेजच्या मशीनशॉपमधला चांगला अनुभव होता. त्यामुळे आजूबाजूची परिस्थिती बदलल्यावर त्यानं आपला धंदा नीटपणे चालवला असता. रूपाबेनला पुन्हा पायांवर उभं करायला मदत देण्याचे प्रयत्न 'सेवा बँके'नं चालू ठेवलेले आहेत.

मंगारीबेन राणाजी ही एक देखणी, तरुण स्त्री आहे. 'सेवा बँके'कडून कर्ज काढून तिनं दहा गाढवं विकत घेतलेली आहेत. तिच्या वडलांचा गाढवांच्या खरेदी-विक्रीचा व्यवसाय होता. त्यामुळे गाढवांची काळजी कशी घ्यायची, हे तिला पूर्णपणे ठाऊक होतं. पंधरा वर्षांच्या वयाला तिचा विवाह झाला. तिचा नवरा आपल्या काकांचा ट्रक चालवण्याचं काम करत असे. ती नोकरी सुटल्यावर त्या दोघा पतिपत्नींनी बांधकामाच्या जागी काम करायला सुरुवात केली. ३% व्याजदरावर कर्ज काढून त्यांनी चार गाढवं विकत घेतली. त्या गाढवांच्या

पाठीवर लादून ते नदी किनाऱ्यावरची रेती बांधकामाच्या जागी पोचवू लागले. 'सेवा बँके'च्या नव्या इमारतीचं बांधकाम चालू होतं त्या जागी ते बिल्डरला रेती पुरवत होते. मंगारीबेनच्या लक्षात आलं की, बँकेच्या जुन्या इमारतीत तिच्यासारख्याच गरीब महिलांची दिवसभर सतत ये-जा सुरू असते. एके दिवशी तिनं चौकशी केली की, ह्या साऱ्या स्त्रिया तेथे कशासाठी जात असतात. कुणीतरी तिला समजावून सांगितलं, 'तुम्हांला तिथे कर्ज मिळू शकतं, पण त्यासाठी प्रथम तुम्ही पैसे शिल्लक टाकावेत, अशी त्यांची अपेक्षा असते.' मंगारीबेननं 'सेवा बँके'त खातं उघडलं आणि त्यात ती नियमितपणे पैसे टाकू लागली. काही दिवसांनी तिनं ५००० रुपये कर्जाऊ घेतले, त्यात स्वत: शिल्लक टाकलेल्या १००० रुपयांची भर घातली आणि चार गाढवं विकत घेतली. दोन स्वत:साठी आणि दोन नवऱ्यासाठी. तिचा नवरा पहाटे चार वाजता घराबाहेर पडून, नदीकिनारी जाऊन, वाळू खणून काढत असे. ती आठ वाजता तिथे पोचत असे. त्याचं जेवण, दोन छोट्या मुली आणि चार गाढवं घेऊन ती तिथे पोचत असे. दिवसभर ते गाढवांच्या पाठीवर वाळू घालून ती बांधकामाच्या जागी पोचती करत असत. "१०० रुपयांची कमाई होईपर्यंत आम्ही काम करत असू," मंगारीबेननं मला सांगितलं. बहुतेक वेळा मध्यान्हीपर्यंत त्यांनी पुरेसे पैसे मिळवलेले असत आणि ते घरी जाऊन त्यांच्या गाढवांना आराम करू देत असत. घरी जाता-जाता वाटेत 'सेवा बँके'पाशी थांबून मंगारीबेन तिच्या 'सेवा बँके'च्या खात्यात पैसे भरत असे. दुसऱ्या वेळेस तिनं बँकेकडून ६५०० रुपये कर्जाऊ घेतले. हे पैसे वापरून तिनं आपल्या घराची दुरुस्ती करून घेतली आणि आणखी दोन गाढवं विकत घेतली. अनेक वेळा कर्जाऊ पैसे काढून आणि बांधकाम व्यवसायात अनेकांशी असलेल्या ओळखीचा फायदा करून घेऊन मंगारीबेननं आता एक पक्कं घर बांधलं आहे. त्यात तिचे चौदा कुटुंबीय – पतिपत्नी, दोन मुली आणि दहा गाढवं सुखानं राहत आहेत.

साबरमती नदीकाठ पूर्वी रुक्ष आणि रेताड होता. नव्यानं बांधलेल्या नर्मदा धरणामुळे आता साबरमती नदी दुथडी भरून वाहत असते. त्यामुळे नदीकाठची रेती खणून काढणं आता पहिल्यासारखं सोपं राहिलेलं नाही. शिल्लक टाकलेल्या पैशात ३५,००० रुपये कर्जाची भर टाकून मंगारीबेननं नुकताच एक ट्रॅक्टर विकत घेतला आहे. त्यावर लादून शहराबाहेरच्या आणि ग्रामीण भागातल्या बांधकामाच्या जागी विटा आणि लोखंड पोचतं करायचा तिचा मनसुबा आहे. लवकरच आपली गाढवं हाकण्याऐवजी मंगारीबेन स्वत:चा ट्रॅक्टर चालवताना दिसेल.

◈

'सेवा-बँके'चा कारभार व्यवस्थित चालून बँकेकडून अधिकाधिक सेवा पुरवल्या जाण्यासाठी बँकेच्या कार्यकारी समितीचं योगदान अत्यंत महत्त्वाचं ठरलं आहे. कार्यकारी समितीची बैठक महिन्यातून एकदा भरते आणि त्यामुळे बँकेचा कारभार व्यवस्थित चालण्यास मदत होते. ह्या समितीचे सदस्य आपापल्या व्यवसायात घडलेल्या घटना आणि बदलत्या प्रथांबद्दल तर चर्चा करतातच, पण त्याखेरीज बँकेनं कोणत्या नव्या सेवा पुरवाव्यात किंवा पुरवू नयेत यांबद्दल सद्य:परिस्थिती लक्षात घेऊन सुयोग्य मार्गदर्शनसुद्धा करतात. कार्यकारी समितीवरचं स्थान अत्यंत महत्त्वाचं स्थान आहे आणि सदस्य-स्त्रिया ह्या स्थानाचं महत्त्व पूर्णपणे जाणून असतात. समितीवर राहून सेवा पुरवल्याला एक दशक उलटलं असलं, तरीसुद्धा त्या आपली ओळख 'बोर्ड मेंबर' अशीच करून देतात. अशी ओळख करून देण्यामागे पोकळ डौल कारणीभूत नसतो. बँकेच्या ध्येयांबद्दल त्यांना वाटणारी आत्मीयता आणि तळमळही कारणीभूत असते. निवृत्त झालेले कार्यकारी समितीचे सदस्यसुद्धा महत्त्वाचं योगदान देतच राहतात. त्यांच्या व्यवसायातल्या इतरांशी चालू समस्यांबाबत चर्चा करणं आणि बँकसाथींच्या कामकाजावर बारीक लक्ष ठेवून त्यांच्याकडून सत्तेचा गैरवापर तर होत नाही ना, यावर नियंत्रण ठेवणं आणि बँकेची सुविधा उपलब्ध नसलेल्या नवनवीन झोपडपट्ट्या शोधून काढणं या सर्व गोष्टींमध्ये त्यांची मोठीच मदत होते. बँकेकडून पुरवल्या जाणाऱ्या विविध गुंतवणूक-योजना कार्यकारी समितीच्या सदस्यांमुळेच विचारात घेतल्या जातात.

शहरात राहणाऱ्या गरिबांपैकी खूप जणांचे त्यांच्या मूळ गावाशी अतिशय जवळचे संबंध असतात. त्यामुळे गावातली घरं दुरुस्त करणं किंवा वाढवणं आणि गावातल्या गोरगरीब आप्तांना आर्थिक मदत करणं यासाठी ते आपली शिल्लक खर्चून टाकत असतात. लग्नांसाठी किंवा इतर धर्मकृत्यांसाठी त्यातले अनेक जण आपल्या खेड्यांत जातात. खेड्यापाड्यांमध्ये बँकेची सुविधा उपलब्ध नसल्यामुळे खेड्यातले लोक कर्जासाठी आपल्या शहरवासी आप्तांवरच अवलंबून असतात.

पूर्वापारपासून भारतीय लोक आपला पैसा सोन्यामध्ये गुंतवत आलेले आहेत. प्रत्येक लग्नकार्यात सोन्याचे दागिने बनवले जातात. बरेचदा लग्नात अंगावर घातलेलं सोनं हे स्त्रीचं एकमेव स्त्रीधन असतं. अर्ध्या रात्रीत पैसा उभा करून देऊ शकेल, अशी ती अत्यंत सुरक्षित गुंतवणूक समजली जाते. गरज पडली, तर सोन्याचे दागिने गहाण ठेवून पैसा उभा करता येतो; ते सहजपणे इकडून-तिकडे नेता येतात आणि त्यांची किंमत कधीही घसरत नाही.

'सेवा'नं केलेल्या एका सर्वेक्षणानुसार[३] थोडेसे पैसे शिल्लक पडताच ८३% स्त्रिया स्वत:साठी सोन्याचे दागिने बनवून घेतात (स्वत:साठी वापर व भविष्यकाळाची तरतूद ह्या दुहेरी हेतूनं) आणि ३६% स्त्रिया लग्नात आपल्या मुलीच्या अंगावर घालण्यासाठी सोनं खरेदी करतात. त्यांची बरीचशी शिल्लक सोनंखरेदीतच वापरली जात असल्यामुळे त्यांच्या ह्या गरजेच्या पूर्तीकडे बँक बारकाईनं लक्ष पुरवते. सोन्यात केलेल्या गुंतवणुकीवर व्याज मिळत नसल्यामुळे त्या मालमत्तेत उत्पादनक्षमता नाही, असं ह्या स्त्रियांना सांगून चालण्याजोगं नाही. आयुष्यात येणाऱ्या अनेक अणीबाणीच्या प्रसंगांशी ह्या गरिबांची अगदी जवळून ओळख असते आणि अशा आपत्तीच्या वेळेस सोन्यात केलेली गुंतवणूकच त्यांना तारून नेत असते. बँका किंवा विमाकंपन्या यांच्याकडून पैसे उभे करायला खूप वेळ लागतो. त्यामुळे अशी आर्थिक मदत त्वरित उपलब्ध करून देणारी यंत्रणा उभी राहीपर्यंत सोन्यात पैसे गुंतवणं हे सूज्ञपणाचं धोरणच असेल. विविध गुंतवणूक पर्यायांमध्ये ह्या स्त्रियांनी आपली शिल्लक गुंतवावी आणि त्यांच्या गरजेच्या वेळेस बँकेकडून त्यांना ताबडतोब मदत उपलब्ध करून मिळावी, हे 'सेवा बँके'पुढलं महत्त्वाचं ध्येय आणि आव्हान आहे.

'सेवा-बँके'ला २५ वर्षं पूर्ण झाली, तेव्हा एका खास बचतीतून सर्व शेअर होल्डर्सना छोटीशी भेट द्यावी, असा निर्णय संचालक मंडळानं घेतला. भेट म्हणून काय द्यावं, यासाठी विविध सूचना आल्या. भिंतीवरचं घड्याळ, ट्रान्झिस्टर-रेडिओ, रेशमी साडी, मुलांसाठी शिष्यवृत्ती, बँकेचे शेअर्स.... परंतु एकमतानं निवडली गेलेली भेटवस्तू होती, नाकात घालण्यासाठी सोन्याचं सुंकलं! 'म्हणजे आम्ही ताठ्यानं नाक उडवू शकू!' त्या म्हणाल्या.

लग्नासाठीच्या खर्चामुळे बहुसंख्य गरीब कर्जबाजारी होत असतात. सासू-सासऱ्यांना भेटवस्तू देणं, पाहुण्यांसाठी मेजवानी आयोजित करणं, समाजासाठीची इतर कर्तव्यं पुरी करणं यांत वारेमाप पैसा उधळला जातो. हे कर्ज फेडायला अनेक वर्षं लागतात; पण तरीसुद्धा लोक असा खर्च करतच राहतात, कारण त्यांची पक्की समजूत असते की, थाटामाटात लग्न लावून दिलं की, कोणाचीही तक्रार राहणार नाही आणि नवविवाहित दांपत्य सुखानं संसार करू शकेल. कर्जाच्या प्रचंड ओझ्याखाली असलेल्या 'सेवा'च्या वीस सदस्यांपैकी सोळा जणींनी आपल्या मुलामुलींच्या लग्नासाठी कर्ज काढलं होतं आणि त्यांपैकी निम्म्या स्त्रियांनी ५०,००० रुपयांपेक्षा जास्त खर्च केलेला होता. गमतीची गोष्ट

---

३. व्हर्जिनिया पेट्रोव्हा – ''गोल्ड प्रॉडक्ट रिसर्च अँड लोन प्रॉडक्ट रिसर्च.'' अनपब्लिश्ड रिपोर्ट, २००३.

म्हणजे ह्या सोळा स्त्रियांच्या जाती वेगवेगळ्या होत्या आणि त्या सर्व जातींमध्ये कमी खर्चात समूह-विवाहांना मान्यता होती. कमी खर्चात, कुटुंबामागे २००० रू. घेऊन, एकाच वेळेच अनेक विवाह लावून देणं या सर्व स्त्रियांच्या समाजानं संमत केलेलं होतं. तरीसुद्धा यांपैकी कुणालाही तो पर्याय नको होता. ह्या सोळा जणींपैकी फक्त तीन स्त्रियांनीं ह्या विवाहांसाठी 'सेवा बँके'कडून कर्ज काढलं होतं आणि त्यांनी इतरांकडूनसुद्धा आणखी कर्ज काढलं असण्याची शक्यता होती. बारा जणींनी नातेवाइकांकडून आणि आणखी कुणाकुणाकडून कर्जाऊ पैसे उभे केले होते. या १६ जणींपैकी सात जणी महिना ५% व्याज देत होत्या. इतर पाच जणी माहिना ३% व्याज देत होत्या. त्यांपैकी फक्त एकीनं आपलं सारं कर्ज फेडलं होते. ती घरकाम करत होती आणि तिच्या मुलानं त्यांच्या जातीय समाजानं आयोजित केलेल्या सामूहिक-विवाहात लग्नविधी केलेले होते.

"समारंभ, भेटवस्तू आणि भोजन यांत एवढाला पैसा उधळण्याऐवजी साधा समारंभ करूनसुद्धा तेच पैसे तुमच्या मुलामुलींच्या नावे मुदत ठेवीत गुंतवले, तर अधिक श्रेयस्कार नाही का?" मी त्यांना पटवून देण्याचा प्रयत्न करत मुद्दा मांडला. "ती मुदत ठेव लोकांना डोळ्यांनी पाहता येत नाही. थाटामाटानं लावून दिलेलं लग्न कुणाच्याही नजरेतून सुटत नाही!' असं ठरावीक उत्तर या युक्तिवादावर दिलं जात असे. 'माझी मुलगी सासरी ताठ मानेनं वावरू शकेल.' हा आणखी एक ढोबळ युक्तिवाद असतो.

◈

१९८६ साली 'सेवा-बँके'चं फिरतं भांडवल १ कोटी रुपयांपेक्षासुद्धा जास्त झालं. बँकेचा आजवरचा विविध क्षेत्रांतला विकास घडवून 'सेवा-बँके'ची स्वत:ची ओळख निर्माण करून देणारी कार्यकारी संचालिका, उषा जुमानी आता निवृत्त झाली होती. बँकेचा पाया आता चांगलाच मजबूत झालेला होता. आता भविष्यातल्या विकासाकडे लक्ष पुरवण्याची वेळ आली होती. बँकेचा पुढला विकास हाती घेऊ शकेल अशा मध्यमवयीन बँकरच्या शोधात असतानाच माझी ओळख जयश्री व्यासशी झाली. किंबहुना तिनंच आम्हांला शोधून काढलं! ती सेंट्रल बँकेतली, कर्जांबद्दलचे निर्णय घेणारी वरिष्ठ अधिकारी होती. एक कोटीहून अधिक रकमेच्या कर्जांबाबतचे निर्णय ती घेत असे. हा 'सेवा बँके'शी मोठाच विरोधाभास होता आणि तो सर्वांच्याच लक्षात आला. 'सेवा-बँके'तली लहानलहान कर्ज किती महत्त्वाची होती, हे पाहून जयश्री विस्मयचकित झाली होती. 'सेवा-बँके'त कोणत्याही पदावर राहून सेवा करण्याची तिची तयारी होती. मला तिचा उत्साह फारच भावला आणि संचालक-मंडळाच्या सदस्यांशी मी तिची ओळख

करून दिली. प्रमुख व्यावसायिक बँकेतला विस्तृत अनुभव गाठीशी असणाऱ्या जयश्रीची वाढत्या आकाराच्या 'सेवा-बँके'ला खूपच मदत होईल, असं आम्हा सर्वांनाच वाटतं. ''नवीन शिकण्यापूर्वी मला आधीचं खूपसं विसरायला हवंय.'' जयश्री हसत-हसत म्हणाली. आम्ही 'सेवा बँके'त तिची नियुक्ती केली.

जयश्रीमुळे 'सेवा-बँके'ला एक व्यावसायिक रूप लाभलं. तसं रूप लाभणं ही काळाची गरज होती. तिनं बँकेतल्या भांडवलाची अधिक किफायतशीर गुंतवणूक करून दिली. हे करत असताना आमच्या खातेदारांच्या गरजा तिनं क्षणभरसुद्धा दृष्टिआड केल्या नाहीत. १९९०च्या दशकात तिनं 'गोल्ड कार्ड' उपलब्ध करून दिलं. ह्या 'गोल्ड-कार्ड'मुळे आमच्या जुन्या आणि चांगल्या ग्राहकांना बँकेत विशेष सेवा आणि त्यांच्या कर्जांच्या अर्जांची त्वरित छाननी अशा सुविधा दिल्या जाऊ लागल्या. ही निवड खातेदारांनीच केलेली होती. त्यांना चांगल्या व्याजदरापेक्षा किंवा जास्त रकमेच्या कर्जांपेक्षा त्वरित कर्ज उपलब्ध होणं अधिक महत्त्वाचं वाटत होतं. दूरदूरच्या झोपडपट्ट्यांमध्ये राहणाऱ्या खातेदारांना मदत व्हावी म्हणून तिनं मोबाइल व्हॅनमधून बँक-सेवा पुरवायचा पायंडा पाडला. खातेदारांची आयुष्यभरासाठीची वित्तीय तरतूद करून देण्याच्या दृष्टीनं जयश्रीने जी पावलं उचलली, त्यामुळे बँक अनेक स्त्रियांना उपयुक्त सेवा पुरवू शकली.

१९८७ साली कंप्युटर्स वापरात आणले गेले आणि बँकेचे व्यवहार सोपे झाले आणि जलद होऊ लागले. जरी कंप्युटर वापरायला शिकायला फारसा वेळ लागला नाही, तरी त्यावर विश्वास ठेवायला बँकेच्या कर्मचाऱ्यांना खूपच वेळ लागला. अर्ज वेगवेगळ्या टेबलांवर सहीसाठी हलवणं, नोंदी करून मंजुरी मिळवणं याची आता गरजच उरली नव्हती. मुदत उलटून गेलेल्या कर्जांची यादी बनवायला पूर्वी पंधरा दिवस लागत असत. आता एका कर्मचाऱ्याला मिनिटभरात हव्या त्या वर्गवारीसह कंप्युटरवर तो अहवाल काढता येऊ लागला. महितीची छाननी करणं सुलभ झालं. निर्णय चटचट घेता येऊ लागले. आजपर्यंत उरलेला एकमेव अडसर आहे भाषेचा! खातेदारांना समजावं, म्हणून अनेक अहवालाचं भाषांतर गुजरातीत करावं लागतं. बँकेच्या अनेक कर्मचाऱ्यांना इंग्रजीचं शिक्षण घेणं गरजेचं झालं आहे. पासबुकमधली कंप्युटरनं केलेली नोंद खातेदारांच्या पसंतीला येत नाही. त्यांना अजूनही पासबुकात हातानं केलेल्या नोंदी हव्या असतात. कोणत्याही नव्या प्रणालीवर विश्वास बसायला खूप वेळ लागतो आणि कालांतरानंच त्या प्रणालीची विश्वासार्हता सिद्ध होते.

'सेवा-बँके'तल्या विकेंद्रीकरणाच्या प्रक्रियेला कंप्युटर्समुळे खूपच वेग आला आहे. उपशाखांमधून मध्यवर्ती शाखेत सर्व माहितीची पाठवणी ताबडतोब होत

असल्यामुळे हिशोबात चुका होत नाहीत. खातेदारांना वित्तीय सल्ला देणारे लोक चटकन त्या खातेदाराची विविध खाती कंप्युटरवरून शोधून एकाच वेळेस पाहू शकतात. त्यामुळे त्यांच्या आर्थिक स्थितीची पूर्ण माहिती त्यांच्या डोळ्यांपुढे असते. बँकसाथींना अजूनही कंप्युटर वापरता येत नसला, तरी त्या लवकरच तो वापरायला शिकतील. त्यांना 'सेल फोन' अतिशय उपयुक्त वाटू लागले आहेत आणि सेल फोन घेऊनच त्या आपले आणि खातेदारांचे व्यवहार चटाचट करून देत असतात. भारताचे तत्कालीन अध्यक्ष, डॉक्टर अब्दुल कलाम 'सेवा बँके'त आले होते, तेव्हा त्यांनी कांउटरजवळ बसलेल्या कर्मचाऱ्यांना प्रश्न विचारला, "इथल्या सर्व जणी स्मित का करत आहेत?" त्या खुशीनं हसत होत्या कारण सेल-फोन खरेदी करण्यासाठी त्यांनी मागितलेल्या कर्जांना तेव्हाच मंजुरी देण्यात आलेली होती. आपल्या कामात मदत व्हावी म्हणून बँकसाथी सेल फोनची मागणी करू लागल्या आहेत, पण त्याचा खराखुरा उपयोग होण्यासाठी आम्हांला त्यांच्या गरजेनुरूप कंप्युटर सॉफ्टवेअर बनवून घ्यावं लागणार आहे.

निम्न आर्थिक परिस्थितीतल्या खातेदार स्त्रियांना सेवा पुरवत असूनही (किंवा त्यामुळेच?) 'सेवा-बँक' आर्थिकदृष्ट्या फायद्यात चाललेली असून दर वर्षी शेअर होल्डर्सना ती १५% डिव्हिडंड देत आलेली आहे. भरपूर खातेदारांनी त्यात ठेवी ठेवलेल्या असल्यामुळे 'सेवा बँक' स्वत:च्या पायावर व्यवहार करू शकतेय आणि तिला आपल्या उद्दिष्टांसाठी बाहेरच्या मदतीची गरज पडत नाही. असं असूनही बँकेनं दिलेल्या कर्जांवर चांगलं उत्पन्न मिळतंय आणि त्यामुळे बँकेचा आणखी विकास साधता येतोय.

बँकेची स्थापना TLAच्या छोट्याशा तळघरात केली गेली होती, ती १९९७ साली नव्या इमारतीत हलली. अनेक वर्षं 'सेवा'च्या कचेरीच्या तळमजल्यावर व्यवहार होत असत. अहमदाबादेतल्या सर्वांत जुन्या पुलाच्या – 'एलिस ब्रिज'च्या एका टोकाला 'सेवा'च्या कचेरीची इमारत उभी आहे. त्या इमारतीत बँकेचे वाढते व्यवहार कारणं अशक्य झाल्यामुळे बँकेसाठी नवी जागा शोधणं आवश्यक होतं. शहरातल्या मध्यम वर्गीयांच्या विभागात आम्ही बँकेसाठी जागा शोधत होतो, परंतु बँकेच्या गरजेला पुरेलसं काहीही दृष्टिपथात येत नव्हतं. 'एलिस ब्रिज'च्या दुसऱ्या टोकाला नव्याकोऱ्या इमारती १९९७ साली बांधल्या जाऊ लागल्या. त्यात एक्स्पोर्ट इंपोर्ट, बँक ऑफ इंडिया, बँक ऑफ पॅरिस आणि अशाच इतर प्रमुख वित्तीय संस्थांनी जागा घेतल्या होत्या. एक संपूर्ण मजला 'सेवा बँके'ला विकत देऊ केला गेला. आमच्या कार्यकारी संचालक मंडळानं स्वत: जाऊन ती जागा नजरेखालून घालायचं ठरवलेलं ऐकून मला आश्चर्यच वाटलं. त्यांना ती जागा मनापासून आवडली. "श्रीमंत पुरुषांच्या बँकेशेजारी गरीब स्त्रियांची बँक

'सेवा बँक'च्या काउंटरपाशी (नरेंद्र ओटिया)

असू नये, असा नियम थोडाच आहे? आणि त्याखेरीज आम्हांला संगमरवरी फरशासुद्धा आवडल्या!'' आमच्या संचालक-मंडळाच्या सदस्यांनी एकमुखानं पावती दिली!

बँकेच्या संचालक मंडळाला वेळोवेळी अनेक आव्हानं पेलावी लागली आहेत. १९९८ साली रिझर्व्ह बँकेने उदारीकरणाच्या धोरणाचा अवलंब करून बँकांना अधिक स्वातंत्र्य दिलं. ठेवींवर आणि कर्जावर कोणता व्याजदर आकारावा हे ठरवण्याचं स्वातंत्र्य आता 'सेवा-बँके'ला मिळालेलं होतं. संचालक-मंडळानं पूर्ण माहितीनंतर योग्य तो निर्णय घ्यावा म्हणून निर्णयापूर्वी कोणकोणत्या गोष्टी लक्षात घेणं आवश्यक आहे, हे जयश्रीनं त्यांना समजावून सांगितलं. ठेवी मिळवण्यासाठी किती खर्च येतो, बँकेच्या व्यवहारांना किती खर्च येतो, गुंतवणुकींवर किती उत्पन्न मिळतं, परतफेड न केली गेलेली कर्जं किती रकमेची असतात, नफा किती टक्के सुटतो याची संपूर्ण आकडेवारी त्यांना सांगण्यात आलेली होती. ह्या माहितीची छाननी करून ठेवींवरचा आणि कर्जांवरचा व्याजदर ठरवणं संचालक मंडळाला सोपं पडलं असतं. संचालक मंडळावरची रेहमतबीबी ही (निरक्षर) सदस्य म्हणाली, ''सध्या इतर बँका ठेवींवर आणि कर्जांवर जो व्याजदर लावत आहेत, त्याच्याशी मिळताजुळता व्याजदर आपण ठेवावा. कारण ठेवींवर आपण इतरांपेक्षा कमी व्याज दिलं, तर कुणीही आपल्या बँकेत ठेवी

ठेवणार नाही आणि आपला कर्जांवरचा व्याजदर बाजारपेठेपेक्षा खूपच कमी असला, तर बायका आपल्याकडून कर्जं काढतील आणि तेच पैसे जास्त व्याजदारनं इतरांना कर्जाऊ देतील.''

सेवा कामगार संघटना, फेडरेशन ऑफ कोऑपरेटिव्हज (सहकारी संस्थांची संघटना), सेवा विमा मंडळ, महिला हाउसिंग ट्रस्ट यांबरोबर 'सेवा-बँके'चे निकटचे व्यावहारिक संबंध आहेत. त्यामुळे गृहकर्जं, विमा, निवृत्तीवेतन आणि इतर तत्सम सुविधा 'सेवा बँक' आपल्या ग्राहकांना नेहमीच्या बँक-सुविधांबरोबरच उपलब्ध करून देऊ शकते.

बँकेच्या बऱ्याचशा ग्राहकांना बँकेचे व्यवहार पूर्णपणे अपरिचित असतात. अनेक वर्षं बचत खात्यात गुंतवणूक करून, सेवा बँकेकडून कर्जं काढून आणि ती फेडून, बँकेच्या अन्य गुंतवणूक पर्यायांचा लाभ घेऊन खातेदार स्त्रिया अधिक नियमित उत्पन्न मिळवून कच्च्या बांधणीच्या घरांतून विटांच्या पक्क्या बांधणीच्या घरांमध्ये हलू शकतात. परस्परांशी आणि 'सेवा बँके'शी सहकार्य केल्यामुळे त्या लहानसहान आर्थिक संकटांतून तरून जाऊ शकतात. २००० सालच्या भीषण भूकंपासारखी नैसर्गिक आपत्ती ओढवली, तर उद्योगधंदे ठप्प होतात आणि अर्थव्यवस्थेला हादरा बसतो. अशा वेळेस ह्या स्त्रियांवर मोठाच अनर्थ ओढवतो. अशा विपत्कालात बँकेचा पाया मजबूत ठेवण्यासाठी 'सेवा बँक' निकराचे प्रयत्न करते. अशा विपद्ग्रस्तांना सोयीनुसार फेडता येण्याजोगी लहानसहान कर्जं पुरवून त्यांना मदत करण्याची 'सेवा बँके'ची इच्छा असते, परंतु बँकांवर देखरेख ठेवणाऱ्या नियामक मंडळाचे कायदे अतिशय कडक असतात. त्यांना वहिवाटीबाहेर जाऊन अशी कर्जं पुरवणं अजिबात संमत आणि पसंत नसतं.

नुकत्याच उसळलेल्या भीषण जातीय दंगलींच्या वेळेस आम्ही बँकेच्या नेहमीच्या वित्तपुरवठ्याबाहेरचा मदतनिधी जमा करायचा प्रयत्न केला होता. आर्थिक शिस्तीची घडी बिघडू न देता कर्जदारांवरचं कर्जाचं ओझं माफ करण्याचा आमचा मानस होता, पण नियामक-मंडळानं या मदत-निधीकडे वेगळ्या दृष्टीनं बघितलं; त्यांना भीती वाटली की, परतफेड न केली गेलेली कर्जं रद्दबातल करून नॉन-पर्फार्मिंग-ॲसेट्सचा आकडा खाली आणण्यासाठीचा आमचा हा प्रयत्न आहे. बँकेवर एक सुयोग्य निर्बंध आहे की, बँकेनं दिलेली कर्जं रद्दबातल करण्यासाठी कोणत्याही प्रकारचा निधी बँकेनं जमवता काम नये; पण निधी जमवण्यामागे 'सेवा बँके'चा असा हेतू अजिबातच नव्हता. अशा मोठ्या आपत्तींच्या वेळेस सहकारी मालकीच्या बँकांचा तोटा झाला, तर सरकार बँकेच्या भांडवलात हजारो रुपयांची भर टाकून मदतीला धावतं; परंतु केवळ गरिबांना वित्तपुरवठा

करणाऱ्या आमच्यासारख्या बँकेला असा पर्याय उपलब्ध नसतो. अशा आपत्तींच्या वेळेस लहानसहान बँकांना तारून नेणारी कोणतीही मदतयंत्रणा अस्तित्वात नाही.

जोखीम आणि सुरक्षितता यांच्यात समतोल राखण्यासाठी बँक सतत प्रयत्न करत असते. जेव्हा खातेदार-स्त्रियांवर आणि त्यांच्या कुटुंबीयांवर अनेकदा अनेक आपत्ती ओढवतात, जेव्हा त्यांना कुवतीबाहेर खर्च करावा लागतो किंवा धंद्यात खोट येते किंवा जेव्हा बेकारी किंवा आजारासारखी आपत्ती त्यांच्यावर कोसळते; तेव्हा ते मदतीसाठी बँकेकडे धाव घेतात. जोखीम स्वीकारून बँक त्यांना इतक्या वेगवेगळ्या बाबतींत मदत पुरवते की, त्यांच्या अपेक्षांना मर्यादा राहिलेली नाही. अनेक जणी विचारतात, "आपलं स्वत:चं हॉस्पिटल आणि आपले स्वत:चे डॉक्टर आपल्याला का मिळत नाहीत?" त्यांना वाटतं की, ग्रूप इन्शुरन्सबरोबरच बँकेनं हेल्थ इन्शुरन्ससुद्धा पुरवावा आणि आपल्या दोन लाख खातेदारांना संपूर्ण वैद्यकीय मदत पुरवावी.

'सेवा बँक' आणि सेवा कामगार संघटना यांनी एकत्र येऊन 'अहमदाबाद म्युनिसिपल कॉर्पोरेशन'बरोबर भागीदारी करून गरिबांसाठी घरं बांधून घेण्याची योजना आखली आहे. हा 'परिवर्तन' गृहप्रकल्प शहरातल्या झोपडपट्ट्यांमध्ये सुधारणा करू इच्छितो. नगरपालिकेच्या जमिनीवरच्या झोपडपट्ट्या शोधून काढण्यात येतात. त्यानंतर झोपडपट्टीत राहणाऱ्या स्त्रियांना एकत्र आणून त्यांना रहिवासी संघटना स्थापण्यासाठी 'सेवा' उद्युक्त करते. प्रत्येक घरातले लोक नगरपालिकेकडे २१०० रुपये सुपूर्द करतात. त्यायोगे त्यांच्या नव्या, पक्क्या बांधणीच्या घरात टॉयलेट, सांडपाण्याचा निचरा करणारी यंत्रणा, पाणी आणि वीजपुरवठा उपलब्ध करू दिला जाणार असतो. इथल्या रहिवासी-स्त्रियांपाशी तेवढे पैसे शिल्लक नसतील, तर 'सेवा बँक' त्यांना कर्ज देते. घराची कागदपत्रं 'सेवा'ची सदस्य असलेल्या स्त्रीच्या नावे काढण्यात येतात आणि नगरपालिकेत त्यांची नोंद केली जाते. हे घडण्यासाठी स्थानिक 'सेवा' खूपच धडपड करते. एकदा हा प्रकल्प पूर्ण झाला की, ह्या वस्तीला एखादं प्रतिष्ठित नाव बहाल केलं जातं. उदा. अमुक-अमुक कॉलनी किंवा तमुक-तमुक नगर; परंतु नगरपालिकेच्या सहकार्यानं हे सारं घडवून आणणं खूपच जिकिरीचं असतं.

पैसे गोळा करताना नगरपालिकेचा हात पुढे असतो, पण बांधकामाला सुरुवात करताना खूप ढिलाई असते. दरम्यान, बायकांची सहनशक्ती संपुष्टात येऊ लागते. घेतलेल्या कर्जावर त्या व्याज देऊ लागल्या, तरी इकडे प्रगतीचं नामोनिशाण दिसत नसतं. वैफल्यग्रस्त झाल्या की, त्या बँकेकडे धाव घेतात; पण नगरपालिकेला वेठीला धरणं बँकेला शक्य नसतं. सेवा-कामगार संघटना आणि 'सेवा बँक' यांच्या भूमिकेबद्दलसुद्धा बराच गोंधळ असतो. ह्या स्त्रियांच्या

वतीनं सरकार, नगरपालिका किंवा विमाकंपन्यांशी 'सेवा-बँक' वाटाघाटी करते, पण स्त्रिया आपला राग बँकेवरच काढतात! उदाहरणार्थ, दंगलीत मोडतोड झालेल्या घराला किती नुकसानभरपाई द्यावी, हा विमा कंपनीचा निर्णय बायकांना पटला नाही, तो आकडा त्यांना फारच कमी वाटला, तर त्या खवळतात. मोडतोड कशामुळे आणि केवढी झाली याबाबतचा विमा कंपनीचा दृष्टिकोन अनुदार असू शकतो, तर झालेल्या तोट्यामुळे ती स्त्री अनेक वर्षं वैफल्यग्रस्त राहू शकते. आयुष्याला नव्यानं सुरुवात करणं, यंत्रणेवर विश्वास टाकणं आणि पोटासाठी पुन्हा कमाई करू लागणं हे विपद्ग्रस्तांपुढलं अवघड काम असतं. बँकेनं त्यांना महत्त्वाच्या बाबतींत मदत केली, तरी बँक त्यांचे सारेच प्रश्न सोडवू शकणार नसते. बँकेसारख्या वित्तीय संस्थेला खातेदारांच्या साऱ्याच समस्या सोडवणं शक्य होणार नसतं. तरीसुद्धा ह्या स्त्रियांना 'सेवा बँक' 'आपली बँक', मदत करणारी, आसरा देणारी 'आपली आई' वाटत असते. बँक आपली काळजी घेईल, आपल्याला समजून घेईल, आपल्यावर विश्वास टाकेल, आपल्याला क्षमा करेल आणि वाटेल ते करू शकेल अशी त्यांची श्रद्धा असते. 'सेवा बँके'नं ह्या स्त्रियांना आईप्रमाणे आधार दिलेला आहे, हे खरं असलं, तरी बँकेचं ते उद्दिष्ट नव्हे! बँकेचं उद्दिष्ट आहे, ह्या स्त्रियांना सबल करून आत्मनिर्भर करणं. पारंपरिक, परस्परांवर विश्वास टाकण्याच्या अनौपचारिक संस्कृतीत वाढलेल्या खातेदारांना सेवा पुरवता-पुरवता त्यांना आपल्या पायांवर उभं करून देणं हे आमच्यासारख्या व्यावसायिक वित्तीय संस्थेपुढलं मोठंच आव्हान म्हटलं पाहिजे.

अनेकदा ह्या स्त्रिया सहजपणे म्हणतात की, सेवानं फॅक्टरी चालू करावी, म्हणजे त्यात त्यांच्या मुलांना रोजगार मिळेल किंवा हॉस्पिटल काढावं म्हणजे कमी खर्चात त्यांच्यावर चांगले उपचार होतील किंवा आपली स्वत:ची विमा-कंपनी काढावी म्हणजे त्वरित आणि रास्त भरपाई मिळेल. मागणी रास्त आहे; पण बँकेत बचत खातं असणं किंवा कर्ज उपलब्ध होणं यांमुळे त्यांच्या मुलांना नोकरी मिळेल किंवा शिक्षणासाठीच्या कर्जामुळे आर्थिक मंदीत त्यांची नोकरी टिकून राहील, अशी शाश्वती नसते. ठरावीक हेतूंसाठी काढलेल्या कर्जांमुळे तो हेतू साध्य होईलच, अशी खात्री देता येणं शक्य नसतं. 'सेवा बँक' त्यांना आपली आईच वाटली, तरी बाह्य आर्थिक घडामोडींमधून ती खातेदारांना तारून नेऊ शकेल, हा आंधळा विश्वास आहे. बाहेरच्या मोठ्या आर्थिक घडामोडी 'सेवा बँके'च्या नियंत्रणाखाली असणं शक्य नाही आणि ते खातेदारांना उमगलं, तर गोष्टी सोप्या होतील.

दानधर्मामुळं गरिबी हटणार नाही. गरिबांचं उत्पन्न वाढेल असं उत्पादनक्षम काम मिळवून देणं आणि गरजेनुसार त्यांना आर्थिक सुविधा पुरवणं यामुळे गरिबीचं

निर्मूलन करता येईल. नोकरीनुसार आर्थिक सुविधा पुरवल्या जायला हव्यात. कर्जानं गरिबीचं निर्मूलन होणार नाही. कर्ज हे लक्ष्य नव्हे, तो लक्ष्याकडे नेणारा मार्ग आहे! जागतिक स्पर्धेतून तारून लोकांना खात्रीचा रोजगार मिळवून देण्यासाठी उत्पादक-उद्योजक आणि त्यांच्या संस्थांनी योग्य ती धोरणं आखायला हवीत. ह्या संस्थांनी त्याबाबत ठोस पावलं उचलायला हवीत.

आमची बँक ह्या स्त्रियांना एकत्र आणते. व्यावसायिक स्तरावर त्या एकत्र येतात आणि एकमेकींच्या बहिणी बनतात. एकमेकींशी संवाद साधल्यामुळे नवीन बदलांना त्या सहजतेने स्वीकारू लागतात; अर्थनियोजन करायला शिकतात; साक्षरता आणि अशाच अनेक नवीन गोष्टी शिकतात; आपलं भविष्य स्वत:च ठरवतात आणि स्वतंत्र बनतात.

पैशांच्या पाठबळामुळे लाभलेल्या शक्तीला ह्या स्त्रिया 'पॉवर शक्ती' म्हणतात. स्त्रियांचा आयुष्यावर ह्या पॉवर शक्तीचा दुहेरी प्रभाव पडतो. आर्थिकदृष्ट्या स्वतंत्र झाल्यामुळे त्या स्वतंत्र होतात, घरात आणि समाजात त्यांना मान मिळू लागतो; पण आर्थिक स्थितीत परिवर्तन घडलं की, तिला कुटुंबाकडून आणि समाजाकडून वैरभाव सोसावा लागतो. अशा वेळेस हळूहळू, पण निश्चतपणे विकसित होत गेलेला तिचा आत्मविश्वासच तिला तारून नेऊ शकतो. आत्मविश्वासाच्या बळावर ती तारून गेली की, तिला जो आत्मसन्मान लाभतो, त्याला ती कधीही पारखी होत नाही!

६

वैद्यकीय मदत

१९७७ साली काही स्त्रियांनी 'सेवा बँके'कडून घेतलेली कर्जं का फेडलेली नाहीत, यामागच्या कारणांचा मी शोध घेत होते. पाचशेपैकी वीस जणींनी त्यांची कर्जं फेडली नव्हती, कारण त्या मृत्यू पावल्या होत्या. ह्या वीस जणींपैकी पंधरा जणी प्रसूतीच्या वेळेस मरण पावल्या होत्या. दोन वर्षांपूर्वीच मी त्यांना पाहिलेलं होतं. हातात कर्जासाठीचा अर्ज घेऊन मोठ्या उत्साहानं धंदा वाढवण्याची स्वप्नं त्या बघत होत्या. चैतन्यानं उफाळणाऱ्या त्या स्त्रिया मला विसरता येईनात. आजकालच्या युगात इतक्या तरुण वयात बाळंतपणात मरण यावं? मला अतिशय वाईट वाटलं आणि माझाच संताप आला. त्यांच्या आर्थिक गरजांकडे लक्ष पुरवता- पुरवता त्यांच्या साध्यासुध्या वैद्यकीय गरजांकडे आमचं दुर्लक्ष कसं झालं?

गरीब स्त्रियांच्या आयुष्यात आजारपण हे वारंवार ओढवणारं संकट असतं. त्यांची राहण्याची आणि कामाची जागा आणि त्यांची ओढगस्तीची आर्थिक स्थिती यांमुळे त्या कुपोषण आणि आजाराला सहजगत्या बळी पडतात. फारच थोड्या स्त्रियांना वापरासाठी पुरेसं पाणी आणि पिण्यासाठी स्वच्छ पाणी मिळू शकतं. त्यांची राहण्याची जागा आरोग्याच्या दृष्टीनं अस्वच्छ असते, कारण सांडपाण्याचा निचरा करण्यासारख्या प्राथमिक सुविधासुद्धा त्यांना नगरपालिकेनं नीटपणे पुरवलेल्या नसतात. गाठी पुरेसा पैसा नसल्यामुळे त्यांना चौरस आहार मिळत नाही. आजारपण येऊ नये म्हणून कोणती खबरदारी घ्यायला हवी, त्याचं ज्ञान त्यांना नसतं. वैद्यकीय मदत एकतर परवडत नाही किंवा त्वरित उपलब्ध होत नाही. औषधं महाग असतात आणि आजारपणातसुद्धा काम करत राहण्यावाचून पर्याय नसल्यामुळे त्यांच्या थकलेल्या देहाला अजिबात विश्रांती मिळत नाही आणि बरं व्हायला आणखी वेळ लागतो.

गर्दीच्या ठिकाणी आणि अस्वच्छ जागी राहण्यामुळे येणाऱ्या आजारांखेरीज 'सेवा'च्या विविध व्यवसायांतल्या सदस्यांना त्यांच्या व्यवसायांमुळे उद्‌भवणाऱ्या आजारांनासुद्धा तोंड द्यावं लागतं. रस्त्यावर बसून विक्री करणाऱ्यांना दमा आणि फुप्फुसांचे इतर विकार होतात, कारण दिवसभर वाहनांचा धूर त्यांच्या नाकातोंडात जात असतो. अपघात आणि इजा यांनासुद्धा त्यांना सामोरं जावं लागतं. हातगाड्यांवर ओझी वाहणाऱ्या स्त्रियांना अपघात होण्याची शक्यता खूप असतेच; त्याखेरीज गाडी खेचणं आणि वजन उचलणं यांमुळे त्यांच्या पाठीवर आणि पोटावर सतत ताण पडत असल्यामुळे त्यांचे गर्भपातसुद्धा अधिक प्रमाणात होत असतात. विड्या वळणाऱ्या स्त्रियांच्या आणि त्यांच्या कुटुंबीयांच्या नाकतोंडात सतत तंबाखूचा खकाणा जात असल्यामुळे त्यांना श्वसनविकार जडतात. कचऱ्यात हात घालून पुन्हा वापरण्याजोग्या वस्तू शोधणाऱ्यांना अनेक प्रकारचे त्वचा-विकार, पोटाचे विकार आणि धनुर्वात होण्याची खूपच शक्यता असते. स्त्रिया सतत कष्टाची कामं करत असतात आणि त्यांची व्यावसायिक अवजारंसुद्धा निकृष्ट प्रतीची असतात; त्यामुळे त्यांची गात्रं सतत ठणकत असतात.

गर्भारपणाच्या वेळेस सुखवस्तू आणि श्रीमंत स्त्रिया त्यांच्या आहाराची विशेष काळजी घेत असल्यामुळे त्यांची प्रकृती उत्तम राहते, पण गर्भारपणातही गरीब स्त्रियांचे कष्ट चुकत नाहीत आणि त्यांना पौष्टिक आहार घेणंसुद्धा परवडत नाही. त्यामुळे ॲनीमिआ, कुपोषण आणि प्रकृतीवरचा अवाजवी ताण यांमुळे त्यांची प्रकृती ढासळते. पैसे वाचवण्यासाठी गरीब स्त्रिया अनेक स्त्री-रोग निमूटपणे सहन करत राहतात. आपल्या प्रकृतीसाठी उपचारांवर खर्च करणं टाळतात आणि वैद्यकीय मदत घेणं इतकं लांबणीवर टाकतात की, कधीकधी वेळ टळून गेलेली असते. खरं पाहता, 'जिवावर बेतणारा आजार' ह्या दृष्टिकोनातून ह्या स्त्रियांनी प्रसूतीकडे बघितलं पाहिजे. प्रसूतीच्या वेळेस आई आणि बाळ दगावणं ही गरिबांच्या वाट्याला येणारी नेहमीची दुर्घटना असते.

सद्य:परिस्थितीत उपलब्ध असलेल्या वैद्यकीय सुविधा स्त्रियांना उपलब्ध करून देण्याच्या दृष्टीनं आम्ही प्रयत्न केले. सरकारी दवाखाने परवडण्याजोगे असले, तरी तिथे जायला ह्या स्त्रिया नाखूश असत. तिथे रुग्णांची भलीमोठी रांग असे आणि कामाचा एवढा वेळ घालवून रांगेत तिष्ठत राहणं त्यांना परवण्याजोगं नसे. तिथल्या कर्मचाऱ्यांकडून ह्या गरीब स्त्रियांना दिली जाणारी वागणूकसुद्धा बरेचदा तुसडेपणाची असे. त्यांना ह्या स्त्रिया गलिच्छ, अडाणी आणि वैद्यकीय सल्ला नीटपणे न पाळणाऱ्या वाटत असल्यामुळे त्यांना पुरवली जाणारी वैद्यकीय सेवासुद्धा तितपतच असे. ह्या गोरगरिबांना नगरपालिकेच्या डॉक्टरांवर विश्वास टाकावासा वाटत नसे. हे उच्चभ्रू डॉक्टर देत असलेला

वैद्यकीय सल्ला त्यांना अव्यवहार्य वाटत असे. न परवडण्याजोगी महागडी औषधं, शस्त्रक्रिया, सर्वस्वी अपरिचित असलेला आहार, न परवडण्याजोगी विश्रांती ह्या साऱ्या गोष्टी हा त्यांना हास्यास्पद सल्ला वाटत असे. त्यांना काम करत राहण्यावाचून पर्याय नव्हता! काही स्त्रिया खाजगी डॉक्टरांचा सल्ला घेत असत. चटकन बरा करतो अशी कीर्ती असलेल्या डॉक्टरकडे, त्याची फी परवडत नसतानासुद्धा त्या जात असत. पैसे मोजले की, एकदाच सर्व व्याधींतून मुक्तता होईल, अशी वेडी आशा घेऊन त्या तिथे जात असत. परंतु ७०% स्त्रिया गर्भारपणात सल्ल्यासाठी आणि मदतीसाठी सुइणीकडेच जात असत.

सुईण त्यांच्यात वस्तीत राहत असते. तिच्याशी सर्वांचा चांगला परिचय असतो. त्याच समाजाचा घटक असल्यामुळे सुइणीला ह्या स्त्रियांची प्रकृती आणि त्यांचे नेहमीचे आजार यांबद्दल पूर्ण माहिती असते. कोणाला बाळंतपण अवघड जातं आणि त्या स्त्रीची किती मुलं वाचली आहेत आणि किती दगावली आहेत, हे सुइणीला ठाऊक असतं. कोणत्या स्त्रीला पौष्टिक आहार घेणं परवडण्याजोगं असतं आणि कोणत्या स्त्रीला गरज पडली, तर मदतीची कुमक उभी करता येऊ शकते, हेसुद्धा सुइणीला ठाऊक असतं. दाई ही कष्टाळू स्त्री असते आणि तिच्यापाशी पारंपरिक ज्ञानाचा आणि अनुभवाचा अफाट साठा असतो. तिच्या पारंपरिक ज्ञानाला आणि अनुभवाला नवीन वैद्यकीय ज्ञानाची आणि प्रथांची जोड दिली, तर ती समाजाला अधिक चांगली वैद्यकीय मदत करू शकेल, असं आम्हांला वाटलं.

'सेवा'चं लक्ष दाईकडे वेधलं जाण्याचं आणखी एक आणि तेवढंच महत्त्वाचं कारण होतं, ती स्वतःच्याच व्यवसायात कार्यरत होती. तिचं काम अत्यंत महत्त्वाचं असलं, तरी तिला तिच्या कामासाठी ठरावीक उत्पन्न मिळत नाही. पारंपरिक प्रथेनुसार खेड्यातल्या सुइणीकडे सारं गाव लक्ष पुरवून तिची आर्थिक सोय लावून देत असे, पण बदलत्या काळानुसार तिची व्यावसायिक महती आणि उत्पन्न घसरत चाललं आहे. सुइणींची आताची पिढी वयोवृद्ध होऊन निवृत्त होऊ लागल्यावर फारच थोड्या तरुण स्त्रिया तिची जागा भरून काढायला पुढे सरसावत आहेत. ही संस्था दुदैवानं नामशेष होण्याच्या मार्गावर आहे आणि ह्या महत्त्वाच्या स्थानिक वैद्यकीय सुविधेला नवजीवन प्रदान करणं अगत्याचं आहे.

रंजनाबेन देसाई ह्या 'सेवा'च्या ज्येष्ठ कार्यकर्त्या आहेत. कचरा गोळा करणाऱ्या स्त्रियांच्या समस्यांकडे त्या बघत असत. त्यांनी गांधीनगर जिल्ह्यातल्या सुइणींचं सर्वेक्षण सर्वांत आधी केलं. ह्या सुइणींचं ज्ञान आणि कौशल्य तातडीनं वाढवायला हवं, असं त्यांना दिसून आलं. त्याहूनही महत्त्वाची गोष्ट म्हणजे काही धोक्याच्या आणि घातक अशा पारंपरिक रिती तातडीनं थांबवणं आवश्यक होतं. 'सेवा'नं ह्या सुइणींना प्रशिक्षण देऊन त्यांना बाळंतपणासाठीच्या नूतन

आणि सुरक्षित पद्धती शिकवायला सुरुवात केली. 'सेवा'नं प्रारंभी फक्त स्थानिक सुइणींना प्रशिक्षण देण्याकडे लक्ष केंद्रित केलं होतं. ह्या स्थानिक सुइणींना त्यांच्या समाजातल्या मुलांच्या आणि महिलांच्या ८०% समस्यांवर उपचार करता आले असते. जुजबी औषधोपचार करणं आणि नेहमीची औषधं देणं यांचंसुद्धा प्रशिक्षण ह्या स्त्रियांना डॉक्टरांकरवी देण्यात आलं होतं आणि सुरुवातीच्या काळात ह्या स्त्रिया डॉक्टरांच्या देखरेखीखाली असे उपचार करत असत. त्यांना दिलेलं प्रशिक्षण अपारंपरिक, परंतु सखोल होतं. ह्या स्त्रियांना वैद्यकीय समस्यांबद्दल विस्तृत अनुभव होता, तर डॉक्टरांपाशी त्या विषयाचं तात्त्विक ज्ञान होतं. त्यामुळे दोघंही एकमेकांकडून खूपच शिकत होते. अशा प्रशिक्षणानंतर साठ 'आरोग्य-सेविका' तयार होऊन ग्रामीण भागात वैद्यकीय सेवा पुरवण्यास सज्ज झाल्या. सुरुवात तर मोठी छान झाली, पण तिला कोणती दिशा द्यावी, हा आमच्यापुढला मोठा प्रश्न होता.

'सेवा'चं धोरण असं आहे की, 'सेवा'नं पुरवलेल्या सर्व सुविधांची मालकी, कार्यवाही, व्यवस्थापन आणि उपयोग हा 'सेवा'च्या सदस्यांकडेच असला पाहिजे. ह्या सर्व सेवासुविधा स्वत:च्या बळावर चालणं आर्थिकदृष्ट्या शक्य झालं पाहिजे. जरी कामगार-संघटनेतून ह्या नवीन सुविधांचा उगम झालेला असला, तरी संघटनेमार्फत त्या चालवल्या जाणं ही अव्यवहार्य गोष्ट ठरते. त्यामुळे नव्यानं जन्मलेल्या अशा विविध सुविधा स्वतंत्र संघटनेचं रूप धारण करून स्वतंत्रपणे चालवल्या जातात.

प्राथमिक स्वरूपाचा निधी आणि मिराई चॅटर्जी यांच्या रूपानं सुयोग्य नेतृत्व लाभेपर्यंत आम्हांला 'स्वास्थ्य संघटना' संस्थापित करता आली नाही. मिराई १९८४ साली 'सेवा'मध्ये सामील झाल्या. त्यांनी जॉन्स हॉपकिन्स युनिव्हर्सिटीतून पब्लिक हेल्थ (सार्वजनिक आरोग्य) ह्या विषयातली पदवी मिळवलेली होती. त्यांना बुद्धीची अलौकिक देणगी तर होतीच, पण त्या अत्यंत शांतपणे, मनापासून इतरांचं बोलणं ऐकून घेत असत. त्यांच्या तेजस्वी व्यक्तिमत्त्वामुळे आकृष्ट होऊन की त्यांनी केसात माळलेली फुलं आवडून स्त्रिया त्यांच्यापाशी आपल्या मनातलं सर्वकाही सांगून टाकत. त्या त्यांना प्रेमानं 'मीराबेन' अशी हाक मारत; परंतु 'स्वास्थ्य संघटना' सुरू करण्याची प्रक्रिया कूर्मगतीनं चालू होती.

'जनतेची स्वास्थ्य संघटना' किंवा 'लोकस्वास्थ्य संघटना' १९९० साली रजिस्टर करता आली. आमचा हा प्रकल्प कसाकाय तडीला जाणार, गरीब-अडाणी स्त्रिया आरोग्य-सहकारी संघटना कशीकाय चालवू शकणार याबद्दल नोंदणी- अधिकारी साशंक होते; आणि डॉक्टर नसताना केवळ दाया हा प्रकल्प चालवणार, हे त्यांच्या आकलनाबाहेरचं होतं. असा प्रकल्प हाती घेणारा आदर्श आमच्यापुढे नव्हता. त्यामुळे आमचे हेतू आणि नियम नोंदणी अधिकाऱ्यांना

पटवणं मोठं जिकिरीचं काम होऊन बसलं होतं.

'दायांमार्फत चालवली जाणारी स्वास्थ्य संघटना' ही कल्पना गुजरात सरकारच्या गळी उतरण्यासाठी आम्ही अनेक ग्रामीण विभागातल्या ७०० प्रौढ स्त्रियांना सभेसाठी बोलवलं आणि गुजरातच्या आरोग्य मंत्र्यांना ह्या सभेत उपस्थित राहण्याचं आमंत्रण दिलं. भारतातल्या वैद्यकीय सेवेतलं दाईचं स्थान दुर्लक्षिणं, म्हणजे आपल्या अनुभवी आजीच्या सुज्ञ उपदेशाला कुटुंबानं तुच्छ मानण्यासारखं होईल, अशी भाषणबाजी करायला मी सुरुवात केली. मग उपस्थित असलेल्या स्त्रियांकडे मी वळले आणि त्यांना प्रश्न विचारला, "तुमच्यापैकी किती जणींनी सुइणीच्या हस्ते जन्म घेतला आहे?" जवळजवळ सगळ्यांनी हात उंच केले. खुद्द मंत्रीमहोदयांनीसुद्धा हात उंच केला. ते म्हणाले, "खरंतर वैधव्य आलेली माझी आई खेड्यात दाईचं काम करत असे!" मी मान खाली घातली. त्या समुदायात मीच काय ती डॉक्टरांकरवी जगात आलेली व्यक्ती होते! परंतु दायांच्या प्रशिक्षणासाठी वित्तसाहाय्य करायचं आश्वासन आरोग्यमंत्र्यांनी आनंदानं दिलं.

दायांना प्रशिक्षण घेताना खूपसं नव्यानं शिकावं लागतं आणि त्यासाठी आधीचं खूपसं विसरावंही लागतं. बारा दिवसांची सहा सत्रं असतात. त्या सत्रांच्या प्रारंभी दाया आणि त्यांना प्रशिक्षण देणारे डॉक्टर यांच्यात मनमोकळी चर्चा होते की, स्त्रीरोग आणि प्रसूतीशास्त्रावरच्या उपचारांच्या नेहमीच्या पद्धती कोणत्या आहेत, त्यातल्या कोणत्या यशस्वी ठरतात आणि कोणत्या तेवढ्याशा उपयुक्त ठरत नाहीत आणि त्यामागची कारणं कोणती आहेत. सध्या वापरल्या जाणाऱ्या पद्धतींची उपयुक्तता आणि दोष यांचं नीटपणे आकलन होण्यासाठी ही प्राथमिक चर्चा अत्यंत महत्त्वाची ठरते. दायांना कोणत्या बाबतीत अपुरं ज्ञान आहे आणि ती त्रुटी कशी भरून काढायची, हे प्रशिक्षकाला नीटपणे समजण्यासाठीसुद्धा अशी चर्चा अनिवार्य असते. सुरुवातीला दायांना स्त्री आणि पुरुष यांच्या शरीररचनेबद्दल माहिती दिली जाते. बऱ्याचशा दायांना शरीररचनेबाबत अगदीच तुटपुंजी माहिती असते. त्यामुळे शरीररचना दाखवणाऱ्या आकृत्यांचं त्यांना खूपच आकर्षण वाटतं. गर्भधारणा, दर तीन महिन्यांनी गर्भाची होणारी वाढ आणि गर्भवती स्त्रीमध्ये दर महिन्यात घडणारे बदल यांबाबत विस्तृत माहिती दिली जाते. त्यांना चित्ररूपानं ही प्रक्रिया समजावून दिली की, दायांना नवी माहिती लक्षात ठेवणं सोपं जातं. त्यांची आधीची माहिती चुकीची किंवा अपुरी असली, तर त्याची दुरुस्ती करून त्यात भर टाकली जाते. निर्जंतुक केलेली शस्त्रं आणि हात वापरणं का महत्त्वाचं आहे, हे तर दाया शिकतातच, पण कळा येण्यासाठी गर्भाशयाला जोरानं चोळणं का हानिकारक आहे, हेसुद्धा त्यांना समजतं. बाळंतपणानंतर बाळंतिणीची काळजी कशी घ्यावी, ह्याकडे

बहुधा दुर्लक्ष केलं जातं; पण ही गोष्ट अत्यंत महत्त्वाची आहे, असं दायांच्या मनावर बिंबवलं जातं.

नूतन व्यावसायिक ह्या भूमिकेतून दायांनी पुरवलेल्या सेवेसाठी पैसे आकारावेत, असं त्यांना सांगितलं जातं. खेड्यातल्या सुईणी जमीनदारांकडे १०१ रुपये मागत असल्या, तर गरिबांकडून फक्त ५१ रुपयेच घेतात. प्रत्येक जातीत एक-एक सुईण असली, तरी बाळंतपणाच्या वेळेस उच्च जातीच्या स्त्रिया चांगलं प्रशिक्षण घेतलेल्या कनिष्ठ जातीच्या दाईला आनंदानं बोलावतात. अशा वेळेस ती दाई कनिष्ठ जातीची असली, तरीसुद्धा घरातला कर्ता पुरुष तिला सन्मानानं वागवतो.

गरजेला धावून येत असल्यामुळे दायांना त्यांच्या समाजाकडून योग्य तो मान मिळतो. त्या नेतृत्वसुद्धा करतात. अनासन ह्या खेड्यातली नंदूबेन ही दाई आता दायांना प्रशिक्षण देण्याची महत्त्वाची कामगिरी बजावते आहे. काही वर्षांपूर्वी ती केवळ एक कनिष्ठ जातीय दलित स्त्री समजली जात असे. नंदूबेन नुकतीच वर्ल्ड हेल्थ ऑर्गनायझेशन – जागतिक स्वास्थ्य संस्थेच्या मेक्सिकोतल्या मीटिंगमध्ये तज्ज्ञांच्या समितीत उपस्थित राहिली होती. ह्या अनुभवानंतर तिचा आत्मविश्वास खूपच वाढला आहे. तिच्या खेड्यातल्या सरपंचपदासाठी ती आता निवडणूक लढणार आहे.

प्रसूतीच्या वेळेस आणि बाल-आरोग्य-सेवेसाठी दायांच्या सहकारी संघटना खूपच योगदान देऊ शकतील. असं असूनही देशाच्या वैद्यकीय सेवेसाठी दाई ही संस्था किती महत्त्वाची आहे, हे सरकारला अजून पुरेसं उमगलेलं नाही. संधी मिळताच सामाजिक स्वास्थ्य-सेवेसाठी दायांचं स्थान किती महत्त्वाचं आहे, हे 'सेवा' जोरानं सांगत असते.

सरकारनं सुधारित स्वरूपात काढलेल्या प्रसूती आणि बाल-स्वास्थ्याबद्दलच्या धोरणात कुठे दाईचा नामोल्लेखही केलेला नाही. धोरणानुसार ८०% जन्म संस्थेत, नर्सच्या हस्ते होतील. हे दवाखाने आणि नर्स जनतेला कुठे आणि कसे उपलब्ध होऊ शकतील, ह्याबद्दल हे धोरण काहीच बोलत नाही. वैद्यकीय सेवेला प्रशिक्षित नसलेले मंजूर नसतात. अशा परिस्थितीत पारंपरिक ज्ञानींचा आणि प्रशिक्षितांचा समन्वय घडवून आणून दाई आणि नर्स यांनी एकत्रिपणे वैद्यकीय सेवा पुरवावी, याची कार्यवाही करवणं, हे भविष्यातलं मोठं आव्हान असेल.

◈

१९८७ सालपर्यंत 'सेवा'ची सदस्यासंख्या खूपच वाढली आणि आरोग्याबद्दल मार्गदर्शन करावं, अशी मागणी सदस्यांकडून प्रचंड प्रमाणात येऊ लागली. ह्या मागणीनुसार 'सेवा'नं आरोग्याबद्दल माहिती आणि शिक्षण देण्याकडे आपलं लक्ष वळवलं. आमच्या आरोग्यविषयक प्रयत्नांची माहिती आजूबाजूच्या खेड्यांमध्ये

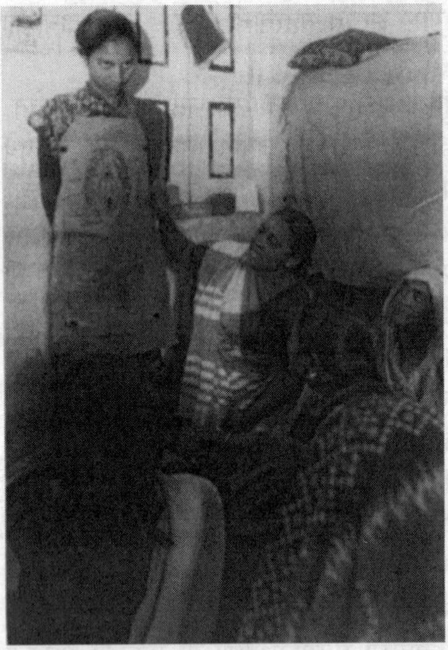

अनेक पदरी एप्रनच्या साहाय्यानं शक्रीबेन पुनरुत्पादन प्रक्रिया समजावून सांगते आहे (अमित दवे)

पसरल्यावर गांधीनगर, खेडा आणि मेहसाणा जिल्ह्यांमध्ये आणखी तीन 'सहकारी स्वास्थ्य संघटना' प्रस्थापित झाल्या. ह्यातली प्रत्येक 'सहकारी स्वास्थ्य संघटना' प्राथमिक स्वरूपाची वैद्यकीय सेवा पुरवण्यासाठी स्वास्थ्य केंद्रं चालवते. याखेरीज प्रत्येक सहकारी स्वास्थ्य संघटना नियमितपणे आरोग्य शिबिरं भरवते. ह्या शिबिरांचा मुख्य हेतू असतो, स्त्रीरोग आणि बालरोग यांविषयक समस्यांचं निवारण करणं. सरकारी स्वास्थ्य केंद्रातले सरकारी डॉक्टर्स आणि त्या-त्या विभागातले खाजगी डॉक्टर्स यांच्या मदतीनं ह्या शिबिराचं आयोजन केलं जातं. शिबिरांमध्ये उपचारांसाठी येणारे रुग्ण औषधांसाठी आणि लॅबोरेटरीमधल्या तपासणीसाठी स्वतःचे पैसे खर्च करतात.

सानंद तालुक्यातल्या जाखडा ह्या खेड्यात भरवलेलं स्वास्थ्य शिबिर प्रातिनिधिक स्वरूपाचं म्हणून त्याबद्दल माहिती नमूद करत आहोत. स्त्रियांसाठी आयोजित केलेला हा पूर्ण दिवसाचा कार्यक्रम होता. दोन खोल्यांच्या ग्रामपंचायतीच्या इमारतीत ह्या शिबिराचं आयोजन केलं गेलं होतं. प्रवेशद्वारापाशी स्वास्थ्य कर्मचारी प्रत्येक स्त्रीचं नाव आणि तिच्या प्रकृतीबाबतची माहिती यांची नोंदणी एका कार्डावर करत होती आणि वैद्यकीय तपासणीच्या पद्धतीबद्दल त्या स्त्रीला माहिती सांगत होती. मग डॉक्टरकडून तपासणी करून घेण्यासाठी स्त्रिया रांगेत वाट पाहत थांबत होत्या. दोन स्त्री-डॉक्टर स्त्रियांना एका खोलीत तपासत

होत्या. दुसऱ्या खोलीत वैद्यकीय तपासण्यांचं प्रशिक्षण घेतलेली नर्स पॅप स्मिअर तशाच इतर लॅब-टेस्ट करत होती. बाहेरच्या व्हरांड्यात बालरोगतज्ज्ञ तिथे आलेल्या बालकांची तपासणी करत होते. जवळच खेड्यातल्या स्त्रियांचा समूह कुतूहलानं आणि लज्जेनं शरीरशास्त्राची माहिती देणारी व्हीडिओ टेप पाहत होता. डॉक्टरनं लिहून दिलेल्या औषधांचं वाटपसुद्धा एका काउंटरपाशी केलं जात होतं. अगदी आतल्या भागात असलेल्या आणि सार्वजनिक स्वास्थ्य केंद्रापासून खूप दूर अंतरावर असलेल्या अशा खेड्यांमध्ये आयोजित केलेल्या फिरत्या शिबिरांमध्ये सरकार कमी किमतीत औषधं पुरवतं.

अशा शिबिरांमध्ये छोटी-छोटी चर्चासत्रं आयोजित करून सुयोग्य आहार आणि स्वास्थ्य यांबद्दल स्त्रियांना माहिती करून दिली जाते. अशा चर्चासत्रांमध्ये स्त्रिया प्रश्न विचारून शंका-निरसन करून घेऊ शकतात. सानंद तालुक्यातल्या जाखडा इथल्या शिबिरात वर्षा नावाची तरुण आणि विशेष अनुभव नसलेली स्वास्थ्य कर्मचारी ह्या स्त्रियांना समजावून सांगत होती की, पाळीच्या वेळेस वापरलेलं कापड स्वच्छ ठेवणं आणि ते धूळभरल्या कोनाड्यात लपवून न ठेवणं का महत्त्वाचं आहे. स्त्रिया शांतपणे ऐकून घेत होत्या. ॲनीमिआ होऊ नये म्हणून हिरव्या पालेभाज्या खाव्यात, असा सल्ला वर्षानं त्यांना दिल्यावर त्या स्त्रियांनी ताबडतोब उत्तर दिलं की, तिथं पाण्यात खूप प्रमाणात क्षार असल्यामुळे त्या भाजीपाला लावायच्या फंदात पडत नव्हत्या. त्यानंतर वर्षानं त्यांना सुचवलं की, त्यांनी चहात साखरेऐवजी गूळ घालावा, कारण तो अधिक पौष्टिक असतो. त्यांनी ताबडतोब उत्तर दिलं, "गुळामुळे पाळीच्या वेळेस जास्त रक्तस्राव होतो, हे तुला माहीत नाही का?" वर्षानं त्यानंतर त्यांना सांगायचा प्रयत्न केला की, मुगांसारख्या कडधान्यांना मोड आणले की, त्यातली पोषक तत्त्वं वाढतात. त्या दिवशी स्त्रियांनी ताबडतोब उत्तर दिलं, "अशा चवीढवीच्या स्वयंपाकासाठी कुणापाशी वेळ आहे?" पण जेव्हा मोड आणलेल्या मुगाची कोशिंबीर वर्षानं त्यांना चाखायला दिली, तेव्हा त्यांनी तिच्याभावेती गर्दी केली. काहींनी तिला ताबडतोब कृती विचारली, तर काही जणींनी घरच्या कुटुंबीयांसाठी नमुना बांधून नेला. ह्यातल्या बऱ्याचशा स्त्रिया दिवसा चहाबरोबर पोळी खातात आणि रात्रीच्या जेवणात खिचडी खातात. भाज्या किंवा भात त्यांना आठवड्यातून फारफारतर एकदोनदाच परवडतो.

ह्या शिबिरांमध्ये पुरुष येत नाहीत, त्यामुळे स्त्रिया मुक्त मन:स्थितीत असतात. संध्याकाळी धावतपळत घर गाठतात आणि रात्रीच्या स्वयंपाकाची तजवीज करतात. दिवसा शिबिरात काय घडलं त्याचा अहवालसुद्धा त्या घरातल्या आप्तांना सांगतात. नव्यानं मिळवलेल्या ज्ञानाचा वापर काही जणी करतात. इतर काही जणी

त्यावर विचार करतात; पण पूर्वापारची पद्धतच चालू ठेवतात. स्वास्थ्य कर्मचाऱ्यांच्या लक्षात येतं की, खेड्यातल्या साऱ्याच स्त्रिया ह्या शिबिरांमध्ये उपस्थित राहू शकत नाहीत. काही जणींना दिवसाचा रोजगार बुडवून चालण्याजोगं नसतं. दुदैवानं गरिबांपुढे दुसरा पर्याय नसतो आणि त्यांना ह्या प्रशिक्षणाला मुकावं लागतं.

अनुभवानं आमच्या लक्षात आलं आहे की, अशी शिबिरं खूपच उपयुक्त ठरतात, कारण त्यामुळे वेळ आणि पैसा यांची बचत होते. ही शिबिरं स्वत:च्या खेड्यातच भरत असल्यामुळे स्त्रियांना आपल्या समाजातल्या इतर स्त्रियांसमवेत तिथं जाता येतं आणि प्रश्न विचारून शंकानिरसन करताना त्यांना संकोच वाटत नाही. गंभीर समस्या असलेल्या रुग्णांना शिबिर संपते वेळी शहरातल्या 'मोठ्या डॉक्टर'कडे जाण्याचा सल्ला दिला जातो. स्वास्थ्य कर्मचारी त्यांच्याकडे लक्ष पुरवतात आणि त्यांनी योग्य तो सल्ला आणि उपचार घेतले आहेत की नाहीत याची खातरजमा करतात. "हे स्वास्थ्य कर्मचारी आमच्या खेड्यात दररोज येऊ शकले असते, तर किती बरं झालं असतं!" खेड्यातल्या स्त्रिया उसासा टाकून म्हणतात.

शहरातल्या स्वास्थ्य शिबिरांपुढे वेगळ्या समस्या उभ्या ठाकतात. शहरातल्या गर्दीच्या अस्वच्छ झोपडपट्टीत राहणारे खूपसे गरीब लोक टी.बी.ला बळी पडतात. टी.बी.वरचे उपचार महागडे आहेत आणि ती औषधं दीर्घ काळ घेत राहावी लागतात. टी.बी.च्या रुग्णाला दिवसाकाठी औषधांवर ५० रुपये खर्चावे लागतात, तर रुग्णाची दैनिक कमाई केवळ ३० ते ८० रुपये असते. त्यामुळे टी.बी.चा रुग्ण डॉक्टरकडे जायचंच टाळतो आणि गेला, तरी औषध घेणं अर्ध्यावरच थांबवतो. उपचार घेतले नाहीत की, असा रुग्ण घरातल्या इतरांनासुद्धा रोगाचं वाण देतो. अशा प्रकारे झोपडपट्टीत टी.बी.चा प्रादुर्भाव झपाट्यानं होऊ लागतो.

'सेवा'चे स्वास्थ्य-कार्यकर्ते 'अहमदाबाद म्युनिसिपल कॉर्पोरेशन'च्या सहकार्यानं जनतेला टी.बी.बद्दल माहिती करून देतात, टी.बी.चे रुग्ण शोधून काढतात, त्यांच्या थुंकीची तपासणी आणि अन्य तपासण्या करून घेतात. उपचार करताना ते लक्ष ठेवतात आणि औषधांचा ठरावीक मुदतीचा कोर्स घेतला गेलाय की नाही, याकडे बारीक नजर ठेवतात.

असं काम शहरातल्या मजूर-विभागांमध्ये करावं लागतं. चमनपुरा आणि आमरायवाडी यांसारख्या कामगार वस्त्यांमध्ये टी.बी.चे रुग्ण खूप प्रमाणात आढळतात. 'सेवा' आणि नगरपालिका यांच्या सहकार्यानं १९९९ साली सुरू झालेल्या ह्या स्वास्थ्य सेवेचं संक्षिप्त नाव आहे DOTS (डायरेक्टली ऑब्झर्व्ह्ड ट्रीटमेंट, शॉर्टकोर्स). हे टी.बी.चे DOTS नामक उपचार 'सेवा-सहकारी-स्वास्थ्य संघटने'तर्फे केले जातात. ही संघटना तपासणीसाठी टी.बी.ची केंद्रं उभारते, तसंच लॅबोरेटरी आणि अकरा डॉक्टर्सही पुरवते. न हटणाऱ्या खोकल्याची

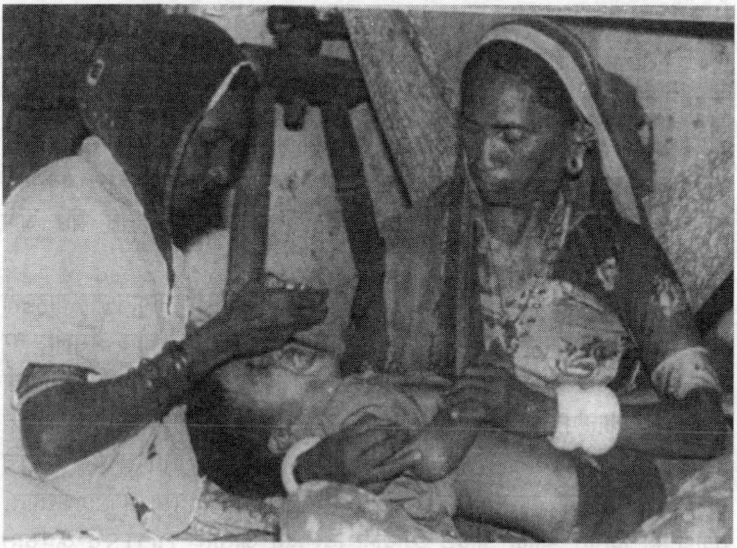

खेड्यातल्या स्वास्थ्य केंद्रात पोलिओचा डोस देत असलेली कालिबेन ही दाई
(सेवा ॲकॅडेमी)

तक्रार घेऊन कधीकधी पुरुषरुग्ण आणि स्त्रीरुग्ण स्वत:हून ह्या केंद्रात येतात, पण बरेचदा स्थानिक स्वास्थ्य शिबिरं, प्रशिक्षण वर्ग किंवा 'सेवा'च्या मीटिंग्जच्या वेळेस टी.बी.चे रुग्ण आढळतात. ह्या उपचारांचा खर्च 'वर्ल्ड हेल्थ ऑर्गनायझेशन' (WHO) आणि भारत सरकार उचलतं. 'सेवा'च्या ह्या कार्यक्रमांतर्गत ४००० टी.बी. रुग्णांवर उपचार करण्यात आलेले आहेत. ह्यांपैकी जवळजवळ सर्व रुग्णांनी आवश्यक तेवढा काळ उपचार घेतलेले आहेत.

टी.बी. आहे किंवा नाही, हे शोधण्याच्या सध्या प्रचलित असलेल्या पद्धतीत एक्स-रे न काढता तीन वेळा थुंकीची तपासणी केली जाते. रुग्णाला दररोज सात ते दहा गोळ्यांच्या औषधाचा डोस दिला जातो. DOTS कर्मचाऱ्याला आर्जव आणि आग्रह यांचा संयुक्तपणे वापर करून रुग्णला स्वहस्ते गोळ्या द्याव्या लागतात आणि त्या गोळ्या रुग्णानं घेतल्या आहेत, याची खात्री करून घ्यावी लागते. DOTSच्या कर्मचारी-स्त्रीला युक्तीनं काम करून द्यावं लागतं; टी.बी.च्या रुग्णाला इतर जण टाळत असल्यामुळे ह्या रुग्णांना शेजाऱ्यांच्या आणि आप्तांच्या नकळत हे उपचार घ्यायचे असतात. जेवणाबरोबर इतक्या मोठ्या प्रमाणावरच्या गोळ्या घेणं आवश्यक असतं आणि खरी अडचण तीच असते! "ह्या पोटाला सात रोट्यांची गरज आहे, सात गोळ्यांची नव्हे!" रुग्ण

बरेचदा तक्रार करतात. दूध घेणं त्यांना क्वचितच परवडतं.

टी.बी. हा हवेतून पसरणारा रोग आहे. गर्दीच्या झोपडपट्ट्यांमधली गर्दी दिवसागणिक वाढतच चाललेली आहे. जुन्या अहमदाबादेतल्या शंकरभवन झोपडपट्टीत १४१३ घरं आहेत आणि एका खोलीत सरासरी सात लोकं झोपतात. ह्यातल्या ३०% कुटुंबात त्यांच्याच घरात, त्यांच्याबरोबरच बकऱ्या, कोंबड्या, कुत्री आणि पक्षी राहत असतात. त्याच कोंदट हवेत सारे जण श्वासोच्छ्वास करत असतात.

राओफनी चाळ आणि रबिआनी चाळ अशा मुस्लीम विभागात तर याहूनही दाटी असते. ह्या झोपडपट्ट्यांमध्ये टी.बी.ची लागण सर्वाधिक होत असली, तर त्यात आश्चर्य ते काय? जमालपूर आणि दर्यापूरसारख्या विभागात पुरुषांची घराबाहेर हकालपट्टी होते आणि त्यांना फूटपाथवर किंवा मशिदीत झोपावं लागतं. भाईपुरा विभागात फारच थोड्या स्त्रिया राहतात; तिथे बरेचसे पुरुषच राहतात. ते दिवसा हातगाड्यांवर ओझी वाहतात किंवा दिवसा मजुरी करतात, रात्री दारू पितात आणि औषध घ्यायला विसरून जातात. DOTSचे कर्मचारी सकाळी लवकर जाऊन हे लोक कामासाठी बाहेर पडण्यापूर्वी त्यांना औषध घ्यायला लावतात. टी.बी.च्या औषधांबरोबर दारू घेऊन चालत नाही, पण याबद्दल पुन्हा पुन्हा आठवण करून देण्याखेरीज स्वास्थ्य कर्मचारी काहीही करू शकत नाहीत.

हल्लीची टी. बी.वरची औषधं अत्यंत गुणकारी आहेत; पण ती घ्यायची रुग्ण विसरला, तर रोग फारच तीव्रतेनं उफाळून येतो. टी.बी.च्या पुरुष-रुग्णांची संख्या स्त्री रुग्णांच्या संख्येहून जास्त आहे; पण पुरुषांहून जास्त स्त्रिया रोगमुक्त होतात.

'सेवा'चे स्वास्थ्य-कर्मचारी अशा झोपडपट्ट्यांमध्ये खूप तळमळीनं, मनापासून काम करतात. शहरातल्या इतर सर्व टी.बी.केंद्रापेक्षा 'सेवा'च्या टी.बी. केंद्राकडे सर्वाधिक संख्येनं (९१%) रुग्ण येतात. त्यातले ८७.५% रुग्ण बरे होतात आणि फक्त ४% रुग्ण अर्ध्यावरच उपचार घेणं थांबवतात.[१] परंतु ह्यासाठी कुणीही आमचा गौरव करत नाही. नगरपालिकेच्या टी. बी. केंद्राचे कर्मचारी अर्धवट थट्टेनं आम्हांला म्हणतात, "तुम्ही दररोज इतके नवे रुग्ण कशासाठी शोधून काढता? तुम्ही 'सेवा'वाले आम्हांला मागे टाकता!" टी. बी.वर इतके चांगले उपचार केले जातात, असा लौकिक वाढत चालल्यामुळे राजस्थामधून टी .बी.चे रुग्ण वाढत्या संख्येनं अहमदाबादेत येऊ लागले आहेत.

◈

---

१. टी. बी. कंट्रोल सोसायटी – "रिव्हाइज्ड नॅशनल टी.बी. कंट्रोल प्रोग्रॅम", अहमदाबाद सिटी : २००४

'स्वास्थ्य सहकारी संघटने'द्वारा खेड्यांमधल्या स्वास्थ्य केंद्रांमध्ये विक्रीसाठी औषधं ठेवली जात असत; परंतु ना-नफा तत्त्वावर ह्या औषधांची विक्री केली जात असल्यामुळे त्यातून संघटनेला फारसं उत्पन्न मिळत नसे. आपल्या पायांवर उभी राहील एवढं उत्पन्न संघटनेला मिळणं आवश्यक होतं आणि त्यासाठी आपल्या उद्योगांचा विस्तार करणं संघटनेला गरजेचं होतं. सुरुवातीचं ७०,००० रुपयांचं भांडवल घालून 'सेवा'च्या अहमदाबादमधल्या ऑफिसजवळ एक लहानसं औषधांचं दुकान उघडण्यात आलं. ह्या दुकानामार्फत दर महा होणारी ३००० रुपयांची विक्री समाधानकारक होती, पण पुरेशी मोठी नव्हती. अहमदाबादेतल्या एल.जी. म्युनिसिपल हॉस्पिटलचे प्रमुख एकदा आमच्या लहानशा औषधांच्या दुकानात आले आणि सर्वसामान्य औषधं स्वस्तात गोरगरिबांना उपलब्ध करून देण्याची आमची धडपड त्यांनी जवळून पाहिली. म्युनिसिपल हॉस्पिटल्समधून आणखी गरीब कुटुंबाना स्वस्तात औषधं उपलब्ध करून देऊन ह्या लोकसेवेचं कार्यक्षेत्र आम्ही विस्तृत करावं, असं त्यांनी आम्हांला सुचवलं. 'अहमदाबाद म्युनिसिपल कॉपोरेशन'नं सेवा-स्वास्थ्य संघटनेला विनंती केली की, एल. जी. हॉस्पिटलमध्ये आम्ही एका काउंटरवर दिवसाचे चोवीस तास स्वस्तात औषधं उपलब्ध करून द्यावीत. ह्यासाठीचं भांडवल म्हणून म्युनिसिपल कॉर्पोरेशननं आम्हांला पाच लाख रुपये बिनव्याजी दिले.

नशिबानं असं स्वस्तात औषधं विकण्याचं दुकान चालवण्याचा तीन वर्षांचा अनुभव आमच्या गाठीशी होता. हॉस्पिटलमधलं स्वस्त औषधांचं काउंटर चालवायची जबाबदारी मित्तल शाह नावाच्या हुशार तरुण फार्मासिस्टनं उचलली. मित्तल इतकी कार्यक्षम आणि उत्साही होती की, ते काउंटर आम्हांला लगेचच चालू करता आलं आणि त्याचं कामकाज सुरळीतपणे सुरू झालं. हॉस्पिटलमधल्या कर्मचाऱ्यांनीसुद्धा आमच्या प्रयत्नांना उत्तेजन दिलं आणि डॉक्टर्स पेशंट्सना ब्रँड नेम औषधांऐवजी सर्वसामान्य (generic) औषधं लिहून देऊ लागले. असं असूनही यश आम्हांला अजूनही हुलकावणीच देत होतं.

प्रारंभीच्या काळात आमच्यापुढे एक गंभीर समस्या उभी राहिली : आजूबाजूला असलेल्या औषधांच्या दुकानांचे मालक आमच्याशी शत्रुत्वानं वागू लागले. ते लावत असलेल्या किमती आमच्या किमतींहून खूपच जास्त होत्या. त्यामुळे आम्ही त्यांच्या धंद्यात खोट आणत होतो. हॉस्पिटलसमोरच असलेलं एक औषधांचं दुकान आमचा काउंटर चालू होण्यापूर्वी उत्तम धंदा करत होतं, ते आता बंद केलं गेलं, कारण ते स्पर्धेत टिकू शकलं नाही. हॉस्पिटलच्या आसपास असलेल्या आणखी सात दुकानांना रात्रपाळी बंद करावी लागली. त्यांच्याच एका हस्तकानं पेशंटच्या रूपात आमच्या काउंटरपाशी येऊन आम्ही

निकृष्ट प्रतीची औषधं ठेवतो, असा मोठ्यानं आरडाओरडा केला आणि आमच्या ग्राहकांना घाबरवून टाकण्याचा प्रयत्न केला. पुढल्याच आठवड्यात ह्या दुकानदारांनी आमच्या काउंटरवर रात्रीच्या वेळेस विक्री करत असलेल्या तरुण मुलींना घाबरवून टाकण्यासाठी गुंडांची टोळी पाठवली. जरी सुरुवातीला त्यांना ह्या धाकदपटशात यश मिळालं असलं, तरी लगेचच 'सेवा'च्या इतर भगिनींनी ह्या तरुण मुलींसाठी कुमक उभी केली. चंदाबेन आणि सुमनबेनसारख्या 'सेवा'च्या नेत्यांना डिवचलं, तर त्या वाघिणीप्रमाणे खवळत आणि दोन हात करायला सरसावत असत. त्यांनी अशा धमकावणीच्या क्लृप्त्यांना यापूर्वी अनेकदा तोंड दिलेलं होतं. तरुण विक्रेत्यांना धीर देण्यासाठी त्या तिथे अनेक रात्री स्वत: उपस्थित राहिल्या. अखेरीस हा त्रास हळूहळू बंद झाला.

दोनच वर्षांनी नगरपालिकेनं सेवा स्वास्थ्य संघटनेला पुन्हा एकदा आमंत्रण दिलं आणि सारसपूर ह्या कामगार-वस्तीतल्या शारदाबेन हॉस्पिटलमध्ये स्वस्त औषधांचं काउंटर चालू करायची विनंती केली. सारसपूरमध्ये राहणाऱ्या अनेक जणी सेवा-सदस्य असल्यामुळे आम्ही ही विनंती आनंदानं मान्य केली. आमच्या नव्या काउंटरची जबाबदारी इला शाह हिनं उचलली.

आमच्या स्वास्थ्य संघटनेनं चालवलेल्या स्वस्त औषधांच्या काउंटरला आणखी एका संकटाला तोंड द्यावं लागलं. ह्या वेळेस अहमदाबादेतल्या केमिस्ट असोसिएशननं आमच्याशी असहकार पुकारला. त्यांना वाटलं की, आमच्या कमी किमतींमुळे पूर्ण बाजारपेठेच्या व्यवहाराला हानी पोचते आहे. हा असहकार आणि आमच्यावर त्यांनी घातलेला बहिष्कार खूपच गंभीर स्वरूपाचा होता आणि गुजरात सरकारच्या आरोग्य मंत्रालयापुढे आम्ही अनेकवार निदर्शनं करूनही त्यांनी वर्षाहूनही अधिक काळ हा बहिष्कार हटवला नाही. हा काळ खूपच अवघड गेला. आम्हांला मालाचा पुरवठाच केला जाऊ नये, असे प्रयत्न केमिस्ट-असोसिएशननं केले; परंतु आम्ही इतक्या प्रचंड प्रमाणावर विक्री करत होतो की, अनेक लहान-लहान घाऊक व्यापारी आम्हांला लपून-छपून माल पुरवतच राहिले. काहीकाही व्यापारी आम्हांला उघडउघड पाठिंबा देत राहिले. त्यांच्या साहाय्यानं आम्ही आमचा कारभार चालू ठेवू शकलो.

औषधांची किरकोळ विक्री करण्यामागे आमचा हेतू होता की, गरिबांना सर्वसामान्य औषधं स्वस्तात उपलब्ध व्हावीत, परंतु शारदाबाई हॉस्पिटलमधले डॉक्टर्स नेहमीच जेनेरिक (नॉन फिस्क्रिप्शन ड्रग्ज) औषधं लिहून देत नसत. त्यामुळे आम्हांला ब्रँड-मेडिसिन्स ठेवणंसुद्धा क्रमप्राप्त झालं. एल. जी. हॉस्पिट्लमधल्या डॉक्टरांप्रमाणे ह्या डॉक्टरांनीसुद्धा जेनेरिक औषधं लिहून द्यावीत, असं त्यांना पटवून देण्याचा आम्ही खूप प्रयत्न केला; परंतु आमच्या प्रयत्नांना यश आलं नाही. शारदाबाई हॉस्पिटलमधल्या

डॉक्टरांनी आम्हांला अजिबात पाठबळ पुरवलं नाही.

आम्ही एल. जी. हॉस्पिटलबरोबर केलेला करार १९९९ साली संपला. नगरपालिकेनं त्या कराराचं नूतनीकरण न करण्याचा निर्णय घेतला. ज्या डॉक्टर्सनी जेनेरिक औषधं वापरण्यासाठी आम्हांला पाठिंबा दिला होता, ते निवृत्त झाले होते किंवा इतरत्र बदलून गेलेले होते. ज्या प्रमुख डॉक्टरनी आम्हांला एल. जी. हॉस्पिटलमध्ये काउंटर उघडण्याची विनंती केली होती, ते आता भारताबाहेर निघून गेलेले होते. आमच्या स्वास्थ्य संघटनेनं एल. जी. हॉस्पिटलच्या आसपास दुकान उघडण्याची छोटीशी जागा मिळवायचे प्रयत्न केले, परंतु इतर औषध-विक्रेत्यांकडून त्रास होईल ह्या भीतीपोटी कुणीही घरमालक आम्हांला भाड्यानं जागा देईनात. शारदाबाई हॉस्पिटलबरोबरच्या आमच्या कराराचं मात्र आणखी दोनदा नूतनीकरण करण्यात आलं आहे. तिथून दिवसाकाठी सरासरी ४०० रुग्ण औषधं विकत घेतात.

बरं करणाऱ्या औषधांबाबतच राजकारण खेळलं जातंय आणि त्यात आपण अडकतोय, ही खेदाची गोष्ट आहे. पोषक आहार, शुद्ध पाणी, अधिक चांगली घरं, पुरेशी विश्रांती आणि शुद्ध हवा ह्या गोष्टी आपल्याला रोगांपासून दूर ठेवतात आणि आपल्या प्रकृतीवर ह्या गोष्टींचे दूरगामी अनुकूल परिणाम होतात. आपल्याला ह्या गोष्टींकडेदेखील लक्ष वळवता आलं, तर किती बरं होईल!

राहत्या जागेच्या निकृष्ट दर्जामुळे गोरगरिबांच्या प्रकृतीवर अनिष्ट परिणाम होत असतो. पुरेशा प्राथमिक सुविधा नसलेल्या, सतत वाढत चाललेल्या झोपडपट्ट्यांमुळे अनेक रोग फैलावतात. अहमदाबादेतली ४१% जनता झोपडपट्टीत राहत आहे. ह्या ४१% जनतेकडे शहरातल्या ७७% नोकऱ्या आहेत आणि त्यांच्यामुळे शहरातलं ४६% उत्पन्न निर्माण होतंय.[२] अहमदाबाद शहरातल्या लोकसंख्येपेक्षा अहमदाबादेतल्या झोपडपट्ट्यांमधली लोकसंख्या जास्त झपाट्यानं वाढते आहे.

१९९७ साली एका सार्वजनिक नळामागे १३३ लोकं, असं सरासरी प्रमाण होतं. झोपडपट्टीतल्या २६% लोकांच्याच घरात संडास होते. अहमदाबादेतल्या ज्या बारा झोपडपट्ट्यांमध्ये 'सेवा'च्या बहुसंख्य सदस्या राहताहेत, त्यातल्या ३५% रहिवाशांनी सांगितलं की, त्या झोपडपट्ट्यांतला कचरा नगरपालिकेतर्फे उचललाच जात नाही.[३]

---

२. सेवा ॲकॅडमील – "परिवर्तन ॲंड इट्स इंपॅक्ट : अ पार्टनरशिप प्रोग्रॅम ऑफ इन्फ्रास्ट्रक्चर डेव्हलपमेंट इन द स्लम्स ऑफ अहमदाबाद सिटी." अनपब्लिश्ड रिपोर्ट, २००२.

३. मिहिर भट्ट – "ॲसेसिंग द परफॉर्मन्स ऑफ म्युनिसिपल सर्व्हिसेस फॉर द पुअर इन अहमदाबाद. द रिपोर्ट कार्ड प्रोजेक्ट. १९९९.

१९९५ साली अहमदाबाद म्युनिसिपल कॉर्पोरेशन आणि 'सेवा' यांनी संयुक्तपणे 'परिवर्तन' (बदल) नावाचा प्रकल्प हाती घेतला होता. ज्या झोपडपट्ट्या नगरपालिकेच्या अथवा सरकारच्या मालकीच्या जमिनीवर उभ्या राहिल्या होत्या, त्यांची बांधणी आणि प्राथमिक सुविधा सुधारणं, हा ह्या प्रकल्पामागचा हेतू होता. घरामधल्या काही प्रकारच्या दुरुस्त्या करून देणंसुद्धा ह्या प्रकल्पाचं धोरण होतं. ह्या झोपडपट्ट्यांमध्ये राहणाऱ्यांनी 'रहिवासी संघटना' स्थापन केली. म्युनिसिपालिटी, खाजगी देणगीदार आणि 'रहिवासी संघटना' यांनी येणारा खर्च सम प्रमाणात वाटून घ्यायचा, असं ठरवलं गेलं. मिळणाऱ्या सुविधांसाठीचा १/३ खर्च प्रत्येक घरानं ताबडतोब रोख रकमेनं द्यायचा होता. ह्या सुविधांमध्ये घरापर्यंत येणारा पाण्याचा नळ, सांडपाणी वाहून जाण्याची सोय, झोपडपट्ट्यांच्या आतले फरसबंद रस्ते, पावसाचं पाणी वाहून नेण्यासाठी गटारं, रस्त्यांवर दिवे, कचरा वाहून नेण्याची सोय, आजूबाजूच्या रिकाम्या जागेचं सुशोभीकरण अशा गोष्टींचा समावेश केला होता. ह्या सामाजिक प्रकल्पासाठी 'सेवा बँक' ही वित्तसंस्था मदत करणार होती.

ह्या झोपडपट्टी-सुधारणा प्रकल्पांमुळे तिथल्या रहिवाशांच्या प्रकृती-स्वास्थावर खूपच अनुकूल परिणाम झालेला दिसून आला आहे. २००२ साली 'सेवा'नं केलेल्या सर्वेक्षणात असं दिसून आलं की, घरात नळ आणि घरातला सांडपाण्याचा निचरा ह्यांमुळे ७४% ऐवजी आता ९६% लोक दररोज स्नान करू लागले होते.[४] ह्यांमुळे स्त्रियांना शारीरिक स्वच्छतेकडे लक्ष पुरवणं सोपं झालं आहे आणि पाण्याद्वारे पसरणाऱ्या मलेरिया, गॅस्ट्रोएन्टेरायटिस, त्वचाविकार, विषमज्वर आणि कावीळ अशा रोगांचं प्रमाण खूपच कमी झालं आहे. इथे राहणाऱ्या कुटुंबांचा दर महा औषधांवरचा सरासरी खर्च १३१ रुपयांवरून घटून ७४ रुपयांवर गेलेला आहे.

'छगन रत्ना ना छपरा' (छगन रत्नाच्या झोपड्या) ही झोपडपट्टी नावाप्रमाणेच छगनरत्नाच्या मालकीची होती. ह्या झोपडपट्टीत 'परिवर्तन' ह्या आमच्या प्रकल्पाद्वारे, सुधारणा घडवली गेली. त्याचं नवं ऐटबाज नाव आहे 'सिहेश्वरीनगर'. 'छगन रत्नाना छपरा'वरून 'सिंहेश्वरीनगर' हे नावात घडलेलं परिवर्तन अगदी सार्थ आहे. याच्या शेजारीच 'मद्रासीनी चाळ' (मद्राशाची चाळ) नावाची झोपडपट्टी आहे. ती खाजगी जमिनीवर उभी असल्यामुळे ती 'परिवर्तन' ह्या प्रकल्पात समाविष्ट होऊ शकली नाही. 'मद्रासीनी चाळ' आणि 'सिंहेश्वरीनगर' ह्या दोन झोपडट्ट्यांमधल्या राहणीमानात जमीन-अस्मानाचा फरक आढळतो. मद्रासीनी

---

४. सेवा अॅकॅडमा – ''परिवर्तन अँड इट्स इंपॅक्ट : ए पार्टनरशिप प्रोग्रॅम ऑफ इन्फ्रास्ट्रक्चर डेव्हलपमेंट इन द स्लम्स ऑफ अहमदाबाद सिटी.'' अनपब्लिश्ड रिपोर्ट, २००२.

चाळमधल्या रहिवाशांना नगरपालिकेचे नळ उपलब्ध नाहीत. त्यामुळे तिथले फक्त ५८% लोकच दररोज स्नान करू शकतात.

बाबुबेन ही भाजीविक्रेती 'सेवा'ची सदस्य आहे. ती 'सिंहेश्वरीनगरा'त राहते आणि तिच्या दोन खोल्यांच्या घराची नगरपालिकेत आता तिच्या नावावर नोंद झालेली आहे. तिला बालपणापासूनच फंगल त्वचाविकार होता. तिला दोन किंवा तीन दिवसांतून एकदाच स्नान करता येत असे. ती म्हणते, "आम्ही आमचे पलंगपोस आणि रजया अगदी क्वचितच धूत होतो, कारण ते धुवायला खूप पाणी लागतं. माझ्या पहिल्या गर्भारपणात मला खूप दूरच्या सार्वजनिक नळावरून पाणी आणवं लागत होतं. अशा नाजूक शारीरिक अवस्थेत दिवसभरासाठीचं पाणी वाहून नेणं ही काही सोपी गोष्ट नव्हती. एकदा मी जोरात आपटले तेव्हा माझं बाळ मी जवळजवळ गमावणारच होते. त्या काळात शौचाला जायचं, तर अंधार पडल्यावर रेल्वे रुळांच्या बाजूलाच जावं लागत असे. स्त्रियांच्या दृष्टीनं ते सारंच मोठं अवघड होतं. आता मला वाटतंय की, नव्या जागी राहणारी मी कुणीतरी वेगळीच व्यक्ती आहे! अनेक वर्षं माझ्या पोटात ठाण मांडून बसलेल्या जंतांमधूनसुद्धा आता मला मुक्ती मिळालीये. देवी सिंहेश्वरीचीच ही कृपा आहे!"

गरीब वस्त्यांमध्ये अशा सुधारणा घडवल्या की, त्याचा सुपरिणाम केवळ प्रकृतीवरच दिसून येत नाही; शिक्षण, आहार, सामाजिक संबंध या साऱ्या गोष्टींवरच त्याच्या अनुकूल परिणाम होतो. घरात विजेचे दिवे आल्यामुळे मुलं रात्री अभ्यास करू शकतात. त्यातली बरीच मुलं शाळा सुटल्यावर काम करून कुटुंबासाठी वरकड पैसे मिळवत असतात. उन्हाळ्यात जास्त वेळ दिवे आणि पंखे मिळाल्यामुळे विड्या वळण्यासारख्या गृहोद्योगांमधलं उत्पादन खूपच वाढलेलं दिसतं. जीवीबेनला हीच गोष्ट नाट्यमय रीतीनं मांडता येते. ती म्हणते, "घर बदला, दुनिया बदली." (मी घर बदललं आणि सारं जगच बदलून गेलं.) झोपडपट्ट्यांमध्ये सुधारणा घडवणं म्हणजेच गरिबीचं निर्मूलन करणं. ह्या स्त्रिया एकमुखानं पावती देतात की, त्यांची घरं सुधारल्यामुळे त्यांचा सामाजिक दर्जासुद्धा उंचावला आहे. त्यांचे नातेवाईक आता आनंदानं त्यांना भेटायला येतात आणि त्या परिसरातल्या मुलाशी आपल्या मुलीचा विवाह करून देताना तिच्या आईवडलांना पूर्वीप्रमाणे प्रत्यवाय नसतो.

'परिवर्तन' ह्या प्रकल्पांतर्गत पन्नास झोपडपट्ट्यांपैकी बारा झोपडपट्ट्या अजूनही सुधारणांकडे आशेनं डोळे लावून बसलेल्या आहेत. नोकरशाहीची कार्यपद्धती आणि त्यामुळे सतत होणारा विलंब यांमुळे पावलोपावली अडचणी उभ्या राहतात. आणि तरीसुद्धा ह्या स्त्रिया उमेद हरत नाहीत. त्या बदल घडवून आणतीलच, असा जबरदस्त आत्मविश्वास त्यांच्याठायी असतो.

जरी 'परिवर्तन' हा प्रकल्प यशस्वी ठरला आहे, तरी नगरपालिका त्याला अग्रक्रम देते की नाही यावरच त्याचं भविष्य अवलंबून राहणार आहे. जमिनींच्या किमती इतक्या भडकलेल्या असताना शहरातली जमीन हा राजनैतिक मुद्दा बनतो. झोपडपट्टी निर्मूलन मंडळ आणि गृहमंडळ यांची स्थापना ही गरिबांची राहण्याची जागा आणि परिस्थिती यांमध्ये सुधारणा घडवून आणण्याच्या हेतूनं केली गेलेली होती. आता या दोन्ही संस्था बंद पडण्याच्या मार्गावर आहेत. गरिबांसाठी म्हणून राखीव ठेवली गेलेली जमीन लवकरच खुल्या बाजारात विक्रीसाठी ठेवली जाईल.

पण अनुभवानं आम्ही शिकलो आहोत की, जरी सरकारी धोरणं आणि मानसिकता यांचा गरिबांच्या आयुष्यावर खूप परिणाम होत असला, तरी त्याहूनही अधिक परिणाम त्यांच्या समाजानंच घडवून आणलेल्या परिवर्तनामुळे होत असतो. त्यामुळे आरोग्याच्या दृष्टीनं बघायचं, तर त्याच समाजातले प्रशिक्षण घेऊन तयार झालेले स्वास्थ्य सल्लागार आणि सुइणी खूपच उपयुक्त ठरतात आणि सामाजिक विकासाला हातभार लावतात. हे स्वास्थ्य सल्लागार समाजात हळूहळू, पण नक्कीच परिवर्तन घडवून आणत आहेत आणि स्वास्थ्यविषयक ज्ञानाचा प्रसार करत आहेत.

साबरमती नदीकाठची शंकरभुवन ही झोपडपट्टी सर्वांत जुनी आणि सर्वांत गलिच्छ अवस्थेतली झोपडपट्टी आहे. ह्या शंकरभुवन झोपडपट्टीत राहाणारी शारदाबेन हिनं आमच्या स्वास्थ्य सल्लागाराच्या अगदी प्रारंभीच्या तुकडीबरोबर प्रशिक्षण घेतलं. जरी ती तेव्हा वयानं विशीच्या आतच होती, तरी तिनं जगाचा खूपच अनुभव घेतलेला होता. तिच्या नवऱ्यानं तिला टाकून दिलं होतं आणि जाताना तो त्यांची लहान मुलगी त्याच्याबरोबर घेऊन गेला होता. स्वास्थ्य सल्लागार म्हणून प्रशिक्षण घेतल्यावर शारदाबेनच्या आयुष्याला अर्थ प्राप्त झाला. ते शिक्षण घेताना तिला आनंद वाटला आणि तिचं मनोबल वाढलं. स्वास्थ्य सल्लागार म्हणून लोकांना विविध प्रकारची माहिती करून देणं आणि प्राथमिक उपचार करणं, ह्या कामांमुळं तिच्यात आत्मविश्वास निर्माण झाला आणि तिच्या आयुष्याला नवी दिशा मिळाली. आता ती स्वत:च स्वास्थ्य सल्लागारांना आणि दायांना प्रशिक्षण देऊन तयार करते.

तिच्या जागरूक नेतृत्वामुळे गेल्या पंधरा वर्षांत शंकरभुवन झोपडपट्टीत जन्मलेल्या प्रत्येक अर्भकाला लसीकरण देण्यात आलं आहे. त्या झोपडपट्टीतला मलेरिया कमी करण्यामागे शारदाबेनचे प्रयत्नच कारणीभूत आहेत. लैंगिक संबंधात सुरक्षितता आणण्याबाबत आणि नवविवाहितांना कुटुंबनियाजनाचे धडे देण्याबाबत ती विनासंकोच स्त्रियांबरोबरच पुरुषांनासुद्धा समुपदेशन देते.

सांडपाण्याच्या निचऱ्याची सोय नसणं, ही शंकरभुवन झोपडपट्टीतली सर्वांत मोठी समस्या आहे. ह्या सोयीची मागणी तिथल्या रहिवाशांनी अनेकदा करूनही यश आलेलं नाही. याबाबत नगरपालिकेबरोबर पाच वेळा चर्चा सभा आयोजित करूनही नगरपालिका केवळ वेळकाढूपणा करते आहे. बेकायदेशीरपणे बळकावलेल्या जमिनीवर ही झोपडपट्टी उभी असल्यामुळे तिथे फारच थोड्या प्राथमिक सुविधा पुरवल्या जात आहेत. रोजच्या रोज कचरा नेला जात नाही. संडास नदीकाठी उघड्यावर आहेत. तिथे काहीही आडोसा नाही. एका बिनसरकारी मदतसंस्थेनं ह्या रहिवाशांसाठी संडास बांधून दिले, पण ते कुणीही स्वच्छ ठेवले नाहीत आणि त्यामुळे ते बंद करण्यात आले आहेत. शारदाबेन म्हणते, ''घराजवळचा परिसर इतका गलिच्छ असतो की, पाऊल टाकण्यापूर्वी कुठे पाऊल टाकायचं ते बघून काळजीपूवक चालावं लागतं. माझ्या घरी यायला कोणीही तयार नसतं कारण सर्वत्र दुर्गंधी भरून राहिलेली असते.'' नगरपालिकेनं प्राथमिक सुविधा पुरवाव्यात म्हणून शारदाबेन अजूनही झगडतेच आहे.

समाजात स्वास्थ्यविषयक ज्ञानाचा प्रसार करणं, ही हळूहळू घडणारी प्रक्रिया आहे, पण वेगवेगळ्या बाबतींत उमेद देणाऱ्या छोट्या-छोट्या यशस्वी घटना दिसत आहेत. आता डॉक्टरांवर कुणीही आंधळा विश्वास टाकत नाही किंवा डॉक्टरांना घाबरतही नाही. औषध कशासाठी घ्यायचं आणि केव्हा घ्यायचं याचं आकलन अधिकाधिक लोकांना होऊ लागलं आहे. परवडण्याजोग्या वैद्यकीय सेवेसाठी आणि औषधांसाठी कुठे जायचं हे आता सर्वांना ठाऊक झालं आहे.

अशा परिवर्तनाची खूप उदाहरणं आढळतात. स्वास्थ्याबद्दल प्रशिक्षण घेणं आणि त्यानंतर त्या ज्ञानाचा प्रसार आणि उपयोग करणं यामुळे 'सेवा'च्या अनेक सदस्यांच्या आयुष्यांना नवी दिशा लाभलेली आहे. त्यातल्या अनेक जणी कार्यक्षम नेत्या बनल्या आहेत. 'स्वास्थ्य सहकारी संघटनेनं' यातल्या अनेक नेत्यांना संचालक मंडळावरच्या तीन वर्षांसाठीच्या पदासाठी निवडून दिलं आहे. संचालक मंडळावरच्या सात सदस्यांपैकी सहा जण कामगार वर्गातले आहेत. त्यामुळे गरीब स्त्रिया आणि त्यांच्या गरजा यांवर ह्या संघटनेचं लक्ष केंद्रित झालेलं आहे.

गरिबांसाठी स्वास्थ्य विमा उपलब्ध नसतो आणि त्यांनाच स्वास्थ्य विम्याची सर्वांत जास्त गरज असते. ब्लॉक प्रिंटिंगचं काम करणाऱ्या रेहमतबेनचं ॲपेंडिक्सचं ऑपरेशन झालं. त्यावर ३००० रुपये खर्च करावे लागले. त्यामुळे महिनाभर ती काहीही पैसा मिळवू शकली नाही. दूध काढत असताना म्हशीनं लाथ मारल्यामुळे कंकूबेनची पाठ दुखावली. तीन महिने उलटले, तरी ती अजून पुरेशी बरी होऊन कामावर जाऊ शकत नाही. घरातली ती एकमेव कमावती व्यक्ती असल्यामुळे तिला उपजीविकेसाठी सावकाराकडून व्याजी कर्ज काढावं

लागलं आणि तिच्या अधोगतीला प्रारंभ झाला.

ह्या समस्येचं निवारण करण्याच्या हेतूनं गरीब आणि स्वत:च्या व्यवसायातल्या ह्या स्त्रियांना सामुदायिक विमा (ग्रुप इन्शुरन्स) मिळवून देण्याचा प्रयत्न 'सेवा'नं केला. गरीब स्त्रियांकडे विमा कंपनी 'धोका' या दृष्टीनं पाहत असते, कारण त्या स्त्रियांच्या आयुष्यात एकापाठोपाठ एक अशी संकटांची रांगच लागलेली दिसते. याखेरीज ह्या व्यवहारावर खूपच पैसा खर्च होईल अशी भीती विमा कंपन्यांना वाटत असते. 'लाइफ इन्शुरन्स कॉर्पोरेशन'खेरीज दुसरी कोणतीही विमा कंपनी 'सेवा'च्या सदस्यांचा विमा उतरवायला तयार झाली नाही; परंतु एकोणीसशे नव्वदच्या दशकाच्या मध्यापासून विमा क्षेत्राला निर्बंधांपासून बरीच मुक्तता मिळून ते व्यापक होऊ लागलं आहे. आज इतरही काही विमा कंपन्या स्वत:चा व्यवसाय करणाऱ्या गरीब स्त्रियांना स्वास्थ्य विमा देण्यास राजी झाल्या आहेत, परंतु केवळ रुग्णालयात भरती होण्याची वेळ आली, तर हा स्वास्थ्यविमा त्यापुरताच खर्च देतो.

परंतु जेव्हा खेड्यातल्या लोकांना जवळपास हॉस्पिटल्स उपलब्ध नसतात, जेव्हा खेड्याबाहेर जाण्यासाठी रहदारीची साधनं अनियमित असतात, परवडण्याजोगी नसतात किंवा उपलब्धच नसतात; जेव्हा स्त्रीला एका दिवसाचा रोजगार चुकवूनही चालण्याजोगं नसतं; जेव्हा स्त्रीला कामावर जाताना मुलांना घरी एकटंच ठेवून जावं लागतं, जेव्हा कोणत्याही परिस्थितीत गुरं-ढोरं आणि घराकडे बघण्यावाचून गत्यंतर नसतं, अशा वेळेस जवळजवळ सर्व शारीरिक दुखण्यांकडे दुर्लक्ष केलं जातं आणि नाइलजानं जेव्हा त्यांकडे लक्ष द्यावंच लागतं, तेव्हा वेळ टळून गेलेली असते. लो ब्लडप्रेशर, मधुमेह यांसारखी चिवट दुखणी फारच त्रासदायक ठरतात. त्यांच्यावर खूप पैसा खर्च होतो; परंतु रुग्णालयात दाखल होण्याची वेळ येईपर्यंत त्या स्त्रीला विम्याची काहीही मदत होत नाही.

१९८० सालपर्यंत 'सामूहिक विमा व धोक्याची विभागणी (ग्रुप इन्शुरन्स-रिस्क पूलिंग)' ही संकल्पना नवी आणि गोंधळवून टाकणारी होती. ''माझी प्रकृती वर्षभर अगदी उत्तम होती आणि माझ्यावर अणीबाणीची परिस्थिती ओढवली नाही. मला माझ्या विम्याच्या हप्त्याची रक्कम परत मिळेल का?'' हा सुरुवातीचा अगदी नेहमी विचारला जाणारा प्रश्न होता. 'सेवा'ची विमा योजना अजून आर्थिकदृष्ट्या स्वतंत्र होऊ शकलेली नाही, कारण खूपशा स्त्रिया अर्ध्यातूनच योजनेबाहेर पडतात आणि मोठ्या सदस्यसंख्येशी संपर्क साधण्यात खूप पैसा खर्च होतो. नैसर्गिक किंवा अपघाती मृत्यू, वैधव्य, रुग्णालयात भरती होण्याची गरज आणि मालमत्तेची हानी या गोष्टींसाठी 'सेवा'ची विमा योजना सभासदांना विमा देते. मुदत ठेवीशी संलग्न असलेली एक विशेष योजना बाळंतपण, कवळी

आणि श्रवणयंत्र या गोष्टींसाठीचा खर्च उचलते. २००३ साली आम्ही कुटुंब विमा योजनेअंतर्गत मुलांनासुद्धा स्वास्थ्य विमा देण्यास प्रारंभ केला. सेवाची विमा योजना मोतीबिंदूच्या शस्त्रक्रियेसाठीचा खर्चसुद्धा देते. आयुर्विमा आणि स्वास्थ्य विमा यांना सर्वाधिक मागणी असते. सध्या १००० सभासदांमागे ३.५ इतके लोक मृत्यूसाठी भरपाई मागतात. अपघाती मृत्यूंचं प्रमाण शेकडा १४.५ आहे; परंतु कधीकधी नेमकं कारण ठरवणं अवघड पडतं. जेव्हा नगरपालिकेच्या अधिकाऱ्यांना मृत्यूचं खरं कारण समजत नाही, तेव्हा ते मृत्यूच्या दाखल्यावर खुशाल 'हार्ट ॲटॅक' असं लिहून टाकतात. सेवाची विमायोजना मृत्यूनंतर पंचेचाळीस दिवसांनी विम्याची रक्कम देते. 'सेवा' लोकांना ताबडतोब पैसे देते आणि विमाकंपनी 'सेवा'ला पंचेचाळीस दिवसांनंतर हे पैसे देते. स्वास्थ्यविषयक विम्याचे पैसे मिळायला पंधरा दिवस लागतात.[५]

'सेवा'चे सदस्य आता सेवाविमा योजनेचं परिवर्तन सेवा-विमा-सहकारी संघटनेत करण्याच्या प्रयत्नात आहेत. 'सेवा सहकारी बँक' स्थापन झाली, त्याच्याप्रमाणेच 'सेवा सहकारी विमा कंपनी' स्थापन करण्याचा मानस आहे. आजमितीला १,०६,४७९ पुरुष, स्त्रिया आणि मुलांचा अयुर्विमा आणि स्वास्थ्य विमा सामुदायिक विमा योजनेअंतर्गत उतरवला जातो. ह्या स्वास्थ्य विम्यामुळे दोन महत्त्वाचे फायदे झाले आहेत : स्थानिक डॉक्टरांशी संबंध जोडता आले आहेत आणि 'सेवा'च्या सभासदांवर त्वरित उपचार होऊ लागले आहेत.

विमा कंपन्या किंवा नगरपालिका यांच्यासारख्या मोठ्या संस्थांबरोबर काम करण्याचे फायदे तसेच तोटेसुद्धा असतात. सरकारी संस्थांना कुटुंबनियोजन हा अत्यंत महत्त्वाचा मुद्दा वाटत असतो आणि गरीब स्त्रियांवर त्यांचा रोख असतो. त्यामुळे खूपदा तणावाची परिस्थिती निर्माण होते. हळूहळू ते सर्वंकष विचार करू लागले असले, तरी त्यामागचं कारण असं आहे की, धोरणं आखणाऱ्यांना आणि आरोग्य सेवा पुरवणाऱ्यांना 'सेवा'नं सतत सांगितलं आहे की, त्यांनी 'सेवा'नं प्रशिक्षित केलेल्या स्वास्थ्य कर्मचाऱ्यांमार्फत स्थानिक जनतेशी संवाद साधत राहावं. त्यामुळे 'सेवा'च्या स्वास्थ्य कर्मचाऱ्यांबद्दल ह्या सहकारी संस्थांना आता योग्य तो आदर वाटू लागला आहे.

टी.बी., मलेरिया आणि एड्स यांच्या निर्मूलनाचे मोठाले प्रकल्प राबवताना सरकार 'सेवा'वर अधिकाधिक अवलंबून राहू लागलं आहे, कारण 'सेवा'चे स्थानिक समाजाशी निकटचे संबंध आहेत; परंतु 'सेवा'च्या प्रकल्पावर काम

---

५. डेनिस जेराड. "पेपर फॉर द मिनिस्ट्री ऑफ फायनान्स." अहमदाबाद, इंडिया. अनपब्लिश्ड पेपर, २००३.

करणाऱ्या कर्मचाऱ्याला सरकार आपल्या प्रकल्पांवर उचललून नेतं, तेव्हा तणावाचं वातावरण निर्माण होतं. आमची महत्त्वाची स्वास्थ्य कर्मचारी पद्मा, हिला जेव्हा सरकारच्या एड्स प्रकल्पावर नेण्यात आलं, तेव्हा आम्हांला झालेलं प्रचंड नुकसान आम्हांला चांगलंच जाणवलं. सरकारच्या साचेबंद कार्यक्रमात तिच्या अंगच्या संवाद साधण्याच्या गुणाचा अजिबात वापर होत नव्हता, तर पद्माचा संवाद साधण्याचा हाच गुण गरीब स्त्रियांना प्राथमिक उपचार, स्वच्छता आणि योग्य आहार यांबाबत प्रशिक्षण देण्यासाठी अत्यंत मोलाचा ठरत होता. 'सेवा'सारख्या लोकाभिमुख संस्थेमधल्या कर्मचाऱ्यांना 'वर्ल्ड हेल्थ ऑर्गनायझेशन' आणि तत्सम आंतरराष्ट्रीय संस्थामधल्या सरळसोट प्रकल्पांमध्ये रुळणं फार अवघड पडतं.

अर्थात सेवा-स्वास्थ्य संघटनेनं आता थेट प्राथमिक उपचार देण्याऐवजी शिबिरांमार्फत सेवा पुरवणं किंवा योग्य डॉक्टरकडे पाठवणं यांवर लक्ष केंद्रित केलं आहे. नगरपालिका आणि सरकारी दवाखाने यांच्या सहकार्यानं आत्ताच्या स्वास्थ्य यंत्रणेला आणखी सक्षम बनवणं आणि जनतेला अधिक चांगली स्वास्थ्यसेवा पुरवणं यांवर 'सेवा'नं लक्ष केंद्रित केलं आहे. अनेक लोकांना ह्या सुविधांचा लाभ घेता यावा, असा आमचा प्रयत्न आहे.

'सेवा' ही वाढत्या सदस्यसंख्येची कामगार संघटना असल्यामुळे 'सेवा'कडे नेहमीच स्वास्थ्यविषयक माहितीसाठी आणि स्वास्थ्यसेवेसाठी प्रचंड मागणी येत असते; परंतु दर्जा राखून वाढत्या प्रमाणावर ह्या सेवा पुरवणं, ही सोपी गोष्ट नव्हे. कर्तबगार, सक्षम कर्मचारी घडवायला खूप वेळ लागतो. ते काही एका रात्रीत घडवता येत नाहीत. 'सेवा'चे सक्षम संयोजक आहेत, ते नेहमीच सक्षम व्यवस्थापकही असतात, असं नाही. वाढत्या गरजेला आमचे सदस्य पुरेशा गतीनं विकसित होऊन पुरे पडणं आवश्यक आहे.

'सेवा स्वास्थ्य संघटने'पुढलं आव्हान आहे की, आर्थिकदृष्ट्या आपल्या पायांवर उभं राहून गरिबांची सेवा करत राहणं. आधुनिक वैद्यकीय तंत्रज्ञान आणि उपकरणं गरिबांपुढे नेताना ती योग्य आणि परवडण्याजोगी आहेत, याची खातरजमा करणं महत्त्वाचं आहे. नीट प्रशिक्षण दिलेले स्वास्थ्य कर्मचारी डोळे तपासणं आणि गर्भवती असल्याची, मूत्राची, मधुमेहाची आणि ॲनिमिआची लॅब-टेस्ट घेणं अशी कामं करू शकतील.

'सेवा-स्वास्थ्य संघटने'मागचा एक महत्त्वाचा हेतू होता की, व्यवसायामुळे आरोग्यहानी होत असते, याकडे लक्ष पुरवणं. दुदैवानं ह्या महत्त्वाच्या प्रश्नाबाबत अजूनही पुरेसं काम झालेलं नाही. कचरा गोळा करणारे, शिवणकाम करणारे, कचऱ्यापासून वस्तू बनवणारे यांच्यासाठी प्रकृतीला घातक नसलेली अवजारं शोधणं आवश्यक आहे. जरी आम्ही 'नॅशनल इन्स्टिट्यूट ऑफ डिझाइन' आणि

'नॅशनल इन्स्टिट्यूट ऑफ ऑक्युपेशनल हेल्थ' यांच्या सहकार्यानं अवजारं निर्माण करायचा प्रयत्न केला आहे, तरीही ती अजूनही सर्वसाधारण जनतेला परवडण्याजोगी नाहीत. अवजारं वापरण्याची पद्धत बदलणं किंवा उत्पादनाची रीत बदलणं, असे तांत्रिक सुधारणाबदल सुचवण्याची कुवत आमच्या स्वाथ्य संघटनेपाशी नाही. त्यामुळे आम्ही प्राथमिक आरोग्य आणि आरोग्य-शिक्षण यांवरच आमचे प्रयत्न केंद्रित केले आहेत. शेतांवर काम करणाऱ्यांसाठी अधिक कार्यक्षम कुदळी, अगरबत्या बनवणाऱ्यांसाठी टेबलं आणि तंबाखूचं काम करणाऱ्यांसाठी हातमोजे पुरवायचा प्रयत्न आम्ही केला आहे; पण हे प्रयत्न अजूनही लहानसहानच म्हटले पाहिजेत.

ज्या स्त्रियांपुढे कामावाचून पर्याय नसतो, त्यांना त्यांचं काम किती धोक्याचं किंवा विषबाधा घडवणारं आहे, हे सांगून काहीही फरक पडणार नाही. त्यांच्या कामामुळे उद्भवणाऱ्या आजारांवर आणखी संशोधन करण्याबरोबरच त्यांना पर्यायी व्यवसाय शोधून देणंही महत्त्वाचं आहे. त्यांना नवी कौशल्यं शिकवणं आणि तंत्रज्ञान वापरून त्यांच्या व्यावसायिक धोक्यांबाबत तोडगे शोधणं हेसुद्धा हाती घेणं आवश्यक आहे. कचरा गोळा करणाऱ्यांना आपण फलकांद्वारे शिकवू शकू की, कीटकनाशकं आणि तत्सम विषारी पदार्थ कसे ओळखायचे आणि त्यांच्याशी संपर्क आलाच, तर तातडीनं काय उपचार घ्यायचे. अशा प्रशिक्षणाद्वारे आपण त्यांना ह्या धोक्यांबाबत जागृत करू शकू. त्यामुळे स्वास्थ्यविषयक प्रशिक्षणाचे दूरगामी फायदे होऊ शकतील.

गुटका किंवा तंबाखू चघळणं हे सर्व सामाजिक स्तरांमध्ये आणि सर्व वयाच्या स्त्रीपुरुषांमध्ये आगीसारखं पसरतं आहे. भूक मारण्यासाठी आणि खूप तास काम करताना सचेत राहाण्यासाठी गरीब लोक गुटका चघळत असतात. त्याचा इतका प्रचंड प्रसार झाला आहे की, शेतमजुरांना पगाराच्या घासाघिशीच्या वेळेस मधाचं बोट लावण्यासाठी गुटक्याची पाकिटं बोनस म्हणून वाटली जातात. HIV/ AIDS आणि तसेच अन्य गुप्तरोग जोरानं पसरत आहेत. अज्ञानामुळे अशा रोगांना बळी पडू नये म्हणून गोरगरिबांना त्यांच्या समाजातच प्रशिक्षणाचे वर्ग भरवून सावध करणं अगत्याचं आहे.

७

भरतकामकुशल स्त्रिया

उत्तर गुजरातमधल्या बनासकांठा जिल्हातले राधनपूर आणि संथालपूर हे तालुके अत्यंत गरीब आणि अविकसित परिस्थितीत आहेत. बनासकांठा हा पूर्ण जिल्हा म्हणजे खुरट्या झुडपांनी भरलेला वाळवंटी प्रदेश आहे. तिथल्या अत्यंत विषम तापमानात ११० खेड्यांमधून दोन लाख लोक राहत आहेत. ह्या विभागातला सरासरी वार्षिक पाऊस फक्त वीस इंच असतो. इथली जमीन आणि पाणी खारं आहे. भूस्तराखालची पाण्याची पातळी दर वर्षी ज्या वेगानं खाली जाते आहे, ती खरोखरच चिंतेची बाब आहे. दुष्काळ किंवा अवचित येणारे पूर यांमुळे दर वर्षी इथली जमीन उद्ध्वस्त होते आहे आणि इथली जनता ह्या आपत्तींना तोंड देऊन थकून गेली आहे.

१९८७ साली 'सेवा'च्या सदस्यांच्या एका गटाबरोबर मी ह्या जिल्ह्याच्या मध्यभागी असलेल्या संथालपूर आणि राधनपूर ह्या खेड्यांना भेट दिली. ह्या खेड्यांना पाइपलाइन टाकून पिण्याचं पाणी पुरवण्याचा भारत आणि हॉलंड यांचा एक प्रस्ताव होता. त्यासंदर्भात आम्ही तिथे गेलो होतो. दाणापीठ इथे विक्री करणारी राजीबेन नावाची 'सेवा'ची सदस्य राधनपूरची होती. ती मला नेहमी ह्या प्रदेशाबद्दल सांगत असे. भारताचं विभाजन होण्यापूर्वी जमीन आणि पाणी यांचा शोध घेत तिचे कुटुंबीय पाकिस्तानातून तिथे कसे पोचले होते, याबद्दल राजीबेन मला नेहमी सांगत असे. आम्ही ह्या विभागाला भेट दिली, तेव्हा आधीची तीन वर्षं तिथे ओळीनं दुष्काळ पडला होता. ह्या रखरखीत विभागातलं प्रत्येक खेडं वाऱ्यानं वाहून आणलेल्या वाळूनं भरून गेलं होते. घरांमध्ये कर्ते पुरुष दिसत नव्हते. ते कामाच्या शोधात घर सोडून दुसरीकडे निघून गेले होते. वृद्ध पुरुष सावलीत बसून शांतपणे विड्या ओढत होते. आम्ही

घरातल्या स्त्रियांशी बोलत होतो. त्या त्यांच्या ओढगस्तीच्या परिस्थितीतल्या आयुष्याबद्दल आम्हांला सांगत होत्या, परंतु आमच्याशी बोलत असतानासुद्धा त्यांच्या हातात सुई-दोरा होता आणि एकीकडे त्या भरतकाम करत होत्या. त्यांची घरं रिकामी-रिकामी होती. घरात फारशा वस्तू नव्हत्या. असं असूनही त्यांची घरं झळाळत होती. मातीनं लिंपलेल्या भिंतींमध्ये छोटे-छोटे आरसे जडवलेले होते आणि ते सूर्यप्रकाश परिवर्तित करून घरातला काळोख उजळून टाकत होते. जिथे नजर टाकावी, तिथे हे चकाकते आरसे दिसत होते. सुंदर भरतकाम केलेले पडदे दारांवर लटकत होते आणि अतिथींचं स्वागत करत होते. पलंगपोसांवरसुद्धा कुशलतेनं अत्यंत सुंदर भरतकाम केलेलं दिसत होतं. मुलांच्या पाळण्यांमध्ये अंथरलेलं दुपटंसुद्धा नाजूक भरतकाम मिरवत होतं. लाकडी खुंटाळ्यावर अडकवलेली पिशवी, ह्या स्त्रियांनी घातलेले कपडे, पुरुषांचे जोडे आणि बैलांच्या शिंगांवरच्या झुलीवरसुद्धा अत्यंत नाजूक भरतकाम केलेल होतं. भरतकामाच्या रंगीबेरंगी दोऱ्यांमध्ये छोटे-छोटे, चकाकते आरसे गुंफलेले होते. त्या चकाकत्या आरशांनी भरतकामाची शोभा द्विगुणित होत होती. दारिद्र्य आणि सौंदर्य यांतला ह्या वाळवंटी भागातला विरोधाभास प्रकर्षानं नजरेत भरत होता. ह्या कष्टाळू, सुसंस्कृत स्त्रियांनी केवळ सुईदोऱ्याचा वापर करून हे मूर्तिमंत सौंदर्य उभं केलं होतं. इतकी जबरदस्त चिकाटी असलेल्या आणि इतकं कौशल्य अंगी असेलल्या ह्या कष्टाळू स्त्रिया इतक्या गरीब का राहिल्या होत्या? आम्ही जिथं-जिथं गेलो, त्या प्रत्येक घरात आम्हांला सौंदर्य आणि गरिबीमधला हाच विरोधाभास जाणवल्यावाचून राहिला नाही.

ह्या स्त्रिया विविध समाजांतल्या होत्या. अहिर, खारी, मोची, भरवाड; काही हिंदू, तर काही मुसलमान धर्माच्या. हा प्रत्येक समाज अजूनही आपल्या बापजाद्यांच्या पारंपरिक व्यवसायातच व्यग्र होता. गुरं पाळणं, चामड्याच्या वस्तू बनवणं, शेती करणं, कापसापासून कापड विणणं, कापूस पिंजणं, लोकर पिंजणं अशा विविध व्यवसायांमध्ये हे लोक व्यग्र होते. प्रत्येक जातीची आणि समाजाची भरतकामाची खास अशी शैली होती. ती आईकडून मुलीकडे परंपरेनं चालत आलेली होती.

जरी अनेक दशकांमध्ये स्त्रियांचं भरतकामाचं कौशल्य बदललेलं नसलं, तरी ते राहत असलेला भूप्रदेश मात्र बदललेला होता. दर वर्षी वाळवंटी टापू पसरतच चाललेला होता आणि त्यांच्या खेड्याच्या जवळपासची झाडांची हिरवाई आणखी दूर-दूर चालली होती. भूस्तराखालच्या पाण्याची पातळी घटल्यामुळे विहिरी कोरड्या पडत चालल्या होत्या. गुराढोरांपासून चांगलं उत्पन्न मिळत असे, परंतु पाण्याच्या अभावी फारशी गुरंढोरंसुद्धा पाळता येत नव्हती.

कमी पावसामुळे ह्या विभागात खूपदा दुष्काळ पडतो. कुटुंबं कामाच्या

शोधात कच्छ आणि काठेवाडात स्थलांतर करतात. स्थलांतर केलेल्या पुरुषांना दिवसाकाठी सरासरी वीस रुपये, तर स्त्रियांना दिवसाकाठी पंधरा रुपये मजुरी मिळते. काम मिळणं हासुद्धा नशिबाचाच भाग असतो. 'हातावर पोट' अशीच त्यांची अवस्था असते. त्या वर्षी पाऊस पडला नाही, तर ते आपल्या खेड्यात परत जात नाहीत. सरकारनं त्यांच्या इलाख्यात दुष्काळी कामं काढली असल्याची बातमी कानांवर पडली, तर ते घरी परत येतात.

दुष्काळ पडला की, कुटुंबाला सारी मालमत्ता अन्नापोटी विकावी लागते. गाई, म्हशी, बैल, उरलेली पुंजी हे सर्व अन्नापोटी खर्च होतं. पाऊस पडला नाही, तर गुरांसाठीचा चारा त्यांना विकत आणावा लागतो. चारा विकत मिळत नसला किंवा त्याची किंमत परवडण्याजोगी नसली, तर त्या कुटुंबाला आपल्या गोधनाला समवेत घेऊन स्थलांतर करावं लागतं. स्थलांतर करूनही बरेचदा त्यांना फक्त कमी रोजगाराची, कंत्राटदाराकरवी दिली जाणारी सरकारी दुष्काळी कामंच मिळतात.

बौदा खेड्यात राहणाऱ्या पूरीबेन ह्या स्त्रीनं मला सांगितलं, "दुष्काळी कामावर रोजगार मिळवण्यासाठी गर्भारपणीच मला कडेवर आणि पाठुंगळी एक-एक मूल घेऊन रोज सहा किलोमीटरची पायपीट करावी लागत होती. दिवसा कडक उन्हात खड्डे खणून ती माती तिला डोक्यावरून वाहून न्यावी लागत होती." सार्वजनिक रस्त्यांच्या बांधकामावरली मजुरी कष्टाची होती. कामाची जागाही घरापासून खूप अंतरावर असल्यामुळे आणि लहान मुलांना तिथे नेणं कष्टाचं असल्यामुळे बरेचदा ती कामाच्या जागीच रात्र घालवत असे. रात्रीच्या जेवणासाठी काळ्या चहाबरोबर भाकरी खाऊन ती वेळ निभावत असे.

उमियाबेनचा नवरा सुतारकाम करत असे, पण त्याला मिळणारं कामसुद्धा पावसावरच अवलंबून असे. कारण तो नांगर आणि अशीच शेतीची अन्य अवजारं बनवत असे. पाऊस पडला नाही, तर तो एक जाड चादर आणि एकदोन पातेली बरोबर घेऊन त्याच्या कुटुंबासकट स्थलांतर करत असे. कधीकधी त्याला मिळणाऱ्या रोजगारात त्यांना फक्त एका वेळेचचं जेवण घेता येत असे. रोजगार मिळणं ही अवघड गोष्ट होती.

ह्या स्त्रियांशी बोलल्यावर आमच्या लक्षात आलं की, स्थलांतर करणं टाळून आपल्याच खेड्यात नियमित काम मिळावं, अशी ह्या स्त्रियांची इच्छा होती. 'फाउंडेशन फॉर पब्लिक इन्टरेस्ट' ह्या विकासाबद्दल संशोधन करणाऱ्या संस्थेच्या मदतीनं 'सेवा'नं राधनपूर आणि संथालपूर तालुक्यांमधल्या स्त्रियांमधल्या कौशल्याचं सर्वेक्षण केले. ह्या सर्वेक्षणात आढळलं की, तिथल्या स्त्रियांपैकी ८०% स्त्रियांच्या बोटांमध्ये भरतकामाचं कौशल्य होतं. घरबसल्या नियमित उत्पन्न मिळेल असा मार्ग शोधणं, ह्या स्त्रियांना गरजेचे होतं. घरबसल्या रोजगार

मिळवता आला असता, तर ह्या स्त्रियांचं आयुष्यच बदलून गेलं असतं. ह्या समाजाला नियमित पाणीपुरवठा आणि रोजगार मिळवून देण्यासाठी स्थानिक जनतेचा सक्रिय सहभाग असलेला प्रकल्प राबवणं आवश्यक होतं.

पशुपालन हा अहिर ह्या ग्रामीण जमातीचा प्रमुख व्यवसाय आहे. अहिर लोक मजबूत अंगापिंडाचे आणि उंचपुरे असतात. द्वारका वसवताना कृष्णानं ज्या लोकांना मथुरेहून द्वारकेला नेलं, ते आपले पूर्वज आहेत, अशी अहिर जनतेची ठाम खात्री आहे. मथुरेहून कृष्णाबरोबर द्वारकेला जात असताना जे लोक उत्तर गुजरातेत स्थिरावले, ते अहिर, असं हा समाज म्हणतो.

पशुपालन आणि भरतकाम हे अहिर समाजाचे दोन प्रमुख उद्योग आहेत. अहिर स्त्रियांच्या कपड्यांवर भरगच्च भरतकाम केलेलं असतं. त्यांचे घागरे, चोळ्या आणि डोक्यावर घ्यायच्या ओढण्या हे सारे कपडे भरतकामानं नटवलेले असतात. अहिर स्त्रिया आयुष्यभर भरतकाम करत असतात; मुलगी पाच वर्षांची झाली की, ती हातात सुई-दोरा घेऊन साखळीच्या टाक्यानं साधं-साधं भरतकाम करू लागते. आपली मुलगी अठरा वर्षांची होऊन सासरी जाईपर्यंत तिची आई भरतकाम करून तिला हुंड्यात द्यायची वधूवस्त्रं तयार करून ठेवते. एक डझन घागरे, दोन डझन पोलकी यांवर प्रेमानं, कष्टानं सुंदर भरतकाम केलं जातं. मुलीला सासरी गेल्यावर खूप वर्षं पुरतील एवढे कपडे तयार करून ठेवले जातात.

प्रत्येक स्त्रीला वर्षाकाठी परकर-पोलकं-ओढणीचे दोन जोड लागतात. वर्षभर तेच दोन जोड दिवस-रात्र वापरले जातात. अखेरीस ते फाटून त्याजागी नवे जोड काढावे लागतात. शेतात कष्ट करत असोत की, चिखलमातीत काम करत असोत; दगड फोडत असोत की, काटेकुटे साफ करत असोत; स्त्रिया नेहमीच त्यांचे भरतकाम केलेले सुंदर कपडे घालतात. त्यामुळे हे कपडे लवकर फाटतात आणि ते सतत शिवून दुरुस्त करावे लागतात. पोलकं फाटलं किंवा खूप घट्ट होऊ लागलं, तर शिवण उसवून भरतकाम केलेला भाग काळजीपूर्वक अलग केला जातो आणि नव्या कापडावर तो शिवला जातो.

हन्सीबा ही ९२ वर्षं वयाची स्त्री आहे. तिला अजूनही १९ वेगवेगळ्या प्रकारचे टाके घालता येतात. प्रत्येक टाक्याला त्याचं असं खास नाव आहे : काच मोगरू, कांगरी, बदाम, बरजाली, खापखौकडी, बंदनी खारेकडी, राठोडियो, जाली वगैरे वगैरे. हन्सीबा ही पूरीबेनची आई आहे. ''मी तरुण असताना माझ्या फर्माइशीनुसार कापड विणून घेत असे. मी कापूस पिंजून सूत कातत असे, गावातल्या विणकरापाशी सुताची भिंडोळी नेऊन माझ्या आवडीप्रमाणे कापड विणून घेत असे; साधं, काठाचं, रेघांचं, चौकटींचं. विणकराची बायको उभ्या धाग्यांच्या विणीचा खांब घेऊन माझ्या घरी येत असे आणि माझ्या नजरेखाली

आडव्या धाग्यांची वीण पुरी करत असे.'' हन्सीबा जुन्या आठवणीत रमते.

हन्सीबा आपल्या आईकडून कापड रंगवायला शिकली. ''मी मोठ्या हंड्यात बाभळीची साल उकळत असे. पाण्याला लाल रंग आला की, रंगाऱ्याकडून आणलेल्या रंगाचा लहानसा हिस्सा मी त्या पाण्यात मिसळत असे. मी बनवलेले रंग पक्के असत; विटत नसत कारण मी बाभूळ आणि चिंच वापरून नैसर्गिक प्रक्रिया करत असे. रंग बनवताना मी उन्हापासून काळजीपूर्वक दूर राहत असे. हे वेगळंच कौशल्य आहे, बरं का!'' बोलकं झालेल्या तोंडानं हसता-हसता हन्सीबा सांगते.

ह्या स्त्रिया शेतावर जातानासुद्धा भरतकामाचं साहित्य बरोबर घेऊन जातात. दुपारच्या जेवणानंतर पुरुष जेव्हा सावलीत बसून चिलीम ओढत विसावा घेतात, तेव्हा स्त्रियांचे हात कधीही थांबलेले नसतात. मिळणारा प्रत्येक रिकामा क्षण त्या भरतकामात सत्कारणी लावतात. घरी कंटाळवाण्या कामातून आणि आईच्या जाचातून सुटका व्हावी म्हणून मुली भरतकाम करतात. भरतकामात स्त्रियांना विसावा आणि सौख्य लाभतं, त्यांच्या ठायीच्या सृजनशीलतेला वाव मिळतो. मुलीच्या हुंड्यासाठीची तयारी म्हणून जेव्हा एक आई प्रेमाने भरतकाम करत असते, तेव्हा तिला ते कष्ट वाटतच नाहीत. नववधू जेव्हा सासरी जाते, तेव्हा तिला भरतकामासाठी मोकळा वेळ अजिबात मिळत नाही. घरकाम, गुराढोरांची देखभाल, शेतावर मजुरी यांत तिचा पूर्ण दिवस जातो. दिवस भरत आल्यावर जेव्हा ती बाळंतपणासाठी माहेरी जाते, तेव्हाच तिला हातात सुईदोरा घेण्याइतपत फुरसत मिळते. ती गर्भार राहिल्यावर पाचव्या महिन्याच्या पाचव्या दिवशी रूढीनुसार तिची बहीण येणाऱ्या भाचरासाठी टोपीवर भरतकाम करू लागते. सुखरूपपणे बाळंतपण झालं की, ही नवी आई आपल्या मुलीच्या हुंड्यासाठी भरतकाम हाती घेते.

पहिला पाऊस पडला की, शेतात भरपूर काम असतं. अशा वेळेस स्त्रिया भरतकामासाठी पातळ कापड नेतात, कारण दमट, पावसाळी हवेत जाड कापडात सुई सहजी घुसवता येत नाही. पावसाळी हवेत त्या गडद रंगाचे कपडे वापरतात, म्हणजे त्यावर चिखल-मातीचे डाग सहजी दिसून येत नाहीत; परंतु कापणी-मळणीच्या वेळेस जेव्हा त्या कामात खूपच व्यग्र असतात, तेव्हा त्या साध्या टाक्यांचं, पटपट होणारं भरतकाम हाती घेतात. हिवाळ्यात ह्या स्त्रिया जाड कापडावर भरतकाम करतात, म्हणजे ऊब यायला मदत होते. उन्हाळ्यात खूपच उकाडा असतो, त्या वेळेस ह्या स्त्रिया पांढऱ्या कापडावर गृहसजावटीसाठीचं भरतकाम करतात. उन्हाळ्यातल्या प्रखर उन्हात रंगीत कापड घेतलं, तर सूर्यप्रकाशात त्यावरचा रंग उडून जातो. उन्हाळ्यात शेतावरसुद्धा फारसं काम नसतं. त्यामुळे

मोठ्या कापडांवर घागऱ्यासाठी नाजूक भरतकाम करायला त्यांना मोकळा वेळ मिळतो.

काही वेळा भरतकामासाठी अजिबात वेळ काढता येत नाही. ह्या स्त्रिया म्हणतात, "जेव्हा खूप घरकाम असतं; जेव्हा कानाशी खूप डास गुणगुणत असतात; जेव्हा म्हैस व्यायच्या तयारीत असते; जेव्हा सावकारासारखे अप्रिय पाहुणे अचानक घरात येतात; जेव्हा मुलं खूपच त्रास देत असतात; जेव्हा तुमचं हृदय दुःखानं व्यथित झालेलं असतं (मुलगी सासरी सुखी नाही असं ऐकल्यावर होईल, तसं) अशा वेळेला स्त्रीला चित्त एकाग्र करणं अशक्य होतं." स्त्रिया म्हणतात, "भरतकाम सुख-दुःखात आम्हांला साथ देऊन जिणं सुसह्य करत असतं." अशा तऱ्हेनं भरतकाम ही ह्या स्त्रियांची स्वतःची विशेष ओळख आहे. भरतकाम हे सस्कृतीनं त्यांना बहाल केलेलं वरदान आहे.

बिकट आर्थिक परिस्थितीत जेव्हा कुटुंबाला आपली मालमत्ता विकण्यावाचून गत्यंतर नसतं, अशी वेळ साधून व्यापारी खेड्याखेड्यांत शोध घेत फिरतात आणि स्त्रियांनी आपल्या मुलींच्या लग्नात देण्यासाठी भरतकाम केलेले कपडे विकत घेतात. संकट काळात, नाइलाजास्तव आपण लेकीच्या हुंड्यासाठी प्रेमानं कलाकुसर करून तयार केलेले कपडे विकावे लागण्यासारखं दुःख नाही! हे कपडे विकावे लागले की, स्त्रियांचं हृदय पिळवटतं. हे दुःख सहजी विसरण्याजोगं नसतं. प्रत्येक कपड्यावर भरतकाम करायला अनेक वर्षं लागलेली असतात. ह्या स्त्रियांनी त्यात जीव ओतलेला असतो. त्याच्याशी त्यांच्या भावना निगडित झालेल्या असतात. वौवा इथे राहाणारी उमियाबेन अजूनही त्या दुष्काळाची आठवण काढून हळहळते; वर्षानुवर्षांच्या मेहनतीनं केलेलं भरतकाम तिला फक्त शंभर रुपयांच्या एका नोटेच्या बदल्यात देऊन टाकावं लागलं होतं.

ह्या खेड्यांमधल्या प्रत्येक घरात पितळ्याची आणि स्टीलची भांडी लखलखत असतात. अशी लखलखणारी भांडी हा प्रत्येक स्त्रीच्या अभिमानाचा विषय असतो; ती प्रतिष्ठितपणाची दृश्य खूण असते! बाकुरा नावाच्या खेड्यातल्या गौरीबेनला अजूनही तो दिवस आठवतोय. त्या दिवशी एक व्यापारी आरशाप्रमाणे लकाकणारी स्टीलची भांडी घेऊन आला होता. तिला ह्या नव्या प्रकारच्या भांड्यांचं इतकं अप्रूप वाटलं की, तिनं ती तिच्या मुलीच्या लग्नात देण्यासाठी विकत घ्यायचं ठरवलं. थोडीशी स्टीलची भांडी विकत घेण्यासाठी तिनं अत्यंत सुंदर कलाकुसर केलेले घागरे देऊन टाकले. तिनं ही स्टीलची भांडी काळजीपूर्वक एका कापडात गुंडाळली आणि कुणाच्याही हाती लागणार नाहीत, अशा जागी उंचावर ठेवून दिली. काही वर्षांनी तिच्या मुलीचा लग्नदिवस जवळ आल्यावर तिनं ती भांडी साफ करण्यासाठी खाली उतरवली. तिनं त्याभोवती गुंडाळलेलं कापड सोडलं, तर तिला गंजलेला काळाकुट्ट भंगारमाल दिसला. तिला धक्काच

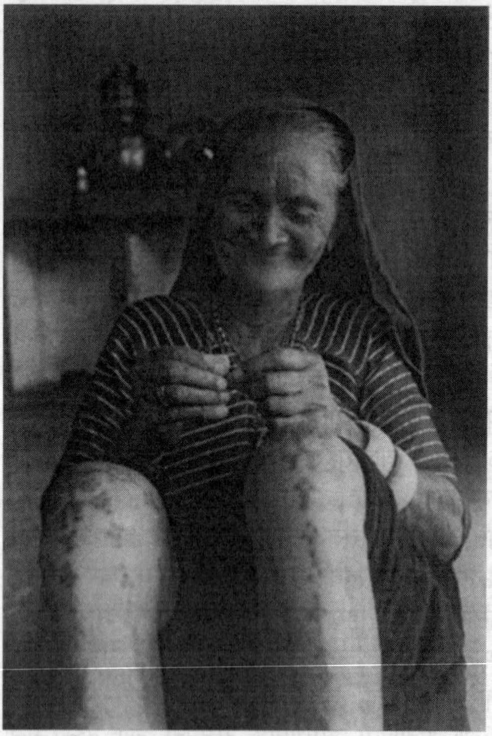

"सुखाच्या काळात भरतकाम आम्हाला रिझवतं आणि विपत्काळात ते आमच्या मनाला उभारी देतं." भाचीबेन सुईत दोरा ओवताना
(अमित दवे)

बसला. त्या व्यापाऱ्यानं तिला हातोहात फसवलं होतं. फसवणुकीच्या जखमेवर मीठ चोळलं गेलं होतं, कारण संतापलेल्या नवऱ्यानं तिला यथेच्छ बदडून काढलं होतं.

ह्या स्त्रिया फारसा प्रवास करत नाहीत, त्यामुळे हे व्यापारी त्यांना अगदी सहजपणे फसवू शकतात. त्या अगदी क्वचितच त्यांच्या खेड्याबाहेर पडतात. स्थलांतर करताना त्यांनी त्यांचं खेडं सोडलं, तरी त्यांचा नवरा त्यांच्यासमवेत असतो. आपल्या भरतकामाला बाजारात किती किंमत येऊ शकेल, याबद्दल ह्या स्त्रियांना काहीही माहिती नसते; त्यामागचं एक कारण असं आहे की, विकत घेणारे लोक खूप दूर राहत असतात. व्यापारी हाच सर्वेसर्वा असतो. तो देईल ती किंमत ह्या स्त्रिया निमूटपणे स्वीकारतात, कारण विकत घेणारा कुणीतरी आहे, याचंच त्यांना महत्त्व वाटत असतं.

पूरीबेननं एकटीनं कधीही गावाबाहेर पाऊल टाकलेलं नव्हतं. तिच्या कुटुंबातले पुरुषच सर्व बाजारहाट करत असत. ते कामासाठी दुसऱ्या जागी गेले, तरीसुद्धा ती नेहमी तिच्या नवऱ्याबरोबरच कामाच्या जागी जात असते. अशा परिस्थितीत,

आपण केलेल्या भरतकामाला आणखी चांगली किंमत येतेय का, हे तिला शोधता येणं केवळ अशक्य होतं.

आणि जरी ह्या स्त्रियांना त्यांच्या भरतकामाची योग्य किंमत ठाऊक असली, तरी त्या खूप दूरच्या जागी राहत असलेल्या गरजू स्त्रिया असल्यामुळे त्यांच्यापुढे फारसे पर्याय नसतात. आणखी चांगली किंमत येईपर्यंत थांबणं गरजू स्त्रियांना शक्य नसतं, ही गोष्ट धूर्त व्यापारी पुरेपूर जाणून असतात. नडलेल्या स्त्रियांना नेहमीच भीती वाटत असते, 'आणखी कुणी व्यापारी आला नाही, तर? किंवा तो लवकर आला नाही, तर? मग मी काय करणार?' चणचणीच्या काळात रोख रक्कम मिळणं अत्यंत गरजेचं असतं आणि त्यांच्या भरतकामाला इतरत्र खूप किंमत येण्याजोगी असल्यामुळे रोख पैसे मोजून व्यापारी तो माल विकत घ्यायला तयार असतो.

आम्ही केलेल्या सर्वेक्षणाचा अहवाल वाचून राज्य सरकारचं पाणीपुरवठा मंडळ ह्या विभागात खूप काम करू लागलं. असं असूनही खेड्यातल्या स्त्रियांचं नित्याचं पालूपद असे रोजगाराचं काम मिळण्याबाबत! त्यामुळे 'सेवा'मधल्या कार्यकर्त्यांनी ठरवलं की, ह्या स्त्रियांना काम आणि कमाई मिळवून देणं, हा ह्या पाणीपुरवठा प्रकल्पाचा मुख्य भाग बनवायचा. हे काम हाती घेण्यासाठी एखाद्या तरुण मुलीनं खेड्यामध्ये राहून काम करण्याची गरज होती. रीमा नानावटी केवळ एकवीस वर्षांची होती, पण तिनं मायक्रोबायॉलॉजीमध्ये पद्व्युत्तर शिक्षण पूर्ण केलेलं होतं आणि नुकतीच I. A.S.ची (इंडियन ॲडमिनिस्ट्रेटिव्ह सर्व्हिस) परीक्षा तिनं उत्तीर्ण केलेली होती. सरकारकडून कामाच्या जागी नियुक्ती होण्यापूर्वीच्या काळात ती आमच्या प्रकल्पावर कामासाठी आली. पाणीपुरवठामंडळाच्या लोकांबरोबर ती दूरदूरच्या खेड्यांमध्ये गेली. तिनं तिथली एकूण परिस्थिती, पाण्याची टंचाई, लोकांचे व्यवसाय, त्यांना मिळणारी कमाई आणि स्त्रियांच्या बोटातलं कसब ह्या साऱ्याची जवळून पाहणी केली. ह्या स्त्रियांना रोख उत्पन्न कोणत्या मार्गानं मिळू शकेल, यावर तिनं खूप विचार केला. भारतातल्या खेड्यातलं आयुष्य कसं असतं, याची झलक पहिल्यांदाच तिला दिसत होती. इंडियन सिव्हिल सर्व्हिसकडून तिला नेमणुकीचं पत्र आलं, परंतु तिनं ती नोकरी स्वीकारली नाही. ती नोकरी तिनं डावलली होती, याचा आम्हांला पत्ताच नव्हता! ती म्हणाली की, बनासकांठातल्या स्त्रियांसमवेत काम केल्यानंतर आयुष्याकडे पाहण्याचा तिचा दृष्टिकोनच पूर्णपणे बदलून गेलेला होता.

आपलं आयुष्य पूर्णपणे बदलून टाकणारे ते दिवस पूरीबेनलासुद्धा स्पष्टपणे आठवताहेत. "१९८९ सालच्या हिवाळ्यात एक तरुण मुलगी आमच्या 'वौवा' गावात आली. ती म्हणाली की, तिला खेड्यातल्या स्त्रियांशी बोलायची इच्छा

आहे. आपलं नाव रीमा आहे असं ती म्हणाली आणि ती 'सेवा'ची कार्यकर्ती आहे, असं तिनं आम्हांला सांगितलं.''

अर्थात 'सेवा' हा काय प्रकार आहे हे त्या वेळेस त्या खेड्यातल्या स्त्रियांना अजिबात माहीत नव्हतं. त्या स्त्रियांची छोटीशी सभा भरलेली असताना रीमानं त्यांना सांगितलं की, तिनं त्यांच्यासाठी काहीतरी काम आणलेलं होतं. तिला डझनभर कुर्त्यांवर भरतकाम करून हवं होतं; परंतु हे काम करण्यासाठी फक्त चारच स्त्रिया पुढे आल्या. जेव्हा रीमानं सांगितलं की, कापड आणि दोरा रीमाच पुरवणार होती, तेव्हा हा व्यवहार करण्यात काहीच तोटा नव्हता असं या स्त्रियांना वाटलं. गौरीबेन ह्या चार स्त्रियांपैकी एक जण होती. काही दिवसांनी तयार झालेले कुर्ते नेण्यासाठी रीमा आली, तेव्हा ह्यापैकी कुणीच तिला तयार झालेला माल दाखवेना. त्यांना आधी पैसा हवा होता. ''रीमाबेननं कुर्त्यामागे दीडशे रुपये नगद किंमत दिली. आमचा डोळ्यांवर विश्वासच बसेना!'' पूरीबेन जुनी आठवण सांगताना म्हणाली. ज्या खेड्यात बहुतांश पुरुषांची पूर्ण महिन्याची मिळकत फक्त १७५ रुपये असते, तिथे अशा कमाईवर विश्वासच बसत नाही! ह्या पहिल्या अनुभवानंतर आणखी स्त्रिया पुढे आल्या आणि त्यांनी भरतकाम करून द्यायची तयारी दर्शवली. दर वेळेस रोख पैसे मोजणंही 'सेवा'च्या दृष्टीनं सोपी गोष्टी नव्हती, कारण भरतकाम केलेले कुर्ते विकायची तजवीज अजून झालेली नव्हती; परंतु आमच्यावर ह्या स्त्रियांचा विश्वास बसावा ह्या हेतूनं आम्ही पदरमोड करून त्यांना रोख रक्कम चुकती करायचं ठरवलं.

ह्या स्त्रियांना पुढल्या वेळेस वीस कुर्त्यांवर भरतकाम करायचं काम मिळालं. गौरीबेननं स्वत:कडे दोन कुर्त्यांचं काम घेतलं. एकावर ती दिवसा भरतकाम करत असे आणि दुसऱ्यावर ती गुपचूप रात्री भरतकाम करत असे. अशा प्रकारे तिची हाव इतरांना कळू नये याची तिनं तजवीज केली. सर्वांना सारखं काम देण्याच्या सौजन्यावर तिच्या पैशांच्या गरजेनं कुरघोडी केली. तिनं तयार केलेल्या दोन कुर्त्यांसाठी जेव्हा तिला तीनशे रुपये मिळाले, तेव्हा तिला ह्या नव्या कामाचं मोल उमगलं. ती म्हणते, ''त्या रात्री मला जेवण अधिक गोड लागलं.''

जेव्हा काम नियमितपणे मिळू लागलं, मोठ्या प्रमाणावर मिळू लागलं आणि ह्या स्त्रियांचा 'सेवा'च्या कार्यकर्त्यांवरचा विश्वास जेव्हा वाढला, तेव्हा त्या मोबदल्यासाठी आठवडाभर थांबायला तयार झाल्या. थोडंसं आर्थिक स्थैर्य लाभल्यावर या स्त्रियांना विश्वास टाकणं सोपं जाऊ लागलं. 'सेवा'लासुद्धा हा व्यवहार करणं सुलभ वाटू लागलं. भरतकाम केलेल्या वस्तूची विक्री करण्यासाठी रीमानं अहमदाबादेत आणखी दोन मुलींना – सुकृती आणि नीलम यांना कामावर ठेवलं.

हळूहळू 'सेवा' संघटनेच्या सदस्य बनलेल्या स्त्रियांना मिळणारं काम आणि

मोबदला याची बातमी आजूबाजूच्या खेड्यांमध्येसुद्धा पसरली. त्या खेड्यातल्या स्त्रिया आमच्या गटाला त्यांच्या खेड्यात आमंत्रण देऊन माहिती आणि काम यांचा शोध घेऊ लागल्या. प्रत्येक जातीच्या आणि समाजाच्या लोकांची स्वत:ची अशी भरतकामाची खास शैली असते. अहिर, रबारी, जाट, मोची ह्या सर्व जातींच्या स्त्रियांच्या भरतकामात त्यांची विशेषता दिसून आली आणि ह्या सर्वच स्त्रिया गरजू होत्या, पण त्या साऱ्या जणी सारख्याच गरजू नव्हत्या. प्रत्येक खेड्यातल्या सर्वाधिक गरीब स्त्रियांना काम मिळवून देणं, हा आमचा उद्देश होता.

अशा सभांच्या वेळेस, 'सेवा'च्या कार्यकर्त्या ह्या स्त्रियांनी केलेलं भरतकाम पाहायला मागून घ्यायच्या आणि त्यांना रोख रकमेची गरज असली, तर त्यातले तयार झालेले कपडे विकत घ्यायची तयारी दर्शवायच्या. असे विकत घेतलेले कपडे म्हणजे वेगवेगळ्या टाक्यांच्या नमुन्यांचं 'सेवा'चं संग्रहालय बनलं. रीमानं ह्या स्त्रियांना समजावून सांगितलं की, ती त्यांना व्यापाऱ्यापेक्षा जास्त रक्कम काही दयेपोटी देत नव्हती; ती त्यांच्या कामाची रास्त किंमतच त्यांना देत होती. आपल्या कलेची कदर करणारं हे बाहेरचं जग आहे तरी कसं, असं कुतूहल ह्या स्त्रियांच्या मनात निर्माण झालं.

'सेवा'च्या शब्दांहून 'सेवा'ची कृती नेहमीच अधिक बोलकी असते. भरतकामासाठी रीमा खूप किंमत देत होती, ती वेळेवर पैसे चुकते करत होती आणि ती पुन्हा पुन्हा येऊन आणखी काम देत होती. 'सेवा'च्या कार्यकर्त्यांनी ह्या स्त्रियांना भरतकाम करणारे लहान लहान गट स्थापन करायला मदत केली. मध्यवर्ती सरकारचा 'डेव्हलपमेंट ऑफ विमेन अँड चिल्ड्रन इन रूरल एरिआज' – 'DWCRA' नावाचा एक प्रकल्प आहे. ह्या प्रकल्पांतर्गत अशा गटांना १५,२०० रुपये फिरतं भांडवल दिलं जातं आणि प्रशिक्षणासाठी लहानशी रक्कम दिली जाते. स्थानिक बँकेत जमा केलेल्या ह्या फिरत्या भांडवलाची पूर्ण व्यवस्था ह्या स्त्रियांच्या गटानेच बघायची होती. भाचीबेन म्हणाली, "आम्ही एकाच कारणासाठी असा गट स्थापन केला : आम्हांला काम हवं होतं." जोवर काम मिळत होतं आणि रोख पैशात कामाचा मोबदला हाती पडत होता, तोवर ह्या स्त्रिया कोणताही गट स्थापन करायला तयार होत्या; पण एकत्र येण्यामुळे फक्त आर्थिक लाभाखेरीज आपल्याला आणखीही पुष्कळ गोष्टींचा लाभ होतो, याची जाणीव तेव्हा कुणालाच नव्हती.

सुरुवाती-सुरुवातीला तर 'सेवा'च्या सदस्यांचा गट खेड्यात आला की, स्त्रिया काम मिळवण्यासाठी भांडाभांडी आणि धक्काबुक्की करत असत. त्या साऱ्या जणींनाचा पैशांची आत्यंतिक गरज असल्यामुळे अधीरपणानं त्या कामावर

झडप घालू बघत. कधीकधी तर दोनशे स्त्रियांचा जमाव तिथे जमा होत असे. पैसे घेण्याच्या वेळेस तर याहूनही अधिक धक्काबुक्की होत असे, कारण 'पैसे संपून गेले, तर आपल्याला मोबदला मिळणार नाही.' अशी भीती प्रत्येकीलाच वाटत असे; पण जेव्हा 'सेवा'च्या सदस्या पुन्हा पुन्हा येतच राहिल्या, तेव्हा खेड्यातल्या स्त्रियांना वाटणारी धास्ती हळूहळू कमी झाली. कधीकधी तर 'सेवा'च्या सदस्य भल्या पहाटेच तिथे पोचत असत. त्या वेळेस खेड्यातल्या स्त्रिया अंथरुणाबाहेरही निघालेल्या नसत. 'सेवा'कडून सतत काम मिळत गेलं आणि रास्त मोबदलासुद्धा कबूल केलेल्या वेळेत चुकता होऊ लागला, तसतसा ह्या स्त्रियांच्या मनात विश्वास निर्माण होऊ लागला. 'सेवा'च्या सदस्यांबद्दल ह्या स्त्रिया आपसांत चर्चा करताना म्हणू लागल्या, "ती नक्कीच कुणी व्यापारी नाहीये. पाहिलंस ना, ती साऱ्या जणी हजर असताना काम करते! कुणाला काम मिळालं आणि कुणाला किती मोबदला मिळाला हे उपस्थित असलेल्या सर्वांनाच कळतं!"

शेजारच्या राधनपूर नावाच्या शहरातच 'सेवा'चं छोटंसं कार्यालय होतं, परंतु खेड्यातल्या फारच थोड्या स्त्रिया तिथपर्यंत आलेल्या होत्या. विविध खेड्यांतल्या स्त्रियांना एकत्र आणण्यासाठी कधीकधी राधनपूरमधल्या ऑफिसात मीटिंग्ज घेतल्या जात असत, परंतु शहरात जायचं धाडस या स्त्रिया करत नसत. उमियाबेन खेड्यातल्या गटाचं नेतृत्व करत असली, तरी तीसुद्धा राधनपूरला जायला राजी नसे. "तिथे जाऊन मी काय करायचंय अशी अपेक्षा असेल?" या प्रश्नाचं उत्तर ठाऊक नसल्यामुळे ती जातच नसे. पुन्हा एकदा तिला अहमदाबादेतल्या ऑफिसात बोलावण्यात आलं होतं. तिथे 'सेवा'च्या कामकाजाबद्दल माहिती करून देणाऱ्या वर्गात तिनं उपस्थित राहवं यासाठी हे आमंत्रण होतं. मोठ्या शहराबद्दल तिच्या मनात कुतूहल तर होतंच, परंतु तिथे आपण काय करावं अशी अपेक्षा असेल, याबद्दल ती अंधारातच होती. त्यामुळे तिने सोबतीला आपल्या मैत्रिणी घेऊन अहमदाबादला जायचं ठरवलं.

'सेवा'च्या ऑफिसात सर्वत्र स्त्रियाच दिसत होत्या. कचरा गोळा करणाऱ्या काही स्त्रिया आपल्या व्यवसायाबद्दल जोरजोरात चर्चा करत होत्या. कंत्राट, व्यापारी, मिळणारी किंमत या सर्व गोष्टींबद्दल त्या जाणतेपणानं, तावातावानं बोलत होत्या. हे पाहून उमियाबेन खूपच प्रभावित झाली. ह्या साऱ्या स्त्रियांची ऑफिसात सहजतेने ये-जा चाललेली होती. तिथे त्या निर्धास्तपणे वावरत होत्या. याशिवाय, तिथे आणखीही स्त्रिया टेबलापाशी बसून फोनवर बोलत होत्या, कागदांवर टायपिंग करत होत्या; पण त्या साऱ्या जणीच तिच्याहून काही फारशा वेगळ्या नव्हत्या. त्यांच्यावर थोडं शहरी पॉलिश होतं, पण एरव्ही त्या उमियाबेनहून फारशा निराळ्या नव्हत्या आणि त्या साऱ्या जणी कामात खूप

व्यग्र होत्या!

उमियाबेन आणि राधनपूर – संथालपूर जिल्ह्यातल्या इतर स्त्रियांना अहमदाबादेत बोलावण्यात आलेलं होतं, कारण 'सेवा ॲकॅडेमी'नं आयोजित केलेल्या ओळख सभेत (ओरिएंटेशन मीटिंग) त्यांनी उपस्थित राहावं, अशी अपेक्षा होती. सर्व स्त्रियांचा परस्पर परिचय होऊन त्यांना कामाबद्दल माहिती करून देणं, हा ह्या सभेचा हेतू होता. एका छोट्या खोलीत कोंडाळं करून ह्या स्त्रियांना बसवल्यावर नम्रता नावाच्या 'सेवा'च्या कार्यकर्तीने ह्या स्त्रियांना आपापला परिचय करून देऊन आपल्या कामाबद्दल माहिती करून द्यायला सांगितलं. त्या सभेत उपस्थित राहिलेली प्रत्येक स्त्री काम करत होती, प्रत्येक स्त्री आपापल्या व्यवसायावर उपजीविका करत होती आणि प्रत्येक स्त्री आपल्या वाट्याला आलेल्या खडतर अनुभवांबद्दल सांगू इच्छित होती. नम्रता जेव्हा ह्या सर्व स्त्रियांना सांगू लागली की, जगभरातल्या स्त्रियांनाच खूप तासांच्या कष्टांनतर त्यामानाने अगदी थोडे पैसे मिळतात आणि फारच थोड्या स्त्रियांच्या स्वत:च्या नावावर मालमत्ता असते, तेव्हा ऐकणाऱ्या स्त्रिया संमतीदर्शक माना हलवू लागल्या. तिथे हजर असलेल्या प्रत्येकीलाच ह्या शब्दांचा अर्थ अगदी जवळून ठाऊक होता. ह्या सभेचं आयोजन करण्यामागचा एक मुख्य हेतू होता – स्त्रीच्या कष्टांना मोल असतं हा विचार त्यांच्या गळी उतरवणं! ह्या सभेमागचा आणखीही एक हेतू होता – भरतकाम हा आपला व्यवसायच आहे आणि आपणच आपला व्यवसाय चालवायचा आहे, हा मुद्दा ह्या स्त्रियांच्या मनावर बिंबवणं! 'सेवा' त्यांच्यासाठी धंदा चालवणार नव्हती. त्या स्त्रियांनी होकारार्थी मान हलवली; परंतु त्यातल्या किती जणींना त्याचा अर्थ समजला होता, हा एक प्रश्नच होता!

टेक्स्टाइल डिझाइनची विद्यार्थिनी म्हणून नम्रता बाली पहिल्यांदा 'सेवा'त आली. 'सेवा'ची कार्यकर्ती ललिता कृष्णस्वामी त्या वेळेस 'सेवा'च्या आर्थिक उद्योगाकडे लक्ष पुरवत होती. सर्व स्त्रियांशी आपलेपणाने संवाद साधायचं जे कसब नम्रताच्या अंगी होतं, ते ललिताच्या लक्षात आलं. तिनं नम्रताला १९८४ साली नोकरी दिली. नम्रता शांत होती, अत्यंत कार्यक्षम होती आणि स्त्रियांना स्थानिक बाबींबद्दल असलेल्या ज्ञानाबद्दल तिला आदर वाटत होता. 'सेवा'ची संशोधन आणि प्रशिक्षण उपशाखा म्हणून जेव्हा 'सेवा ॲकॅडमी'ची स्थापना झाली, तेव्हा त्याचा कारभार पाहायला नम्रताहून अधिक कार्यक्षम व्यक्ती शोधूनही सापडली नसती. नम्रताच 'सेवा ॲकॅडमी'चा व्याप सांभाळू लागली. ह्या स्त्रियांना बोलतं करून नवीन कल्पनांबद्दल त्यांच्याशी चर्चा करायला नम्रताला सहज जमतही असे आणि आवडतही असे.

'सेवा'च्या सुरुवातीच्या काळात TLAमधून आमची हकालपट्टी झाल्यावर

ललिताच्या लगेचच लक्षात आलं होतं की, स्त्रियांच्या अंगात असलेल्या कला-कौशल्याला वाव मिळाला, तर त्यातून त्या खूपच अर्थार्जन करू शकतील. अहमदाबादेतला मुस्लीम समाज ब्लॉक प्रिंटिंगच्या व्यवसायात वर्षानुवर्षं कार्यरत आहे. समाजाची पारंपरिक कौशल्यं अस्ताला जायच्या मार्गावर असतानाच ललितानं त्यांना संघटित केलं आणि त्यांच्या सहकारी संघटनेमार्फत त्यांना अर्थार्जनाची संधी मिळवून दिली. चिंध्यांपासून बनवलेल्या रजयांच्या खोळी, ब्लॉक-प्रिंट केलेलं कापड आणि बांधणी (tie & dye) पद्धतीने रंगवलेले स्कार्फ विकायला ललितानेच 'सेवा'चं पहिलं दुकान सुरू करून दिलं होतं. विविध कलांमध्ये प्रवीण असलेल्या 'सेवा'च्या सदस्यांनी बनवलेल्या या गोष्टी 'सेवा'च्या दुकानात विक्रीसाठी ठेवल्या जाऊ लागल्या. बनासकांठातल्या स्त्रियांना ठाऊक नव्हतं की, त्यांच्या बोटातल्या कलेला मोल उपलब्ध करून द्यायला त्यांना सेवा'तर्फे आता जी संधी लाभलेली होती, ते ललितानं अनेक वर्षांपूर्वी केलेल्या दूरदर्शी संयोजनाला आलेले गोमटं फळ होतं!

इतक्या मनमोकळ्या चर्चेनंतर उत्तेजित झालेल्या बनासकांठातल्या स्त्रियांनी परतीच्या प्रवासात दृढनिश्चय केला, 'आपण एकत्र येऊन कष्ट करू आणि कष्टाचं फळ एकत्रितपणे चाखू.' थोडे प्रयत्न केले, तर काम आणि अर्थार्जन या दोहोची संधी मिळेल, असा नवा विश्वास त्यांच्या मनात निर्माण झाला होता. त्या इतक्या उत्तेजित झालेल्या होत्या की, त्यांनी आपला विचार खेड्यातल्या इतर स्त्रियांनासुद्धा सांगितला आणि पटवला.

भरतकामाच्या व्यवसायात उडी घेण्यापूर्वी आम्ही 'सेवा'च्या कार्यकर्त्यांनी तीन गोष्टींचा निश्चय केलेला होता. पहिली गोष्ट म्हणजे, जी स्त्री भरतकाम करायचं काम मागेल, तिला आम्ही नेहमीच काम पुरवू आणि तिला कधीही रिकाम्या हातांनी परत पाठवणार नाही. दुसरी गोष्ट, केलेल्या कामाचा रोख मोबदला आम्ही दहा दिवसांच्या आत देऊ. तिसरी गोष्ट, भरतकाम केलेली गोष्ट विकून जे पैसे येतील, त्यातले निदान ६०% पैसे आम्ही भरतकाम करणारीला रोख रकमेत देऊ. ह्या तीन तत्त्वांवर आम्ही बनासकांठा जिल्ह्यातल्या ग्रामीण स्त्रियांना संघटित केलं.

स्त्रियांच्या दृष्टीनं, भरतकामामुळे त्यांना पैशांव्यतिरिक्त इतरही गोष्टी मिळाल्या. सामूहिक तत्त्वावरच्या उद्योगातून अर्थार्जन होत असल्यामुळे काम करता-करता स्त्रिया मतांची, विचारांची आणि कौशल्यांची देवाण-घेवाणसुद्धा करू लागल्या. 'सेवा'च्या मदतीनं DWCRAचे इतर गटसुद्धा स्थापन झाले. ज्या स्त्रियांना भरतकामात गती नव्हती, पण त्यांच्या अंगी इतर विविध कौशल्यं होती, अशांनी आपापले गट स्थापन केले. मीठ बनवणारे, डिंक गोळा करणारे,

जंगलात आणि शेतात काम करणारे, लहान आकाराची शेतं असणारे, बचत करून कर्जाऊ पैसे देणारे अशा अनेकांचे वेगवेगळे गट संस्थापित झाले. केवळ चारच वर्षांत जिल्ह्यात असे अनेक गट स्थापन झाले. १९९३ साली ४०,००० महिला सदस्य असलेले एकूण ९१ गट एकत्र आले आणि त्यांनी जिल्हा स्तरावरची संयुक्त संघटना स्थापन केली. ह्या संघटनेचं नाव आहे, 'बनासकांठा DWCRA महिला 'सेवा' संघटना (BDMSA)'; पण त्याचं संक्षिप्त असं वापरातलं नाव आहे – 'संघटना.'

प्रत्येक गटातल्या प्रत्येक स्त्रीपुढला मुख्य प्रश्न होता प्रवासाचा; नवं काम वाटून देणं, तयार झालेला माल गोळा करणं, नियमितपणे मोबदला देणं यासाठी 'सेवा'च्या राधनपूर इथल्या ऑफिसमधून आपापल्या खेड्यांपर्यंत जा-ये करण्यावाचून अन्य पर्याय नव्हता. कधीकधी हिशोब ठेवणं किंवा स्त्रियांना संघटित करणं यासाठी विशेष प्रशिक्षणवर्ग घेतले जात. हे प्रशिक्षण घेतल्यावर ह्या स्त्रियांना व्यवस्थापकीय, आर्थिक किंवा संयोजनाची जबाबदारीची कामं उचलण्याची संधी लाभत असे. त्यांनी भरतकाम करून तयार केलेल्या वस्तूंची मोठीमोठी प्रदर्शनं अहमदाबाद, दिल्ली, मुंबई अशा मोठाल्या शहरांमध्ये अनेकदा भरवली जात असत आणि त्यांना तिथे उपस्थित राहावं लागत असे. प्रवास करण्याच्या आणि केवळ ऐकिवात असलेली दुनिया डोळ्यांनी प्रत्यक्ष पाहण्याच्या कल्पनेनं ह्या स्त्रिया हरखून जात असत, परंतु आपलं घर सोडून आपल्या गावाबाहेर आणि जिल्ह्याबाहेर जाणं काही सोपं नव्हतं. एकतर त्यांना स्वत:लाच पुरेसा आत्मविश्वास वाटत नसे आणि त्यांच्या समाजाकडूनही ह्या गोष्टीला प्रचंड विरोध होत असे.

पूरीबेन ज्या गावात राहत असे, तिथून राधनपूर बसनं केवळ एका तासाच्या अंतरावरच होतं. असं असूनही पूरीबेन राधनपूरला एकदासुद्धा गेलेली नव्हती. संयुक्त संघटनेच्या संचालक मंडळावर पूरीबेन निवडून आली आणि इतर खेड्यांतून निवडून आलेल्या संचालक मंडळावरच्या सदस्यांना भेटण्यासाठी 'सेवा'च्या राधनपूरमधल्या ऑफिसात तिला उपस्थित राहायचं होतं. जरी अशा मीटिंगमध्ये उपस्थित राहणं गरजेचं होतं, हे ती जाणून होती, तरी तिच्या खेड्यातला समाज 'एकट्यानं भटकणाऱ्या स्त्रियां'ना नाक मुरडतो, हेसुद्धा तिला माहीत होतं. ती कात्रीत सापडली. मीटिंगच्या दिवशी जेव्हा 'सेवा'च्याच अन्य सदस्या तिला नेण्यासाठी आल्या, तेव्हा ती शेतात लपून बसली. तिला न घेताच त्यांना सभेला जावं लागलं. पूरीबेन म्हणते की, तिनं अनेकदा अशा प्रकारेच मीटिंगना जाणं टाळलं. अनेक महिन्यांनी तिनं धीर केला आणि राधनपूरमधल्या मीटिंगसाठी ती उपस्थित राहिली.

गौरीबेनसुद्धा संघटनेच्या कार्यकारी समितीवर निवडून आलेली सदस्य होती.

पहिल्या वेळेस राधपूरमधल्या मीटिंगसाठी जाताना तिनं घरी थाप मारली होती की, ती आईला भेटण्यासाठी जाते आहे. काही नातेवाइकांना खरं समजलं, तेव्हा त्यांनी तिच्या कुटुंबीयांजवळ सत्याचा गौप्यस्फोट केला. त्यांनी तिच्या सासूसासऱ्यांना सावध केलं की, ऑफिसातल्या इतर लोकांना भेटायला त्यांनी तिला शहरात जाऊ दिलं, तर एक दिवस ती परत येणारच नाही. तिला पळवून नेऊन शहरात विकून टाकतील. नशिबानं गौरीबेनच्या कुटुंबीयांचा तिच्यावर आणि तिच्या कामावर विश्वास होता; परंतु जेव्हा गौरीबेनला दिल्लीतल्या हस्तकलेच्या मोठ्या प्रदर्शनाला उपस्थित राहायला सांगण्यात आलं, तेव्हा ह्या विश्वासाची अग्निपरीक्षाच घेतली गेली! ती सहा दिवसांसाठी गेलेली होती आणि आता गौरीबेन ती जुनी आठवण काढून हसते की, ती निघून गेलेली असताना ती सुखरूप परत यावी म्हणून तिचे कुटुंबीय दिवस-रात्र प्रार्थना करत होते! संयोजनाच्या कामाला सुरुवात केल्यावर प्रारंभीच्या काळात खेड्यातल्या बहुतांश स्त्रियांना समाजाच्या विरोधाला तोंड द्यावं लागलं होतं. तिच्या खेड्यातले स्त्री-पुरुष, लहानथोरांपैकी दिल्ली पाहणारी रासुबेन ही पहिलीच व्यक्ती होती. ती दिल्लीहून परत आली, तेव्हा सारी माहिती ऐकण्यासाठी सारं खेडं तिच्यापाशी आलं.

कारणावाचून सुनेला आपल्या घराबाहेर जाऊ दिल्याबद्दल समाजातल्या ज्येष्ठांनी उमियाबेनच्या कुटुंबीयांना १०,००० रुपयांचा दंड केला. कुटुंबाच्या इभ्रतीला काळिमा फासल्याबद्दल नातेवाईक उमियाबेनला रागावू लागले. कधीकधी उमियाबेनला हे सारं ऐकून खूप उद्वेग येत असे आणि भरतकामाच्या गटाचं नेतृत्व करायचं काम सोडून द्यावं, असं तिला वाटत असे; परंतु उमियाबेनचा पती तिला धीर देत होता, तिच्या पाठीशी उभा राहिला. प्रवास करून इतर गटांना एकत्र आणायला तिला वेळ मिळावा म्हणून तिचा नवरा स्वयंपाक करून मुलांना जेवू घालायची जबाबदारी उचलत असे. जेव्हा समाजातल्या इतर पुरुषांना स्पष्टपणे दिसू लागलं की, स्त्रियांची संघटना मूळ धरून फोफावते आहे, तेव्हा गोष्टी आपल्या नियंत्रणाबाहेर गेल्या आहेत याची त्यांना जाणीव झाली. त्यांनी एका स्त्रीला दंड केला असता, तर त्यांना साऱ्याच स्त्रियांना दंड करावा लागला असता. त्यांना त्यांच्या घरातल्या स्त्रियांनासुद्धा दंड करावा लागला असता! उमियाबेननं कधीही दंड भरला नाही आणि कालांतरानं लोक ती गोष्ट विसरूनही गेले!

रासूबेन राधनपूरला जात-येत असे; परंतु पाटणला जाऊन घाऊक दरानं भरतकामाचा दोरा विकत आणण्याचं काम तिच्यावर सोपवलं गेलं, तेव्हा ते तिच्यापुढलं मोठंच आव्हान होतं. आज त्या अनुभवाची आठवण आली की, तिला हसू येतं; परंतु स्टेशनवरल्या घड्याळातला वेळ वाचता येत नसताना

आणि बस केव्हा निघणार हे समजत नसताना तिला तेव्हा खूपच भीती वाटली असणार. बसवरच्या नावांच्या पाट्यासुद्धा वाचता येत नसल्यामुळे कोणत्या बसमागे धावायचं हेसुद्धा तेव्हा तिला समजत नव्हतं; पण तिच्या अंगी चिकाटी आणि दृढनिश्चय होता. त्यामुळे ती योग्य जागी पोहोचू शकली आणि घासाघीस करून व्यापाऱ्याकडून रास्त किमतीला भरतकामाचा दोरा विकत घेऊन परत आली. ती म्हणते की, पाटणचा केलेला तो प्रवास ही तिच्या आयुष्यातली मुक्ततेची अनुभूती घडवणारी सर्वांत मोठी घटना होती.

सुरुवातीच्या काळात भरतकाम करवून घेणं, आपला गट सांभाळणं आणि नीटपणे गटाचं व्यवस्थापन करणं यासाठी स्त्रियांना खूपच शिकावं लागलं. ह्या स्त्रियांना आजवर इतरांनी केलेल्या आज्ञेबरहुकूम वागावं लागत होतं. त्यामुळे सूत्रं हाती घेऊन दिशा ठरवायला त्या बिचकत होत्या. बऱ्याचशा स्त्रिया कधीही शाळेत गेलेल्या नव्हत्या. जवळजवळ कुणालाच लिहिता-वाचता येत नव्हतं; पण स्त्रिया जसजशी आणखी-आणखी जबाबदारीची कामं करू लागल्या, तसतसा त्यांचा आत्मविश्वास वाढू लागला. त्या कापडावर डिझाइन छापू लागल्या, ती कापडं भरतकाम करण्यासाठी खेड्यातल्या सदस्य-स्त्रियांना नेऊन देऊ लागल्या, भरतकाम करून तयार झालेला माल गोळा करून संघटनेच्या ऑफिसात पोचता करू लागल्या. सर्व प्रकारच्या कला-कौशल्याला इथं वाव मिळत होता. सावीबेनला रंगसंगती आणि आकृत्यांबाबत अचूक निवड करता येत होती. लवकरच ती वेगवेगळे दोरे, रंग आणि टाक्यांचे प्रकार यांचे प्रयोग करून नमुने बनवू लागली.

लिहितावाचता येत नसल्यामुळे प्रत्येक स्त्रीपुढे वेगळीच अडचण उभी राहत होती. प्रत्येक स्त्रीनं तयार केलेल्या किती वस्तू दिल्या आहेत आणि तिला किती मोबदला द्यायचा आहे, याचा हिशोब ठेवायचं काम हंसाबेनवर होतं; पण तिला तर लिहितावाचतासुद्धा येत नव्हतं; पण तिनं तिच्या तरुण, शाळेत जाणाऱ्या मुलीची मदत घेतली आणि तिच्या हिशोबाच्या वहीत तिची मुलगी ह्या नोंदी लिहून ठेवू लागली. हंसाबेन नुकतीच सही करायला शिकली होती. मुलीनं केलेल्या नोंदीपुढे ती सही करू लागली. सहा वेगवेगळ्या खेड्यांमधल्या भरतकामांच्या मोबदल्याची नोंद आणि हिशोब ठेवायचं काम पुरीबेनवर होतं. दर पंधरा दिवसाला तिला ३०,००० ते १ लाख रुपयांचा व्यवहार सांभाळावा लागत असे. पुरीबेनसुद्धा निरक्षर होती, पण तिची स्मरणशक्ती अत्यंत तीव्र होती आणि त्या बळावर ती हे सारे हिशोब लक्षात ठेवत असे. तिनं कधीही हिशोबाची गल्लत केली नाही.

ज्यांनी आपापल्या खेड्यात अशी जबाबदारीची, नेतृत्वाची कामं उचललेली

नव्हती, त्यांनासुद्धा काही नवीन गोष्टी शिकाव्या लागल्या होत्या. वेळेत काम पुरं करून देणं, ही सर्वांत महत्त्वाची गोष्ट होती. सर्वांत किफायतशीर काम असतं निर्यातीसाठी माल बनवण्याचं; पण हे काम वेळेत पुरं करणं अत्यंत आवश्यक असतं. सुरुवातीच्या काळात ५००० वॉल-हँगिंग्जची ऑर्डर मिळाली होती. आरसे लावून भरतकाम केलेली ५००० वॉल हँगिंग्ज वीस दिवसांत पोचती करायची होती. इतकं मोठं कंत्राट मिळाल्याच्या आनंदात ह्या स्त्रियांनी हे काम वेळेत करून देण्याची जबाबदारी स्वीकारली, पण त्यांना ते काम ठरलेल्या वेळात पुरं करणं अशक्य झालं. खूप कष्ट करूनही वेळेत माल पोचवता न आल्यामुळं एवढं मोठं कंत्राट हातचं गेलं. बेकारीच्या भीतीपोटी ह्या स्त्रिया अनेकदा अशी न पेलणारी कामं स्वीकारत, पण ठरावीक वेळात काम करून देणं त्यांना जमत नसे.

असं असूनसुद्धा त्यांच्या भरतकामाला चांगली मागणी येत होती. त्यांनी बनवलेल्या गोष्टींसाठी मागणीचा ओघ सुरू झाला होता. फुरसतीच्या वेळात विरंगुळा म्हणून जे काम ह्या स्त्रिया करत होत्या, तेच आता नियोजित उत्पादन प्रक्रियेत परिवर्तित झालं होतं. त्यांना लाभलेल्या यशाचा हा परिणाम होता; पण हे सारं फार झपाट्यानं घडलं होतं आणि त्यांना अजून ते सुधरत नव्हतं. "दर्जाबद्दल आणि टाक्यांच्या सुबकपणाबद्दल इतका आग्रह का धरला जातोय, हेच सुरुवातीला आम्हांला उमगत नसे. आमच्यावर विलक्षण दडपण येत असे." उमियाबेन म्हणाली. पण जसजसा नाकारला गेलेला माल वाढू लागला, तसतशी ह्या स्त्रियांची चिंतासुद्धा वाढू लागली.

बाहेरची दुनिया ज्या प्रकारच्या मालाची मागणी करत होती, त्यामागचं तर्कशास्त्र ह्या स्त्रियांना उमगत नव्हतं. मनाला येईल तसं भरतकाम करायची त्यांना सवय होती. जाड कापडावर आवडेल त्या रंगाचे दोरे आणि मनाला येतील ते टाके वापरून पारंपरिक आकृत्यांवर त्या भरतकाम करत असत. परंतु कामाची मागणी शहरातून येत होती आणि शहरी लोकांना तलम कापडावर फिक्या रंगात भरतकाम करून हवं होतं. काही जणी तक्रारीच्या सुरात सांगत, "तसलं भरतकाम करायला माझी बोटं वळतच नाहीत. कसले ते विटके इंग्लिश रंग!" जेव्हा त्यांची बंडखोरी उफाळून येई, तेव्हा त्या एखादा गडद रंग वापरत किंवा आवडतं डिझाइन वापरत. असं केलं की, तो माल नाकारला जात असे. असं झालं की, ह्या स्त्रिया अतिशय प्रक्षुब्ध होत असत आणि ते स्वाभाविक होतं.

भरतकामातली नावीन्यपूर्ण सर्जनशीलता नाहीशी होऊन त्या जागी शहरी मागणीसाठीचा साचेबंद माल तयार होऊ लागलेला पाहून आम्हांला वाईट वाटत असलं, तरी काम मिळत राहिल्यामुळे या स्त्रिया संतुष्ट होत्या. दर वर्षी कामाच्या

शोधात स्थलांतर करायची वेळ येत नाही, यातच त्या समाधान मानत होत्या. घराच्या निवाऱ्यात सोयीनुसार काम करता येत होतं, याचंच त्यांना अप्रूप वाटत होतं. त्यांच्या भरतकामाला बाजारपेठ लाभत होती, त्यांच्या श्रमाचं फळ थेट त्यांच्याच हाती पडत होतं आणि कुणी दलाल ते हडप करत नव्हता, याचाच त्यांना आनंद वाटत होता. अशा विविध कारणांमुळे त्या शहरी मागणीपुढे मान तुकवत होत्या. कधीकधी त्यांना त्यांच्या आवडीचं पारंपरिक पद्धतीचं भरतकाम करायची संधी मिळत असे. असं एक खूप मोठं वॉल-हँगिंग लंडनमधल्या व्हिक्टोरिया अँड आल्बर्ट म्युझिअममध्ये विराजमान झालेलं आहे.

दरम्यान आमच्यावर एक खूपच मोठी आपत्ती कोसळली. वीस लाख रुपये किमतीचा तयार माल आमच्या राधनपूर इथल्या ऑफिसात पडून राहिलेला होता. त्यापैकी काही गोष्टी विकता आल्या नव्हत्या आणि काही गोष्टी विकण्याच्या लायकीच्याच नव्हत्या. काही कंत्राटं वेळेत पुरी करून न दिल्यामुळे रद्द झाली होती आणि माल पडून राहिला होता. काही माल अगदी निकृष्ट दर्जाचा होता. काही माल एखाद्या नवशिक्यानं भरल्यासारखा दिसत होता, तर काही माल नाकारला गेला होता, कारण डिझाइन वेगळ्याच रंगाच्या धाग्यानं पुरं करून टाकलेलं होतं. भरतकामाच्या शोधात आलेल्या कोणत्याही स्त्रीला रिक्त हस्ते परत पाठवायचं नाही, ह्या 'सेवा'च्या धोरणापायी आम्ही जे आव्हान स्वीकारलं होतं, ते पेलायला आमचा अनुभव पुरा पडत नव्हता. जो माल विकता येत नव्हता, त्यात आमचा खूपच पैसा अडकला होता. १९९२ साली पूर्ण तीन महिने आम्ही सारं उत्पादन थांबवलं.

परंतु कोणकोणते बदल करणं आवश्यक आहे, याचा शोध घेण्याचं काम मात्र आम्ही अव्याहतपणे सुरू ठेवलं होतं. कधीकधी अशा अवचित उभ्या राहिलेल्या संकटातच सर्वांचा कस लागतो; आणि खेड्यातल्या स्त्रिया संकटातून मार्ग काढताना उमेद हारल्या नाहीत. आम्ही ठरवलं की, सत्तर खेड्यांतल्या भरतकाम करणाऱ्या स्त्रियांची शिरगणती करून त्यांच्या कौशल्याच्या दर्जाचं मूल्यमापन करणं आवश्यक होतं. त्यांनी केलेल्या भरतकामाची पाहणी करून उत्कृष्ट, मध्यम आणि निकृष्ट या तीन गटांत त्यांची विभागणी करायची. ज्या उत्कृष्ट होत्या, त्यांना नवं काम घेण्याची परवानगी होती. मध्यम गटातल्या स्त्रियांनी नवं काम हाती घेण्यापूर्वी आणखी प्रशिक्षण घेणं गरजेचं होतं. निकृष्ट गटातल्या स्त्रियांना भरतकामाचं संपूर्ण प्रशिक्षण घ्यावं लागणार होतं. वेगवेगळ्या टाक्यांचे नमुने तयार करण्यात आलेले होते. भरतकामाच्या प्रत्येक परंपरेची वैशिष्ट्यं लक्षात घेण्यात आलेली होती. प्रत्येक खेड्यातल्या प्रत्येक समाजातल्या आणि प्रत्येक गटातल्या शैलीची भिन्नतासुद्धा लक्षात घेतली गेली होती. कामाचा

दर्जा आणि कामातला अस्सलपणा या दोन गोष्टींवर भर दिला गेला होता.

सतत योजना आखणं, त्या प्रत्यक्षात उतरवणं आणि आणि सतत त्यावर नियंत्रण ठेवणं गरजेचं आहे, असा निर्णय घेण्यात आला होता. ह्या गोष्टींची कार्यवाही करण्याची मोहीम आखण्यात आली आणि त्याचं नेतृत्व करण्यासाठी आठ जणींची समिती स्थापन करण्यात आली. ह्या आठ नेत्यांखेरीज आणखी दोन स्थानिक पगारी कार्यकर्त्या ह्या समितीला मदत करू लागल्या. ह्या गटाची पहिली मीटिंग झाली, तेव्हा भरतकामाच्या उत्पादनाच्या सर्व कामांची बारकाईनं पाहणी आणि विभागणी करण्यात आली. भरतकामासाठी डिझाइन छापणं, शिवणकाम करणं, कामाच्या दर्जावर नजर ठेवणं, तयार माल गोळा करणं, तो तपासून पाहणं, दर्जानुसार त्याची विभागणी करणं, तो बांधून तयार करणं अशा अनेक गोष्टींची आवश्यकता असते. त्या कामाची जबाबदारी वाटून देण्यात आली, परंतु लेखी नोंदी ठेवणं हे काम मात्र अजूनही ह्या स्त्रियांना नीटपणे जमत नव्हतं.

ह्या समितीच्या सदस्यांना प्रशिक्षण देऊन तयार करणं, हे फार अवघड काम होतं, कारण सदस्य बदलत राहत. प्रशिक्षणासाठी एखाद्या बाईला उपस्थित राहणं शक्य नसेल, तर ती आपल्याऐवजी आपल्या सासूलाच पाठवून देत असे! प्रत्येक प्रशिक्षण वर्गाच्या वेळेस प्रशिक्षणासाठी वेगवेगळ्या स्त्रियाच हजर होत. काही जणी तिथे उशिरा पोचत; खूप अंतर चालून येताना त्या वाटेत विसावा घ्यायला थांबत. इतर काही जणी प्रशिक्षणाची वेळ संपण्यापूर्वीच बस पकडायला धावत सुटत. प्रशिक्षणाच्या पूर्ण दिवसाच्या अभ्यासक्रमासाठी थांबणाऱ्या फारच थोड्या जणी असत. ह्या समितीला स्थिरावून जबाबदारी उचलायला आणि नीटपणे कामं पार पाडायला अडीच वर्षं लागली. अडीच वर्षं हा प्रदीर्घ काळ असला, तरी हे कष्ट कामी आले. दर्जा राखण्याच्या दृष्टीनं, प्रणाली प्रस्थापित करण्याच्या दृष्टीनं ह्या स्त्रिया इतके प्रयत्न करत असताना त्यांना त्यांच्या गतीनं आणि पद्धतीनं शिकू देणं महत्त्वाचं होतं. घाई करून काहीही निष्पन्न झालं नसतं. खराखुरा बदल घडवण्यासाठी हेच गरजेचं होतं.

वेगवेगळ्या खेड्यांमध्ये विविध व्यवसायातले ९१ DWCRA गट काम करत होते. ह्या गटांपैकी भरतकाम करणाऱ्या स्त्रिया बहुसंख्य असल्यामुळे संघटनेच्या कार्यकारी समितीवर भरतकाम गटातूनच बहुसंख्य स्त्रिया निवडून येत. इतर गटांमध्ये त्यामुळे असंतोष पसरत असे. संघटनेच्या वार्षिक सभेत ह्यामुळे बरेचदा वादंग माजत असे. अखेरीस स्त्रियांनी समंजसपणे मार्ग काढला; समितीची अध्यक्ष जर भरतकाम गटाची असली, तर सचिव दुसऱ्या कोणत्यातरी गटाची असे. ह्या स्त्रिया राजकारणामध्ये तरबेज होऊ लागल्या होत्या.

भरतकामाच्या गटाचा कारभार सांभाळण्यासाठी अनेक गोष्टींची कमतरता जाणवत होती. भरतकाम गटाचा माल ठेवण्यासाठी वखार उपलब्ध नसल्यामुळे सारी खरेदी लहान प्रमाणावर करावी लागत असे. बरेचदा कापड किंवा दोरे संपून जात आणि रासूबेनला धावपळ करून स्थानिक बाजारातूनच निकृष्ट दर्जाचा माल जास्त किंमत मोजून आणावा लागत असे. अखेरीस माल साठवण्यासाठी वखार बांधायला 'क्राफ्ट डेव्हलपमेंट कौन्सिलनं' (कला-विकास-मंडळानं) मदत केली आणि रासूमबेनला पुरेशा प्रमाणावर कापड आणि दोरे यांचा साठा ठेवता येऊ लागला. रासूबेन दोरे इतक्या नीटपणे ठेवत असे की, हवा तो दोरा अंधारातसुद्धा आपण देऊ शकतो, असं ती अभिमानाने सांगत असे.

कामाच्या दर्जाची पाहणी करण्याखेरीज ह्या समितीनं कामाचं वाटप करण्याची रीतसुद्धा शोधून काढली होती. प्रत्येक खेड्यातला गट आपापलं कापड, दोरे घेऊन जात असे, शिवणकामावर लक्ष ठेवत असे, भरतकाम करणाऱ्यांसाठी माल तयार ठेवत असे आणि माल वेळेवर करून दिला जातोय, ह्यावर नियंत्रण ठेवत असे.

आता प्रत्येक मालाचा दर्जा ठरवून त्यानुसार भरतकामाचे पैसे देण्यात येऊ लागले. ह्या दर्जाचा निर्णय त्यांच्या गावातला निष्णात आणि न्याय्य वागणुकीसाठी नावाजलेला स्त्रियांचा गट घेत असे. हा गट सर्वांसमक्ष प्रत्येक गोष्टीचा दर्जा ठरवत असल्यामुळे प्रत्येक स्त्रीला जाणीव होत असे की, तिच्या कामाला कोणता दर्जा दिला गेला आहे आणि तिच्याहून चांगला दर्जा मिळालेल्या मालाच्या तुलनेत तिचं काम कसं आहे. दर्जा ठरवताना संदर्भ म्हणून नमुने ठेवलेले असत.

भरतकामाच्या डिझाइनसाठी लैला तैयबजीनं आम्हांला खूपच मदत केली. लैला तैयबाजी भरतकाम करणाऱ्या स्त्रियांपाशी, त्यांच्या घरांमध्ये अनेक दिवस बसली आणि तिनं त्यांच्याबरोबर रंग, दोऱ्यांचे प्रकार, आकृत्या यांबाबत चर्चा करून नवीन डिझाईन्स बनवली. तयार मालाच्या विक्रीसाठी तिनं दिल्लीत स्थापन केलेल्या 'दस्तकार' ह्या संस्थेची आम्हांला खूपच मदत झाली. 'दस्तकार' ही संस्था भारतीय हस्तकलांना उत्तेजन देते आणि कारागिरांना निर्मिती, विक्री आणि जाहिरातीत मदत करते.

बनासकांठा आणि कच्छमधल्या स्त्रियांनी तयार केलेला माल किरकोळ स्वरूपात विकण्यासाठी आम्ही अहमदाबादेत 'बनासक्राफ्ट' हे दुकान उघडलं, त्यामुळे विक्रीसाठी खूपच मदत झाली. हे दुकान खूपच प्रसिद्ध पावलं आहे. मालच्या उत्कृष्ट दर्जासाठी त्याची ख्याती पसरली आहे आणि खूप गिऱ्हाइकंसुद्धा मिळालेली आहेत; पण आर्थिकदृष्टया ते फारसं फायद्याचं ठरलेलं नाही. त्यात

जेवढा वेळ आणि पैसा गुंतवावा लागलेला आहे, त्या मानानं त्यातून तितकासा नफा सुटत नाही; पण शहरात ग्रामीण स्त्रियांचं प्रतिनिधित्व करण्याचं मोलाचं काम हे दुकान करतं आहे.

ऑर्डरनुसार माल बनवून देणं हा सर्वांत किफायतशीर पर्याय आहे, कारण त्यात फारसं भांडवल गुंतून पडत नाही आणि पैसा लगेच मोकळा होतो. माल पडून राहील, ही भीतीसुद्धा या पर्यायात उरत नाही; परंतु उत्कृष्ट दर्जा आणि वेळेत माल तयार करणं ह्या मोठ्या जबाबदाऱ्या मात्र उचलाव्या लागतात.

भारतातल्या मोठ्या शहरांमध्ये हस्तकलेची प्रदर्शनं भरवून चांगली विक्री करता येते. चांगली जाहिरात केली, तर भरपूर माल खपतो. गुजराती भरतकामाला खूप मागणी असते. दर वर्षी 'दस्तकार'च्या मदतीनं दहा ते बारा प्रदर्शनं आयोजित केली जातात.

बरेचदा प्रत्यक्ष कारागीरच उत्तम जाहिरात करू शकतात. प्रदर्शनात आपण तयार केलेला माल विकायला स्वत: त्या स्त्रियाच उपस्थित राहिल्या, तर त्यांच्या उपस्थितीमुळे त्यांच्या मालाचा अस्सलपणा गिऱ्हाइकाच्या लक्षात येतो आणि त्या स्त्रीच्या कलेमुळे तिची स्वत:ची अशी प्रतिमा ग्राहकांच्या मनावर ठसते. व्यवसायात पारदर्शित्व अतिशय महत्त्वाचं असतं. विक्रीच्या ठिकाणी कारागीर उपस्थित राहिले की, त्यांना गिऱ्हाइकांना सामोरं जावं लागतं. आपण ज्या प्रकारचं भरतकाम केलेलं आहे, ते ग्राहकांना आवडतंय की नाही, हे त्यांना प्रत्यक्ष पाहता येतं आणि आपला माल केवढ्या किमतीला विकला जाऊ शकतो हेसुद्धा त्यांना कळतं. हा अनुभव अतिशय मोलाचा असतो. ह्या अनुभवाची प्रत्येक लहानसहान बाबदेखील लक्षात ठेवली जाते आणि खेड्यात परत गेल्यावर इतर स्त्रियांना सांगितली जाते.

जिल्ह्यातल्या आर्थिक आणि सामाजिक परिस्थितीतसुद्धा परिवर्तन घडून येतंय. नियमित उत्पन्न मिळू लागल्यावर स्त्रियांना बाहेरच्या जगाप्रमाणे वागावंसं वाटू लागतं. आपल्यापुढे विविध पर्याय आहेत आणि आपण बदल घडवून आणू शकतो, याची जाणीव त्यांनो होते. संघटित झाल्यामुळे आपलं बळ वाढतं, ही गोष्ट त्या स्वत:च्या अनुभवामुळे शिकतात. आपल्याला हक्क आहेत, याची त्यांना जाणीव होऊ लागते आणि त्या आपले हक्क बजावायला सुरुवात करतात. त्या सक्षम आणि स्वयंपूर्ण होतात. ही प्रक्रिया अनुभवामुळे घडून येते; ती त्यांना शिकवावी लागत नाही. ह्या प्रक्रियेला वेळ लागतो; पण एकदा त्या सक्षम झाल्या की, त्या प्रगती करतच राहतात.

विविध व्यावसायिक स्त्रिया संघटित झाल्यामुळे आता राधनपूर आणि संथालपूर तालुक्यांतल्या गरीब कुटुंबांना कामाच्या शोधार्थ स्थलांतर करावं

लागत नाही. दुष्काळ पडला, तर फक्त खूप गुरंढोरं बाळगणाऱ्यांनाच वैरणीच्या शोधार्थ स्थलांतर करावं लागतं. कामाच्या शोधार्थ आता दर वर्षी स्थलांतर करायची वेळ येत नसल्यामुळे गावातल्या शाळांमध्ये मुलं शिकू लागली आहेत. गौरीबेन म्हणते, ''जेव्हा कामाच्या शोधार्थ आम्ही गाव सोडत होतो, तेव्हा आमची मुलंसुद्धा आमच्याबरोबर येत असत. उपशीपोटी अभ्यास कसा करता आला असता? आम्ही आमच्या मुलींना कधीही शाळेत पाठवत नव्हतो; त्यांची लग्नं उरकून टाकायची आम्हांला घाई असे; पण आता लग्नापूर्वी आम्ही त्यांना बाहेरची दुनिया पाहू देतो. अर्थात अजूनही आम्ही त्या लहान असतानाच त्यांची लग्नं ठरवून ठेवतो. ती आमची पूर्वापारपासूनची प्रथा आहे.''

पण हळूहळू का होईना, यातसुद्धा बदल घडून येतोय. भरतकामाच्या ज्या गटांमध्ये तरुण स्त्रिया आणि मुली बहुसंख्येनं असतात, त्या गटाचं उत्पादन इतरांहून खूपच जास्त असतं, ही गोष्ट समाजाच्या लक्षात आल्यावाचून राहत नाही. जेव्हा आलेलं काम ठरावीक वेळात पुरं करून द्यायचं असतं, तेव्हा मुली ते करून देऊ शकतात. १९९८ साली, पॅरिसमधल्या प्रदर्शनात ठेवण्यासाठी अश्याच्या अभ्रांची मोठी ऑर्डर आलेली होती. हे काम वेळेत पुरं होणं अत्यावश्यक होतं. दुर्दैवानं स्त्रियांची फारच ओढाताण होत होती, कारण ज्या खास मुहूर्ताच्या दिवशी ह्या समाजातले सर्व विवाहसमारंभ संपन्न होतात, तो मुहूर्ताचा दिवसच घाईगर्दीच्या दिवसांमध्ये आलेला होता. मुहूर्ताचा हा शुभदिवस चुकवला असता, तर त्या कुटुंबाला मुलीचा विवाह करून द्यायला आणखी एक पूर्ण वर्ष थांबावं लागणार होतं! पण अनेक तरुण मुलीचं मत होतं की, उत्पन्न कमावायची ही संधी गमावण्यापेक्षा लग्न वर्षानं पुढे ढकलणं अधिक श्रेयस्कर! ज्येष्ठांचंसुद्धा असंच मत होतं. जोमीबेन, कंकूबेन आणि सुभद्राबेन यांच्या नेतृत्वाखाली मुलींची लग्नं वर्षानं पुढे ढकलण्याचा अभूतपूर्व निर्णय घेण्यात आला!

स्त्रियांनी भरतकाम करून मिळवलेल्या पैशांमुळे समाजातल्या अनेक कुटुंबांच्या उपजीविकेला मदत होते आहे आणि वर्षाच्या उष्ण, दुष्काळी काळात ही मदत अत्यंत मोलाची आहे, याची जाणीव सर्वांना होऊ लागली आहे. स्त्रियांच्या प्रवासावरचे निर्बंध आता कमी होऊ लागले आहेत. त्यांना कामासाठी प्रवास करणं अपरिहार्य आहे, ही गोष्ट त्यांचे कुटुंबीय आणि समाजातले इतर लोक मान्य करू लागले आहेत. हातात असाधारण कौशल्य असलेल्या तरुण हिराबेनचा जेव्हा 'कमलादेवी चट्टोपाध्याय मास्टर क्राफ्ट्समन ॲवॉर्ड' देऊन दिल्लीत गौरव करण्यात आला, तेव्हा ती दिल्लीहून गावात परत आल्यावर ग्रामपंचायतीनं तिच्या सन्मानार्थ मोठा स्वागतसमारंभ आयोजित करून तिचा सत्कार केला. मुली आणि बायका, बहिणी आणि आया घराच्या बंदिस्त चौकटीतून मुक्त होऊ लागल्या आहेत.

स्त्रियांना आपल्या महत्त्वाची जाणीव होऊ लागली आहे. हंसाबेन अभिमानानं सांगते, "आता गावातली प्रत्येक व्यक्ती मला नावानं ओळखते आणि माझ्या घराचा पत्ता सर्वांना माहीत झालेला आहे. बँकेतसुद्धा ऑफिसर मला नावानं ओळखतो आणि माझी सहीसुद्धा त्याला ओळखता येते. बँकेत माझं स्वत:चं बचतखातं आहेच, त्याखेरीज आमच्या संघटनेच्या खात्यावरसुद्धा माझी सही चालते." पुरीबेन हसतहसत म्हणते, "आता 'बहू' (सून) ह्या संबोधनापासून 'बेन' (ताई) ह्या संबोधनापर्यंत माझी बढती झालीये." गौरीबेन म्हणते, "माझा मुलगा मला 'साब' (मालक) अशी हाक मारतो आणि घरातला फोन वाजू लागला की, माझा नवरा धावत जाऊन सर्वांना गप्प करतो. मला फोनवरचं ऐकू यावं म्हणून तो एवढा दक्ष असतो!"

बऱ्याचशा स्त्रियांचं मत आहे की, घरातलं त्यांचं महत्त्व वाढल्यामुळे त्यांचा नवऱ्यांशी संघर्ष होऊ लागलेला नाही! त्यांचं म्हणणं आहे की, संघर्ष तर येत नाहीच, पण खरंतर पूर्वीएवढी त्यांची भांडणं होतच नाहीत. पूर्वी आर्थिक ओढगस्तीमुळे जो तणाव असे, तो आता कमी झालेला आहे. उमियाबेन म्हणते, "सर्वसाधारणपणे आम्हांला नवऱ्यांकडून त्रास होत नाही. सरतेशेवटी नवरा माझ्या मुलांचा पिता आहे! आमची तरुण मुलंच आम्हांला वैताग आणतात. ती स्वत: काही कमवत नाहीत आणि सतत आयांमागे पैशांसाठी भुणभुण लावत असतात. ह्या मुलांनाच काम मिळणं आवश्यक आहे!"

ह्या स्त्रियांचा आत्मविश्वास वाढल्यामुळे आपल्यापुढल्या समस्यांचं निवारण त्या स्वत:च करू लागल्या आहेत. गौरीबेन अभिमानानं म्हणते, "आम्ही पुरुषांशी किंवा सरकारी अधिकाऱ्यांशी बोलायला अजिबात घाबरत नाही. बरेचदा आमची कामं करून घ्यायला आम्हांला त्यांच्याशी हुज्जत घालावी लागते. समजा एका सरकारी अधिकाऱ्यानं मला दाद दिली नाही, तर मी त्याच्या वरिष्ठाकडे जाते. त्यानंसुद्धा दुर्लक्ष केलं, तर मी आणखी कुणालातरी गाठते आणि माझी बाजू ऐकायला लावते." गावात पाण्याची टाकी बांधून घेण्यासाठी गौरीबेन खटपट करत होती. ती तलाठ्याकडे गेली आणि पाण्याची टाकी आवश्यक असल्याचं पत्र तिनं लिहून मागितलं. त्यानं असं पत्र लिहायचं नाकारलं. पुढल्या वेळेस गौरीबेन आपल्याबरोबर आणखी बायकांची कुमक घेऊन तलाठ्याकडे गेली. रोज अनेक किलोमीटर चालून पाणी आणणं किती कष्टाचं आहे, हे ह्या बायकांनी तलाठ्याला पटवून द्यायचा प्रयत्न केला, पण त्यानं दाद दिली नाही. "साहेब, ज्या तुमच्या एका पत्रानं आपल्या गावापर्यंत पाणी येईल, ते पत्र लिहायला तुम्ही का नकार देताय? मी एक घागराचोळी घातलेली अडाणी बाई आहे आणि तुम्ही मोठे अधिकारी आहात, म्हणून तुम्ही नकार देताय का? पण

माझ्यापाशी तुमची खात्री पटवण्याचा उपाय आहे!'' असं म्हणून गौरीबेननं तिचं 'सेवा'चं मेंबरशिप कार्ड आणि संघटनेचं बँकेचं पासबुक काढून त्याच्या हातात ठेवलं. ती अनेक जणींच्या वतीनं बोलत होती आणि तिला संघटनेचं आर्थिक पाठबळ होतं, हे त्याच्या मनावर बिंबवण्यासाठी तिनं ही क्लृप्ती वापरली होती. त्या गोष्टींकडे एक नजर टाकून तलाठी म्हणाला, ''आता तू कोण आहेस हे मला कळलंय.'' आणि त्यानं ते पत्र लिहून दिलं.

२००१ साली कच्छमधल्या भीषण भूकंपामुळे घरं उद्ध्वस्त झाली. बाकुर्ता खेड्यातल्या स्त्रियांना त्यांच्या संघटनेच्या मदतीनं नवी घरं बांधून घ्यायची होती, पण खेड्यातले पुरुष त्याला तयार नव्हते. त्यांना वाटत होतं की, सरकारकडून ५०,००० रुपयांची नुकसानभरपाई घेणं हा अधिक चांगला पर्याय आहे; पण तरीसुद्धा स्त्रियांनी आग्रह धरल्यामुळे संघटनेनं कमी खर्चाच्या पाच घरांचं बांधकाम हाती घेतलं. पुरुष चिडले होते, तरी गप्प बसले. घरांचं बांधकाम सुरूच राहिलं. भूकंपात शाबूत राहतील अशा बांधणीची ८७ घरं २००२ सालच्या अखेरीपर्यंत तयार झाली. सरकारनं कबूल केलेली नुकसानभरपाई कधीच मिळाली नाही. जर ह्या स्त्रियांनी नेट धरला नसता, तर आजही त्या उघड्यावरच राहिल्या असत्या.

खेड्यांमध्ये ह्या संघटनेचं राजनैतिक महत्त्व वाढलं आहे. सावीबेन कोणत्याही राजकीय पक्षाची सदस्य नसूनही एकमतानं पाच खेड्यांच्या समूहाची सरपंच म्हणून निवडून आली. तिनं त्या प्रदेशासाठी जे कार्य केलं होतं, त्याची कृतज्ञतापूर्वक दखल घेतली गेली होती. ती म्हणते, ''आम्ही कसं काम करतो, ते प्रत्यक्ष पाहिल्यामुळे लोक माझ्यावर विश्वास टाकतात. जनमताचं पाठबळ मला माझ्या कामामुळे लाभलं आहे.''

'सेवा'चं जे प्रतिनिधिमंडळ दिल्लीला पंतप्रधानांची भेट घेण्यासाठी गेलं होतं, त्यात पुरीबेन होती. गुजरातेतल्या भीषण दुष्काळाबद्दल पंतप्रधान अटल बिहारी वाजपेयी यांना माहिती करून देऊन सरकारी साहाय्य मिळवण्यासाठी हे प्रतिनिधिमंडळ दिल्लीला गेलं होतं. ह्या विभागात भीषण दुष्काळ पडला होता आणि स्थानिक अर्थकारणासाठी गुरं जगवणं अत्यंत महत्त्वाचं असल्यामुळे रास्त किमतीत गुरांसाठी वैरण मिळणं अत्यंत महत्त्वाचं होतं, हे पुरीबेननं पंतप्रधानांपुढे विशद केलं आणि त्यांनी पुरीबेनचं बोलणं लक्षपूर्वक ऐकून घेतलं. स्थानिक सरकारी अधिकाऱ्यांपुढे आपली बाजू मांडण्याचा पुरीबेनला भरपूर अनुभव होता, त्यामुळे पंतप्रधानांपुढे आपली बाजू तिनं अगदी सहजपणे मांडली. तिनं सरकारला पटवल्यामुळेच रास्त दरात वैरण पुरवण्याचा 'सेवा'चा प्रकल्प सुरू होऊ शकला.

'सेवा'नं बनासकांठामधल्या स्त्रियांबरोबर काम सुरू केलं, तेव्हा ह्या स्त्रियांपुढल्या दोन मुख्य समस्या होत्या – नोकरी आणि पाणी. 'सेवा'नं ह्या स्त्रियांना सुलभतेनं

काम मिळवून दिलं, परंतु ह्या भागात पाणी आणणं सोपं नव्हतं. जरी ह्या स्त्रिया आपापल्या खेड्यात पाणलोटाचा प्रकल्प सुरू करण्यासाठी खूप प्रयत्न करत आहेत, तरी आजामितीपर्यंत त्यांना यश लाभलेलं नाही. ग्रामपंचायतीनं त्यांच्या प्रयत्नांना मान्यता दिल्याखेरीज काहीही प्रगती होणं शक्य नाही. पुरीबेनच्या खेड्यातल्या सरपंचाचं मत होतं की, कोणताही महत्त्वाचा प्रकल्प म्हणजे स्त्रियांनी करण्याची गोष्ट नव्हे! ''खेड्याकडे येणाऱ्या सरकारी पैशांचा विनियोग करणं आमचं काम आहे.'' सरपंच म्हणाला. पाणी-प्रकल्पाच्या समितीवर यायला पुरीबेन आणि तिच्या सहकारी स्त्रियांना परवानगी दिली गेली नाही. हा उघडउघडपणे पुरुषी वर्चस्व आणि सत्तेचा प्रश्न होता. ही तणावाची स्थिती गेल्या दहा वर्षांमध्ये अजिबात बदललेली नाही. स्त्रियांच्या प्रयत्नांमध्ये अडथळा आणला, तर त्यामुळे खेड्यातल्या सर्वांचाच तोटा होणार आहे, हे ढळढळीत सत्य न स्वीकारता तो सरपंच सत्तेला चिकटून बसलेला आहे. पाइपनं पाणी पोचवणं आवश्यक असलेल्या खेड्यांच्या लांबलचक यादीत पुरीबेनचं खेडं हे सरकारी प्रतीक्षा यादीतलं केवळ एक नाव आहे. पाण्याच्या समस्येकडे लक्ष पुरवणं ही स्त्रियांनी करायची गोष्टच नव्हे, असे जुनाट विचार असलेले अनेक लोक पुरीबेनच्या खेड्यात राहत आहेत. घरात बसून स्त्रियांनी भरतकामासारखी कामं करावीत, पण बाहेरच्या जगात जाऊन पाणी-प्रकल्पासारख्या खूप पैशांच्या प्रकल्पात स्त्रियांनी लुडबुड करू नये, ती फक्त पुरुषांची मक्तेदारी आहे, असे बुरसटलेले विचार प्रगतीला खीळ घालत आहेत.

एका बाबतीत मात्र स्त्रियांना थोडंसं यश लाभलं. ती गोष्ट म्हणजे दुष्काळी सरकारी कामांमध्ये भरतकामाच्या कामांचा समावेश करून घेणं! अनेक वर्षं दुष्काळ पडला की, बोटात कसब असलेल्या ह्या स्त्रियांना बोटांचा कलेकडे वापर न करून घेता प्रखर उन्हात माती खोदण्याची कामं करावी लागत होती. आम्ही राज्य सरकारला विनंती केली की, कला ही मोलाची देणगी आहे आणि सरकारी दुष्काळी कामांमध्ये भरतकाम या कलेचा समावेश करण्यात यावा. अखेरीस, २००० साली मुख्यमंत्र्यांनी आमची विनंती मान्य केली. भरतकामाचा समावेश सरकारी दुष्काळी कामात करण्यात आला आणि इतर सरकारी कामांप्रमाणेच त्याला किमान वेतन देऊ केलं गेलं. आता दुष्काळात सरकारी कामांवर उन्हात न राबता आणि मुलांची फरपट न करता, ह्या स्त्रिया घरबसल्या भरतकाम करून किमान वेतन मिळवू शकतील.

संघटनेनं सामुदायिक प्रयत्नांनी जोडलेली मालमत्ता हा स्त्रियांच्या दृष्टीनं अभिमानाचा विषय असतो आणि त्यामुळे त्यांना आर्थिकदृष्ट्या सुरक्षित वाटतं. ऑफिसातलं फर्निचर, कम्प्युटर्स, कच्चा माल, गाड्या, रोपवाटिका, पाण्याचे

पंप, बँकेची पासबुकं ह्या साऱ्यांकडे निर्देश करत रासुबेन म्हणते, "इथे तुम्हांला जे-जे दिसतंय, ते सारं आमच्या मालकीचं आहे!" 'सेवा ट्रेड फॅसिलिटेशन सेंटर' ('सेवा'चं व्यापार मदत केंद्र) यांच्या शेअर होल्डर्स या नात्यानं ह्या स्त्रिया भविष्याची मोलाची स्वप्नं पाहत आहेत. राधनपूरमधलं 'सेवा' ऑफिस आता सर्व कारभार कम्प्युटरच्या साहाय्यानं करू लागलं आहे. भरतकाम संघटनेतली चंद्रिका, आयेशा आणि रशीदा ह्या तिघी जणींची निवड कम्प्युटर प्रशिक्षणासाठी करण्यात आली. ह्या मुली हायस्कूलपर्यंत शिकलेल्या होत्या आणि नवीन शिक्षण घेण्याची त्यांना हौस वाटत होती; पण ही काही सोपी गोष्ट नव्हती. सकाळी आठ ते दहा त्या कम्प्युटर वापरायला शिकत. मग खेड्यातल्या कामांकडे वळत. कामं संपल्यावर रात्री आठ ते दहा त्या ऑफिसात येऊन कम्प्युटरवर सराव करत. ही धडपड त्यांनी चार महिने केली. प्रथम त्या कम्प्युटरवर वेगवेगळ्या रंगांची डिझाइन्स करायला शिकल्या. प्रशिक्षण पूर्ण झाल्यावर त्यांना एका गोष्टीचा खूपच आनंद वाटला! आता त्यांना दर महिन्याला हिशोबाच्या लठ्ठ वह्या घेऊन 'सेवा'च्या अहमदाबादेतल्या ऑफिसात जावं लागणार नव्हतं; त्या सारे हिशोब मुख्यालयात इ-मेलनं पाठवू शकल्या असत्या!

संघटनेची सभासदसंख्या वाढल्यामुळे संघटना आता समाज-सुरक्षेच्या दैनंदिन प्रश्नांबाबत आणि अणीबाणीच्या प्रसंगांबाबत जास्त व्यापक धोरणाचा अवलंब करू शकते. आरोग्य सेवा, पाळणाघरं, राहण्याची जागा, विमा अशा सेवा पुरवणं आता संघटनेला शक्य होऊ लागलं आहे. जिल्ह्यातल्या खेड्यांमध्ये फिरती आरोग्य सेवा व्हॅनमार्फत पोचवली जाते. उपचारांचा अर्धा खर्च स्त्रिया उचलतात, तर अर्धा संघटनेमार्फत दिला जातो. मुलांसाठी थोडीशी पाळणाघरं चालू केलेली आहेत, परंतु ती अजून पुरेशी नाहीत. 'सेवा'नं चालू केलेल्या जीवनशाळांतर्फे साक्षरता-प्रसार केला जातो. जीवनशाळांना खूपच लोकप्रियता लाभते आहे, पण सर्वांना त्यांचा लाभ घेता येत नाही, कारण चांगल्या शिक्षकांचा तुटवडा आहे.

कच्छ आणि बनासकांठा हे ओसाड भाग नैसर्गिक आपत्तींमध्ये वारंवार होरपळून निघतात. १९९८ आणि १९९९ साली चक्रीय वादळांनी कच्छचा विध्वंस केला. त्यापाठोपाठच २६ जानेवारी, २००१ रोजी रिश्टर स्केलवर ६.९ अंश तीव्रतेच्या भूकंपाचा भीषण हादरा गुजरातच्या खूपशा भागाला बसला आणि त्या भीषण भूकंपात २०,००० लोक मृत्युमुखी पडले. लागोपाठ चार वर्षं पडलेल्या दुष्काळामुळे भरतकाम करणाऱ्या स्त्रिया आणि त्यांच्या कुटुंबीयांवर मोठीच आपत्ती कोसळली. ह्या दुष्काळांमुळे माणसांची आणि गुराढोरांची खूपच जीवितहानी झाली. ह्या सर्व विपत्तीकालात संघटनेच्या स्त्रिया एकमेकींच्या पाठीशी उभ्या राहून एकमेकींना बळ

पुरवत राहिल्या. सर्वस्वाचा विनाश झालेला असतानासुद्धा त्यांच्या मनाला उमेद वाटत होती की, त्यांच्या बहिणींच्या मदतीनं त्या पुन्हा सावरू शकतील.

तात्कालिक, तात्पुरती मदत आणि आपत्तीतून वर येण्यासाठीची दीर्घकालीन मदत यांतला फरक ह्या स्त्रिया जाणतात. भूकंपानंतर तिसऱ्या दिवशी, रस्ते दुरुस्त झाल्यावर, 'सेवा'च्या सदस्या आपल्या इतर भगिनींसाठी जेवण घेऊन पोचल्या. गौरीबेननं उच्चारलेले पहिले शब्द होते, "ताई, तुम्ही आमच्यासाठी काम आणलं आहेत का?" त्यांना राहाण्यासाठी दिलेल्या तंबूमध्ये बसून गौरीबेननं आणि तिच्या खेड्यातल्या इतर स्त्रियांनी भरतकामाचं काम ताबडतोब सुरू केलं. "हातांनी काम करत राहिलं की, आमचं आयुष्य पुन्हा सुरू होईल. तीच आमची रोजी रोटी आहे." गौरीबेन म्हणाली.

ह्या स्त्रियांनी विमा-बचत-योजनेत केलेल्या गुंतवणुकीमुळेच चक्रीवादळानंतर त्यांना त्यांच्या घरावर छप्पर उभारता आलं आणि भूकंपानंतरही भूकंपात टिकून राहतील, अशी नवी घरं बांधता आली. स्त्रियांच्या मालकीची ८००० घरं बांधण्यात आली. ह्यातल्या बहुसंख्य घरांमध्ये पावसाचं पाणी साठवण्यासाठी छपरांवर टाक्या पुरवण्यात आलेल्या आहेत. मागणीप्रमाणे टॉयलेटसुद्धा बांधून दिलेली आहेत.

छतांवर पावसाचं पाणी साठवणं, हा स्वागतार्ह उपक्रम आहे. पाण्याचा तुटवडा नेहमीच असतो. संघटनेच्या मदतीनं ह्या स्त्रियांच्या विविध गटांनी पावसाचं पाणी साठवण्यासाठी खूपशा टाक्या बांधून घेतल्या आहेत आणि त्यायोगे आटलेल्या अनेक विहिरींना नवजीवन प्रदान केलं आहे. थोडं प्रशिक्षण घेऊन एक गट आता खेड्यांमधले हँड-पंप दुरुस्त करून देऊ लागला आहे.

पाण्याच्या टाक्यांवर १८,००० रुपये खर्च होतो. त्यांपैकी ३०% खर्च सदस्यानं उचलायचा असतो. त्याचाच अर्थ त्यांना ५००० रुपयांपेक्षा जास्त खर्च करावा लागतो. त्यांच्याजवळ तेवढे पैसे नसतात. भरतकाम करून एवढं कर्ज मिळवण्याएवढे पैसे त्यांना शिल्लक टाकता येत नाहीत. महिन्याला २% व्याज देऊन एवढे पैसे कर्जाऊ घेणं अनेक स्त्रियांना परवडण्याजोगं नसतं. सलग चौथ्या वर्षी दुष्काळ पडला, तेव्हा पुढल्या वर्षी पाऊस पडेल आणि शेतीच्या कामांवर मजुरी मिळेल अशी कुणालाच खात्री वाटेना. मजुरीच मिळाली नाही, तर ते कर्ज तरी कसं फेडणार होते? किंवा पाऊस पडलाच नसता, तर एवढा खर्च करून बांधलेल्या पाण्याच्या टाकीत पाणी तरी कुठलं येणार होतं? मिळणाऱ्या तुटपुंज्या कमाईतून बायका थोडी थोडी शिल्लक टाकतात. त्या शिलकीवर फार तर दुष्काळाचं एक वर्ष ढकलता आलं असतं. त्यांचं उत्पन्न वाढलं असतं, तरच त्यांना जास्त पैसे शिल्लक टाकता येणार होते.

वौवा ह्या खेड्यात सर्वांच्या आधी DWCRAचा गट प्रस्थापित झाला.

वौवा ह्या गावातली प्रत्येक गरीब स्त्री ह्या संघटनेची सदस्य आहे, पण एकूण ह्या ५०० सदस्यांपैकी सर्वांनाच पूर्ण वेळाचं काम मिळू शकत नाही. बाकुत्रासारख्या इतर खेड्यांमध्ये अशा खूपच स्त्रिया आहेत की, ज्यांच्यापर्यंत संघटनेला पोचता आलेलं नाही. संघटनेनं पूर्ण प्रयत्न केला, तरी अगदी गरीब स्त्रियांसाठी संघटना काहीही करू शकत नाही, कारण त्यांना भरतकाम करता येत नसतं. अशा अनेक स्त्रिया बांधकामांच्या जागी मजुरी करतात. काही जणींना समुद्रकिनाऱ्यावरल्या मिठागरांमध्ये काम शोधावं लागतं. खूप वृद्ध स्त्रियांनासुद्धा संघटना मदत करू शकत नाही. रीमा पहिल्या वेळेस बाकुत्राला गेलेली असताना ज्या स्त्रिया वयस्कर होत्या, त्या आता खूपच वयोवृद्ध झालेल्या आहेत आणि भरतकाम करणं आता त्यांना शक्य होत नाहीये. त्यांना आता खात्रीचा रोजगार मिळत नाही; परंतु त्यांनी विमा-बचत योजनेत आणि स्वास्थ-विमा योजनेत गुंतवणूक केल्यामुळे त्यांना काही अंशी मदत मिळू शकतेय.

बदलत्या विस्तृत बाजारपेठेपर्यंत पोचता येत नसल्यामुळे संघटना ह्या भरतकाम करणाऱ्यांना पूर्ण वेळाचं काम देऊ शकत नाही, परंतु नुकत्याच स्थापन झालेल्या ट्रेड फॅसिलिटेशन सेंटरद्वारा (व्यापार मदत केंद्राद्वारा) जागतिक बाजारपेठेपर्यंत पोहोचण्याची खटपट सुरू आहे. मालाची विक्री वाढवण्याचे विविध प्रयत्न सुरू आहेत.[१]

परदेशातली बाजारपेठ शोधणं खर्चाचं काम आहे; पण हा प्रयत्न करणं आवश्यक आहे, कारण त्यामुळे विक्री खूप वाढू शकेल. युरोप आणि अमेरिका इथल्या म्युझियम्स आणि हस्तकला संस्थांतर्फे प्रदर्शनं भरवून विक्री केल्यामुळे गुजरातमधल्या पारंपरिक भरतकामाकडे जगाचं लक्ष वेधलं जाऊ लागलंय. विक्री होऊ शकेल अशा मोठ्या बाजारपेठा काबीज करणं, हे एक आव्हान आहे. तिथे विक्री करायची, तर प्रत्येक गोष्टीला दर्जा, नावीन्य आणि वैशिष्ट्य असायला हवं.

---

१. 'सेवा' ट्रेड फॅसिलिटेशन सेंटर (उन्नत बझार) ही अशा प्रकारची भारतातली पहिलीच कंपनी आहे की, जिचे भागधारक १५,००० कारागीर आहेत आणि कंपनीसाठी तेच मालाचं उत्पादन आणि पुरवठा करतात. कंपनी स्थापन करताना ६२.५ कोटी रुपयांची विक्री होईल अशी कल्पना होती. सेवा, कच्छ क्राफ्ट असोसिएशन आणि बनासकांठा असोसिएशन हे या संस्थेचे प्रवर्तक आहेत. सुरुवातीला एकूण विक्रीपैकी २८% किरकोळ विक्री आणि ७२% अप्रत्यक्ष विक्री झालेली आहे. ISO 9001 सर्टिफिकेट मिळवण्याचे प्रयत्न चालू आहेत. आंतरराष्ट्रीय पातळीवरील किरकोळ विक्रेत्यांकडून खरेदी करणारे 'मुख्य खरेदीदार' बनणं हे या कंपनीचं उद्दिष्ट आहे. विक्रीचं उद्दिष्ट ४२८ कोटींपर्यंत नेण्याची महत्त्वाकांक्षा आहे. २००४ साली १.२ कोटींची विक्री झाली होती.

बनासकांठामधल्या भरतकाम करणाऱ्या १५,००० स्त्रियांपुढलं हे एक मोठं आव्हानच आहे.

मोठ्या प्रमाणावर योजना आखणं, जागतिक बाजारपेठेतल्या बदलत्या प्रश्नांचा मागोवा घेणं, धंद्याची भाषा बोलता येणं आणि किफायतशीर सौद्यासाठी घासाघीस करता येणं या बाबतीत ह्या कारागीर स्त्रिया उण्या पडतात. नवीन गिऱ्हाइकं शोधणं, तांत्रिक दृष्ट्या मदत करणं आणि बाजारपेठांबद्दल माहिती देणं ह्या कामांमध्ये संघटना थोडेसे प्रयत्न करत असली, तरी तिला तज्ज्ञांकडून आणखी मदतीची आवश्यकता आहे. असे तज्ज्ञ लोक मिळवणं, हे खर्चाचं काम तर आहेच, पण त्याखेरीज तज्ज्ञांनी खेड्यातल्या स्त्रियांसमवेत नव्या संकल्पना आणि प्रणाली राबवताना आपले पूर्वग्रह विसरून मोकळ्या मनानं विचारांची देवघेव करणं गरजेचं आहे.

मोठ्या प्रमाणावरच्या आधुनिक बाजारपेठेसाठी एकाच प्रकारचा माल पुरवणं गरजेचं असतं. वेगवेगळ्या सत्तर खेड्यांमधल्या आपापल्या घरांमध्ये बसून भरतकाम करणाऱ्या स्त्रियांकडून एकसारख्या मालाचा पुरवठा होणं हे एक अवघड आव्हानच आहे! आणखी एक आव्हान आहे, ह्या स्त्रियांच्या विविध जातींमध्ये प्रचलित अशी खास पारंपरिक कौशल्यं टिकवणं. मोची लोकांचा 'आरी' हा टाका अहिर लोकांच्या 'सोय' ह्या टाक्याहून पूर्णपणे वेगळा असतो. जाट आणि सोधा भरतकामात वेगळी डिझाइन्स वापरतात. ह्या परंपरेला अनुसरून त्यांनी भरतकाम करावं, असा 'सेवा'चा आग्रह असतो; पण मोठ्या प्रमाणावर माल बनवून घेताना हे पारंपरिक टाके किंवा आकृत्या वापरणं शक्य होत नाही, हे अप्रिय, पण अटळ सत्य आहे!

परंतु परंपरासुद्धा कालानुसार बदलत असते. ह्या स्त्रियांच्या आज्या-पणज्या रेशमी 'कमाखो' धर्तीची पोलकी घालत असत. 'कमाखो'ची जागा 'मश्रू' नं घेतली आणि आता रेशमी मश्रूऐवजी सुती मश्रू प्रचलित झालंय. 'हीर' पद्धतीच्या रेशमानं पूर्वी त्या भरतकाम करत असत. त्या पद्धतीचा धागा आता मिळतच नाही. ह्या स्त्रिया पैसा कमावण्यासाठी भरतकाम करू लागल्यापासून त्यांना स्वत:च्या कपड्यांवर भरतकाम करायला फुरसतच मिळत नाहीये. रोजच्या वापरासाठी ह्या स्त्रियांनी पारंपरिक पद्धतीचे, सुंदर भरतकाम केलेले कपडेच तयार करावेत आणि कुरूप डिझाइनच्या पॉलिएस्टर कापडाकडे वळू नये, असं संघटना त्यांना सतत सांगत असते.

पारंपरिक कौशल्यं जपण्यासाठी संघटना आणखी एक उपक्रम राबवते. चांगल्या स्थितीतले, जुने, पारंपरिक पद्धतीचे कपडे संघटना बाजारभावानं विकत घेते आणि नमुना म्हणून संग्रहालयात ठेवते. मग ह्याच पारंपरिक कपड्यासारखा

'सेवा' आणि 'नॅशनल इन्स्टिट्यूट ऑफ फॅशन टेक्नॉलॉजी' यांनी आयोजित केलेल्या 'फॅशन-शो'मध्ये मॉडेलसमवेत उजवीकडे उभी असलेली बस्राबेन फकीर ही मुहाडी ह्या खेड्याची सरपंच स्त्री (सेवा ट्रेड फॅसिलिटेशन सेंटर)

आणखी एक कपडा भरून घेतला जातो. नवा कपडा तयार झाला की, जुना कपडा त्या स्त्रीला परत दिला जातो. नमुन्यांची लायब्ररी ही एक वेगळीच संकल्पना आहे आणि ह्या स्त्रियांना त्याचा खूपच अभिमान वाटतो.

कापड आणि भरतकामाचा दोरा आणखी-आणखी महाग होत चालले आहेत. व्यावसायिकांकडून बनवून घेतलेली डिझाइन्स आणि तज्ज्ञांकडून घेतलेले विक्रीबाबतचे सल्लेसुद्धा खर्चाचे असतात. माल विकून आलेल्या किमतीतली ६०% किंमत भरतकाम करणारीला द्यायची, हे 'सेवा'चं धोरण पाळणं त्यामुळे आव्हानात्मक होत चाललेलं आहे. अश्याच्या अभ्रांसारख्या लहानसहान मालाच्या बाबतीत ६०%पेक्षाही जास्त विक्रीची किंमत भरतकाम करणारीला देता येते; पण ज्या गोष्टींना खूप कापड लागतं – कपडे, बेडशीट्स, वॉल हँगिंग्ज अशा गोष्टींमध्ये

स्त्रियांना विक्रीतला ५०% भागच देता येतो. ही प्रथा चालू राहावी यासाठी संघटनेची धडपड चालू आहे.

खेड्यातलं अर्थकारण आणि पर्यावरण यांना नवजीवन देण्याचे 'सेवा'चे प्रयत्न पूर्णपणे सफळ होऊ शकलेले नाहीत. इथल्या पर्यावरणाचा सतत ऱ्हास होतो आहे. जो समाज पशुपालन, चारा बनवणं आणि शेतीवर अवलंबून होता, त्याचा पोटापाण्याचा व्यवसाय हळूहळू नष्ट होतो आहे. वैरणीच्या आणि कामाच्या शोधात सक्तीचं स्थलांतर करावं लागल्यामुळे आर्थिक बाबतीत आणि पर्यावरणाबाबत प्रगती होऊ शकत नाही, कारण स्थानिक लोकांच्या अनुपस्थितीत ह्या विभागाची आणखीच अवनती होते. स्थानिक लोकच ह्या विभागातल्या पर्यावरणाचं रक्षण करू शकतील. पावसाचं पाणी साठवून ते विहिरींमध्ये सोडणं, गावासाठी पाण्याच्या टाक्या बांधणं, चारा वाढवणं, रोपवाटिका तयार करणं, वातावरणात नवचैतन्य आणणं ह्या गोष्टी स्थानिक लोकच करू शकतील. ह्या बाबतीतलं नेतृत्व इथल्या स्त्रियाच करत आहेत.

भारतात शेकडो कला आणि हस्तकला अस्तित्वात आहेत. त्या टिकवून धरण्याचे प्रयत्न भारतातल्या स्त्रिया कसोशीनं करत आहेत. भरतकाम हा अशा असंख्य हस्तकलांच्या महासागरातला केवळ एक बिंदू आहे. आपल्या देशातल्या कौशल्यांचा प्रचंड साठा आज उपेक्षित जिणं जगतोय. देशात आज हजारो विणकर, कुंभार, सुतार आहेत. त्यांच्या अंगी पारंपरिक कसब असूनही पोटासाठी त्यांना मजुरी करावी लागतेय. भरतकाम ह्या कलेनं स्त्रीला कारागीर, उत्पादक आणि उद्योजक म्हणून उत्पन्न मिळवून दिलेलं आहे. भरतकामासारखीच अनेक पारंपरिक हस्तकौशल्यं ग्रामीण लोकांना अवगत आहेत. अशा पारंपरिक हस्तकौशल्यांकडे दुर्लक्ष करणं, हा आपल्या देशाचा तोटा आहे!

८

ग्राम-हाट

डिंक गोळा करणारे

भरतकाम करणाऱ्या स्त्रियांच्या सभेत भरतकाम करणाऱ्या स्त्रिया वारंवार त्यांच्याहून गरीब अवस्थेत असणाऱ्या स्त्रियांचा उल्लेख करत असत. ह्या गरीब स्त्रिया वेडा बाभूळ नावानं ओळखल्या जाणाऱ्या काटेरी झाडावरचा डिंक गोळा करत असत. वेडा बाभूळ हे झाड वाळवंटी जमिनीतला क्षार कमी करतं आणि त्याचे इतरही विविध उपयोग आहेत, अशा समजुतीनं वनखात्यानं वेड्या बाभळाची लागवड केली होती. ह्या झाडाचा डिंक खाद्य म्हणून वापरता येतो. मिठाईमध्ये त्याचा वापर केला जातो. ह्या झाडाच्या शेंगा गुराढोरांना खाऊ घालतात आणि त्याच्या फांद्या जाळून कोळसा बनवतात; पण वेडा बाभूळ वेड्यासारखा फोफावला आहे आणि त्यामुळे स्थानिक वृक्षवल्लींचा मोठ्या प्रमाणावर नाश होऊ लागलेला आहे. वेडा बाभूळ हे मूळचं दक्षिण अमेरिकेतलं झाड आहे. तिथे त्याला 'मेस्काईट' (mesquite) ह्या नावानं ओळखलं जातं.

बनासकांठा जिल्ह्यातली अंतर्नेश आणि ऐवाल ही खेडी पकिस्तान सीमेला लागून आहेत. डिंक गोळा करणं, हे तिथल्या रहिवाशांचं उपजीविकेचं एकमेव साधन आहे. कुटुंबीयांच्या घोळक्याबरोबर इथल्या स्त्रिया अनेक किलोमीटर अंतर तुडवून रूक्ष जंगलांमध्ये जातात आणि दाटीनं वाढलेल्या काटेरी बाभळींवरचा डिंक गोळा करतात. कधीकधी त्या रात्री जंगलातच वस्ती करतात आणि १०-१५ किलो डिंक गोळा करूनच घरी परततात. आम्ही ह्या स्त्रियांना पहिल्याप्रथम भेटलो, तेव्हा त्या हा डिंक व्यापाऱ्यांना २ ते ४ रुपये किलो भावानं विकत असत.

डिंक गोळा करणं हे दुष्कर आणि शिणवणारं काम आहे. झाडाच्या बारीक

काटेरी फांद्या बाजूला सारून झाडाच्या खोडार्यंत पोचणं, हे फार अवघड काम आहे. लहान मुलं ह्या फांद्यांखाली रांगत जातात आणि फांद्या बाजूला सारतात. त्यानंतर स्त्रियांना खोडापाशी पोचून सालीवर चिकटलेले डिंकाचे कण गोळा करता येतात. बाभळींचे काटे कपड्यात शिरतात आणि त्यामुळे कातडी खरचटते. ह्या स्त्रियांना दररोज ह्या काट्यांमुळे खरचटून रक्त येत असतं. जखमांमध्ये पू होणं, उष्माघात होणं आणि शरीर शुष्क होणं (dehydration) हे या स्त्रियांच्या वाट्याला येणारे नेहमीचे त्रास आहेत.

विरोधभासाची गोष्ट अशी की, ह्या ओसाड, निर्मनुष्य जागी त्यांनी केलेले कष्ट बेकायदेशीर आहेत. ही ओसाड जागा कायद्यानुसार राष्ट्रीय अरण्यांमध्ये मोडते आणि त्यामुळे ती सरकारच्या मालकीची आहे. 'गुजरात स्टेट-फॉरेस्ट डेव्हलपमेंट कॉर्पोरेशन'च्या परवानगीशिवाय जंगलातली कोणतीही लहान अथवा मोठी गोष्ट गोळा करणं हा गुन्हा आहे. डिंक गोळा करायचा परवाना कसा मिळवायचा याची काहीही माहिती नसल्यामुळे आणि वनविभागाच्या अधिकाऱ्यांची भीती वाटत असल्यामुळे ह्या स्त्रिया हा डिंक खाजगी व्यापाऱ्यांना विकून टाकत. त्यांच्या बेकायदेशीर व्यवहाराचा फायदा घेऊन हे व्यापारी ह्या स्त्रियांचा माल कवडीमोलानं विकत घेत असत. हे व्यापारी मात्र परवाना मिळवत आणि ह्या स्त्रियांचा वापर स्वस्तातल्या मजुरांप्रमाणे करत असत.

ह्या डिंक गोळा करणाऱ्या स्त्रियांना १९९१ साली 'सेवा'नं संघटित करायला सुरुवात केली. रानबाई जेमालजी रौमा[१]चे कुटुंबीय अनेक पिढ्यांपासून अंतर्नेशमध्ये राहत आहेत. संघटना स्थापन करताना रानबाईनं खूपच पुढाकार घेतला. (रानबाई सध्या 'सेवा'ची अध्यक्ष म्हणून काम बघते आहे. २००० सालनंतर ती पुन्हा एकदा हे पद भूषवीत आहे.) डिंक गोळा करण्यासाठी योग्य तो परवाना मिळवण्याच्या हेतूनं तिच्या खेड्यातल्या स्त्रियांनी डिंक गोळा करणाऱ्यांची संघटना मोठ्या उत्साहानं स्थापन केली. 'सेवा' त्यांच्या वतीनं परवान्याबाबत वनविभागातल्या अधिकाऱ्यांशी बोलली. थोडी खटपट केल्यावर ह्या गटातल्या प्रत्येक स्त्रीला आयडेंटीटी-कार्ड आणि परवाना मिळाला. एका वर्षात जवळपासच्या आणखी पाच खेड्यांमधल्या स्त्रियांनी आपले गट स्थापन केले आणि त्यांनीसुद्धा 'सेवा'च्या मदतीनं आयडेंटीटी कार्ड्स आणि परवाने मिळवले.

पण कायद्यानुसार डिंक अजूनही वनखात्याच्याच मालकीचा होता. ह्या स्त्रियांना तो डिंक राज्य सरकारच्या 'फॉरेस्ट डेव्हलपमेंट कॉर्पोरेशन'पाशीच जमा करावा लागत असे. ही संस्था ४ रुपये किलो भावानं तो विकत घेत असे.

---

१. रानबाई, सध्याची सेवाची अध्यक्षा, २००० सालपासून दुसऱ्यांदा हे पद भूषवीत आहे.

'फॉरेस्ट डेव्हलपमेंट कॉर्पोरेशन' हाच डिंक बाजारात ८ ते १० रुपये किलो भावानं विकत असे आणि नफा खिशात टाकत असे. सरकारकडे डिंकाची मक्तेदारी होती आणि ते त्याचा फायदा घेत होते.

रानबाईनं कॉर्पोरेशनच्या अधिकाऱ्यांच्या निदर्शनास आणून दिलं की, परवाना मिळाल्यापासून स्त्रिया कॉर्पोरेशनकडे खूप प्रमाणावर डिंक जमा करू लागल्य होत्या. यापूर्वी त्या कॉर्पोरेशनकडे डिंक नेतच नव्हत्या. "माझ्या खेड्यातूनच दररोज तुमच्याकडे ३०० किलो डिंक जमा होतोय!" रानबाई म्हणाली, आणि तिनं किलोमागं दर वाढवून मागितला. नाइलाजानं कॉर्पोरेशननं हा दर किलोमागं ६ रुपये एवढा वाढवला. स्त्रियांनी खरंतर किलोमागे ८ रुपये मागितले होते.

जिल्ह्यातल्या संघटनेची सदस्यसंख्या वाढत चाललेली होती. भरतकाम करणारे, डिंक गोळा करणारे, पाणी-पुरवठ्याकडे बघणारे अशा विविध व्यवसायांतले गट आता जिल्हा पातळीवरच्या संघटनेचे सदस्य होते. जिल्ह्यातल्या संघटनेचं बळ वाढल्यावर त्यांनी डिंक गोळा करणाऱ्यांना न्याय मिळवून देण्यासाठी 'फॉरेस्ट डेव्हलपमेंट कॉर्पोरेशन'च्या मॅनेजिंग डायरेक्टरची बडोद्यातल्या मुख्यालयात भेट घ्यायचं ठरवलं.

बडोद्यात 'मोठ्या शहरातल्या' 'मोठ्या साहेबांना' भेटायला जाताना ह्या स्त्रियांनी त्यांचे ठेवणीतले रंगीबेरंगी घागरे परिधान केले होते आणि चांदीचे दागिने घातले होते. काही जणींनी खेड्यातल्या इतर स्त्रियांकडून उसने घेऊन हे दागिने घातले होते. असा अजब गट प्रथमच त्यांच्या ऑफिसात पोचत असल्यामुळे आम्हांला पाहून मॅनेजिंग डायरेक्टरला हसू फुटलं. त्यानं आक्रमक पवित्रा घेऊन स्त्रियांची उलटतपासणी घ्यायला सुरुवात केली – "तुम्ही जंगलातल्या गरीब स्त्रिया आहात यावर मी विश्वास कसा ठेवावा? तुमच्या अंगावरले किलो किलोचे चांदीचे दागिने पाहून तुम्हांला गरीब कोण म्हणेल?" रानबाई म्हणाली, "आम्ही डिंक कसा गोळा करतो, ते मी तुम्हांला दाखवते!" असं म्हणून तिनं तिचा घागरा वर खोचला, ओढणी डोक्याभोवती गुंडाळून घेतली आणि काटेरी फांद्यांखालून जात असल्याप्रमाणे ती रांगत-रांगत मॅनेजिंग डायरेक्टरच्या खुर्चीकडे जाऊ लागली. संकोचानं त्यानं आपली दृष्टी दुसरीकडे वळवली आणि आम्हांला सांगितलं की, ह्या स्त्रियांच्या गावांची त्याला चांगली माहिती होती, कारण नोकरी सुरू केल्यावर सुरुवातीला त्याची नेमणूक तेथेच झालेली होती.

साहेब आणि ह्या स्त्रिया यांच्या 'त्यांच्या' जंगलाबद्दलच्या गप्पा खूपच रंगल्या. पिलूडी आणि लिमडीची झाडं, तिथले प्राणी, तिथली शुष्क माती, क्वचित येणाऱ्या पावसानं जंगलात होणारा आमूलाग्र बदल यांबद्दल त्यांनी समरसून गप्पागोष्टी केल्या. स्त्रियांची भीड चेपल्यावर त्या 'साहेबाला' सांगू

लागल्या की, ऑक्टोबर-नोव्हेंबरमध्ये डिंक जमा होतो आणि सुरुवातीचा पांढराशुभ्र डिंक सर्वांत उत्तम प्रतीचा असतो. त्यांनी डिंक गोळा करताना खरचटलेले आपले हातसुद्धा त्याला दाखवले. मॅनेजिंग डायरेक्टरनं सारं बोलणं आपलेपणानं ऐकून घेतलं आणि मग तो म्हणाला, ''तुमची समस्या काय आहे हे मला सांगा.''

ह्या भेटीमुळे ह्या स्त्रियांना डिंकाची किंमत किलोमागे आठ रुपयांएवढी वाढवून तर मिळालीच, पण त्याखेरीज ह्या विभागातल्या डिंक गोळा करणाऱ्या ३०० स्त्रियांना बूट, पाण्याच्या बाटल्या, हॅट्स, गॉगल देण्यात आले. संघटित प्रयत्नांचं फळ कसं मिळतं, याची जाणीव ह्या स्त्रियांना झाल्यावाचून राहिली नाही. आणखी-आणखी खेड्यांतल्या स्त्रियांनी एकत्र येऊन गट स्थापन केले आणि परवान्यांची मागणी केली. वर्षानं डिंकाची किंमत किलोमागे १२ रुपये एवढी वाढली. डिंक गोळा करणाऱ्यांची संख्या पुन्हा वाढली. रानबाईच्या नेतृत्वाखाली आणखी स्त्रिया तयार होऊन जबाबदारीची कामं करू लागल्या. पालूबेन आणि रुडीबेनसारख्या नव्या नेत्या उदयाला आल्या.

पण फॉरेस्ट कॉर्पोरेशनचा डिंकासाठीचा दर खाली घसरू लागला. १२ रुपयांवरून १० रुपयांवर आणि तो त्यानंतर सात रुपयांवर घसरला. कॉर्पोरेशन म्हणाली की, बाजारात जरुरीपेक्षा जास्त डिंक येऊन पोचलेला होता त्यामुळे मालाला उठाव नव्हता; कारण भारत सरकारनं सुदानकडून मोठ्या प्रमाणावर डिंकाची आयात केलेली होती. ह्या परदेशी डिंकाची आयात का करण्यात आली होती, हे कुणालाच कळत नव्हतं; गरजेपेक्षा कितीतरी जास्त डिंक बाजारात येऊन पडलेला होता!

किमती खाली घसरण्याचं आणखी एक कारण होतं, व्यापाऱ्यांचा दबाव! आता स्त्रियांकडे डिंक गोळा करण्याचा कायदेशीर परवाना असल्यामुळे, त्यांना तो चोरून व्यापाऱ्यांना विकायची गरज उरलेली नव्हती. फॉरेस्ट कॉर्पोरेशनप्रमाणे ह्या स्त्रियांकडून रास्त किमतीला डिंक विकत घ्यायची ह्या व्यापाऱ्यांची अजिबातच तयारी नव्हती. फॉरेस्ट कॉर्पोरेशन ठरावीक काळानं डिंकाचा लीलाव करत असे, त्या वेळेस त्या लीलावात हे व्यापारी डिंकांची खरेदी करत असत. जेव्हा ह्या व्यापाऱ्यांच्या कानावर आलं की, फॉरेस्ट कॉर्पोरेशननं ह्या स्त्रियांना डिंकासाठी किलोमागे १० रुपये द्यायचं कबूल केलं आहे, त्या वेळेस ह्या लोकांनी कट करून धोरण आखलं. लीलावात सरकारला कुणीही किलोमागे ७ रुपयांपेक्षा जास्त किंमत द्यायची नाही असं ह्या व्यापाऱ्यांनी ठरवलं. मागितल्या किमतीला डिंक विकत घ्यायला कुणीही तयार झालं नाही; त्यामुळे सरकारला तोटा सोसून ह्या व्यापाऱ्यांना डिंक विकावा लागला. तोट्यात विक्री करावी लागल्यामुळे,

सरकारनं स्त्रियांच्या डिंकाचा दरसुद्धा कमी केला. आम्ही निषेधाची ओरड केली, तेव्हा सरकारनं आम्हांला लिलावाच्या वेळेस उपस्थित राहून त्यांच्यापुढलं धर्मसंकट समक्ष पाहायला सांगितलं. व्यापाऱ्यांनी खरोखरच सरकारला वेठीला धरून नमवलं होतं!

डिंक गोळा करणाऱ्यांवर हे मोठंच संकट ओढवलेलं होतं. फॉरेस्ट डिपार्टमेंट देईल, तो दर स्वीकारणं त्यांना भाग होतं. व्यापाऱ्यांच्या कावेबाजपणामुळे स्त्रिया अडचणीत सापडल्या होत्या. थेट बाजारात डिंकाची विक्री करता यावी अशी परवानगी 'सेवा'नं वनविभागाकडे मागितली. आम्हांला त्यांच्याकडून काहीही उत्तर मिळालं नाही. सारे नियम धाब्यावर बसवून 'सेवा'नं त्या वर्षी बाजारात खाजगी व्यापाऱ्यांना किलोमागे २३ रुपयांना हा डिंक विकला. 'सेवा'नं जाणून-बुजून आज्ञाभंग केलेला होता.

आमची तक्रार गुजरातचे मुख्यमंत्री केशुभाई पटेल यांच्यापर्यंत पोचली. आम्ही मुख्यमंत्र्यांपुढे आमची बाजू मांडली. आम्ही म्हटलंय – ह्या स्त्रिया जबाबदारीनं राज्याच्या वनांची काळजी घेत आहेत; डिंक गोळा करताना त्या झाडाला हानी पोचू नये अशी सर्वतोपरी काळजी घेत आहेत. उपजीविकेसाठी ह्या स्त्रिया जंगलांवरच अवलंबून आहेत. त्या अत्यंत दरिद्री जिणं जगत आहेत. सरकारनं त्यांना न्याय मिळवून द्यायला हवा! जर परवान्याचं राज्य बंद करून मोठ्या कारखानदारांवरचे निर्बंध हटवण्याचं सरकारचं सध्याचं धोरण आहे, तर ह्या गरीब स्त्रियांना थेट बाजारात डिंक विकायचा परवानगी का मिळू नये?

वनखात्याचा कडवा विरोध असूनही केशुभाई पटेलजी यांनी 'बनासकांठा डिस्ट्रिक्ट असोसिएशन'ला खुल्या बाजारात डिंक विकायची तात्पुरती परवानगी दिली. एका वर्षाच्या कालावधीसाठी देण्यात आलेल्या ह्या परवानगीची मुदत आणखी पाच वर्षांनी वाढवून मिळाली. २००४ साली, उत्कृष्ट प्रतीच्या डिंकाचा बाजारभाव किलोमागे ६० रुपये होता!

मीठ बनवणारे

जवळच्याच सुरेंद्रनगर जिल्ह्यातल्या स्त्रियांचा एक गट ओसाड पर्यावरणाला तोंड देऊन उपजीविका करत होता. जमिनीखालच्या खाऱ्या पाण्यापासून ह्या 'आगरिया' स्त्रिया मीठ बनवतात. भूस्तराखालच्या पन्हाळींमधून समुद्राचं पाणी जमिनीच्या आतल्या भागापर्यंत पोचतं आणि जमिनीखालच्या पोकळ जागी जमा होतं. जमिनीला छिद्रं पाडून हे पाणी बाहेर काढलं जातं आणि त्यापासून मीठ बनवलं

कारखान्यात वापरता येण्याजोग्या दर्जाचं मीठ बनवत असलेली कुडा गावातली रंजनबेन (ग्राम हाट)

जातं. हे खारं पाणी समुद्राच्या पाण्याहून अनेक पटींनी जास्त खारं असतं.

जगात सर्वाधिक मीठ बनवणाऱ्या देशांच्या यादीत भारत तिसऱ्या क्रमांकावर आहे. भारतात दर वर्षी एक कोटी सत्तर लाख टन मीठ बनवलं जातं. त्यापैकी ७०% मीठ गुजरातेत बनतं. कच्छच्या छोट्या रणामधला सुरेंद्रनगर हा जिल्हा दर वर्षी २० लाख टन मीठ बनवतो. जवळच्याच कच्छमध्ये मिठाचं सर्वांत जास्त उत्पादन होतं. गुजरातेत बनवलं जाणारं बरंचसं मीठ समुद्राच्या ताज्या पाण्यापासून बनवलं जातं. पण समुद्रापासून दूरच्या, आतल्या भागात बनणारं मीठ सुरेंद्रनगरमध्ये तयार होतं.[२]

वाळवंटातलं कडक तपमान इथल्या रहिवाशांना असह्य वाटतं. पहाटे आणि संध्याकाळी खूप थंडी पडते. मधल्या काळात उन्हाचा प्रचंड दाह असतो आणि खूपच गरम हवा असते. जमिनीचा पृष्ठभाग रूक्ष आणि उन्हानं तडकलेला असतो. लोक 'कूबा' नावाच्या गुहेसारख्या घरांमध्ये राहतात. कूबा ही बुटाच्या आकाराची जमिनीखालची पोकळ जागा असते. आत शिरायला लहानसं विवर

---

२. सेंट्रल साल्ट अँड मरीन केमिकल्स रिसर्च इन्स्टिट्युट – "मेथड्स ऑफ प्रॉड्युसिंग इंडस्ट्रिअल साल्ट फ्रॉम ग्राउंड वॉटर. सेवा पब्लिकेशन, २००३.

असतं आणि ते गवतानं किंवा टारपॉलीननं झाकून टाकलेलं असतं. ह्या भागात अगदी विरळ लोकवस्ती आहे. तुमचा शेजारी तुमच्यापासून अर्धा किलोमीटर ते पाच किलोमीटर अशा अंतरावर कुठेही असू शकतो. इतकं अंतर असल्यामुळे मीठ बनवणारे आरशांचा वापर करून एकमेकांना खाणाखुणा करतात आणि निरोपांची देवघेव करतात. मनुष्यवस्ती असलेल्या जागी शक्तिमातेची छोटी-छोटी देवळं उभी आहेत.

मीठ तयार करणाऱ्या ह्या आगरियांचं आयुष्य मोठं खडतर असतं. एका नववधूनं कवितेच्या रूपानं आपलं दुःख व्यक्त केलं आहे :

माये, तू इतर कुठलं स्थळ न शोधता मला सरळ अगरियाच्या पदरी का देऊन टाकलंस?

मी इथला विचित्र मुलूख आणि मिठागरं बघितली आणि माझ्या डोळ्यांनी रेतीची आसवं गाळली!

माये? तू मला आगरियाच्या पदरी का देऊन टाकलंस? मीठ बनवण्याची ती भांडी मी माझ्या हातांनी लख्ख घासून काढते. माझ्या उघड्या पावलांनी मीठ तुडवून त्याचा चुरा करते.

माये, माझी आसवं मिठाहूनही खारट आहेत! मी पहाटे लवकर उठते आणि सारा दिवस आणि सारी रात्र मिठागरांवर राबते.

माये, तू माझं आगरियाशी का लग्न लावून दिलसं? मी तरुणपणीच मरून जाईन, पण धावपळ करत तू माझ्या सरणापाशी पोचायची जरूर नाही.

माझं मांस जळून गेलं, तरी माझी हाडं तुझ्यासाठी वाट पाहत थांबतील.

माये, तू मला अगरियाच्या पदरी का दिलंस?

मला अनेक जणांनी सांगितलंय की, अगरियाचं प्रेत सरणावर ठेवलं की, लवकर जळत नाही कारण हाडांमध्ये मिठाचा अवाजवी साठा झालेला असतो.

पन्नास वर्षांपूर्वी, जेव्हा मी पहिल्यांदा सुरेंद्रनगरच्या आगरियांकडे गेले, तेव्हा ते भूस्तराखालचं खारं पाणी बैलांच्या मदतीनं वर उपसत असत. मीठ तयार झालं की, हे बैल दिवस-रात्र कामाला जुंपलेले राहत असत. आगरियांच्या स्त्रिया खूप अंतर पायी तुडवून बैलांसाठी चारा आणत असत आणि बैलांवर ब्लँकेटस पसरून त्यांना ऊब आणत असत. पण दोन मोसमात काम केलं की, बैल अवाजवी श्रमांमुळे मरून जात. "स्त्रियासुद्धा जास्त जगत नसत. बैलांची काळजी घेता-घेता त्यासुद्धा मरून जात." आपल्या लहानपणच्या मिठागरांवरच्या आठवणी सांगताना कुडा ह्या खेड्यातली शांतिबेन आठवण सांगते.

भूस्तराखालून खारं पाणी वर खेचून घेण्याचं काम आता यंत्रांच्या साहाय्यानं करावं लागतं, कारण पाण्याची पातळी भूस्तराखाली ६० ते ७० फूट एवढी

खोल गेलेली आहे. 'डिबको' नावाच्या लहानशा पंपानं ते पाणी वर खेचून घेतलं जातं, पण हे पंप वापरणं महाग पडतं, कारण उत्पादनासाठीच्या खर्चातले ६०% केवळ इंधनावरच खर्च होतात. इंधनाचा खर्च वाढतच चाललेला आहे. गेल्या दहा वर्षांत २१० लिटर डिझेलच्या पिंपाची किंमत १६८० वरून ५३०५ एवढी वाढलेली आहे. "परंतु १ टन मिठाची किंमत ४० रुपयांवरून ७८ रुपये एवढीच वाढलेली आहे." शांतिबेन म्हणते.

सप्टेंबर महिन्यात अगरिया लोक आपलं खेडं सोडतात आणि वाळवंटाच्या दिशेनं कूच करतात. आदल्या वर्षी आपल्या मिठागराजवळ खोचून ठेवलेल्या झेंड्याचा ते शोध घेतात, कारण त्यांच्या अनुपस्थितीत उन्हाळाभर वाळवंटी वारे वाहत असल्यामुळे त्यांच्या विहिरी वाळूखाली पुरल्या जातात. विहिरीप्रमाणेच मिठागरं आणि 'कूबा' ही त्यांची बिळासारखी घरंसुद्धा वाळूखाली झाकली जातात. दर वर्षी मिठागरं पुन्हा नव्यानं तयार करावी लागतात. मिठागरांचा तळ आणि काठाच्या भिंती बनवणं हे कौशल्यपूर्ण काम आहे. चिक्कट चिकणमाती घोट्यांनी तुडवून नरम, तकतकीत आणि कडक करावी लागते. ती सच्छिद्र राहून चालत नाही. तळाला चिकणमातीचा लेप दिला की, पाण्याचा एक थेंबसुद्धा खाली जाऊन जमिनीत मुरता कामा नये, अशा प्रकारे ती माती घडवावी लागते. स्त्रियाच हे अवघड काम करतात आणि व्यवसायासाठी हे अत्यंत महत्त्वाचं काम आहे.

तेवढंच महत्त्वाचं काम आहे, विहिरी खोदून खाऱ्या पाण्याचा शोध लावणं. पुरुष फावड्यांनी खोदत राहतात. पाणी सापडेपर्यंत ते खोदत राहतात. पाणी लागलं की, ते पाइप आत सोडतात आणि पंपानं ते पाणी वर खेचून घेतात. नशीब फळफळलं, तर मोसमभर पुरेल एवढं खारं पाणी सापडतं. खारं पाणी संपलं किंवा वाऱ्याची दिशा बदलल्यामुळे खाऱ्या पाण्याची पातळी खाली गेली, तर त्यांना पुन्हा एकदा खोदावं लागतं. कधीकधी त्यांना पाच-पाच विहिरी खोदाव्या लागतात, तेव्हाच मिठागरांमध्ये सतत फूटभर पाण्याची पातळी ठेवण्याएवढं खारं पाणी सापडतं. नाहीतर सारी मेहनत फुकट जाऊ शकते.

प्रत्येक कुटुंब एक ते पाच मिठागर राखतं. प्रत्येक मिठागर अर्ध्या एकराची जागा व्यापतं. खारं पाणी आधी एका साठवणीच्या टाकीत जमा केलं जातं. त्यातल्या मिठाच्या प्रमाणाची ठरावीक पातळी होईपर्यंत ते त्या टाकीतच ठेवलं जातं. मिठाची हवी ती पातळी आली की, ते पाणी पन्हाळींमधून मिठागरांमध्ये सोडलं जातं. उन्हामुळे आणि वाऱ्यामुळे मिठागरातल्या पाण्याचं सतत बाष्पीभवन होत राहतं. ह्या पाण्याकडे सतत लक्ष पुरवावं लागतं. केवळ मिठाची ठरावीक पातळी राखण्यासाठीच नव्हे, तर ते स्वच्छ ठेवण्यासाठीसुद्धा काळजी घ्यावी

लागते. तळाच्या जमिनीवर मीठ तयार होऊन साचू नये म्हणून मिठागरांच्या तळाशी शेंगात्रा नावाचं वाळवंटी गवत लावलेलं असतं. त्या गवतावरच मिठाचे पहिले स्फटिक तयार होतात. हे सर्वांत मौल्यवान असं fleur del sel मीठ असतं. स्फटिक चांगल्या आकाराचे बनेपर्यंत मीठ फावड्यानं सतत हलवत राहावं लागतं. त्यानंतर काही काळ मीठ तसंच ठेवलं जातं. ते पुरेसं कोरडं होऊन हातांनी उचलता येईपर्यंत ते तसंच राहू दिलं जातं.

मीठ बनवण्याची प्रक्रिया ऑक्टोबर-अखेरीस दसऱ्यानंतर सुरू केली जाते. थंडीची सुरुवात होता-होता ह्या प्रक्रियेला प्रारंभ केला जातो आणि मार्च महिन्यात होळीच्या सुमाराला मीठ तयार होतं. उन्हाळी वारे वाहू लागण्यापूर्वी मीठ तयार होणं आवश्यक असतं. मीठ तयार व्हायला थोडा जरी उशीर झाला, तरी मिठात वाळू उडून येते आणि सारं मीठ वाया जातं. मीठ तयार होऊन विकलं गेलं की, हे लोक आपली कूबा नामक बिळांसारखी घरं सोडतात आणि काही महिन्यांसाठी आपापल्या खेड्यांमध्ये परत जातात.

हिवाळाभर हे लोक मिठागरांमध्ये काम करत असतात, तेव्हा त्यांच्या खेड्यांमधून त्यांच्या कूबांवर नातेवाईक सतत जा-ये करत असतात. कूबात राहून मिठागरं पाहणाऱ्या लोकांसाठी अन्नधान्य, इंधन आणि इतर माल आणून द्यावा लागतो. इथे सार्वजनिक वाहतुकीची कोणतीही साधनं नसतात. त्यामुळे त्यांना सामग्री पोचती करणाऱ्या लोकांना वाळवंटात वीस ते तीस किलोमीटर पायी प्रवास करून झेपेल तेवढे पाण्याचे आणि इंधनाचे डबे वाहून न्यावे लागतात. सरासरी, दर तीन दिवसांना पंपांसाठी १० लिटर डीझेलची आवश्यकता असते. त्यामुळे शहरातून कष्टानं हे इंधन वाहून आणावं लागतं. सायकल आणि मोटारसायकल मिळाली, तर हे काम खूपच सुकर होतं.

वर्षभराच्या मिठागरांच्या कामासाठी पुरेसं भांडवल फारच थोड्या आगरियांजवळ असतं. पंप चालवणं आणि मीठ तयार होऊन विकलं जाईपर्यंत बायकामुलांच्या तोंडात अन्नाचा घास घालणं यासाठी भांडवलाची आवश्यकता असते. त्यामुळे ते मिठाच्या व्यापाऱ्यांकडे मदत मागतात. हे व्यापारी आगरियांना पैसे उसने देतात आणि त्यांनी बनवलेलं सारं मीठ आधीच ठरवलेल्या किमतीला विकत घ्यायचं आश्वासन देतात. मीठ तयार होण्यापूर्वी एक-दोन महिने हा व्यापारी इतर व्यापाऱ्यांबरोबर विचार-विनिमय करून मिठाची किंमत ठरवतो. मग हा व्यापारी आगरियाच्या मिठागरांवर जाऊन मिठाची प्रत आणि साठ्यांचा आकार नजरेखालून घालतो. मग तो मिठासाठी देऊ करत असलेली किंमत सांगतो. आगरियाला काहीही सौदा करता येत नाही, कारण त्यानं आधीच कर्ज काढलेलं असतं आणि त्याच्या मिठासाठी इतर कुणी गिऱ्हाईकसुद्धा नसतं. ही किंमत ठरवताना हुशारी

वापरली जाते. आगरियाकडे पुरेसे पैसे शिल्लक राहू नयेत आणि पुढल्या वर्षासाठी त्याला पुन्हा कर्ज काढणं भाग पडावं अशा हिशोबानं ही किंमत सांगितलेली असते. पटडी, हालवाड आणि ध्रांगध्रा तालुक्यातले अनेक आगरिया पिढ्यान्‌पिढ्या कर्जात राहतात, कारण त्यांच्या कर्जापेक्षा त्यांचं उत्पन्न नेहमीच कमी असतं.

संघटित व्यापाऱ्यांच्या टोळीची ह्या विभागावर, मीठ बनवण्याच्या प्रक्रियेवर, बाजारपेठेवर, वाहतुकीच्या साधनांवर आणि सरकारी कचेऱ्यांवरसुद्धा जबरदस्त पकड असते. छोटीशी मिठागरं राखणारा आगरिया त्यांच्याशी टक्कर देऊ शकत नाही. मिठाच्या किमतीच्या रुपयामागे आगरियाच्या हातात फक्त पाच पैसे पडत असतात. बराचसा नफा व्यापाऱ्यांच्या खिशातसुद्धा जात नसतो! हे व्यापारी हे मीठ टाटा आणि बिर्ला यांसारख्या धनाढ्य कारखानदारांना विकतात. टाटा केमिकल्स आणि बिर्ला यांच्या कब्जात मिठाच्या व्यापारातला ९०% हिस्सा असल्यामुळे त्यांनाच बहुतांश नफा मिळतो.

'सेवा'चा आगरियांशी संपर्क आला त्यांच्या मुलांमार्फत! भरतकाम करणाऱ्यांचा गट नेहमीच आगरियांबद्दल माहिती सांगत असे. आगरिया त्यांच्या मुलांना घेऊन वाळवंटातल्या मिठागरांवर जातात. आईवडील मिठागरांमध्ये कष्ट उपसत असतात, तेव्हा मुलं एकटीच असतात आणि खेड्यांपासून इतक्या दूरवर, वर्षाचे अनेक महिने राहत असल्यामुळे ही मुलं शाळेत जाऊ शकत नाहीत, असं आम्ही ऐकलं होतं.

मदत करायला आम्ही अगदी लहान प्रमाणावर सुरुवात केली. आम्ही मिठागरांजवळ एक क्रश (पाळणाघर) सुरू केलं. ह्या पाळणाघरात काही स्त्रिया अगदी तान्ह्या मुलांपासून सात वर्षांच्या मुलांपर्यंत सर्वांना सांभाळू लागल्या. वयानुसार मुलांचे वेगवेगळे गट पाडण्यात आलेले होते. मध्यमवयीन आणि मिठागरांमध्ये काम करण्यास आता असमर्थ असलेल्या स्त्रियांना शिशुसंगोपन आणि पौष्टिक अन्नाबद्दल वासुबेन नावाची अहमदाबादेतली प्रशिक्षित शिक्षिका माहिती देऊ लागली. ह्या स्त्रिया निरक्षर होत्या. त्यामुळे मुलांबरोबर ह्या स्त्रियांनासुद्धा वसुबेन लिहा-वाचायला शिकवू लागली. मिठागरांवर काम करणाऱ्या आयांना ही सुविधा मोलाची वाटली. दुपारी त्यांच्या मुलांसाठी पौष्टिक जेवण बनवलं जात असे, त्याचंसुद्धा त्यांना खूपच अप्रूप वाटलं. आगरियांशी अशा प्रकारे संपर्क साधल्यानंतर आम्ही हळूहळू त्यांच्याशी बोलून, प्रश्न विचारून, माहिती गोळा करून ह्या व्यवसायाच्या अर्थकारणाबद्दल आणि विशेषत: आगरिया स्त्रियांच्या मिळकतीबद्दल आणि राहणीमानाबद्दल माहिती गोळा करायला सुरुवात केली.

आगरिया स्त्रियांना अनेक बाबतीत मदतीची गरज होती. व्यापाऱ्यांच्या

तावडीतून कर्जमुक्त होऊन बाहेर पडण्यासाठी त्यांना भांडवलाची गरज होती. खाण्यासाठीचं आणि कारखान्यांना लागणाऱ्या प्रतीचं मीठ बनवता येण्यासाठी त्यांना तज्ज्ञांकडून प्रशिक्षण मिळणं आवश्यक होतं. पाणी उपसायचे पंप आणि फावडी, हॅट्स-रबरीबूट आणि हातमोजे, त्यांची उत्पादनक्षमता वाढवण्यासाठी मुलांसाठी पाळणाघरं आणि सर्वांसाठी स्वास्थ्य-सेवा, त्यांनी बनवलेलं मीठ बाजारात पोचवण्यासाठी वाहतुकीची साधनं आणि माल विकण्यासाठी गिऱ्हाईक ह्या सर्व बाबतींत त्यांना मदत मिळणं गरजेचं होतं. ज्याप्रमाणे ह्या सर्व गरजा एकमेकांत गुंतलेल्या होत्या, त्याप्रमाणेच त्या गरजा पुरवण्यासाठीचे आमचे प्रयत्नसुद्धा सर्वंकष असणं आवश्यक होतं.

'सेवा'नं मुलांसाठी पाळणाघरं दिली आणि अधूनमधून ह्या विभागात आरोग्यसेविका पाठवायला प्रारंभ केला. आगरियांना कर्ज देण्याची सोय करण्याकडे 'सेवा बँके'नं लक्ष घातलं. 'सेवा बँक' ही शहरातली नोंदणीकृत बँक असल्यामुळे ती ग्रामीण भागात कर्ज देऊ शकत नाही; किंवा खेड्यांमध्ये शाखासुद्धा उघडू शकत नाही. अनेक वर्षं वाटाघाटी करूनसुद्धा 'सेवा बँक' सेवाच्या ग्रामीण सदस्यांना कर्ज देऊ शकत नाही.

ग्राम हाट : बाजारपेठ आणि तंत्रज्ञान उपलब्ध करून देणं

स्वत: उत्पादन करणाऱ्या महिलांच्या गटांना पैशांची आणि प्रशिक्षणाची मदत करण्याची DWCRAची इच्छा होती; पण बनासकांठा जिल्ह्यात स्त्रियांचे जे गट स्थापन होत होते, ते पारंपरिक कौशल्यांच्या बळावर अर्थार्जन करणाऱ्या स्त्रियांचे गट होते. मीठ बनवणं आणि डिंक गोळा करणं अशा कामांसाठी पैसे आणि प्रशिक्षण देण्यास सरकारमान्यता मिळालेली नव्हती. बनासकांठा जिल्ह्यातल्या स्त्रियांच्या संघटनांना वेगळ्या प्रकारच्या प्रशिक्षणाची गरज होती. त्यांना प्राथमिक व्यवस्थापन, हिशोब ठेवणं आणि थोडी तंत्रज्ञानविषयक मदत हवी होती.

DWCRAच्या उपक्रमांमार्फत मदत मिळवून देण्याची 'सेवा'ला तीव्र इच्छा वाटत होती. ह्या इच्छेमागे अनेक कारणं होती. ग्रामीण भागात विविध व्यवसायांतल्या स्त्रिया झपाट्यानं आपापल्या संघटना तयार करू लागल्या होत्या. त्यांना आर्थिक मदतीची खूपच गरज होती आणि 'सेवा'जवळच्या तोकड्या पैशांवर ती मदत पुरवता येणं शक्य नव्हतं. प्रत्येक व्यवसायाच्या गटाला भांडवलाची गरज होती. भरतकामाच्या गटाला कापड आणि भरतकामाचे दोरे यांसाठी भांडवल हवं होतं. डिंक गोळा करणाऱ्यांना आणि मीठ बनवणाऱ्यांना आपला माल बाजारपेठेत पोचवण्यासाठी वाहतुकीच्या साधनांची गरज होती.

सर्वांत महत्त्वाची गोष्ट म्हणजे आपण तयार केलेल्या मालासाठी ह्या स्त्रियांना गिऱ्हाइकं हवी होती.

ह्या विविध गटांचा आकार आणि कुवत जोखल्यावर सरकारनं प्रत्येक गटाला १५,००० रुपयांचं भांडवल आणि ह्या गटांना हवं असलेलं प्रशिक्षण द्यायचं कबूल केलं. ह्या सहकार्याचा खूपच फायदा झाला. खेड्यांमध्ये स्त्रियांचे शेकडो गट स्थापन झाले आणि सरकारनं DWCRA प्रकल्प आवरता घेतल्यानंतरसुद्धा ते गट जिवंत राहू शकले. सुरुवातीची मदत मिळाली नसती, तर हे होणं शक्य नव्हतं.

१९९०च्या दशकात 'सेवा'च्या ग्रामीण सदस्यांची संख्या १३,०००वरून २५,०००वर गेली आणि ती २००० सालापर्यंत ३,१८,०००पेक्षा जास्त झाली. सदस्यसंख्या एवढी वाढलेली पाहून मला आनंदाबरोबरच काळजीसुद्धा वाटली. खेड्यातल्या स्त्रिया संघटित होऊन बदल घडवून आणण्यासाठी नेटानं एकत्रितपणे प्रयत्न करत आहेत, हे पाहून मला संतोष वाटला. रोजगार मिळवणं हा मुद्दा केंद्रस्थानी धरून आम्ही केलेल्या प्रयत्नांना यश लाभलेलं पाहणं, ही आनंददायक गोष्ट होती; पण मला काळजीसुद्धा वाटली, कारण वाढत्या सदस्यसंख्येच्या समस्या दूर करणं, ही मोठीच जबाबदारी होती. उत्पादनात इतक्या प्रचंड वेगानं वाढ होत असताना त्या मालासाठी बाजारपेठ शोधून तो माल खपवणं, ही आव्हानात्मक जबाबदारीच होती! आणि 'सेवा'ला इतक्या ताबडतोब विक्री करून देणारी शाखा कशी काय सुरू करता येणार होती? बाजारपेठेत ढवळाढवळ करणं हे धोक्याचं काम होतं. लहान-मोठे सर्व उत्पादक या बाबतीत काळजीपूर्वक पावलं उचलत असत.

हे विविध गट वेगवेगळ्या गोष्टींचं उत्पादन करत होते. त्या विविध प्रकारच्या उत्पादनांची विक्री करण्यासाठी सतत लक्ष ठेवणं, चटकन निर्णय घेणं आणि तात्कालिक अडचणींतून मार्ग काढणं अशी तिहेरी कसरत करणं गरजेचं होतं. विविध प्रकारच्या उत्पादनांची विक्री करून देणारा एकच सरधोपट, रामबाण इलाज उपलब्ध असणं शक्यच नव्हतं.

संथालपूर जिल्ह्याच्या खेड्यांमधल्या जंगलांतून डिंक गोळा करणाऱ्यांचे गट होते. कच्छच्या छोट्या रणात मीठ बनवणाऱ्या आगरियांचे गट होते. खेडा जिल्ह्यात विणकरांचे गट होते. जिरं आणि तीळ यांची लागवड करणाऱ्या छोट्याछोट्या शेतकऱ्यांचे गट होते. ह्या सर्व गटांनी जिल्हा स्तरावर संघटना तयार केलेली होती. व्यापाऱ्यांसाठी कंत्राट-पद्धतीवर उत्पादन करण्याचं थांबवून ह्या सर्व गटांनी आपापल्या हिमतीवर उत्पादन करायला सुरुवात केलेली होती; पण ह्या सर्वांनी आपापला माल खपवायला शिकणं गरजेचं होते. स्वतःच्या उत्पादनाची स्वतःच्या हिमतीवर विक्री करणं, हे काही सोपं काम नव्हतं.

ह्या बाबतीत ‘सेवा’नं ह्या विविध उत्पादकांच्या गटांना मदत करणं अत्यावश्यक होतं. प्रत्येक गटाची कुवत अगदीच कमी असते. जिल्ह्यातले विविध गट जिल्हा पातळीवर एकत्र आले, तर त्यांचं बळ वाढतं; पण जिल्हा पातळीवरचे संपूर्ण राज्यातले गट एकत्र आले, तर ते बाजारपेठेवर आणखी प्रभाव पाडू शकतात. आर्थिक पाठबळ, बाजारपेठेची माहिती आणि ग्राहकांशी संपर्क साधणं ह्या गोष्टी लाभल्या, तरच त्यांना योग्य बाजारभाव मिळणं शक्य होतं.

१९९८ साली अनपेक्षितपणे ह्या समस्येवर तोडगा सापडला आणि गुजरातचे रूरल डेव्हलपमेंट कमिशनर (ग्रामीण-विकास-आयुक्त) डॉक्टर के. एन. शेलात यांनी ‘सेवा’शी संपर्क साधून आमच्या प्रशिक्षण कार्यक्रमांचा विस्तार करण्याबाबत बोलणी केली. मी त्यांना सांगितलं की, स्त्रियांना आणखी प्रशिक्षणाची गरज नसून त्यांना उत्पादनाच्या विक्रीबाबत मदत मिळणं अत्यावश्यक आहे. लहान प्रमाणावर उत्पादन करणाऱ्या ह्या स्त्रियांना विक्रीबाबत मदत करण्याचं काम गुजरात सरकार करू शकेल का, असा प्रश्न मी त्यांना विचारला. स्त्री-उत्पादकांच्या गटांबद्दल डॉ. शेलातना खरोखरीच आस्था वाटत होती आणि त्यांना मदत करण्याची त्यांची खरीखुरी इच्छा होती. विक्रीबाबत मदत करण्यासाठी आर्थिक मदत उपलब्ध करून देण्याचा धाडसी निर्णय डॉ. शेलात यांनी घेतला. जिल्हा स्तरावरच्या संघटना, सेवा आणि गुजरात सरकार ह्या तिघांच्या भागीदारीत ‘सेवा ग्राम महिला हाट’ प्रस्थापित झाला. ग्रामीण स्त्रियांची उत्पादनं खपवणं, हा त्यामागचा मुख्य हेतू होता. जिल्हा स्तरावरच्या ९ संघटनांचा एक-एक प्रतिनिधी ग्राम-हाटच्या संचालक-मंडळावर असतो आणि त्यामुळे सर्व जिल्ह्यांचं हित जपलं जातं आणि ग्राम-हाट हा केवळ एक दलाल बनत नाही.

ग्राम-हाटची स्थापना होऊन ग्रामीण स्त्रियांना बळ लाभावं, अशी माझी इच्छा होती. ह्या स्त्रिया केवळ मालाच्या उत्पादकच राहू नयेत, तर आपल्या संयुक्त व्यवसायाच्या त्या मालक-व्यवस्थापक बनाव्यात, असं मला वाटत होतं. मध्यस्थ-दलालांवर अवलंबून न राहता त्यांनी बाजारपेठेबाबत सर्वांगीण माहिती करून घ्यावी आणि आपल्या व्यवसायाच्या उत्पादनाबद्दल, विक्रीबद्दल आणि अर्थव्यवस्थेतल्या स्थानाबद्दल त्यांना संपूर्ण ज्ञान असावं, असं मला वाटत होतं. गरिबीतून मुक्त होऊन ह्या स्त्रियांचं उत्पन्न वाढणं आवश्यक होतं. त्यांनी स्थानिक बाजारपेठेसाठी उत्पादन करून माल खपवणं महत्त्वाचं होतं. केवळ शहरातल्या आणि परदेशातल्या गिऱ्हाइकांवर अवलंबून राहून चाललं नसतं. ह्या साऱ्या गोष्टी ह्या स्त्रियांनी स्वत:च्या हिमतीवर करणं आवश्यक होतं. इतरांच्या मदतीवर आणि दानधर्मावर विसंबून राहून चाललं नसतं.

मिठाचं उत्पादन करणाऱ्यांना कशा प्रकारे मदत करता येईल, याबाबत ग्राम

-हाट प्रयत्न करत असतानाच दैवयोगानं गुजरात अल्कलाइन कॉर्पोरेशन लिमिटेडचे (GACL) मॅनेजिंग डायरेक्टर (कार्यकारी संचालक) डॉ. ए. के. लुके यांच्याशी भेटीचा योग आला. त्यांनी मिठाच्या बाजारपेठेबद्दल आम्हांला सखोल माहिती करून दिली आणि इंडस्ट्रियल-ग्रेड-सॉल्ट (कारखान्यांना लागणाऱ्या दर्जाचं मीठ) बनवण्यातले फायदे समजावून सांगितले. अशा प्रकारच्या मिठाला खूप मागणी असते. मॅग्नेशिअम, कॅल्शिअम क्लोराइड, सोडिअम सल्फेट, आयोडाइड, इतर खनिजे आणि धातू यांच्या उत्पादनासाठी त्याचा वापर होतो. ह्या गोष्टींच्या उत्पादनासाठी विशेष तंत्रज्ञान आवश्यक असतं आणि अशी उत्पादनं फक्त मोठाल्या कंपन्याच करत असतात. अशा कंपन्यांना इंडस्ट्रिअल-ग्रेड-सॉल्ट भरपूर प्रमाणावर लागतं; पण ते ठरावीक दर्जाचं असणं आवश्यक असतं. त्यासाठी खाऱ्या पाण्याचं नीटपणे व्यवस्थापन होणं गरजेचं असतं. मीठ बनवणाऱ्या गरीब आगरियांना मदत करण्याची श्रीयुत लुके यांची प्रांजल इच्छा होती आणि त्यांनी आपले दोन तज्ज्ञ आमच्या मीठ बनवणाऱ्या गटांना माहिती देण्यासाठी उपलब्ध करून दिले. आगरियांच्या दृष्टीनं ही अगदी दुर्मीळ अशी सुवर्णसंधीच होती. इंडस्ट्रिअल-ग्रेड-सॉल्ट बनवण्याची प्रक्रिया आणि त्यासाठीचं सतर्क नियंत्रण याची माहिती करून घेण्यासाठी आगरिया स्त्री-पुरुषांची झुंबड लोटली.

इंडस्ट्रिअल-ग्रेड-सॉल्ट बनवायला शिकण्याची आगरियांची एवढी तीव्र इच्छा आहे हे पाहिल्यावर जिल्हा स्तरावरच्या संघटनेनं तंत्रज्ञानाच्या मदतीसाठी 'सेंट्रल सॉल्ट अँड मरीन रिसर्च इन्स्टिटयूट'बरोबर [C S MRI] एक करार केला. ग्राम-हाटनं पाच एकरांची दोन मिठागरं सुरू केली. एक कुडा नावाच्या खेड्यात आणि दुसरं देगाम नावाच्या खेड्यात स्थापन करण्यात आलं. ह्या मिठागरांवर आगरिया स्त्रियांना इंडस्ट्रिअल-ग्रेड-सॉल्ट बनवण्याचा प्रत्यक्ष अनुभव घेता येणार होता. ध्रांगध्रा इथे एक लॅबोरेटरीसुद्धा स्थापन करण्यात आली. तिथे ह्या स्त्रियांना रासायनिक परिक्षणाबाबत सखोल प्रशिक्षण दिलं जाणार होतं. आपल्या व्यवसायाबद्दल आणखी माहिती करून घेताना निरक्षरता कधीही आडवी येत नाही!

सरकारनं नव्यानं उपलब्ध करून दिलेल्या निधीद्वारा ग्राम-हाटनं जिल्हा संघटनेला मीठ उत्पादकामागे ५०,००० रुपयांचं फिरतं भांडवल ६% व्याजदरावर उपलब्ध करून दिलं. पहिलं वर्षं ह्या आगरियांना खूपच अवघड गेलं. व्यापाऱ्यांशी पूर्वापारपासूनचे संबंध तोडायला आगरिया लोक घाबरत होते. ग्राम-हाटतर्फे आपलं मीठ विकलं जाईल की नाही याबद्दल मनातून त्यांना धास्ती वाटत होती. फक्त पाचच आगरिया हे कर्ज घ्यायला पुढे आले. त्यांना अशी भीती वाटणं अगदी स्वाभाविक होतं. हा निर्णय धोक्याचाच होता. बारकाईनं देखरेख ठेवणं,

आर्थिक मदत आणि अधूनमधून लॅबमध्ये परीक्षण करणं यांमुळे ह्या गटानं बनवलेल्या मिठाचा दर्जा उत्तम होता. मोसम संपल्यावर ग्रामहाटनं ४१८१ मेट्रिक टन मीठ GACL कडे पोचवलं. व्यापारी नाराज होते. दररोज ते आमचा माल नेणाऱ्या ट्रक्समागे जात असत. आमचा माल योग्य दर्जाचा ठरणार नाही आणि नाकारला गेला की, थोडक्या भावात आपल्याला मिळेल, अशी त्यांना आशा वाटत होती. नशिबानं आम्ही दिलेलं मीठ स्वीकारलं गेलं आणि आगरियांना बाजारभावानं मोबदला मिळाला.

ह्या प्रयत्नांमुळे धाडस करणाऱ्या पाच आगरियांचा चांगला फायदा झालेला पाहून इतरांच्या मनात विश्वास उत्पन्न झाला. उच्च प्रतीचं इंडस्ट्रिअल-ग्रेड-सॉल्ट मिळू शकेल हे पाहिल्यावर GACL आता संघटनेला खरीखुरी तंत्रज्ञानविषयक मदत करायला तयार झाली आणि त्यांनी तशा करारावर सही केली.

पुढल्या वर्षी, इंडस्ट्रिअल ग्रेड-सॉल्ट बनवायला ३५ आगरिया पुढे आले; पण या वेळेस तयार झालेल्या मिठाचा दर्जा थोडा कमी होता, त्यामुळे त्याला बाजारात थोडी कमी किंमत आली. प्रत्येक मिठागरातला खाऱ्या पाण्याचा प्रवाह नियंत्रित ठेवून, २८% स्फटिक बनवून, इंडस्ट्रिअल ग्रेड-सॉल्ट बनवणं आगरिया स्त्रियांना जमेना. ह्या बाबतीत आम्हांला मदतीची गरज होती हे पाहिल्यावर भावनगरच्या 'सेंट्रल सॉल्ट अँड मरीन रिसर्च इन्स्टिट्यूट'नं ह्या स्त्रियांना मदत करायचं ठरवलं आणि त्यांना आत्मविश्वासानं उत्पादन करता येईपर्यंत उत्पादनाच्या तंत्रज्ञानाबाबत पाहणी करणारे तज्ज्ञ मदतीला धाडले.

ह्या तज्ज्ञांनी ह्या स्त्रियांना अत्यंत व्यवहार्य प्रशिक्षण दिलं. मिठागरांना केवढा उतार ठेवला की, वाऱ्याच्या मदतीनं मिठागरात एकाच गतीनं खारं पाणी पुरवलं जाईल; मिठागरात पाण्याची विशिष्ट पातळी सतत राहावी म्हणून कोणत्या गतीनं पाणी सोडलं पाहिजे; खाऱ्या पाण्यातल्या मिठाचं प्रमाण ठरावीक अंतरानं का मोजत राहिलं पाहिजे या सर्व गोष्टी कुडा आणि देगाम इथल्या प्रशिक्षणासाठी स्थापन केलेल्या मिठागरांमध्ये ह्या स्त्रिया शिकतात. लॅबोरेटरीमध्ये ह्या स्त्रिया मिठातल्या रासायनिक घटकांची मोजणी करायला शिकतात. अशी मोजणी करता आली, तर मिठातल्या विविध रासायनिक घटकांचं प्रमाण बदलणं किंवा नियंत्रित करणं शक्य होऊन विक्री करण्यालायक जोड-उत्पादनं (byproducts) करता येतात.

इंडस्ट्रिअल-ग्रेड-सॉल्टबरोबरच जिप्सम आणि पोटॅशिअमसारखी जोड-उत्पादनं करून स्त्रिया आपली कमाई भरपूर वाढवू शकतात. ध्रांगध्रा केमिकल्स ह्या कंपनीच्या उत्पादनाच्या वेळेस सोडा-ॲश हा टाकाऊ पदार्थ तयार होतो आणि तो विपुल प्रमाणावर उपलब्ध असतो. मिठागरातल्या पाण्यात सोडा ॲश

घालून मिठातली कॅल्शिअमची पातळी खाली आणता येते.

मिठाची प्रतही त्यातल्या रासायनिक घटकांच्या प्रमाणावरून ठरवली जाते. 'अ' दर्जाच्या मिठाला टनामागे १०० रुपये मिळतात, 'ब' दर्जाच्या मिठाला टनामागे ९० रुपये, तर 'क' दर्जाच्या मिठाला टनामागे फक्त २५ रुपये मिळतात. मिठातली कॅल्शिअम पातळी जेवढी कमी असेल, तेवढा त्याचा दर्जा सुधारतो.

आजवर १५०० स्त्री-पुरुषांनी प्रशिक्षण घेतलेलं आहे. ग्रामहाटतर्फे मिळणारं फिरतं भांडवल अर्ज करणाऱ्या सर्वांनाच कर्ज देण्यासाठी पुरं पडत नाही. आजमितीला १०६ जणांना कर्जं देण्यात आलेली आहेत. आणखी २५० जणांना कर्जं देता येतील, पण भांडवल पुरेसं नसल्यामुळे प्रगती कूर्मगतीनं होत असते.

मिठाच्या उत्पादनासाठी पाण्याचे पंप अत्यावश्यक असतात. त्याचे खराब झालेले भाग बदलावे लागतात. हे स्पेअर-पार्ट शोधण्यात आगरियांचा खूप पैसा आणि वेळ खर्च होत असतो. त्यामुळे जवळपासच पंप, त्याचे सुटे भाग, पाण्यातल्या मिठाचं प्रमाण मापणारं यंत्र, इतर तंत्रिक उपकरणं यांची विक्री करायची सोय करायचा प्रयत्न ग्रामहाटतर्फे केला जात आहे.

आगरियांच्या उत्पादनाच्या खर्चात ६०% भाग इंधनावरल्या खर्चाचा असतो. दर तीन दिवसांमागे त्यांना दहा लिटर डीझेल लागतं. २७ रुपये लिटर भावानं त्यांचा इंधनखर्च प्रचंड असतो. हे पंपसुद्धा लवकर निकामी होतात, कारण खाऱ्या पाण्यामुळे धातू लवकर गंजतात. त्यांना दर दोन-तीन वर्षांनी नवा पंप विकत घ्यावा लागतो. पंपामागे ५००० रुपये खर्च होतो. ही रक्कम लहानसहान नव्हे! आगरिया लोक कर्जातून कधीच वर येत नाहीत, यात आश्चर्य ते काय! ग्रामहाट 'डीझेल डेपो' स्थापन करण्याच्या विचारात आहे, पण त्यासाठी सुरुवातीला खूप भांडवल घालावं लागेल. सध्या आगरियांना डीझेलचा पुरवठा डीझेल टँकर्समार्फत केला जातोय.

मीठ बनवताना इंधनावर आवाजवी खर्च होत असल्यामुळे सूर्यापासून आणि वाऱ्यापासून ऊर्जा मिळवणं, अशा पर्यायांचा विकास करण्याच्या हेतूनं ग्रामहाटानं 'रिन्यूएबल एनर्जी इन्स्टिट्यूट'बरोबर (ऊर्जेच्या पुनर्वापराबद्दलची (संशोधन) संस्था) प्रयत्न सुरू केले आहेत. मीठ बनवणाऱ्यांना वाहतुकीच्या साधनांवरसुद्धा खूप खर्च करावा लागतो. त्याबाबत काय मदत करता येईल, याचासुद्धा विचार चालू आहे. एक फिरती वाहतूक-सेवा (Shuttle Service) सुरू करण्यात आली आहे आणि खेड्यांमधून मिठागरांपर्यंत गरजेच्या गोष्टी पुरवण्यासाठी तिची खूपच मदत होत आहे. जिल्हा पातळीवरची संघटना गिऱ्हाइकांपर्यंत मीठ पोचतं करण्याचा खर्च उचलते आहे.

ज्या आगरिया स्त्रियांनी तंत्रज्ञानाची मदत, निधीमधून फिरतं कर्जरूपी भांडवल

आणि ग्रामहाटतर्फे मिठाच्या विक्रीसाठी मदत मिळवलेली आहे, त्यांची उत्पादनक्षमता खूपच वाढलेली आहे. काही आगरिया आता वर्षाकाठी दोनदा मीठ बनवू लागले आहेत. चांगल्या दर्जाच्या मिठाला अधिक चांगली किंमत येत असल्यामुळे त्यांचं उत्पन्न वाढलं आहे. बाजारपेठेची माहिती झाल्यामुळे ह्या बाजारात आपण किती टक्के माल देऊ शकतो, याचं ज्ञान त्यांना होऊ लागलं आहे. १ रुपयाच्या मिठामागे पूर्वी आगरियांना फक्त ५ पैसे मिळत असत; त्याऐवजी आता त्यांना २० पैसे मिळू लागले आहेत. प्रगतीपथावरलं हे पहिलं पाऊल आहे; पण त्यांना अजून खूप अंतर पार करायचं आहे.

आपल्या मालाची प्रत ठरवण्याचं प्रशिक्षण मिळाल्यामुळे डिंक गोळा करणाऱ्यांनासुद्धा मोलाची मदत झाली आहे. स्त्रिया आता स्वतःच्या डिंकाची प्रत स्वतःच ठरवू शकतात. गोळा केलेल्या डिंकाची वर्गवारी तीन वेगवेगळ्या प्रतींमध्ये करून त्या प्रत्येक प्रतीच्या डिंकासाठी वेगळी किंमत मिळवतात. पांढरा डिंक फक्त ऑक्टोबर आणि नोव्हेंबर महिन्यातच सापडतो. ह्या पांढऱ्या डिंकाला सर्वांत जास्त म्हणजे किलोमागे २५ रुपये किंमत मिळते. उन्हाची प्रखरता वाढली की, डिंक तांबडा पडू लागतो. उन्हाळ्यात वाळू उडू लागली की, तो काळा पडतो आणि त्याचा दर्जा खालावतो. तांबड्या डिंकाला किलोमागे १६ रुपये मिळतात, तर काळ्या डिंकाला सर्वांत कमी, म्हणजे किलोमागे १२ रुपयेच मिळतात. ह्या किमती बाजारभाव आणि फॉरेस्ट कॉर्पोरेशनच्या किमतींच्या अध्येमध्ये असतात.

स्त्रियांना दररोज रोख पैशांची गरज असते. त्यामुळे त्या आपल्या गटाच्या नेत्याजवळ दररोज आणलेला डिंक जमा करतात. दर एक-दोन आठवड्यांनी ग्रामहाटची व्हॅन डिंक गोळा करत प्रत्येक खेड्यात जाते. पांढऱ्या डिंकाचं आयुष्य अगदी अल्प असतं. त्यामुळे पांढरा डिंक मिळतो त्या मोसमात तो बाजारपेठेत त्वरित पोचता करण्याचं काम ह्या व्हॅनमुळे शक्य होतं.

जिल्हा-संघटना आणि ग्राम-हाट यांचे वाहतुकीचे आणि मालाच्या विक्रीचे खर्च वजा केल्यानंतर राहिलेल्या नफ्यातले ७% जिल्हा संघटना ठेवते. उरलेले पैसे स्त्रियांना दिले जातात. प्रत्येकीनं किती डिंक गोळा केला असेल, त्या प्रमाणात तिला पैसे मिळतात. जिल्हा संघटनेत डिंक गोळा करणाऱ्यांचे २१ गट आहेत; ७०० स्त्रिया डिंक गोळा करतात. काळाबरोबर त्यांचं उत्पन्न वाढलं असलं, तरी उपजीविकेचं हे माध्यम अत्यंत खडतर प्रकारचं आहे.

वर्ध्यात व्हिलेज सायन्स इन्स्टिट्यूट (ग्राम विज्ञान संस्था) आहे. झाडाला हानी न पोचवता केमिकलचं इंजेक्शन देऊन डिंकाची पैदास वाढवण्याबद्दल त्यांनी आम्हांला माहिती दिली. हा प्रयोग करून पाहण्याजोगा वाटला. आमच्या

काही स्त्रियांनी आवश्यक ते प्रशिक्षण घेऊन काही झाडांना हे इंजेक्शन दिलं. पहिल्या वर्षी अजिबातच पाऊस पडला नाही, त्यामुळे डिंकसुद्धा मिळाला नाही. पुढल्या वर्षी डिंकाचं उत्पादन वाढलं, पण ह्या स्त्रिया हा प्रयोग सुरू ठेवायला राजी नव्हत्या. मोठ्या जंगलात नेमक्या कोणत्या झाडांना हे इंजेक्शन दिलं होतं, हे लक्षात ठेवणंसुद्धा अवघड होतं. ती झाडं त्यांच्या मालकीची नसल्यामुळे त्यांच्यावर प्रयोग करायला त्या कचरत होत्या. आणखी काही कारणांमुळेसुद्धा त्यांना भीती वाटत होती. बेंगळुरूमधली फक्त एकच कंपनी हे इंजेक्शन बनवत असे. एकाच कंपनीवर अवलंबून राहणं हा सूज्ञपणा नव्हता. याखेरीज ह्या इंजेक्शनचे डिंकावर होणारे दीर्घकालीन परिणाम आम्हांला ठाऊक नव्हते. डिंक हा खाद्य-पदार्थ असल्यामुळे असा धोका पत्करणं योग्य ठरलं नसतं.

रूरल टेक्नॉलॉजी इन्स्टिट्यूटनं डिंक गोळा करणाऱ्यांच्या गरजांकडे आपलं लक्ष वळवलं. डिंक गोळा करणाऱ्यांच्या हाता-पायांच्या बाभळीच्या काट्यांमुळे चाळण्या होत असत. ह्या ग्रामीण-तंत्रज्ञान संस्थेनं डिंक गोळा करण्यासाठी एक साधन बनवलं. डिंक खरवडून काढण्यासाठी एका लांब काठीच्या टोकाला त्यांनी एक घासणी बसवली. त्यायोगे झाडावरून डिंक खरवडून काढणं सोपं झालं. हे साधन खूपच उपयुक्त ठरलं आणि स्त्रियांनी त्याचा वापर करायला सुरुवात तर केलीच, पण त्याखेरीज गरजेप्रमाणे त्यात थोडे फेरबद्दलसुद्धा करून घेतले!

वाळवंटातून वेड्या बाभळीचं उच्चाटन करावं, कारण ह्या झाडांचं जंगल झपाट्यानं पसरत चाललं आहे आणि स्थानिक वृक्षवल्लींचा ऱ्हास करतं आहे, अशी हाकाटी पर्यावरण-प्रेमींकडून अधिकाधिक मोठ्या आवाजात होऊ लागलेली आहे. वेड्या बाभळीमुळे ह्या विभागातली जमीन अधिक खारी होऊ लागली आहे, असासुद्धा एक समज आहे. स्थानिक लोक वेड्या बाभळीच्या फांद्या तोडून त्याचा कोळसा बनवतात. यापूर्वी झाडं तोडून त्यांचा कोळसा बनवणं बेकायदेशीर समजलं जात असे. आता वनखात्याला ह्या भागातून वेड्या बाभळीचं उच्चाटन करायचं असल्यामुळे कोळसा बनवण्यासाठी सहजगत्या परवाना दिला जाऊ लागला आहे. वेड्या बाभळीचं उच्चाटन करून त्या जागी दुसरे कुठलेही वृक्ष लावले जात नसल्यामुळे हा भाग आणखी-आणखी उजाड होऊ लागला आहे.

स्त्रिया आता औषधी वनस्पतींची रोपवटिका बनवून ती रोपं वनखात्याला विकू लागल्या आहेत. ह्या स्त्रियांना स्थानिक वृक्षवेलींची खूपच माहिती असते, त्यामुळे त्या काटक वनस्पतींची निवड करतात आणि वनस्पतींपासून विकण्याजोग्या वस्तू बनवतात.

ग्राम-हाटचे व्यवहार नेहमीच अगदी निर्विघ्नपणे चालत नाहीत. प्रगतीसुद्धा

संथ गतीनचं होत असते. बाजारपेठेची मागणी अनिश्चित स्वरूपाची असते. कधीकधी इतकी प्रचंड मागणी येते की, पुरेसा पुरवठा करता येत नाही; तर कधीकधी डिंकाला अगदी कमी मागणी येते आणि न विकला गेलेला डिंक वखारीत पडून राहिल्यामुळे त्यात भांडवल अडकून राहतं.

वाहतुकीची समस्यासुद्धा वेळ आणि पैसा खाणारी आहे. खेडी खूप दूर-दूर अंतरावर आहेत आणि रस्त्यांची परिस्थिती भीषण आहे. बाजारात माल पोचवणाऱ्या वाहनांमुळे जरी डोक्यांवर ओझी घेऊन स्त्रियांना उन्हात करावी लागणारी पायपीट वाचत असली, तरी त्यांच्यावर अवाजवी खर्च होतो. एखाद्या खेड्यात जर पुरेसा माल तयार नसेल, तर वाहनाचा खर्च परवडण्याजोगा राहत नाही. काही खेड्यांच्या गटांचा माल एका ठिकाणी एकत्र करून तिथून तो वाहनांनी बाजारात पोचवावा, असा प्रयत्न चालू आहे. ह्यामुळे वेळ आणि पैसा ह्या दोहोंची बचत होऊ शकेल.

काळानुसार स्त्रियांमध्येसुद्धा बदल होतात. स्त्रिया वृद्ध होऊ लागल्या की, त्या डिंक गोळा करण्यासाठी जंगलात कमी वेळा जाऊ लागतात. चांगल्या उत्पन्नामुळे त्या अधिक काळ घरी राहू शकतात. उत्पन्न वाढलं की, स्त्रिया आपल्या मुलांना डिंक गोळा करण्यासाठी जंगलात न नेता त्यांना शाळेत पाठवतात. तरुण स्त्रियांना डिंक गोळा करण्यात आयुष्य घालवायचं नसतं. त्यामुळे जसाजसा काळ पुढे जाईल आणि डिंक गोळा करणाऱ्यांची आताची पिढी नामशेष होईल, तसतशी डिंक गोळा करणाऱ्यांची संख्यासुद्धा घटेल.

प्रशिक्षणामुळे ह्या स्त्रियांची प्रगती होऊ लागली आहे. डिंक बनवणं आणि त्याचा वापर करणं याची सर्वांगीण माहिती मिळाल्यामुळे त्यांच्या ज्ञानात खूपच भर पडली आहे. पालुबेन म्हणते, "डिंक तोच असला, तरी डिंकाकडे बघण्याची आमची दृष्टी बदलली आहे." डिंकाचे गुणधर्म कशामुळे आणि कसे बदलतात आणि डिंकाच्या उत्पादनावर आणि डिंक गोळा करण्याच्या सुलभतेवर पर्यावरणाच्या कोणत्या गोष्टींचा परिणाम होतो, याचं ज्ञान झाल्यामुळे स्त्रियांना व्यवसायात खूपच फायदा होऊ लागला आहे. विक्रीबाबतसुद्धा त्यांना सखोल आणि संपूर्ण माहिती दिली गेली आहे. वजन करणं, डिंकाची प्रत ठरवणं, तो नीटपणे भरून ठेवणं, वाळलेल्या डिंकापेक्षा ताजा डिंक वजनाला जड असतो आणि तो लगेच विकण्यात फायदा असतो ही बाब लक्षात घेणं अशा विक्री-अंगाच्या संपूर्ण प्रशिक्षणामुळे स्त्रिया ह्या व्यवसायात पारंगत होऊ लागल्या आहेत.

गटाच्या प्रत्येक सदस्याला आता लिहा-वाचायला शिकण्याची ओढ वाटू लागली आहे. जिल्हा-संघटनेनं पाठवलेले हिशोब आणि अहवाल आता अधिकाधिक स्त्रियांना वाचता येऊ लागले आहेत. त्या उत्तरं पाठवायलासुद्धा शिकल्या

आहेत. ग्रामहाटतर्फे साक्षरतेचं प्रशिक्षण दिलं जातं, त्याचा ह्या स्त्रियांनी फायदा करून घेतलेला आहे. लिहिण्या-वाचण्यामुळे आयुष्य किती आणि कसं बदलतं, याची जाणीव झाली की, स्त्रिया साक्षर होण्याचा दृढनिश्चय करतात. ग्रामहाटच्या एका मीटिंगच्या वेळेस पालुबेनच्या गटानं डिंकाचं वजन करण्यासाठी डिजिटल वेइंग मशीनची मागणी केली. असं मशीन वापरायला सोपं आणि नेमकं वजन सांगणारं तर होतंच, पण आता त्यावरले इंग्रजीतले आकडेसुद्धा ह्या गटाला वाचता येऊ लागले होते!

डिकाचं उत्पादन हवामानावर अवलंबून असल्यामुळे ह्या स्त्रियांच्या मनात नेहमीच असुरक्षिततेची भावना असते. चांगला पाऊस, थंड हिवाळा आणि सुसह्य उन्हाळा असला की, खूप डिंक तयार होतो आणि ह्या स्त्रियांना सहा ते आठ महिने डिंक मिळत राहातो; पण डिंकावर वर्षभर उपजीविका करता येत नाही. डिंक संपला की, ह्या स्त्रियांना पोट भरण्यासाठी रस्त्यावरचं बांधकाम आणि मजुरीची तत्सम कामं शोधणं भाग पडतं. खरंतर मसाले कुटणं किंवा डिंकापासून अन्य गोष्टी बनवणं अशी घरबसल्या करण्यासारखी कामं मिळाली, तर ह्या स्त्रियांची सोय होईल आणि डिंक मिळत नाही, त्या काळात त्यांना उपजीविका करता येईल. डिंकापासून बनवलेल्या वस्तूंना बाजारपेठ शोधायचा ग्रामहाटचा प्रयत्न ह्यासाठीच चालू आहे. छापखान्यांसाठी गोंद बनवून देणं, अशी लहानसहान कामं मिळवण्यात ग्रामहाट यशस्वी झालं आहे. डिंकावर प्रक्रिया करून तयार केलेला विविध प्रकारचा माल विकला गेला, तर खूपशा स्त्रियांची मिळकत वाढू शकेल; पण ह्या पर्यायांवर खूप प्रयत्न करणं आवश्यक आहे. रानबाई म्हणते, 'इन्शा अल्ला (देवाची मर्जी)'.

ग्रामहाटचे बहुसंख्य सदस्य शेतमजुरी करणारे आहेत. भारतातली शेती पूर्वापार पावसावरच अवलंबून होती आणि अजूनही ती पावसावरच अवलंबून असते. शेतीबद्दलच्या अपेक्षा तेवढ्या वाढत चाललेल्या आहेत. वाढती लोकसंख्या, लोकांचं शहरांकडे होणारं स्थलांतर, पर्यावरणाचा सतत होणारा ऱ्हास, जमिनीची सतत होणारी धूप आणि पाणी आणि शेतीसाठी आवश्यक असलेल्या अन्य गोष्टींवर श्रीमंत शेतकऱ्यांचा असलेला ताबा यामुळे गरीब शेतकऱ्याला फक्त शेतीवर उपजीविका करणं अशक्य झालं आहे.

फार पूर्वी, १९७६ साली 'सेवा' TLAचं उपांग असतानाच आम्ही अहमदाबाद जिल्ह्यातल्या गरीब शेतमजूर स्त्रियांसाठी प्रयत्न केले होते आणि गुजरात सरकारनं नुकतंच जाहीर केलेलं किमान वेतन ह्या स्त्रियांना मिळवून देण्यासाठी लढत दिली होती. आम्हांला फारसं यश मिळालं नाही. मोठे जमीनदार आणि पोलीस यांचं सख्य असल्यामुळे त्यांनी धाकदपटशाचा अवलंब केला. त्यांच्या धमक्यांना

आता बचतगटाची स्थानिक व्यवस्थापिका बनून नुकतीच साक्षर झालेली जाडीबेन कम्प्यूटरवर गौरीबेनला तिच्या खात्यात शिल्लक असलेली रक्कम दाखवत आहे
(श्रेया शाह)

आम्ही दाद दिली नाही; परंतु आमचा पवित्रा बदलण्याचा विचार आम्हांला करावा लागला, तो आणखी एका कारणामुळे! जिथं गरजेपेक्षाही जास्त संख्येनं शेतमजूर उपलब्ध आहेत, तिथं किमान वेतन मागून काहीही निष्पन्न होत नाही, हे आम्हांला लवकरच उमगलं. किमान वेतन वाढवलं की, कच्च्या मालाची आणि जीवनोपयोगी गोष्टींची किंमतही ताबडतोब वर जाते, हे आमच्या लक्षात आलं होतं. ग्रामीण भागात व्यापारी संघटनांच्या चळवळींसारखं धोरण कुचकामी ठरतं, कारण पुढे अन्य पर्याय नसलेल्या शेतमजुराला असहकार पुकारणं शक्यच नसतं! ज्या दुष्काळी भागांमध्ये 'सेवा'चे बहुसंख्य सदस्य राहात आहेत, तिथे मागणीपेक्षा मजुरांचा पुरवठा अनेक पटींनी जास्त आहे.

चांगल्या पावसावरच पूर्ण भिस्त असते, त्यामुळे शेतीपासून रोजगार मिळवताना खूपच अनिश्चिततेला तोंड द्यावं लागतं. शेतीत तंत्रज्ञानविषयक प्रगती झाली की, मजुरांसाठीची मागणी ताबडतोब कमी होते. यांत्रिकीकरणामुळे मजुरांच्या पोटावर पाय येतो. लहान-लहान शेतं असलेले शेतकरी वाढत्या किमती आणि उत्पादनाची अनिश्चितता ह्या कात्रीत सापडलेले असतात. असे लहान-लहान शेतकरी दर

वर्षी सारा धोका पत्करून शेती करतात आणि फायदा मात्र व्यापाऱ्यांच्या खिशात जातो. बाजारभावाचा फारच थोडा हिस्सा त्यांच्या वाट्याला येतो. त्यामुळे आपलं रक्त जाळून आणि घाम गाळून शेती करणारे लहान शेतकरी आणि गरीब शेतमजूर दारिद्र्यात, कर्जात पिचत राहून इतरांचा फायदा करून देत असतात. हे लोक आपल्या अर्थव्यवस्थेचा कणा आहेत आणि त्यांच्या जिवावर इतर लोक संपन्न बनत आहेत.

१

सुखी

बऱ्याचशा नकाशांमध्ये तुम्हांला सुखी नदी दिसणार नाही, पण सुखी नदीवरच्या धरणाच्या पाण्याखाली बडोदा जिल्ह्यातल्या ज्या आदिवासी लोकांची घरं आणि जंगलं जाऊन ते विस्थापित झाले आहेत, त्यांना सुखी नदी अत्यंत महत्त्वाची वाटते. गुजरात सरकारच्या पाणीपुरवठा खात्याच्या नकाशांवर फक्त ही चिमुकली नदी दिसते. बडोदा जिल्ह्यातल्या शेतीला आणि नदीच्या प्रवाहाच्या खालच्या बाजूला असलेल्या शेतांना, गावांना आणि शहरांना पाणीपुरवठा करण्यासाठी सुखी नदीवर १९८३ साली धरण बांधण्यात आलं. धरण बांधायला नऊ कोटी वीस लाख रुपये खर्च आला; पण धरणामुळे पाण्याखाली गेलेल्या १६ खेड्यांतल्या रहिवाशांना आपल्या जमिनी, आपली उपजीविकेची साधनं आणि आपली पारंपरिक जीवनशैली ह्या सर्व गोष्टींना मुकावं लागलं.

नदीच्या नावातच विरोधाभास आहे. 'सुखी'चा अर्थ आहे आनंदी; पण पश्चिमेच्या डोंगररांगांमध्ये जिथे ही नदी उगम पावते, तिथे ह्या नदीचं नाव आहे 'सूकी' म्हणजेच कोरडी! जेव्हा ही सूकी नदी मुठाई गावाजवळ भरज नदीला मिळते, तेव्हा तिचं नाव होतं 'सुखी'. सुखी नदीला भरपूर पाणी असतं. ह्या नदीकाठावरल्या अरण्यांमध्ये अनेक शतकं राहणाऱ्या राठवा, बरिसा, कोळी आणि इतर अदिवासींना वर्षभर भरपूर पाणी मिळत असे. नदीकाठची जमीन सुपीक होती आणि थोड्याशा प्रयत्नांनी त्यांना तांदूळ, मका, शेंगदाणे, भाज्या आणि इतर पिकं घेऊन आपला निर्वाह करता येत असे. ते गुरं आणि कोंबड्या राखत आणि रोख कमाईसाठी दूध विकत. औषधी मुळ्या, बोरं, स्थानिक दारू बनवण्यासाठी महुवा फुलं, विड्या वळवण्यासाठी जंगलातून लागणारी तेंडूची पानं आणि द्रोण-पत्रावळी बनवण्यासाठी सागाची मोठाली पानं ते गोळा करत असत.

जरी सुखी नदीवरचा धरणाचा प्रकल्प फारसा मोठा नव्हता, तरी पाणीपुरवठ्याच्या दृष्टीनं गुजरात सरकारला तो अतिशय महत्त्वाचा प्रकल्प वाटत होता. हा प्रकल्प यशस्वी होणं गुजरात सरकारला अतिशय महत्त्वाचं वाटत होतं. त्यामुळे धरणाचा आराखडा आणि विस्थापितांचं पुनर्वसन ह्या दोन्ही बाबी सरकारनं अत्यंत काळजीपूर्वक हाताळल्या. ह्या प्रकल्पाच्या यशस्वीतेवर नर्मदा धरण प्रकल्पाचं भविष्य अवलंबून होतं. नर्मदा धरण प्रकल्पात तीन राज्यांचा सहभाग होता आणि त्या प्रकल्पामुळे जवळजवळ १० लाख लोक विस्थापित होणार होते, इतका तो प्रकल्प प्रचंड आकाराचा होता. सुखी नदीवरच्या धरणामुळे ज्या सोळा खेड्यांमधले लोक विस्थापित होणार होते, त्यांच्यापुढे कोणताच पर्याय नव्हता. जमीन आणि पारंपरिक जीवनशैली त्यांनी गमवावी लागू नये, म्हणून लढा देण्याची कोणतीही कुवत त्यांच्या अंगी नव्हती. पाच एकर जमीन आणि रोख रक्कम देऊन जवळपास त्यांचं पुनर्वसन करून देण्याचं आश्वासन सरकारनं त्यांना दिलं होतं. त्यावर विश्वास ठेवण्यावाचून त्यांच्या हाती आणखी काहीही नव्हतं.

१९८३ साली आठ खेडी पूर्णपणे पाण्याखाली गेली आणि इतर आठ खेडी अर्धवट बुडली. १५३१ कुटुंबं विस्थापित झाली. पुनर्वसनासाठी त्यांना जमीन आणि रोख रक्कम देण्यात आली होती. काही कुटुंबांनी सर्व नुकसानभरपाई रोख रकमेत घेण्याचा निर्णय घेतला. मिळालेले पैसे त्यांनी घेतले आणि ते त्यांचा मुलूख सोडून अन्य जागी निघून गेले. ४६९ कुटुंबांनी एकत्र राहण्याचा निर्णय घेतला. खूप दूरच्या संखेडा आणि बोडोली ह्या अदिवासी विभागांमधल्या सहा खेड्यांमध्ये नव्यानं आयुष्य सुरू करायला त्यांनी संमती दिली. 'स्वेच्छेनं पुनर्वसन करून घेणारे' असा ह्या कुटुंबांचा उल्लेख सरकारच्या नोंदींमध्ये केला गेला. सरकारनं ह्या कुटुंबांना पाच एकर जमीन आणि ५००० रुपये रोख रक्कम दिली. त्याशिवाय राहत्या घरांमधलं वाचवलेलं बांधकामाचं साहित्य नव्या जागी नेण्यासाठी वाहन-खर्च आणि शेतीसाठी बियाणं विकत घेण्यासाठी रोख रक्कम त्यांना सरकार देणार होतं.

कागदोपत्री दिलेल्या आश्वसनांपैकी सत्यात फारच थोडी उतरली! विस्थापितांचं जिथं पुनर्वसन होणार होतं, ती खेडी त्यांच्या मूळ गावांपासून खूप दूर होती आणि वसलेल्या गावांपासूनसुद्धा खूप दूर होती. वसलेल्या गावांबरोबर ह्या नव्यानं निर्माण केलेल्या खेड्यांना जोडण्यासाठी कोणताही प्रयत्न करण्यात आलेला नव्हता. ह्या ओसाड गावांमध्ये पाणी, वीज, शाळा, दवाखाने यांपैकी काहीही नव्हतं. फक्त पाच एकर जमिनीचा ओसाड तुकडा प्रत्येकाला दिला गेला होता. जमिनीच्या पृष्ठभागावर माती नव्हतीच. नुसते मोठाले धोंडे होते. जुन्या घरातून त्यांनी वाचवलेलं बांधकामाचं साहित्य ट्रक्समधून पोचतं होईपर्यंत राहण्याची

सोय म्हणून पत्र्याची खोपटी घाईघाईनं उभारून देण्यात आली होती. बांधकामाचं साहित्य आल्यावर नवी घरं बांधण्यासाठी त्यांना पैसा दिला गेला नाही किंवा दिला, तरी इतका उशिरा दिला की, त्यांनी आणलेल्या तुळया, खांब सडून तरी गेले किंवा चोरीला तरी गेले. बियाणं विकत घ्यायला पैसे देण्याचं आश्वासन सरकारनं दिलं होतं. सरकारनं पैसे दिले, पण पावसाळा संपल्यावर दिले. पावसाळा उलटल्यावर पीक घेणं अशक्य होतं आणि कर्जाखेरीज उपजीविकेसाठी अन्य पर्याय उरलेला नव्हता. धोंडे बाजूला करून ही जमीन वापरण्याजोगी करणं हे अत्यंत कष्टाचं काम होतं. काटोरी झुडपं हटवून त्यांची मुळं उपटून काढणं हे काम हातांनीच करावं लागत होतं. पिण्यासाठी पाणी उपलब्ध नव्हतं. मग शेतीसाठीचं पाणी तर दूरचीच गोष्ट! कबूल केल्याप्रमाणे त्यांना विहिरी खणून देण्यात आल्या, पण विहिरींना लागलेल्या पाण्यात फ्लूरॉईड प्रमाण इतकं प्रचंड होतं की, ते पाणी माणसांनी किंवा जनावरांनी पिण्यासाठी योग्य नव्हतं. पुरेसा चारा किंवा चरण्यासाठी कुरणं उपलब्ध नसल्यामुळे बरीचशी गुरंढोरं मरण पावली. गुरं मरण पावल्यामुळे दुधापासून मिळणारं रोख उत्पन्नसुद्धा नाहीसं झालं. ह्या खेड्यांपासून मुख्य रस्त्यांपर्यंत जाण्यासाठीचे रस्तेच अस्तित्वात नव्हते. मुख्य रस्त्यांपर्यंत वीज येत होती, पण ती खेड्यांपर्यंत पोचत नव्हती.

जंगलं पाण्याखाली गेली होती. पूर्वी जंगलांमधून आणि त्यातल्या प्राण्यांकडून ह्या लोकांना मिळणाऱ्या विविध गोष्टी आता मिळेनाशा झाल्या होत्या. पूर्वी झुळझुळ वाहणारी नदी त्यांना पाणी पुरवत होती. आता हे लोक पाण्याविना तडफडत होते. सुखी नदीवरच्या धरणामुळे इतरांना फायदा होत होता; पण त्या नदीकाठावर अनेक पिढ्या राहणारे लोक मात्र सर्वस्व गमावून बसलेले होते.

पुनर्वसनाचं काम नीटपणे पार पडलेलं नव्हतं. त्याबाबत काहीतरी करण्याची आवश्यकता होती, हे सरकारलासुद्धा जाणवत होतं. कोणत्या समस्या होत्या, याचं आकलन व्हावं म्हणून त्यांनी खेड्यांमधून माहिती गोळा केली; पण त्या समस्यांचं निरसन कसं करावं, हे काही त्यांना उमगत नव्हतं. १९९१ साली गुजरात राज्याच्या पाणीपुरवठा खात्याचे लोक पुनर्वसनाबाबत मदतीची मागणी करत 'सेवा'कडे आले. त्यांनी दिलेली मदत विस्थापितांचं पुनर्वसन का करू शकली नव्हती, हे त्यांना उमगत नव्हतं.

मला आश्चर्य वाटलं आणि रागही आला. गुजरात सरकारच्या गरिबांविरुद्धच्या धोरणांचे दुष्परिणाम निस्तरण्यासाठी 'सेवा'नं सरकारची मदत का म्हणून करावी, असा प्रश्न मला पडला. धरणाच्या पाण्यामुळं कितीशा गरिबांना मदत झालेली होती? धरणाचं केवढंतरी पाणी बडोदा शहरातल्या नळांकडे धावत होतं! मुकी अरण्यं सरकारनं बिनदिक्कतपणे पाण्याखाली घालवली होती आणि शहरांमध्ये

उभं राहणारं काँक्रिटचं जंगल मात्र त्यांनी मोकाटपणे वाढू दिलं होतं. गरिबीचं निर्मूलन करण्याच्या नावाखाली सरकारनं मोठा-थोरला बांधकामाचा प्रकल्प कशासाठी हातात घेतलेला होता? बांधकाम करणाऱ्या कंपन्यांखेरीज त्यामुळे अन्य कुणाचा लाभ होत होता?

माझ्या मनात अनेक किंतु होते, परंतु 'सेवा'च्या संचालक मंडळानं योग्य तो निर्णय घ्यायचा होता, परंतु कोणताही निर्णय घेण्यापूर्वी खेड्यांना भेट देऊन डोळ्यांनी तिथली परिस्थिती पाहणं आवश्यक होतं. ग्रामीण-विभागाकडे पाहणारे 'सेवा'चे तीन सभासद विशाखा, मंजू आणि रीमा यांना परिस्थितीची पाहणी करण्यासाठी धाडण्यात आलं. ह्या साऱ्यांना ग्रामीण विभागात काम करण्याचा भरपूर अनुभव गाठीशी होता. विस्थापितांशी बोलताना ह्या तिघींबरोबर बडोदा जिल्ह्याची उप-जिल्हाधिकारी असलेली स्त्रीसुद्धा तिथे गेलेली होती. परत आल्यावर या तिघींनी सांगितलं की, खेड्यातल्या लोकांची समानता आणि एकजूट पाहून त्या खूपच प्रभावित झाल्या होत्या. ह्या सर्वांची संस्कृती, इतिहास आणि पारंपरिक कौशल्यं एकसारखी होती. ह्या तिघींना आदिवासी स्त्रियांचा 'आलीया भोगासी सादर' असा निमूटपणे सोसण्याचा भाव प्रकर्षानं जाणवला. उप-जिल्ह्याधिकारी तिथे उपस्थित असतानादेखील ह्या स्त्रियांनी झालेल्या तोट्याबद्दल काहीही तक्रार केली नाही किंवा नुकसान-भरपाईला इतका विलंब का लागला अशी चौकशीसुद्धा केली नाही. पुनर्वसनासाठी ह्या विस्थापितांना जी ओसाड जागा देण्यात आलेली होती, ती स्थानिक समाजापासून खूप दूर असल्यामुळे ह्या विस्थापितांना फारच एकाकी वाटत होतं, हे 'सेवा'च्या सदस्यांच्या लक्षात आलं.

वेगवेगळ्या व्यवसायात काम करणाऱ्यांमधून निवडून आलेले २१ सदस्य 'सेवा'च्या कार्यकारी-संचालक-मंडळावर होते आणि कोणत्याही व्यवसायात नसलेल्यांपैकी निवडून आलेले अन्य चार सदस्य होते. या चार सदस्यांमध्ये माझा आणि रेनानाचा समावेश होता. प्रत्यक्ष पाहणीसाठी खेड्यांमध्ये जाऊन आलेल्या आमच्या तीन सदस्यांचा अहवाल ऐकल्यावर आमच्यापुढला प्रश्न होता की, 'सेवा'नं सरकारबरोबर काम करावं की नाही. काही बिनसरकारी संस्थांनी पुनर्वसनाबाबत सरकारला मदत करू पाहिली होती. त्यांनी केलेल्या कामाचं काहीही चीज झालेलं नव्हतं, हे आम्हांला ठाऊक होतं. आमच्यापैकी काहींना वाटलं की, 'सेवा'नं खेड्यातल्या विस्थापितांचं पुनर्वसन हाती घेण्याऐवजी आमचं सध्याचंच, स्वतःच्या व्यवसायातल्या स्त्रियांना संघटित करण्याचं काम चालू ठेवावं.

वापरलेल्या कपड्यांची विक्री करणाऱ्या महिलांचं नेतृत्व करणारी चंदाबेन हिचा विचार मात्र वेगळाच होता. ती म्हणाली, "आपण सध्या जे काम करतोय, ते एक प्रकारे पुनर्वसनाचंच काम नाहीये का? त्या स्त्रियांना ज्याची गरज आहे,

ती गरज आपल्या गरजेसारखीच आहे! आपणा सर्वांनाच निर्वाहासाठी कामाची गरज आहे. जर ह्या स्त्रियांसाठी आपलं सरकार काहीतरी मदत करू इच्छित असलं, तर आपण का मदत करू नये? ह्या स्त्रियांना जे हवंय, ते मिळवून देणं, हेच आपलं काम आहे.''

चंदाबेनचं म्हणणं योग्यच होतं. धरण बांधल्याला दहा वर्षं होत आली होती. त्यांच्या मूळच्या खेड्यांमध्ये जाणं ह्या लोकांना शक्यच नव्हतं. इतकी वर्षं कष्टात काढूनही एकजुटीनं राहिलेला हा अदिवासी समाज आता चहू दिशांनी पांगून विस्कळीत होण्याच्या मार्गावर होता. एकदा का त्यांना एकत्र बांधणारे सामाजिक- सांस्कृतिक आणि आर्थिक धागे तुटले असते की, हे लोक चहू दिशांना पांगले असते आणि बांधकामांवर मजुरी करू लागले असते. असं झालं असतं, तर त्यांच्या मुलांना शिकून आपलं भविष्य घडवण्याच्या संधीला मुकावं लागलं असतं. सरकारला वेठीला धरून विस्थापितांचं पुनर्वसन करायला लावण्याची संधी आमच्यासमोर चालून आलेली होती; ती डावलणं हा करंटेपणा ठरला असता. विस्थापित स्त्रियांना त्यांच्या सामूहिक शक्तीची जाणीव करून देण्याची संधी गमावणं हासुद्धा करंटेपणाच ठरला असता.

आमच्या संचालक-मंडळानं निर्णय घेतला की, सरकारशी कोणत्याही गोष्टीबाबत करार करण्यापूर्वी आम्ही आधी ह्या सहा खेड्यांचं सखोल सर्वेक्षण करणं आवश्यक आहे. तिथल्या स्त्रिया, त्यांची कौशल्यं, त्यांच्या गरजा यांबद्दल पूर्ण माहिती जमा करणं गरजेचं आहे. 'फाउंडेशन फॉर पब्लिक इन्टरेस्ट (जनहिताकडे पाहणारी संस्था)' यांनी असं सखोल सर्वेक्षण करायची जबाबदारी घेतली.[१] गुजरातेतल्या अदिवासींबद्दल रमेशला नेहमीच खूप ममत्व वाटत असे. त्यानं अशा सर्वेक्षणाची आखणी केली की, ती माहिती वापरून आम्हांला ताबडतोब ठोस कृती करता यावी. त्याबरोबरच एकीकडे 'सेवा'नं सरकारशी संवाद साधून पुनर्वसनाबाबत आमचे विचार सरकारपर्यंत पोचवायला सुरुवात केली. आमच्या नशिबानं सरकारी धोरणसुद्धा औदार्यपूर्ण निघालं. सरकारी धोरणानं नमूद केलेलं उद्दिष्ट होतं, 'जमिनी धरणाच्या पाण्याखाली गेल्यामुळे विस्थापितांचा झालेला तोटा भरून देणं आणि त्यांना दरिद्र्याच्या वेढ्यातून सोडवून त्यांना स्वतःच्या पायांवर उभं करून देणं, त्यांचा कायमस्वरूपी विकास घडवून आणणं.' सुखी नदीवरच्या धरणामुळे विस्थापित झालेल्यांसाठी सरकारनं वेगळा निधी उपलब्ध करून दिलेला होता.

---

१. रमेश भट्ट – ''ॲक्सलरेटेड रीहॅबिलिटेशन ऑफ रीसेटल्ड हाउसहोल्ड्स : स्टेटस रिपोर्ट.'' अहमदाबाद, इंडिया : फाउंडेशन फॉर पब्लिक इन्टरेस्ट. अनपब्लिश्ड रिपोर्ट, १९९१.

चंदाबेन आपल्या नातवांसह (सेवा बँक)

सुरुवातीपासूनच 'सेवा'नं आपलं धोरण सरकारपुढे मांडून त्यानुसार कार्यवाही करणं अगत्याचं होतं. जवळपास असलेल्या आधीच्या खेड्यांशी विस्थापितांच्या खेड्यांची एकरूपता घडवून आणून ह्या दोन्ही समाजांना एकत्र आणणं आम्हांला गरजेचं वाटत होतं. विस्थापितांना वेगळा दर्जा देऊन वागवलं की, ते कायम विस्थापितच राहतात. जवळपासच्या खेड्यात पूर्वीपासून राहणाऱ्या स्त्रिया आणि त्यांच्याजवळ नव्यानं वसवलेल्या खेड्यांमध्ये राहणाऱ्या विस्थापित स्त्रिया ह्या दोहोंबरोबर काम करण्याची आम्हांला गरज वाटत होती, कारण ह्या दोहोंच्या गरजा समान स्वरूपाच्या होत्या. सरकारला हा दृष्टिकोन वेगळा वाटला, तरी सरकारनं तो स्वीकारला. स्त्रिया पुनर्वसनाच्या कामात मोलाचा हातभार लावू शकतील, हा आमचा विश्वाससुद्धा आम्ही सरकारला पटवून दिला. स्थानिक अर्थकारणात सहभाग घेऊन ह्या स्त्रियांचं कायमस्वरूपी आर्थिक पुनरुत्थापन करून देण्यावर 'सेवा'चा भर असणार होता.

हे सारं प्रत्यक्षात उतरवणं सोपं नव्हतं. अनेक बाबतींत आमचे सरकारी अधिकाऱ्यांशी वादविवाद झाले. पाण्याबद्दलही आमचे मतभेद झाले. आम्ही आग्रह धरला की, विस्थापितांनी केवळ पावसाच्या पाण्यावर शेती करत राहावं ही अपेक्षा चुकीची आहे आणि त्यांनासुद्धा विहिरी किंवा कालव्यांनी पाणीपुरवठा

केला जायला हवा. आम्ही ठामपणानं भूमिका घेतली की, पुनर्वसनाचं काम यशस्वी होण्यासाठी विस्थापितांना केवळ नुकसान-भरपाई देऊन भागणार नव्हतं; त्यांचा विकास द्रुतगतीनं घडवून आणायला हवा होता. त्यांचा केवळ तोटा भरून न काढता ह्या लोकांचा सर्वांगीण विकास घडवून आणला जाणं गरजेचं होतं. ह्या दोन्ही मुद्यांवर खळखळ करत का होईना, सरकारनं होकार दिला.

१९९२ सालच्या नोव्हेंबर महिन्यात, 'सेवा'च्या संचालक मंडळानं सुखी नदीकाठाच्या विस्थापित आदिवासी महिलांसाठी काम करण्याचा ठराव संमत केला. ह्या अदिवासींच्या पुनर्वसनासाठी सरकारला मदत करण्याच्या करारावरसुद्धा आम्ही सही केली. आदिवासी स्त्रियांशी एकेकटं, त्यांच्या गटांबरोबर आणि जाहीर सभांमध्ये संवाद साधायला आम्ही प्रारंभ केला. त्यांच्या गतायुष्याबद्दल – जंगलात राहून ते कशा प्रकारे उपजीविका करत होते याबद्दल त्यांचं ज्ञान, कौशल्यं, अपेक्षा आशा-निराशा, तक्रारी या साऱ्या गोष्टींबाबत – आम्हांला जाणून घ्यायची खरीखुरी इच्छा होती.

◈

अंबाबेन भाइसिंग राठवा हिचं पुनर्वसन सानियाद्री नावाच्या खेड्यात करून दिलं गेलं होतं आणि ती शोकाकुल अवस्थेत होती. तिची तरुण लेक सविता ही आशा नावाच्या छोट्याशा मुलीला जन्म देतादेता मरण पावली होती. बाळंतपणाच्या तयारीसाठी अंबाबेन पाणी भरायला गेलेली होती. कळा देणाऱ्या सविताला तिच्या म्हाताऱ्या सासूच्या हाती सोपवून ती पाण्यासाठी घराबाहेर गेलेली होती. तिच्या वृद्ध सासूनं सुईण म्हणून अनेक बाळंतपणं केलेली होती. त्यामुळे त्यांनी दुसऱ्या कोणा सुइणीला बोलावणं धाडलं नव्हतं. ती पाणी घेऊन परत आली, तोवर तिची मुलगी मरण पावली होती.

मी अंबाबेनच्या घरी तिला भेटायलास गेले, तेव्हा ती अगदी कृश दिसत होती. तिच्या डोळ्यांखाली काळी वर्तुळं दिसत होती. ती तिची लांबलचक ओसरी अगदी हळूहळू झाडत होती आणि झाडता-झाडता तिच्या सहा बकऱ्यांपैकी एकीला सांगत होती की, तिनं नीट जेवून चांगलं दूध द्यावं, कारण घरातलं तान्हं बाळ तिच्या दुधावरच जगत होतं. मी तिच्यापाशी बसले आणि तिच्याशी बोलू लागले. तिनं मनीची व्यथा माझ्यापाशी मोकळ्यापणानं सांगितली.

अंबाबेन सत्तावन्न वर्षांची होती. ती नववधू म्हणून मुठाई गावात आली होती. ते गाव सुखी नदीखाली जाईपर्यंत तिनं तिथंच वास्तव्य केलेलं होतं. गावातल्या पुरुषांना तणावग्रस्त आवाजात, नवं धरण आणि नवी जागा यांबद्दल बोलताना तिनं ऐकलं होतं; पण हळुवारपणे वाहत त्यांचं पालन-पोषण करणारी

आपल्या सासू आणि नातीसमवेत अंबाबेन (इला भट्ट)

सुखी नदी सरकारी धरणामुळे साऱ्या घरांचा आणि अरण्यांचा घास घेईल, यावर तिचा विश्वास बसत नव्हता. जेव्हा लोक उघडउघडपणे आणि वारंवार स्थलांतराबद्दल आणि पुनर्वसनाबद्दल चर्चा करू लागले, तेव्हा तिच्या लक्षात आलं की, घरातल्या कर्त्या पुरुषांनी वस्तुस्थिती त्यांच्यापासून लपवून ठेवलेली होती. मुठाई गावाला सरकारनं कायदेशीर सूचना देऊन पूर्ण गाव खाली करायला सांगितलेलं होतं.

खरंतर दोन वर्षांपासूनच गावातली ज्येष्ठ मंडळी नदीपलीकडे जाऊन गाव वसवण्यासाठी नवी जागा शोधत होती. नव्या जागेची निवड करताना त्यांना दोन गोष्टी महत्त्वाच्या वाटत होत्या : पूर्ण मुठाई गाव नव्यानं वसवता येईल, एवढी ती जागा मोठी असावी आणि तिथे त्यांच्याच जमातीच्या राठवा लोकांची वस्ती असावी. त्यांनी सानियाद्री गावाची निवड केली होती. ह्या निर्णयात स्त्रियांचं मत घेतलं गेलं नव्हतं किंवा त्यांना नवी जागासुद्धा दाखवली गेली नव्हती.

निघायच्या आदल्या रात्री अंबाबेनच्या सासऱ्यांनी जाहीर केलं की, सरकारी ट्रक दुसऱ्या दिवशी सकाळी येणार होते. "मला नरकात जायचं नाहीये! तुम्हीच जा!" अंबाबेनच्या सासूनं किंचाळत त्रागा केला. तिला उचलून त्यांनी त्या पिवळ्या रंगाच्या ट्रकमध्ये टाकून दिलं. लाथा झाडत किंचाळणाऱ्या घरातल्या प्रत्येक स्त्रीला त्यांनी दरादरा खेचत ट्रकमध्ये टाकलं. त्यांना हलावं लागणार होतं, ही बातमी त्यांनी शेवटच्या क्षणापर्यंत स्त्रियांना सांगितलीच नव्हती. केव्हा

गाव सोडायचं, किती ताबडतोब सोडायचं याबाबत स्त्रियांचं मत घेण्यात आलेलंच नव्हतं. पुरुषांना वाटलं की, स्त्रियांना हे आधी न समजलेलंच बरं! स्त्रियांच्या दृष्टीनं हा धक्कादायक आघात होता.

१९८२ सालच्या हिवाळ्याचा तो मध्य होता. ह्या कुटुंबांजवळ नेण्याजोगं फारसं काही नव्हतंच. त्यांची गुरंढोर आणि मुलं हीच त्यांची संपत्ती होती. अंबाबेननं तिचा दहा महिन्यांचा तान्हा मुलगा कडेवर उचलून घेतला. तिची मोठी मुलं, एक म्हैस, दोन गायी, दोन बैल आणि दहा बकऱ्या तिच्याबरोबर पायी निघाल्या. अंबाबेनला सानियाद्रीकडे जायचा प्रवास खूप दूरचा आणि शिणवणारा वाटला. त्यांच्या मनात दुःख, चीड, भीती आणि निराशा ह्या भावनांचा कल्लोळ माजलेला होता. प्रत्येक स्त्रीला तो दुःखदायक दिवस अगदी स्पष्टपणे आठवतोय.

नवी जमीन म्हणजे आकाशाखालचं ओसाड माळरानं होतं. कुठे हिरवाईचा मागमूसदेखील नव्हता. पूर्वायुष्यातल्या वाचवून आणलेल्या गोष्टी – लाल कौलं, लाकडी तुळया, रंगवलेले दरवाजे, पाटा-वरवंटा, स्वयंपाकघरातली पत्र्याची पेटी, घरातल्या पूर्वजांचे फोटो आणि देवांच्या मूर्ती – ट्रकमधून उतरवून त्यांचा ढीग रचलेला दिसत होता. ह्या गोष्टी नीटपणे ठेवायला नवं घर तयार नव्हतं. प्रथम आपली नवी घरं तयार करायची, शेतजमीन साफ करायची आणि नव्या वातावरणाशी ओळख करून घ्यायची संधी ह्या कुटुंबांना द्यावी आणि त्यानंतर त्या जागी त्यांचं पुनर्वसन करावं, असा विचार कुणाच्याही मनाला शिवला नव्हता.

मुठाई खेड्यातून आलेल्या विस्थापितांना आसरा मिळावा म्हणून सरकारनं पत्र्याच्या मोठाल्या तीन छपऱ्या उभारून दिलेल्या होत्या. अशा एका पत्र्याच्या झोपडीत अंबाबेन आणि तिच्या मुलांनी अंग टाकलं. कुणीतरी तिला पेलाभर पाणी दिलं; पण ते खारट आणि मचूळ लागलं. थकून गेलेली आणि काळजीग्रस्त झालेली अंबाबेन हातांवर डोकं टेकून जमिनीवर आडवी झाली.

त्या दिवशी दुपारी तिच्या सासऱ्यांनी अंबाबेनला आणि तिच्या नवऱ्याला साडेपाच एकरांचा प्लॉट दाखवला. अंबाबेनचे सारे दीर आणि कुटुंबीय यांना मिळून ती जागा देण्यात आलेली होती. ती जमीन इतक्या भीषण अवस्थेत होती! अंबाबेन त्या जमिनीला 'साळूसारखी काटोरी जमीन' असं म्हणते. तिथे काटेरी झाडोरा, रानटी झाडं आणि सादाद, धावला आणि सागाच्या झाडांचे नुसते बुंधे भरलेले होते. सादाद, धावला आणि सागाचे वृक्ष तोडून ते लाकूड धरणाच्या बांधकामासाठी नेऊन खालचे खुंट फक्त शिल्लक राहिलेले होते. धरण बांधायला अनेक वर्षं लागतात आणि त्या कालखंडात पर्यावरणाची अपरिमित हानी होते. विकासाच्या आणि प्रगतीच्या नावाखाली धरणं बांधली

जातात, परंतु त्या समीकरणात माणसांचा समावेश केलेलाच नसतो!

जमिनीची अवस्था भीषण होतीच, पण त्या जोडीला पाण्याचाही प्रश्न होता. पाणीच उपलब्ध नव्हतं. सानियाद्री खेड्यातल्या स्त्रियांना जवळच्या गावातून पाणी आणावं लागत असे. अंबाबेन तिच्या कुटुंबीयांसाठी आणि गुराढोरांसाठी एका शेतकऱ्याकडून दररोज दहा हंडे पाणी आणत असे. हंडाभर पाण्यामागे तिला दोन रुपये द्यावे लागत. ह्या परिस्थितीमुळे अंबाबेन आणि तिचा नवरा इतके धास्तावून गेले की, त्यांना रात्री झोपसुद्धा लागेनाशी झाली. तिचा पती भाइसिंग जमिनीची अवस्था पाहून चिंता करत होता आणि मुलांच्या आणि गायीगुरांच्या तोंडात घास कसा घालता येईल याची विवंचना अंबाबेनला लागलेली होती. त्यांचं नवं घर म्हणजे पत्र्याच्या चार भिंती आणि वर पत्र्याचंच छप्पर होतं!

सरकारी नोंदीनुसार ह्या कुटुंबाला नुकसान-भरपाईचे पैसे दिले गेले होते; परंतु अंबानेनला ते कधीही दृष्टीस पडले नाहीत. कागदोपत्री कुटुंबप्रमुख ह्या नात्यानं तिच्या सासऱ्यांना ते पैसे दिले गेले होते, पण पैसे मिळाल्याबद्दल सासरे कधीही काहीही बोलले नव्हते. एकतर लिहितावाचता येणाऱ्या आणि ह्या यंत्रणेची माहिती असलेल्या कुणीतरी असे पैसे परस्पर लांबवले होते किंवा सासऱ्यांनी ते स्वतःच खर्चून टाकले होते! असं नेहमीच घडत असे! आणि नाहीतरी स्त्रियांना त्या पैशांपैकी छदामही वाट्याला आला नसताच!

अंबाबेननं आणि तिच्या नवऱ्यानं जमीन साफ करण्यासाठी अनेक वर्षं कष्ट केले. तोडलेल्या झाडांचे खुंट त्यांनी एकामागोमाग एक खणून बाहेर काढले. त्यांनी वाळकी झुडुपं तोडून काढली आणि ती जाळून त्याचा लाकडी कोळसा बनवला. तो डभोई इथल्या बाजारात विकून त्यांनी थोडे पैसे मिळवले. दोन वर्षं ह्या जोडप्यानं कालव्याच्या बांधकामाच्या जागी काम केलं. माती खणून ट्रकमध्ये भरण्याच्या कष्टांच्या मजुरीसाठी दिवसाकाठी त्यांना २५ रुपये मिळत असत. मजुरीमुळे निर्वाहाला पैसा उभा करता येतो. शेतीचा पैसा कालांतरानं हाती लागतो; पण पोटासाठी मजुरी करावी लागत असल्यामुळे शेतीसाठी त्यांना कमी वेळ काढता येत होता.

ह्या जोडप्यानं दिवसरात्र जमिनीवर कष्ट उपसले. जी थोडी जमीन साफ करता आलेली होती, त्यावर त्यांनी स्वतःच्या कुटुंबासाठी मका पिकवला आणि विकून पैसा मिळवण्यासाठी कापूस लावला. पहिल्या वर्षी कापसाचे १२ ढिगारे हाती आले. तो कापूस विकून ५००० रुपये मिळाले. त्यातले अर्धे पैसे त्यांनी बियाणं, खतं आणि शेतीसाठीचं पाणी यांसाठी बाजूला ठेवले. उरलेले पैसे त्यांनी घराच्या बांधकामासाठीच्या साहित्यावर खर्च केले. शेतीसाठी त्यांना कर्जाची गरज होती, पण कमी दरानं त्यांना कर्ज पुरवायला बँक तयार होईना.

पाच एकर जमिनीची मालकी असल्यामुळे त्यांना कमी दरानं कर्ज मिळू शकत नव्हतं. अंबाबेन तिच्या तात्पुरत्या, पत्र्याच्या झोपडीत राहून कुटुंबाच्या निर्वाहासाठी मजुरी करत होती आणि एकीकडे जमीन साफ करून शेतीची कामं करत होती.

त्यांनी स्थानिक चिक्कणमाती वापरून स्वत:च विटा बनवल्या. जुन्या घराचं वाचवून आणलेलं सामान उपयोगी पडलं. अखेरीस त्यांनी कौलारू छपराचं घर उभं केलं. तीन खोल्या, छोटी कोठीची खोली, स्वयंपाकघर, धुण्याची जागा, गुरांसाठी मोठा गोठा असं घर त्यांनी स्वकष्टानं बांधलं. हिरवा चारा मिळत नव्हता आणि पिण्याचं पाणी खारटसर होतं, त्यामुळे अंबाबनेची बरीचशी गुरंढोरं मरून गेली. अंबाबेन म्हणते, "खाऱ्या पाण्यामुळे जनावरांच्या पोटात खडे तयार झाले आणि ती मरण पावली." गुरंढोरं नसल्यामुळे तिला शेतासाठी खत आणि गोवऱ्यांचं इंधन मिळेनासं झालं. "शेणासाठी पैसे मोजायची वेळ आली!" अंबाबेन म्हणाली. नवं अर्थकारण तिच्या पचनी पडलं नव्हतं.

पुनर्वसनासाठी गावात दोन विहिरी खणून दिल्या होत्या. दोन्हीतलं पाणी खारट होतं आणि त्यात फ्लूरॉईडचा अंश खूपच होता. १९९३ साली नवीन ट्यूब -वेल (नलिकाकूप) खणण्यासाठी खूप खर्च करण्यात आला, पण त्याला लागलेलं पाणीसुद्धा पिण्याजोगं नव्हतं. त्याच लोकांना पूर्वी हवं तेवढं पाणी मिळत होतं. इतरांना पाणी उपलब्ध करून देण्यासाठी ह्या गरिबांच्या नशिबी विस्थापितांचं जिणं आलं होतं; आणि त्यांना पाण्यावाचून तडफडत जगावं लागत होतं. गरिबांच्या नशिबीच अशी क्रूर थट्टा येते!

एका संध्याकाळी खेड्यातल्या सरपंचानं खेड्यातल्या स्त्रियांना रात्रीच्या जेवणानंतर एका सभेत उपस्थित राहायला सांगितलं. फक्त स्त्रियाच? हे विचित्रच वाटत होतं! आणखी वाईट बातमी ऐकण्यासाठी मनाची तयारी करून अंबाबेन इतर स्त्रियांबरोबर नाखुशीनंच तेथे गेली. वस्तुत: ही सभा 'सेवा'नं आयोजित केलेली होती. सरपंच तिथे उपस्थित होता, पण त्याला न बोलण्याची सूचना देण्यात आलेली होती. 'सेवा'च्या दोन संचालिकांनी त्या सभेचं आयोजन केलेलं होतं. अंबाबेनला त्या दोघीही स्पष्टपणे आठवत होत्या. "एक पांढरपेशी स्त्री होती. ती उंच होती आणि तिची बोटं लांबसडक होती. दुसरी साधीसुधी, मध्यमवयीन स्त्री होती." अंबाबेन म्हणाली. ह्या दोघी जणी होत्या, अंजना आणि इंदिराबेन. त्या दोघी ह्या स्त्रियांना त्यांच्या आयुष्याबद्दल बोलतं करत होत्या. स्त्रिया होकार-नकारातच उत्तरं देत होत्या; पण त्यांना जेव्हा त्यांच्या कामाबद्दल प्रश्न विचारण्यात आला, तेव्हा त्या मोठ्यानं खळखळून हसल्या! "हा कसला प्रश्न! आम्ही जमिनीवर कष्ट उपसतो! आणि करण्याजोगं आहेच काय?" अंबाबेनच्या स्पष्टवक्तेपणामुळे 'सेवा'च्या संचालिकांचं लक्ष वेधलं

गेलं. त्यांनी अंबाबेनला 'सेवा'ची पगारी कार्यकर्ती होण्याबद्दल विचारलं. तिच्या खेड्यातल्या स्त्रियांशी सतत संपर्कात राहण्याची, त्यांच्या सभा भरवण्याची आणि मोकळेपणानं नव्या कल्पना आणि माहिती यांबद्दल त्यांच्यात चर्चा घडवून आणण्याची जबाबदारी अंबाबेननं स्वीकारली. त्याबद्दल तिला पगार मिळणार होता. "मी संधीचा लाभ घेतला!" अंबाबेन म्हणाली. अशा प्रकारे 'सुखी पुनर्वसन प्रकल्पा'त अंबाबेननं आपल्या खेड्यातली जबाबदारी उचलली.

सरकारनं दिलेल्या सर्व सुविधा खेड्यांपर्यंत पोचताहेत ह्याच्याकडे लक्ष पुरवणं ही 'सेवा'वरली पहिली जबाबदारी होती. मुलांसाठी पाळणाघरं आणि दुपारचं जेवण, दवाखाना, शाळा, पाणी, वीज, रस्ते ह्या साऱ्या गोष्टी खेड्यातल्या लोकांना उपलब्ध करून द्यायच्या होत्या. खेड्यातल्या शाळेतल्या मुलांसाठी दुपारचं जेवण बनवण्याची जबाबदारी अंबाबेनवर सोपवण्यात आली. आपल्या गरजा स्पष्टपणे सांगायला शिकवण्यात ह्या स्त्रियांना 'सेवा' मदत करणार होती. हव्या असलेल्या गोष्टींसाठी ह्या स्त्रियांनीच आवाज उठवणं आवश्यक होतं; 'सेवा' त्यांच्या वतीनं मागणी करणार नव्हती!

नदीकाठाच्या गर्द झाडीच्या विभागातून निष्पर्ण माळरानात फेकलं जाऊन पाण्यासाठीसुद्धा पैसे मोजायची वेळ आलेल्या ह्या स्त्रियांना आर्थिक पर्यायांबद्दल काहीही कल्पना नव्हती. नव्या-नव्या संकल्पनांची जवळून माहिती करून देऊन उपजीविकेची नवी माध्यमं शोधता येण्यासाठी 'सेवा'नं ह्या स्त्रियांना वेगवेगळ्या जागी नेलं. इतर स्त्रिया उपजीविकेसाठी कोणकोणते व्यवसाय करत आहेत, हे डोळ्यांनी बघून आणि त्या स्त्रियांशी चर्चा करून ह्या विस्थापित स्त्रियांना व्यावसायिक पर्याय सुचले असते.

अंबाबेनच्या खेड्यातल्या स्त्रियांचे गट पाडण्याची जबाबदारी अंबाबेनवर होती. खेड्याबाहेर पाऊल टाकायची ह्या स्त्रियांना प्रचंड धास्ती वाटत होती. बाहेरची दुनिया त्यांना जंगली श्वापदांपेक्षासुद्धा भीषण वाटत होती, असं त्यांनी मोकळेपणानं सांगितलं; पण त्यांचं मन वळवल्यावर त्या इतरांसमवेत ह्या भेटींसाठी जायला तयार झाल्या. एक गट मेहसाणा जिल्ह्यातल्या गणेशपुरा इथे स्त्रियांनी चालवलेली रोपवटिका बघण्यासाठी गेला; दुसरा आणखी मोठा गट वलसाड जिल्ह्यात अदिवासी स्त्रिया चालवत असलेली सहकारी डेअरी पाहण्यासाठी गेला. नवीन शेतकी उपकरणं, बियाणं आणि शेतीच्या पद्धती यांची माहिती मिळवण्यासाठी सरकारनं चालवलेल्या, प्रात्यक्षिकं करून दाखवणाऱ्या शेतांवर अनेक गट गेले.

काही प्रकारच्या प्रकल्पांसाठी प्रशिक्षणाची खूपच गरज होती. काही स्त्रिया छोटा-उदेपूर इथल्या शेतकी कॉलेजवर जाऊन आळंब्याच्या (मश्रुम) शेतीबद्दल

माहिती मिळवून आल्या. आळंब्यांची शेती त्यांना वृक्षसंगोपनासारखीच वाटली. त्यातून लवकरच चांगली रोख कमाई होण्याजोगी होती. ह्या स्त्रिया खूपच उत्तेजित झाल्या आणि परत आल्यावर त्यांनी मश्रुम पिकवण्याचा प्रयोग लहान प्रमाणावर करून पाहिला. तज्ज्ञांच्या मार्गदर्शनाखाली त्यांना मश्रुम पिकवता आले, पण ते शहरातल्या बाजारात पोचते होईपर्यंत त्यांचा रंग बदलला आणि ते विकता आले नाहीत, असं अंबाबेन म्हणाली. मश्रुम बर्फात ठेवून त्वरित पोचवण्याची सुविधा ह्या स्त्रिांकडे उपलब्ध नसल्यामुळे ते बाजारात पोचेपर्यंत खराब झाले. मश्रुम खराब झाले; पण स्त्रियाचं मनोबल खच्ची झालं नाही!

अर्थार्जनासाठी अनेक गटांनी रोपवटिका बनवायला प्रारंभ केला, पण खारट पाण्यामुळे रोपं जगेनात. गवताची कुरणं लावून गवत वाढवणंपण शक्य होईना. ह्या गवताची चव खारट लागत असे आणि गुरं ते गवत खात नसत. त्यामुळे दुधाचा व्यवसाय करणंसुद्धा शक्य होईना. सरकारपाशी मदत मागितल्यावर सरकारनं विहीर खणायला पैसे दिले; पण भूस्तराखाली फारच थोडं पाणी होतं. एका ग्रामस्थाच्या जमिनीवर ह्या स्त्रियांनी एक हँडपंप बसवला, पण त्या जमीनमालकानं तो स्वतःच्या वापरासाठी गिळंकृत केला. स्त्रिया संतापल्या होत्या, पण त्यांनी भांडण पुढे वाढवलं नाही, कारण त्या पंपालासुद्धा फारसं पाणी येत नव्हतंच!

पावसाचं पाणी अडवण्यासाठी वाळूची पोती रचून छोटंसं धरण बांधलं, त्याचा मात्र या स्त्रियांना फायदा झाला. हे पाणी पिण्याजोगं आणि गोड असे. पाऊस चांगला पडला की, असं भरपूर पाणी जमा होत असे. वाळूच्या पोत्यांमुळे पाणी अडत असे आणि गाळलं जाऊन पुढे येत असे.

पुरेसं पाणी नसलं, तरीसुद्धा बऱ्याचशा स्त्रिया प्रेमानं वडाची रोपं वाढवत असत. रोपवटिका तयार करण्याचं प्रशिक्षण घेतल्यानंतर त्यांनी बांबू, बदाम, निलगिरी आणि चिंच यांची रोपं तयार करण्याचा प्रयत्न केला. अंबाबेन तक्रारीच्या सुरात म्हणते, "सनियाद्री गावात मुलं भरभर मोठी होतात, पण झाडं मात्र टिकाव धरत नाहीत." के. जी. मेहता यांच्या मार्गदर्शनाखाली स्त्रिया स्थानिक, कणखर जातीची रोपं वाढवण्याचा प्रयत्न करत आहेत. ह्या स्त्रियांना झाडांचं आणि मुळांचं सखोल ज्ञान आहे, त्याचा फायदा त्या आता करून घेत आहेत. खाऱ्या पाण्यात जगू शकणाऱ्या कडधान्यांच्या आणि धान्यांच्या स्थानिक कणखर जाती शोधून काढून त्या त्यांची रोपवटिका बनवत आहेत. एक-एक रोप लावून त्या खडकाळ जमिनीला हिरवं करायचा प्रयत्न करत आहेत.

विस्थापितांचं पुनर्वसन नव्या सनियाद्री गावात करण्यात आलं. आधीपासून अस्तित्वात असलेलं जुनं सानियाद्री गाव जवळच आहे. तिथेसुद्धा त्यांच्या

जमातीचे राठवा लोकच राहत आहेत. नव्या सानियाद्री गावात आलेल्या स्त्रियांनी ह्या आधीच्या गावाशी स्नेहाचे संबंध जोडले आहेत. नव्या आणि जुन्या सानियाद्री गावातल्या स्त्रियांनी एकत्रितपणे सहकारी दुग्धोद्योग करायचा प्रयत्न केला, परंतु गुरांसाठी हिरवा चारा मिळत नसल्यामुळे ती डेअरी बंद करावी लागली. नव्या सानियाद्रीतल्या स्त्रिया आपले बचत गट आणि रोपवटिका यांचा लाभ आधीच्या गावातल्या ग्रामस्थांना करून देतात, तर जुन्या सानियाद्रीतले ग्रामस्थ त्यांची बालवाडी आणि प्राथमिक शाळा नव्या सानियाद्रीतल्या रहिवाशांसाठी खुली ठेवतात. मूळ गावाबाहेर नव्यानं बसलेल्या गावातल्या विस्थापितांचे प्रेमाचे संबंध जुळणं ही गोष्ट सरकारी-प्रकल्पांमध्ये क्वचितच आढळते. बरेचदा ही दोन गावं अलिप्तपणे समांतर आयुष्य जगत राहतात किंवा त्यांच्यात कडाक्याची भांडणं तरी होतात; पण जेव्हा या दोन्ही गावांपुढल्या समस्या एकसारख्या असतात आणि जेव्हा ही दोन्ही गावं एकत्र येऊन संयुक्त प्रयत्नांनी ह्या समस्यांचं निराकरण करू पाहतात, तेव्हा सर्वांचंच आयुष्य सोपं बनतं. कलम केल्यावर, कलम केलेली फांदी मूळ झाडापासून पोषण मिळवून रुजते, फोफावते आणि मूळ झाडाचे गुणधर्मसुद्धा सुधारते; तसाच फायदा नव्या-जुन्या गावांनी केलेल्या संयुक्त प्रयत्नांमुळे उभयतांना मिळतो; पण असे प्रयत्न केलेले अभावानंच आढळतात.

नव्या किंवा जुन्या सानियाद्री गावात डॉक्टर, नर्स किंवा औषधांच्या दुकानाची सुविधा नाही. ह्या गोष्टी दहा किलोमीटर अंतरावरल्या चालमाली गावात उपलब्ध आहेत. 'सेवा'नं प्रशिक्षित केलेले स्वास्थ्य कर्मचारी स्त्रियांच्या आणि मुलांच्या बारीक-सारीक आजारांवर इलाज करतात, पण ही सुविधा किती अपुरी आहे, हे अंबाबेनच्या अनुभवावरून उघड झालंय.

पुनर्वसनासाठी जी सहा खेडी नव्यानं तयार केली गेली, त्यांपैकी वडाडाला, लुनाद्रा, तंडाल्जा आणि सानियाद्री ही खेडी प्रशिक्षण घेऊन उत्तम प्रकारे संघटित झाली. प्रशिक्षण देणाऱ्या स्त्रियांनी या गावातल्या स्त्रियांना कुक्कुटपालन केंद्र (पोल्ट्री फार्म), होम सायन्स कॉलेज, वनविकास केंद्र, दुधाचं शीतकेंद्र, पशुरुग्णालय आणि गुरांच्या अन्नाची फॅक्टरी (कॅटल फीड फॅक्टरी) ह्या जागा दाखवल्या. गावातल्या स्त्रियांना छोटा उदेपूर गावातल्या शेतकी केंद्राचं सर्वांत जास्त अप्रूप वाटलं. जमिनीच्या मशागतीच्या आणि शेतीच्या ठिबकसिंचन, टिकाऊ बियाणं अशा नूतन पद्धती आणि पाणी साठवण्यासाठी तळ्यांच्या तळांवर विशेष आवरण घालणं अशा युक्त्या छोटा उदेपूर इथल्या कृषिविज्ञान संस्थेत ह्या स्त्रियांना प्रथमच पाहता आल्या आणि ह्या विविध गोष्टी पाहून त्या खूपच प्रभावित झाल्या. अशा सफरींच्या वेळेस, संध्याकाळी ह्या स्त्रिया समूहनृत्य

करत आणि गाणी म्हणत. आपले नवरेसुद्धा आपल्याबरोबर येऊ शकले असते, तर बहार आली असती, अशी भावना ह्या स्त्रिया व्यक्त करत. ह्या सफरींच्या आठवणींचा मौल्यवान ठेवा ह्या स्त्रियांनी मनात जपून ठेवलेला आहे. अशा सफरींच्या निमित्तानं विविध खेड्यांतल्या स्त्रियांचा परस्पर-परिचय झाला. बसमधून परतीचा प्रवास करताना त्या आपल्या नवीन अनुभवांची व नव्यानं शिकलेल्या शब्दांची उजळणी करत आणि रोपवटिकेतल्या रोपांना काय बाजारभाव येऊ शकेल यांवर हिरिरीनं चर्चा करत.

ज्या स्त्रिया बडोद्याला पंधरा दिवसांचं कुक्कुटपालनाचं प्रशिक्षण घेऊन परीक्षेत उत्तीर्ण झाल्या होत्या, त्यांना सरकारतर्फे कोंबड्यांची पंचवीस पिलं आणि अडीचशे रुपये रोख रक्कम देण्यात आली. काही कुटुंबांनी १०,०००पर्यंत कोंबड्या पाळल्या, तर इतर अनेकांना पदरी फारशा कोंबड्या नसतानासुद्धा कोंबड्यांच्या कालवणावर ताव मारायचा मोह आवरता आला नाही.

१९९५ साली, सरकारच्या ह्या सुखी धरण विस्थापितांच्या जलद पुनर्वसनाच्या प्रकल्पाची मुदत संपत आल्यावर विस्थापितांच्या भवितव्याबद्दल आमच्या मनात चिंता उत्पन्न झाली. ह्या प्रकल्पाची मुदत संपताक्षणी ह्या स्त्रियांना दिलं जाणारं व्यावसायिक प्रशिक्षण, त्यांना मिळालेलं प्रॉजेक्ट ऑफिस, दूरवरच्या खेड्यांमधून प्रवास करून आलेल्या स्त्रियांची रात्री राहाण्याची सोय, वाहतुकीच्या सुखसोयी ह्या सर्व गोष्टी बंद होणार होत्या. ह्या साऱ्या खेड्यांमध्ये विजेचे मीटर्स, पाण्याच्या टाक्या आणि रेशनकार्ड पोचवण्याची व्यवस्था आम्ही केलेली होती. आदिवासी विकास संस्था, राज्य सरकारचं महसूल खातं, जिल्ह्य स्तरावरची ग्रामीण विकास शाखा ह्या सर्व सरकारी संस्थांशी संपर्क साधून त्यांच्या सेवा-सुविधा ह्या विस्थापितांना उपलब्ध करून दिलेल्या होत्या; पण 'सेवा'जवळ स्वत:चा असा निधी नव्हता.

आम्ही एका निर्णायक टप्प्यापाशी येऊन पोचलो होतो. आम्ही इथून प्रस्थान ठेवावं की आम्ही सुरू करून दिलेल्या उद्योगांची आणखी वाढ आणि प्रसार करावा? सध्याचे उद्योग सुरू ठेवायच्या दृष्टीनं सरकार फिरतं भांडवल उपलब्ध करून देईल, असं आम्हांला वाटत होतं; पण ह्या प्रकल्पासाठीचा सरकारी निधी संपुष्टात आलेला होता; परंतु माणसं आणि प्रकल्प यांत फरक आहे. प्रकल्प संपतो, पण माणसांचं महत्त्व संपत नसतं. भविष्यात काय करावं ह्याबद्दल ह्या सहा खेड्यांतल्या स्त्रियांचं मत घेण्यासाठी ह्या प्रत्येक खेड्यात सभेचं आयोजन करणं आवश्यक होतं.

सभेला आलेल्या स्त्रिया भावनाकुल झालेल्या होत्या. ह्या सहा खेड्यांमधल्या स्त्रियांनी एकमतानं निर्णय घेतला, "सध्याचं कार्य पुढे नेत राहण्यासाठी आम्ही स्वत:ची संघटना संस्थापित करू!" ह्या संघटनेची स्थापना करण्यासाठी मदत

करायला ‘सेवा’ची तयारी होती; पण आम्ही स्पष्ट केलं की, एकदा संघटनेचा कारभार सुरळीतपणे चालू करून दिला की, ‘सेवा’चा सहभाग संपेल आणि त्यानंतर संघटनेला आपला कारभार स्वत:च सांभाळावा आणि चाललावा लागेल. प्रत्येक स्त्रीनं सभासद-शुल्क म्हणून दर वर्षी १२ रुपये द्यायचे आणि हव्या असलेल्या प्रत्येक प्रकारच्या प्रशिक्षणासाठी किंवा सेवा-सुविधांसाठी ठरलेली रक्कम भरायची, असं ह्या सभेत ठरवलं गेलं. सुरुवातीला २०० सदस्यसंख्या असलेल्या सुखी महिला-मंडळाची नोंदणी २७ सप्टेंबर १९९५ रोजी करण्यात आली.

हे स्थित्यंतर अवघड होतं. सुरुवातीला संयोजकांना विनावेतन काम करावं लागलं. चार महिने त्यांनी असं विनोवतन काम केलं. बोडेली इथल्या नवीन ऑफिसात रात्री झोपण्याची सोय नव्हती, त्यामुळे दूरच्या खेड्यातून तिथे आलेल्या सभासदांना ऑफिससमोर असलेल्या देवळाच्या पटांगणातच झोपावं लागत असे. ऑफिसात स्वत:चा फोन घेणं परवडण्याजोगं नव्हतं. म्हणून संयोजकांना शेजारचा फोन पैसे देऊन वापरावा लागत असे.

सरकार ज्या लोककल्याणाच्या सुविधा ह्या स्थलांतरितांना देत होतं, त्या आपल्या सभासदांपर्यंत पोचवण्याचं काम सुरुवातीला सुखी महिला मंडळानं हाती घेतलं. शाळेतल्या मुलांसाठी शिष्यवृत्ती, विधवांना आर्थिक मदत, अपंग आणि वयोवृद्धांना आर्थिक मदत, अल्पवयीन शिशूंसाठी पाळणाघरं ह्यासाठीची सरकारी मदत लोकांपर्यंत पोचवून त्यांना सक्षम कसं करावं हे आता खेड्यातल्या स्त्रियांना ठाऊक झालेलं होतं. त्याच कार्यापासून त्यांनी प्रारंभ केला.

सुखी महिला मंडळाच्या पहिल्या सार्वत्रिक सभेच्या वेळेस कविताबेननं स्वरचित कविता गाऊन दाखवायची परवानगी मागितली :

जाणार! जाणार! मी ‘सेवा’त जाणार!
मी ‘सेवा’त जाणार म्हणजे जाणार!
मी ‘सेवा’त जाणार म्हणजे जाणार!
सासरे म्हणतात, “सूनबाई तू जायचं नाहीस!”
मी उत्तर देते, “गप्प बसा आणि चिलीम ओढा!
कारण मी ‘सेवा’त जाणार म्हणजे जाणार!”

सासू म्हणते, “सुने तू न गेलेलं बरं!”
मी उत्तर देते, “गप्प बस आणि माझी मुलं सांभाळ!
कारण मी ‘सेवा’त जाणार म्हणजे जाणार!”

दीर मला म्हणतो, ''वहिनी तू जाता कामा नयेस!''
मी त्याला उत्तर देते, ''गप्प बस आणि गवत काप!
कारण मी 'सेवा'त जाणार म्हणजे जाणार!''

नणंद म्हणते, ''कविते, तू जायची गरज नाही!''
मी म्हणते, ''गप्प बस आणि निमूटपणे अभ्यास कर!
कारण मी 'सेवा'त जाणार म्हणजे जाणार!''

माझा नवरा म्हणतो, ''प्रिये मी तुला कसा जाऊ देऊ?''
मी स्मित करते आणि म्हणते, ''बस स्टँडपाशी माझी वाट पाहा!
कारण मी लवकरच परत येईन, पण मी 'सेवा'त जाणार म्हणजे जाणारच!''

कविताबेन शंकरभाई राठवा वडाडाला गावात राहत होती. ती सुखी महिला मंडळाची अध्यक्ष म्हणून निवडून आली होती. 'वचली भित' (मधली भिंत) नावाच्या एका लहानशा खेड्यात तिचा जन्म झाला होता. वनराईनं नटलेल्या दरीत हे लहानसं गाव वसलेलं आहे. ह्या गावाजवळूनच सुखी नदी वाहत होती आणि सर्वांना नदीत डुंबायला आवडत असे. तीन वर्षांची झाल्यापासून कविता तिच्या सहा महिन्यांच्या तान्ह्या भावाला सांभाळू लागली. कालव्यातल्या बांधकामावर कविताची आई मजुरी करत असे. कविताचे वडील नदीकाठच्या त्यांच्या शेतावर राबत असत. कविताचा मोठा भाऊ आश्रमशाळेत शिकत होता. आश्रमशाळांमध्ये वसतिगृहात राहून अदिवसी मुलं शिकू शकतात.

कविताला शाळेत जाऊन शिकायची तीव्र ओढ वाटत होती. तिचा लहानगा भाऊ उभा राहून पावलं टाकू लागल्याबरोबर कविता कुणालाही न सांगता तिच्या मोठ्या भावाच्या शाळेत जाऊन पोचली. अदिवासींच्या आणि अन्य ग्रामीण भागातल्या अनेक तरुण स्त्रियांच्या ठायी शिकण्याची अशी तीव्र इच्छा दिसून येते. आश्रमशाळेच्या मुख्याध्यापकांना कविताची शिकण्याची तीव्र ओढ जाणवली आणि त्यांनी तिला आनंदानं प्रवेश दिला. तिला आश्रमशाळेत राहू देण्यावाचून तिच्या वडलांपुढे दुसरा पर्यायच उरला नाही. आश्रमशाळेत कविताला एक पलंग, कपडे, खडू आणि पाटी, ॲल्युमिनिअमची प्लेट, वाटी आणि ग्लास देण्यात आला. वसतिगृहाची व्यवस्थापिका प्रेमळ होती, पण कडक होती; मुलींच्या वसतिगृहाच्या खिडक्यांमधून समोरच्या मुलांच्या वसतिगृहात मुलींनी डोकावून पाहू नये, म्हणून ती नेहमी खिडक्या बंद करून ठेवत असे; पण आपल्या भावाला भेटावंसं वाटलं, तर सारे नियम धाब्यावर बसवून कविता त्याच्या वसतिगृहात जात असे आणि शिक्षा सहन करत असे!

शाळेची इमारत स्मशानभूमीवरच उभी होती; मुलांना सरणाऱ्या ज्वाळा नेहमीच दिसत असत. कविताच्या वसतिगृहाची पर्यवेक्षिका मुलींच्याच खोलीत झोपत असे. ती त्यांना भजनं म्हणून दाखवत असे आणि त्यांच्या मनावर सुसंस्कार होतील, अशा कहाण्या ऐकवत असे आणि झोपवत असे. ती नसताना मुली एकमेकींना भुतांच्या गोष्टी सांगत असत.

कविता चौथीची परीक्षा उत्तीर्ण झाली. तिला अभ्यासाचं आणि पोहण्याचं अशी दोन पारितोषिकं मिळाली. पण तिचं शाळेचं शिक्षण एवढ्यावरच थांबलं; तिचे वडील तिला घरी नेण्यासाठी आले! लहानग्या कवितेला तिचा शाळेचा गणवेश उतरवून परत करावा लागला. तिच्या वडलांनी बदलण्यासाठी घरून कपडे आणले नव्हते. त्यामुळे तिला उघड्यानंच घरी परतावं लागलं. शाळा सोडताना ती हमसून-हमसून रडत होती. घरी तिच्या मदतीची आवश्यकता होती. म्हशींसाठी पाणी आणणं, त्यांना चरायला घेऊन जाणं, गवत कापणं, तण उपटणं अशी कामं तिची वाट पाहत होती. कधीकधी ती तिच्या आईबरोबर बांधकामाच्या जागी किंवा दगडांच्या खाणींवर जात असे. काम संपल्यावर तिची आई तिला खांद्यांवर उचलून घरी आणत असे. घरी येऊन स्वयंपाक करून घरच्या भुकेल्यांच्या तोंडी घास द्यायची आईला घाई झालेली असे.

शाळेत शिकलेल्या गोष्टी विस्मरणात जाऊ नयेत म्हणून कवितानं कसोशीनं प्रयत्न केला. ती शब्द लिहून काढत असे आणि तिच्या भावाची पुस्तकं वाचत असे. दर वर्षी ती काल्पनिक मित्र-मैत्रिणींना आणि देवाला पत्रं लिहीत असे. पंधराव्या वर्षी तिचा विवाह शंकरभाईबरोबर झाला. शंकरभाई सुखी नदीपलीकडल्या चैना नावाच्या गावात राहत असत. कविताच्या माहेरगावापेक्षा चैना हे अधिक मोठं आणि विविध उद्योग असलेलं गाव होतं. कविताला नवं गाव आवडलं. ती वयानं लहान असली, तरी तिची वृत्ती चौकस होती. पुरुषांच्या गप्पा ती कान देऊन ऐकत असे. पैसे मिळवायचे विविध पर्याय, येणाऱ्या निवडणुका, सरकारी नोकऱ्या मिळवायचे प्रयत्न, मोठ्या शहरांना भेटी देणं, स्कूटर चालवणं, महत्त्वाच्या लोकांना भेटणं अशा विषयांवरच्या गप्पा ऐकून कविता भारावून जात असे. ह्या पुरुषांच्या गप्पा ऐकतानाच तिच्या कानांवर धरणाचं बांधकाम आणि गावं रिकामी करून विस्थापितांचं पुनर्वसन अशा बातम्या आल्या. त्यामुळे इतर बायका आज्ञानात असल्या, तरी सुखीवरच्या धरणामुळे त्यांचं गाव पाण्याखाली जाणार, ही गोष्ट कविताला ठाऊक होती.

विस्थापितांच्या पुनर्वसनासाठी सरकारनं चैना गावातल्या कर्त्या पुरुषांना जवळपासच्या अनेक जागा दाखवल्या. चैना गावातले लोक वडाडाला आणि लुणाद्रा ह्या गावांमध्ये स्थिरावले. कविताबेनच्या कुटुंबीयांनी वडाडाला गावाची

निवड केली.

'वडाडाला' हे नाव ऐकून कविताची उत्सुकता तिला स्वस्थ बसू देईना. तिथे शाळा आणि शहराकडे थेट जाणारी बस-सेवा असावी, अशी आशा कविता करत होती. वडाडाला इथे कायमचं हलण्यापूर्वी ती जागा नजरेखाली घालायची कविताच्या नवऱ्यालासुद्धा उत्सुकता वाटत होती. त्यामुळे हे जोडपं स्वत:च तिथे गेलं. वडाडालामधल्या पुनर्वसनाच्या जागी पोचल्यावर कविताबेननं आणि शंकरभाईंनी थोडी विश्रांती घेतली आणि त्यानंतर तिथलं गवत कापून त्याच्या दोन मोठ्या पेंढ्या बनवल्या. वाटेत एक पेंढी विकून त्यांनी रोख रक्कम मिळवली. दोघं जण आनंदी मन:स्थितीत घरी परतले. शंकरभाई कविताला म्हणाले, "मला नवं गाव आवडलं, कारण ते तुझ्या माहेरापासून खूप दूर आहे! आता तुला ऊठ-सूठ माहेरी पळता येणार नाही!"

हे पूर्ण कुटुंब अखेरीस वडाडाला इथे हललं आणि त्यांनी नव्यानं आयुष्याला सुरुवात केली. सरकारनं पुरवलेल्या पत्र्यांच्या तात्पुरत्या झोपड्यांमध्ये राहू लागल्यावर कविताबेननं रोजगारासाठी मजुरी करायला सुरुवात केली, तर तिचा नवरा जमीन साफ करून ती शेतीसाठी योग्य बनवायच्या प्रयत्नांना लागला. आयुष्य खडतर होतं. त्यांच्या कुटुंबाला पुनर्वसनासाठी ६०,००० रुपयांहून जास्त नुकसान भरपाईची रक्कम मिळालेली होती; पण ती कुटुंबप्रमुखाच्या हातात गेली आणि ह्या तरुण जोडप्याला त्यातला काहीही वाटा मिळाला नाही.

एका संध्याकाळी खेड्यातल्या सरपंचानं दवंडी पिटवली की, दुसऱ्या दिवशी सकाळी खेड्यातल्या सर्व स्त्रियांनी एका सभेसाठी पंचायतीच्या कचेरीत हजर राहणं आवश्यक आहे. कविताबेन जुनी आठवण सांगते, "आम्ही कुरकुरत, नाइलाजानं, रोजगार बुडवून त्या सभेसाठी थांबलो. 'सेवा'च्या तीन कार्यकर्त्या आम्हांला भेटायला अहमदाबादेहून आलेल्या होत्या. त्या तरुण होत्या, सुशिक्षित वाटत होत्या; पण अगदी साध्या पोषाखात आलेल्या होत्या. त्यांनी आमच्या स्थलांतराबाबत आमच्याशी चर्चा केली. कोणत्या गोष्टी बदलल्या आहेत आणि कोणत्या गोष्टींमध्ये बदल घडवून आणायची आमची इच्छा आहे, हे त्यांनी जाणून घेतलं; पण नशिबानं त्यांनी आम्हांला कोणतेही सल्ले दिले नाहीत. त्यांनी फक्त अनेक प्रश्न विचारले. स्त्रियांनी पुढाकार घेऊन गोष्टी करायला हव्यात, असं त्या म्हणत होत्या. मला त्यांच्या बोलण्याचा अर्थ कळला. 'सेवा'चं खेड्यातलं काम करण्यासाठी त्यांना काही स्त्रियांची मदत हवी होती! त्या सभेत पंचवीस ते तीस स्त्रिया उपस्थित होत्या. त्यातल्या काही जणी दहावीपर्यंत शिकलेल्या होत्या; पण कॉलेजात शिकलेल्या मुलींना दररोज बोडेलीतल्या ऑफिसात जायची इच्छा नव्हती. दहावीपर्यंत शिक्षण घेतलेल्या स्त्रियासुद्धा म्हणाल्या

की, त्यांचे नवरे त्यांना खेड्याबाहेर जायला परवानगी देणार नाहीत. नवरे म्हणजे अजब चीज असते! दूरवरच्या बांधकामाच्या जागी आम्ही मजुरीसाठी गेलो, तर त्यांची हरकत नसते; पण काम जर एखाद्या ऑफिसात किंवा शहरात असलं, तर ते अडून बसतात आणि परवानगी देत नाहीत.''

कविताबेन पुढे म्हणाली, ''पण आम्हा निरक्षरांवरच 'सेवा'च्या कार्यकर्त्यांची नजर होती. काही स्त्रियांनी माझं नाव सुचवलं. मी स्पष्टवक्ती, सभाधीट आहे, म्हणून त्यांनी माझं नाव सुचवलं असावं; पण मीसुद्धा नकार दिला, कारण माझी मुलं लहान होती आणि हे काम मी करू लागले असते, तर माझ्या नवऱ्याला एकट्यालाच शेतावर राबावं लागलं असतं; पण मला आश्चर्याचा धक्काच बसला! माझी सासू त्या सभेत उभी राहून सर्वांसमोर म्हणाली की, मी काम घेतलं, तर ती माझ्या मुलांकडे बघेल! तिनं हे सर्वांसमोर म्हटल्यामुळे ती हे मनापासून म्हणत होती, असा मला विश्वास वाटला; आणि सर्वांसमोरच 'सेवा'च्या कार्यकर्तीनं जाहीर केलं की, मला दरमहा पाचशे रुपये पगार मिळेल! मला इतका आनंद झाला म्हणून सांगू!''

सुखी प्रकल्पाच्या बोडेली इथल्या ऑफिसात कविताबेन दुसऱ्या दिवशी सकाळी हजर झाली. तो आठवडा खूपच घाईगडबडीचा गेला. दुसऱ्या दिवशी कविताबेन कामावर गेलली असताना तिला सांगण्यात आलं की, सनियाद्री गावात जाऊन सर्वेक्षण करू शकेल अशा एखाद्या स्थानिक माणसाची तिनं निवड करावी. तिनं कनुभाईंची निवड केली. धरणाच्या बांधकामावर ट्रकमधून वाळू उतरवण्याचं काम संपवून कनुभाई नुकतेच सानियाद्री गावात परत आलेले होते. तिसऱ्या दिवशी प्रकल्पाच्या ऑफिसातून कविताबेन आणि कनुभाई यांना लुणाद्रा गावात धाडण्यात आलं. स्त्रियांचं संघटन करेल, अशी लुणाद्रातली कार्यकर्ती शोधण्यासाठी त्यांना तिथे पाठवण्यात आलेलं होतं. कुणीतरी अनोळखी माणसं त्यांच्याशी बोलायला गावात येणार होती, ही बातमी ऐकल्यावर गावातल्या स्त्रिया शेतात लपून बसल्या; पण तरुण वयाची उषाबेन न घाबरता ह्या दोघांशी बोलली. त्यांनी लुणाद्रातली कार्यकर्ती म्हणून उषाबेनची निवड केली. स्थानिक लोकांनी कार्यात सहभाग घेतला, तर ते खराखुरा बदल घडवून आणू शकतात. बाहेरचे लोक कितीही सुशिक्षित असले आणि कितीही सद्‌भावनेनं काम करत असले, तरी स्थानिक लोकांहून ते उणेच पडतात. स्थानिक लोक, गावातलं राजकारण आणि ग्रामस्थांचे गुंतलेले हितसंबंध यांत अडकून पडायची शक्यता असली, तरी त्यांना त्यांच्या समाजाच्या गरजा आणि कुवत याचा अंदाज असतो आणि संधी मिळाली, तर ते लोकांची एकजूट घडवून आणून विकास घडवू शकतात.

कविताबेन दररोज गावातल्या स्त्रियांच्या घरी जाऊन त्यांच्या तक्रारी ऐकून घेत

असे. तिनं विविध सरकारी कचेऱ्यांनासुद्धा भेटी दिल्या आणि त्या कोणकोणत्या सेवा-सुविधा पुरवत होत्या याची माहिती मिळवली. दररोज संध्याकाळी ती ऑफिसात बसून दिवसातल्या घटनांची नोंद करून ठेवत असे. लिहिण्याची संधी मिळाल्याचा तिला आनंद वाटत असला, तरी आता तिला त्याची सवय राहिलेली नव्हती. ती म्हणते "संध्याकाळी मी ज्या घटनांची नोंद करणार, त्याच्या शब्दांची उजळणी मी दिवसभर मनातल्या मनात करत असे." अंजना ही 'सेवा'ची कार्यकर्ती कविताबेनला जसं जमेल, तसं लिहू देत असे. दिवसभराची नोंद लिहिण्यात कविताबेनचा इतका वेळ जात असे की, तिला घरी पोचायला दररोज उशीर होत असे आणि अंधार पडण्यापूर्वी ती कधीच घरी पोचू शकत नसे. तिचे कुटुंबीय अखेरीस इतके कंटाळले की, त्यांनी तिला ऑफिसात जायला मनाई केली. ती ठामपणे म्हणाली, "मी तर जाणारच!" आपलं सर्व घरकाम पूर्ण करण्याबद्दल ती दक्ष असे. विहिरीतून पाणी उपसून आणणं हे वेळखाऊ आणि कष्टांचं काम ती कधीही टाळत नसे. ती पहाटे चार वाजताच विहिरीवर जात असे आणि रात्री विहिरीत जमा झालेलं ताजं पाणी ती घरी घेऊन येत असे. उशिरा येणाऱ्यांसाठी बरेचदा त्या विहिरीत काहीही पाणी शिल्लक राहत नसे. खूप तास काम करावं लागत असलं, तरी कविताबेननं त्याचा कधी कंटाळा केला नाही. आपली आयुष्यं आणि सभोवतालची परिस्थिती बदलण्यासाठी नेटानं प्रयत्न करून झुंज देणाऱ्या कविताबेनसारख्याच अनेक स्त्रियांनी 'सेवा' ही संस्था नावारूपाला आणलेली आहे. कवितासारख्या स्त्रिया बारीकसारीक नोंदी ठेवतात, चोख हिशोब ठेवतात आणि आत्मविश्वासानं मतप्रतिपादन करतात.

विस्थापितांच्या प्रत्येक खेड्याला लाभ मिळवून देण्यासाठी कविताबेननं खूप कष्ट केले. प्रत्येक खेड्यात दररोज वेळेवर टँकरनं पाणी पोचवून रिकाम्या विहिरी, तळी आणि स्त्रियांच्या घागरी पाण्यानं भरून टाकणं हे कवितानं तडीला नेलेलं पहिलं काम होतं. ज्यांना नुकसान-भरपाईची रक्कम मिळालेली नव्हती, त्यांना ती मिळवून देणं, चांगल्या घरांची सोय करून देणं आणि बचतगट स्थापन करणं ही कामंसुद्धा कविताबेननं हाती घेतली. प्रत्येक खेड्यात जाऊन तिथून बोडेलीतल्या ऑफिसात जाणं यात खूपच वेळ आणि श्रम खर्ची पडत होते. त्यापुढे कविताबेननं स्वत:च्या हिमतीवर यातून जो मार्ग काढला, त्यामुळे लोकांनी डोळे विस्फारले! तिनं चक्क कर्ज काढलं आणि एक स्कूटर विकत घेतली. एक अदिवासी स्त्री स्कूटरवरून प्रत्येक खेड्यात जातेय, स्त्री-पुरुष दोघांना समवेत घेऊन कामं फत्ते करतेय, निरक्षर आणि साक्षर अशा दोहोंसाठी झटतेय आणि भविष्यकाळ घडवतेय हे पाहून तिच्या आजूबाजूच्या लोकांना तिचं कौतुकही वाटत होतं आणि स्फूर्तीसुद्धा मिळत होती. कविताबेनचा उत्साह आणि

चेतना यांमुळे हे बदल घडून येऊ शकले.

याच वेळेस सरकारी अनुदानानं 'जीवनधारा विहिरी' बांधण्याचा प्रकल्प सुचवण्यात आला. तांडाल्जा गावात खणलेल्या तीन विहिरींना क्षारयुक्त पाणी लागलेलं होतं. सनियाद्री गावात ज्या अकरा विहिरी खणल्या गेल्या होत्या, त्यातल्या फक्त सातच विहिरींना पाणी लागलं होतं आणि तेसुद्धा क्षारयुक्त खारटसर पाणीच होतं. वडाडाला गावात दोन विहिरी आणि तीन हँडपंप होते; पण ते पाणी पिण्याच्या लायकीचं नव्हतं. बऱ्याचशा स्त्रिया जवळपासच्या वसाहतींमधून पाणी घेऊन येत असत. सरकारनं ट्यूब वेल (नलिका कूप) खोदून दिली होती, पण त्यालासुद्धा पाणी लागलं नाही; पण नशिबानं आम्हांला साथ दिली आणि 'सेवा' सरकारबरोबर काम करत असताना खणल्या गेलेल्या जीवनधारा विहिरींपैकी नऊ विहिरींना गोड पाणी लागलं. वडाडालातल्या घराघरांमध्ये पाईपनं पाणी पोचवण्याएवढं विपुल पाणी लागलं.

पाणी मिळाल्यावर खेड्यातलं चित्र पालटलं. स्त्रियांपुढे आता मिळकतीचे पर्याय खुले झाले. त्या म्हशी राखून जवळच्या सहकारी दुग्ध केंद्राकडे दूध पाठवू लागल्या. शेतकऱ्यांना चांगल्या प्रतीच्या कापसाची पैदास करता येऊ लागली. ह्या कापसाची बियाणं मूळ गावातले मोठे शेतकरी मागू लागले. वडाडाला आणि तंडाल्जा खेड्यांमध्ये टोमॅटोचं भरपूर पीक आलं. त्यांनी टोमॅटो पहिल्यांदाच पिकवले होते. गावातल्या स्त्रिया टॉमेटो-सॉस बनवायला शिकल्या, पण विकण्यासाठी त्यांना जवळपास बाजारपेठ मिळाली नाही. आयुष्यं बदलत होती. समाज बदलत होता. कविताबेन आणि तिच्या सहकाऱ्यांनी हे घडवून आणलं होतं. जर हाती आणखी पैसा असता, तर कदाचित आणखी बदल घडवता आले असते. जास्त काळजी घेतली असती, तर हे बदल अधिक फायदेशीर ठरले असते आणि अदिवासी स्त्रिया स्वत:च्या हिमतीवर हे बदल घडवून आणत असल्यामुळे ह्या बदलांचे फायदे दीर्घ काळापर्यंत टिकले असते.

यशाबरोबरच भरपूर अपयशसुद्धा वाट्याला आलं होतं. कविताबेन आणि तिचे सहकारी सोमभाई यांनी वडाडाला आणि लुणाद्रामध्ये सहकारी तत्त्वावर दगडाची खाण चालू केली. पहिला प्रकल्प बेहिशोबी कारभारामुळे तोट्यात गेला आणि गुंडाळावा लागला. लुणाद्रातल्या प्रकल्पासाठीच्या अर्जात भाड्यानं घेऊ पाहिलेल्या जमिनीचे चुकीचे सर्व्हे नंबर लिहिले गेल्यामुळे अर्ज-मंजुरीला तीन वर्षं लागली; पण असे अनुभव आले, तरी स्त्रियांना एका गोष्टीचा बोध झाला की, दगडाची खाण हा किफायशीर धंदा असतो आणि बाहेरच्या कुणाचीही मदत न घेता त्यांना हा धंदा सुरू करता येतो.

ह्या स्त्रियांनी पत्रावळी बनवायचा प्रकल्पसुद्धा सुरू केला. त्यासाठी खूप मागणी

असे; पण ती वर्षभर नसून हंगामी असे. मोसमात वेळेवर माल पोचता करावा लागत असे. उत्पादनाच्या वेळेस विजेचा पुरवठा अनियमित असल्यामुळे वेळेवर माल तयार करून देता आला नाही आणि हा प्रकल्प बारगळला. हा प्रकल्प पुन्हा सुरू करून देता येईल; पण ह्या स्त्रियांच्या पाठीशी कोण उभं राहाणार? सरकारनं चालवलेली बँक किंवा कारखाना तोट्यात गेले, तर सरकार मदतीला धावून येतं; पण खेड्यातला छोटासा प्रकल्प तोट्यात गेला, तर त्यासाठी कुणीही मदतीला धावून येत नसतं! मोठाल्या तोट्यांसाठीच सरकार मदतीला धावून येतं, असंच कधीकधी म्हणावंसं वाटतं!

खेड्यातल्या सर्व घरांमध्ये आता विजेचे मीटर बसवले जाऊन विजेचा पुरवठा सुरू झाला होता, पण खेड्यातल्या लोकांना वीज-पुरवठा अनियमित आणि महागाचा वाटला. दर महिन्याला वेळेत बिलं भरायची सवय नसल्यामुळे विजेची बिलं भरायला ह्या लोकांना विलंब लागत असे. त्यामुळे त्यांना वारंवार दंड भरावा लागत असे आणि वीज तोडली जाईल अशा तंबीला तोंड द्यावं लागत असे. सरकारी रेशन दुकानांमधून कमी भावानं धान्य विकत घेता यावं म्हणून ह्या सर्व लोकांना आता रेशन कार्ड्स देण्यात आली आहेत; पण रेशनची सरकारी दुकानं दूरदूरच्या खेड्यांमध्ये आहेत. त्यामुळे गावातल्या लोकांना पायपीट करून खूप अंतर चालवं लागतं किंवा जास्त भावानं गावातल्या दुकानातून धान्य विकत घ्यावं लागतं.

वडाडालातली जनता, विशेषत: स्त्रिया खूपच आनंदात होत्या. पुनर्वसनासाठी उभारलेल्या नव्या वडाडाला गावाची पंचायत मूळ गावाच्या पंचायतीत विलीन करण्यात त्यांना यश लाभलेलं होतं. कोणत्याही राजकीय पक्षाची सदस्य नसताना केवळ स्त्रियांच्या पाठिंब्याच्या बळावर कविताबेननं ग्रामपंचायतीच्या जागेसाठीची उमेदवार म्हणून निवडणूक लढवायचं ठरवलं. ती निवडणूक जिंकली आणि तिनं १९९१ ते १९९६ पंचायतीची सदस्य म्हणून कारभार बघितला. "माझ्या नवऱ्यानं हरकत घेतली नाही, पण अशा कोणत्याही कामासाठी सासू-सासरे नेहमीच विरोध करत. मी शेतात राबत राहावं, अशी त्यांची अपेक्षा होती." कविताबेन म्हणते.

कविताबेनचे सहकारी सोमभाई हेसुद्धा पंचायतीच्या निवडणुकीत जिंकले. त्यांना सरपंच हे पद मिळालं. कोणत्याही राजकीय पक्षाशी हातमिळवणी न करता नवं आणि जुनं गाव एकत्र आल्याची ही पहिलीच घटना होती; पण मुदत संपता-संपता ह्या दोन गावाचं सख्य संपुष्टात आलं. मूळ गावाच्या लोकांनी गैरकारभारासाठी सरपंचावर अविश्वासाचा ठराव आणला. कविताबेननं त्याला विश्वासाचा ठराव जिंकायला मदत केली.

१९९१ ते १९९६ कविताबेननं पंचायतीत राहून उत्कृष्ट कामगिरी बजावली. तडवी कुटुंब हे आदिवासी समाजातलं सर्वांत निम्न दर्जाचं आणि सर्वांत गरीब कुटुंब होतं. त्यांच्यासाठी जमीन मिळवून देण्याचे कविताबेननं खूपच प्रयत्न केले. तिच्या खटपटीमुळेच जिल्ह्या-विकास कार्यालयानं तिच्या पंचायतीसाठी गृहप्रकल्प मंजूर करून दिला आणि मूळ गावातल्या सर्वांत दरिद्री अशा सहा कुटुंबांना नवी घरं मिळाली. नव्यानं वसलेल्या वडाडाला गावातल्या प्रत्येक कुटुंबाला जमीन आणि घर मिळालं आहे. मूळ गावातल्या रस्त्यावर कविताबेननं विजेचे दिवे आणून दिले. मूळ गाव आणि नव्यानं वसलेलं गाव ह्या दोन्ही गावातल्या लोकांचा विश्वास तिनं संपादन केलेला असल्यामुळे आपसातली भांडणं सोडवण्याचं मोठंच काम ती करू शकते. नव्या गावातली मुलगी आणि मूळ गावातला मुलगा यांचा विवाह संपन्न झाला, तेव्हा कविताबेनला विशेष सन्माननीय अतिथी म्हणून आमंत्रण होतं. ह्या दोन्ही गावांची खरीखुरी एकरूपता होऊ लागली होती.

दरम्यान, कविताबेनचा नवरा शंकरभाई खूपच आजारी पडला. त्याला खेड्याबाहेर जायची इच्छा नसूनही कविताबेननं त्याला बडोद्यातल्या हॉस्पिटलमध्ये नेलं. तो त्रागा करत असतानासुद्धा कविताबेननं ठाम राहून हा निर्णय घेतला. शस्त्रक्रियेदरम्यान त्याच्या पोटातून २४० ग्रॅम वजनाचं ट्यूमर काढण्यात आलं. त्यानंतर त्याची प्रकृती खूपच सुधारली. त्याबद्दल शंकरभाई आपल्या पत्नीचं ऋण मानतो. कविताबेन म्हणते, ''त्यानंतर तो कधीही माझं म्हणणं डावलत नाही. मी जे म्हणते किंवा करते, त्यावर तो विश्वास ठेवतो.''

तत्परतेनं आणि निःस्पृहपणे सरकारी प्रकल्पांची कार्यवाही केल्याबद्दल पंचायतीचे अन्य सदस्य तिला आदरभावानं वागवतात. ''वर्षानुवर्षं ते मला 'कावली' म्हणून हाक मारत. आता ते मला 'कविताबेन' किंवा कधीकधी फक्त 'बेन' अशी हात मारतात!'' कविताबेन म्हणते. वडाडालातली 'बेन' दोन वर्षांनी 'सेवा'च्या संचालक मंडळावर निवडून आली. आता ती फक्त अदिवासी स्त्रियांचंच नव्हे, तर संखेडा तालुक्यातल्या 'सेवा'च्या सर्व ग्रामीण सदस्यांचं प्रतिनिधित्व करते आहे.

पूर्वी सांगितल्याप्रमाणे, १९९७ साली 'सेवा'नं बोडेली इथल्या ऑफिसातून अंजनाला आणि तिच्या सहकाऱ्यांना परत नेलं. सुखी महिला मंडळ ही स्थानिक स्वतंत्र, स्वायत्त संस्था बनली. तिला योग्य दिशेनं नेणारं उत्तम स्थानिक नेतृत्व लाभलं आहे. त्यांनी 'सेवा'बरोबरचे जवळचे संबंध जपून ठेवले आहेत.

दोन कार्यांसाठी धोरण आखण्याबाबत त्यांनी 'सेवा'पाशी मदत मागितली : 'स्त्रियांची बचत संस्था' आणि 'रोपवटिका' ह्या दोन कार्यांसाठी 'सेवा'नं त्यातल्या

कार्यकर्त्यांना सखोल व्यावसायिक प्रशिक्षण देऊन नीटपणे घडी लावून दिली. स्थानिक सभासदांनी ह्या दोन कार्यांना तडीला नेणारे दोन गट स्थापन केले. सुखी मंडळाचा प्रशिक्षणाचा कालखंड आता संपलेला होता. आता त्यांनी आपल्या बळावर आणि आपल्या बचतीच्या जोरावर व्यवसायात उडी घ्यायची वेळ येऊन ठेपलेली होती.

विस्थापित आदिवासींसाठी रोख पैसे मोजून व्यवहार करणं, ही गोष्ट शिकायला सोपी नव्हती. नवीन अर्थप्रणाली समजून घेऊन त्यानुसार वागणं गरजेचं होतं. आर्थिकदृष्ट्या स्वावलंबी बनण्यासाठी स्त्रियांना भांडवल लागणार होतं. नियमितपणे पैसे बाजूला टाकून स्त्रियांनी बचत केली असती, तरच त्यांना कर्ज उपलब्ध होऊ शकलं असतं. त्यांचं उत्पन्न इतकं तुटपुंज असताना पैसे शिल्लक टाकणं ही सोपी गोष्ट नव्हती! पण ही गोष्ट शिकता येते. प्रगती संथ गतीने, पण निश्चित होते. बचत गट ठरवतो की, प्रत्येक सभासदाला दर महा किती पैसे वाचवता येतील, १० रुपये की २० रुपये? दर महिन्याला स्त्रिया येतात आणि हे पैसे जमा करतात.

सेवा-बँकेची एक कार्यकर्ती ह्या सभेला न चुकता उपस्थित राहते आणि बचतीच्या प्रणालीची प्रत्येक बाब ह्या गटाला समजली आहे, याची खातरजमा करून घेते. नवीन पैसे भरले असतील, त्याची नोंद केली जाते. आदल्या महिन्याची शिल्लक वाचून दाखवली जाते. ही सर्व कार्यवाही सर्वांच्या उपस्थितीत होते, त्यामुळे प्रत्येकाला प्रत्येक गोष्टीचा बोध होता. दर वर्षी व्याज दिलं जातं. जेव्हा ह्या गटाचे खूप पैसे जमतात, तेव्हा ते स्वतः ठरलेल्या व्याजदरानं सभासदांना कर्ज मंजूर करतात. काही गट फक्त १२% व्याजदराची आकारणी करतात, तर इतर काही गट १८% ते २४% व्याजदर आकारतात. अणीबाणी आली, तर ते केवळ २% व्याजदरावरसुद्धा आणखी कर्ज देऊ करतात. उत्पादनक्षमता असलेला पैसा आता ह्या स्त्रियांना उपलब्ध होऊ लागतो.

सानियाद्री गावातल्या अंबाबेननं नेतृत्व घेऊन तिच्या खेड्यातल्या बचत गटाची स्थापना केली. दर बुधवारी तिच्या ओसरीत ५१ स्त्रिया एकत्र जमत आणि बचत गटाचे व्यवहार करत. शिल्लक टाकलेली रक्कम त्या खात्यात भरत, कर्जाचे हप्ते फेडत आणि नवीन कर्जांबाबत निर्णय घेत. काही स्त्रियांना कर्ज काढायचीच मोठी भीती वाटत असे. त्यांना कोणत्याही प्रकारचं ऋण नको वाटे. इतर काहींना आपली शिल्लक रक्कम न वापरता कर्ज काढणंच बरं वाटत असे.

बचत गटातून काढलेल्या कर्जाचा वापर स्त्रिया जुनी कर्जं फेडण्यासाठी, दागिने विकत घेण्यासाठी किंवा लग्नाकार्यांसाठी करतात. ह्या स्त्रियांची बचत करण्याची कुवत अगदी कमी असल्यामुळे अशा बचतगटांपाशी भांडवल जमा

व्हायला खूप वेळ लागतो. अंबाबेनच्या बचतगटाला गावात रोपवटिका बनवण्यासाठी पैशांची गरज होती, पण स्थानिक बँका त्यांना कर्ज द्यायला तयार नव्हत्या. गावातल्या पुरुषांनी मोठ्या बँकांकडून भरपूर कर्ज घेतली होती आणि ती त्यांना फेडता येत नव्हती. त्यामुळे मोठ्या बँकांनी पूर्ण खेड्यावरच बहिष्कार टाकलेला होता. कर्ज बुडवणाऱ्या ह्या पुरुषांमुळे सुखी मंडळाला आपल्या बचतगटांसाठी ह्या बँकांशी संधान बांधता येईना! सुखी मंडळानं 'सेवा बँके'ची मदत घेतली. 'सेवा बँके'नं त्यांना बँक-रेटनं पैसे दिले. ते पैसे वापरून ह्या स्त्रियांना रोपवटिका प्रकल्प हाती घेता आला.

बचतगटाच्या वाट्याला अनेक प्रकारचे अडथळे आडवे येऊ शकतात. अंबाबेनची मुलगी सविता बाळंतपणात निवर्तल्यावर अंबाबेननं बचतगटाच्या सभा भरवणंच बंद केलं. त्यामुळे बचतगटाची कामंच बंद पडली. कर्जाचे हप्ते वेळेवर फेडले जात नव्हते आणि हा बचतगट दिवाळ्यात जायची वेळ आली!

बचतगटाच्या उत्कृष्ट कामगिरीबद्दल ह्याच अंबाबेनला एकदा पारितोषिक मिळालेलं होतं; पण ती आता मानसिकदृष्ट्या खचून गेलेली होती. तिच्या मुलीचा मृत्यू, पोरक्या झालेल्या नातीच्या संगोपनाची जबाबदारी, दोन वर्षांत तिच्या मुलानं चार वेळा केलेले विवाह आणि आईच्या ताब्यात संगोपनासाठी सोपवलेलं आपलं मूल या साऱ्या आपत्तींमुळे अंबाबेन अगदी दु:खीकष्टी झालेली होती. अखेरीस अंबाबेनची भाची गीता तिच्या मदतीला धावून आली. गीतानं कर्जवसुली करून बचतगटाचं काम बघायला सुरुवात केली. गीताच्या कार्यक्षमतेमुळे काही महिन्यांतच बचतगटाचा कारभार पूर्ववत सुरळीतपणे चालू झाला.

प्रत्येक घटक बचत-गटाचे असेच लहान-मोठे प्रश्न उद्‌भवले, तरी संपूर्ण सुखी मंडळाचा बचतगट दोन वर्षांत आपल्या पायांवर उभा राहू शकला. ह्या बचतगटापुढे आणखी एक प्रश्न उभा राहिला आणि त्यांना व्यावसायिक निर्णय घ्यावा लागला. ह्या सुखी मंडळाकडे इतर खेड्यातल्या बायकासुद्धा मागणी करू लागल्या होत्या की, मंडळाच्या बचत गटाच्या सेवा-सुविधा त्यांनासुद्धा उपलब्ध करून दिल्या जाव्यात. त्यांनासुद्धा बचतगटाच्या सेवा पुरवण्याचा निर्णय घेण्यात आल्यावर सुखी-मंडळाच्या गटांची संखेडा तालुक्यातली संख्या ६वरून १७७ गटांवर गेली.

अशा बचतगटांच्या बाबतीत एक गोष्ट नेहमीच अनुभवाला येते : स्त्रियांना पैसे शिल्लक टाकायचे असतात, पण ते खर्चायचे नसतात. पैशांची गरज उभी राहिली, तर ह्या स्त्रिया २४% व्याजदरावर २००० रुपयांचं कर्ज काढतील, पण ६% व्याज मिळवणाऱ्या त्यांच्या २५०० रुपये शिलकीला हात लावणार नाहीत! शेती पावसावर अवलंबून असते आणि अशा शेतीवरच उपजीविका

असल्यामुळे पीक आल्यावरच ह्या बायका कर्जफेड करू शकतात. त्यांच्या आजूबाजूचे अनेक लोक सरकारी अनुदानं मागत असताना आपल्या पायांवर उभं राहाणं हे ह्या बचतगटांपुढचं मोठंच आव्हान असतं.

'सेवा'ची कार्यकारिणी सभा नेहमीच खूप जल्लोषात पार पडते. कार्यकारिणीच्या वार्षिक सभेत अहवाल नुसते वाचून दाखवले जात नाहीत; ते नाचून, गाऊन किंवा नाट्यरूपानं सादर केले जातात. सुखी मंडळानं आपला वार्षिक अहवाल नृत्यनाटिकेच्या रूपात सादर केला:

हा मोठा वृक्ष माझा पिता आहे.
छोटी-छोटी रोपं माझी मुलं आहेत.
हे पित्या, तुझं कृपाछत्र आमच्या डोक्यावर असू दे.
कडुलिंब माझा वैद्य आहे आणि जांभळाचं झाड माझी परिचारिका आहे,
हा पर्वत माझा वैद्यराज आहे!

आपलं वनाच्या छायेतलं आयुष्य पूर्ववत सुरू व्हावं ही ह्या अदिवासी स्त्रियांची इच्छा ह्या गाण्याद्वारे त्या व्यक्त करत होत्या. वनातल्या आयुष्याची इतकी ओढ वाटत असल्यामुळेच त्या रोपवीटिकेच्या व्यवसायाद्वारे आपल्या नव्या अंगणांमध्ये वनराजी आणायचा प्रयत्न करत आहेत. कोणत्याही सर्वसामान्य शेतकऱ्यापेक्षा त्यांना जंगलातल्या विविध वृक्षांचे उपयोग अधिक सखोल प्रकारे माहिती असतात. जरी उपजीविकेसाठी त्यांना अन्यधान्य आणि कपाशीसारखी पैसे मिळवून देणारी पिकं घ्यावी लागत असली, तरी त्यांना आपल्या खेड्यात रोपं लावून हिरवाई आणण्याची मनापासून इच्छा असते.

अर्थार्जनासाठी पहिली रोपवटिका तंडाल्जा ह्या खेड्यात सुरू झाली. वनखात्याच्या सामाजिक प्रकल्पान्वये याचा प्रारंभ करण्यात आला; परंतु सुरुवातीपासून ह्या प्रकल्पात असंख्य अडचणी आल्या. पहिल्या प्रथम सरकारी अनुदानाचे पैसे विलंबानं आले. दुसरी अडचण म्हणजे सरकारनं रोपांसाठी मुक्रर केलेल्या किमती बाजारभावापेक्षा कमी होत्या. ह्या प्रकल्पाला थोडं यश मिळू लागतं न लागतं, तोच वनखात्यानं सुखी मंडळाबरोबरची भागीदारी बंद केली. वनखातं म्हणालं की, त्यांना इतर बिनसरकारी संस्थांना (NGOs) मदत करायची होती. अशा मनमानी सरकारी धोरणामुळे कुणाचा फायदा होऊ शकत नाही. लोकांना दिलेल्या प्रशिक्षणाचा उपयोग करण्याची संधी लाभली नाही, तर ते प्रशिक्षण वाया जातं आणि पुरेशी आर्थिक मदत दिली नाही, तर धंदा तग धरू शकत नाही. वनखात्याचा रोपवटिका– प्रकल्प यशस्वी होऊ शकत नाही, कारण त्यांच्या मूळ धोरणातच बदल घडवणं आवश्यक आहे. भारत सरकारच्या प्रचंड वनखात्यानं खेड्यातली रोपवटिका चालवण्यात कशासाठी लक्ष घालावं? त्यांनी हे

काम स्थानिक स्त्रियांच्या हाती का सोपवू नये?

वनखात्यानं मदत देणं थांबवल्यावर सुखी मंडळाला स्वबळावरच रोपवटिका-प्रकल्प पुढे नेणं भाग पडलं. तंडाल्जा गावातल्या गंगाबेननं सूत्रं हातात घेतली. गंगाबेननं आपल्या शेतात आवळ्याची पाच रोपं लावली. त्यातली दोन रोपं मरून गेली. पुढल्या वर्षी तिनं निलगिरीची पस्तीस रोपं लावली आणि ती सर्व रोपं जगली आणि फोफावली. ही झाडं मोठी झाल्यावर त्यांचं लाकूड घराच्या खांबांसाठी वापरायचा तिचा बेत होता. घर बांधण्यासाठी पुरेसे पैसे वाचेपर्यंत ही झाडं मोठी झाली असती, असा तिचा हिशोब होता. पंधरा झाडांचं लाकूड विकून पैसे मिळवावेत, असं तिनं ठरवलं होतं. शिडशिडीत अंगकाठीची गंगाबेन वृक्षांची लागवड करण्यात तरबेज होती आणि त्या कामाबद्दल तिला आत्मविश्वास वाटत होता. तिनं रोपवटिका करण्यासाठी डिसेंबर महिन्यात सुखी-मंडळाकडून १०,००० रुपयांचं कर्ज घेतलं. ती रोजगारासाठी मजुरी करत असली, तरी रोपवटिकेत ती काम करून दररोज दोन तास रोपांची निगराणी ठेवत असे. मे महिन्यापर्यंत ६००० रोपं विकण्याजोगी झाली. कलमं केलेली रोपं तिनं प्रत्येकी १० रुपयांना आणि कलमं न केलेली रोपं तिनं प्रत्येकी ३ रुपयांना स्थानिक बाजारात विकली. सरकारी प्रकल्पात मिळणाऱ्या किमतीपेक्षा ही किंमत खूपच जास्त होती. बियाणं, खतं, कीटकनाशकं, पाणी आणि कर्ज चुकतं करणं ह्या सर्वांचा खर्च वजा जाता गंगाबेनला त्या वर्षी ८००० रुपये उत्पन्न मिळालं. ही बातमी स्त्रियांमध्ये वाऱ्यासारखी पसरली. इतर स्त्रिया तिच्या रोपवटिकेत येऊन तिच्या यशाच्या गुरुकिल्लीचा शोध घेऊ लागल्या. ह्या कष्टाळू स्त्रीनं सोदाहरण सिद्ध केलं होतं की, रोपवटिका तयार करणं हा किफायतशीर उद्योग असू शकतो! स्वत:च्या हिमतीवर लहान प्रमाणात केलेला हा उद्योग म्हणजे समाजाकडून घडणाऱ्या वनीकरणाचं प्रात्यक्षिकच म्हटलं पाहिजे! आज ह्या भागातल्या अर्ध्याअधिक रोपवटिका म्हणजे स्त्रियांनी बँकेकडून कर्ज काढून घरामागच्या अंगणात चालू केलेले खाजगी उद्योगाच आहेत.

अर्थात रोपवटिकेचा प्रकल्प म्हणजे ह्या विभागातल्या सर्व खेड्यांत करण्याजोगा प्रकल्प नव्हे. सानियाद्रीसारख्या खेड्यात पाण्याची मोठीच समस्या आहे आणि जमिनीची सतत धूप होत असल्यामुळे तिथला शेतकरी श्रीमंत शेतकऱ्यांच्या शेतांवर श्रम करून पिकवलेल्या पिकाचा एक चर्तुर्थांश हिस्सा मोबदला म्हणून घेतो. हे अदिवासी शेतकरी विश्वासार्ह असून कष्टानं चांगलं पीक काढत असल्यामुळे श्रीमंज पटेल शेतकऱ्यांना त्यांच्या ताब्यात शेतं द्यायला काहीही प्रत्यवाय नसतो.

२००० साली रोपवटिका आणि पाण्याचं व्यवस्थापन यासाठी 'वर्ल्ड फूड प्रोग्रॅम' आर्थिक मदत करत असे. ही मदत घेऊन सुखी मंडळानं विशीखालच्या

वयाच्या तीन मुलींना – सूरज, चंपा आणि फुदी यांना पाण्याचे हँडपंप दुरुस्त करायचं प्रशिक्षण दिलं. सरकार आणि सुखी मंडळ यांच्यात झालेल्या करारान्वये संपूर्ण संखेडा तालुक्यातले सार्वजनिक हँडपंप दुरुस्त करून नीटपणे चालणाऱ्या स्थितीत राखायची जबाबदारी ह्या तीन तरुण तंत्रज्ञांवर सोपवली गेली होती. ह्या तिघी आनंदी मुलींनी खराब झालेले ७००हून अधिक पंप दुरुस्त केले आणि त्यांच्या सेवेसाठी खूपच मागणी येऊ लागली. सुरुवातीला ह्या मुली पंपाची दुरुस्ती करू लागल्या की, गावातले पुरुष त्यांच्याभोवती जमून कुचाळक्या करत असत; पण ह्या मुलींची कुशलता पाहून सर्वांनाच त्यांचा आदर वाटू लागला. परंतु इतर सरकारी प्रकल्पांप्रमाणेच इथेही असं घडणं अटळ आहे : एकदा कंत्राटाची मुदत संपली की, ह्या प्रशिक्षणांकडे कुणीही ढुंकूनसुद्धा बघणार नाही! यश खेचून आणणारी गोष्ट जिवंत ठेवणं किंवा अपयशापासून बोध घेऊन शिकणं यासाठी कुणीही प्रयत्न करत नाही. जेव्हा लोकच एकमेकांना उत्तेजन देऊन प्रकल्प तडीला नेऊ पाहतात, तेव्हाच काहीतरी साध्य होऊ शकतं.

विस्थापितांचं पुनर्वसन झाल्याला आता बावीस वर्षं झाली आहेत. तेव्हापासून खूपच गोष्टी बदलून गेल्या आहेत : लोकांचं आयुष्य आणि भूप्रदेश दोन्ही गोष्टी बदलून गेल्या आहेत. लोकांनी खूप आघात पचवले आहेत आणि त्यातून तावून-सुलाखून बाहेर पडून त्यांनी नवं बळ मिळवलं आहे. त्यांचं पूर्वीचं ज्ञान दुर्दैवानं विस्मरणात चाललं आहे आणि त्याची जागा नव्यानं शिकलेल्या गोष्टी घेत आहेत. काहींच्या मते बदल फार झपाट्यानं घडत आहेत, तर इतर काही जणांना वाटतंय की, बदल पुरेशा वेगानं घडून येत नाहीत.

खडकाळ सानियाद्रीत अजूनही पुरेसं पाणी मिळत नाही. सरकारी यादीत त्याचा उल्लेख 'नापीक खेडं' असा केला जातो; परंतु तिथली सर्व कुटुंबं आता विटांच्या पक्क्या घरांमध्ये राहत आहेत. वाढत्या कुटुंबाला पुरी पडावीत म्हणून कर्ज काढून नवी घरं बांधण्यात येत आहेत. तिथल्या मुलांसाठी प्राथमिक शाळा उपलब्ध करून दिलल्या आहेत आणि माध्यमिक शाळांबाबत विचार चालू आहे. व्यावसायिक प्रशिक्षण देणाऱ्या शाळांसाठी लोकांची प्रचंड प्रमाणात हाकाटी चालू आहे.

भूतकाळाशी संलग्न असलेले ह्या लोकांचे धागे पूर्णपणे तुटलेले नाहीत. अनेक कुटुंबं अजूनही त्यांच्या जुन्या शेतांकडे जातात आणि ज्या महिन्यात सुखी नदीचं पात्र कोरडं असतं, त्या महिन्यात त्यांच्या पूर्वीच्या जमिनीवर शेंगदाण्याचं आणि अन्य गोष्टींचं पीक काढतात. जायला मज्जाव असलेल्या आजूबाजूच्या जंगलांमध्येसुद्धा काही जण आता जातात आणि गुरांसाठी चारा आणि स्वयंपाकासाठी सरपण घेऊन येतात. जेतपूर पावी ह्या गावातल्या व्यापाऱ्यांशी

पूर्वापारपासून असलेले त्यांचे संबंध आजसुद्धा जिवंत आहेत. शेतकरी अजूनही त्यांना आपण पिकवलेलं धान्य विकून पैसे मिळवतात आणि त्या पैशांनी बियाणं, खतं, कपडे, दागिने विकत घेतात. या गोष्टींसाठी ते या व्यापाऱ्यांकडून कर्जसुद्धा काढतात. त्यांना कधीही कसलीही गरज पडली की, हे व्यापारी त्यांना मदत करतात. होळीच्या वेळेस या गोष्टींचा हिशोब केला जातो. चुकती न झालेली कर्जं पुढल्या वर्षी फेडण्याची सूट दिली जाते. थोडक्यात म्हणजे ह्या व्यापाऱ्यांशी ह्या अदिवासींचे संबंध इतके पूर्वापारपासूनचे आहेत की, त्यांना आपल्या कर्जाचा आकडासुद्धा ठाऊक नसतो! स्थलांतर केल्यापासून आदिवासींचं व्यापाराचं नवं प्रमुख ठाणं झालंय बोडेलीतला बाजार! बोडेलीत ते आपला कापूस आणि भाजीपाला विकतात. बोडेलीत व्यापाऱ्यांकडून ते कर्ज काढत नाहीत, कारण त्यांची नापीक जमीन तारण म्हणून स्वीकारायला कोणीही तयार होत नाही!

आदिवासी स्त्रिया आता पारंपरिक पोषाख न करता साडी नेसू लागल्या आहेत. त्या आता चांदीचे दागिने न घालता सोन्याचे दागिने घालू लागल्या आहेत. पळसाच्या झाडांनी भरलेली अरण्यं आता धरणाच्या पाण्याखाली गेली आहेत. त्यामुळे त्यांची पूर्ण जीवनशैलीच बदलून गेली आहे. त्यांचा आहार, संस्कृती आणि स्वत:ची अशी वेगळी ओळख पूर्णत: बदलून गेली आहे. पळसाची अरण्यं त्यांना जेवणासाठी फुलं, तेलासाठी बिया, घरांसाठी लाकूड आणि आजाऱ्यांसाठी औषध पुरवत असत. फुलांपासून बनवलेलं सौम्यसं मद्य जाऊन आता त्याची जागा गुळापासून बनवलेल्या कडक दारूनं घेतली आहे. बियांपासून ते 'डोली' तेल काढत असत. त्याची जागा आता इतर खाद्यतेलांनी घेतली आहे. पूर्वी ते बाजरीसारखं 'कोदारा' नावाचं धान्य खात असत. त्याची जागा आता स्थानिक जागी पिकणाऱ्या डाळींनी आणि मक्यानं घेतली आहे. जंगलातली गडद हिरवी पालेभाजी आता त्यांना उपलब्ध होत नाही. त्यांचे सणसुद्धा बदलून गेले आहेत. त्यांच्या प्रथा बदलल्या आहेत आणि ते ज्यांची पूजा करतात, ते देवसुद्धा बदलले आहेत. नव्या जागी एकरूप होण्यासाठी समृद्ध संस्कृती असलेल्या भूतकाळाची किंमत मोजणं त्यांच्या नशिबी आलं आहे!

ह्या बदलांकडे बघण्याचा स्त्रियांचा आणि पुरुषांचा दृष्टिकोन भिन्न असतो. नवीन आर्थिक पर्याय शोधताना त्यांना लाभलेल्या मैत्रिणींमुळे स्त्रियांना आनंद वाटतो आहे. आता त्या सहजतेनं सगळीकडे जाऊ शकतात. विजेची, पाण्याची बिलं भरायला त्या वेगवेगळ्या ऑफिसांमध्ये जातात; सरकारी अधिकारी, व्यापारी आणि गावातल्या नेत्यांबरोबर अनेकदा त्यांचा संपर्क येतो. त्यामुळे त्या पूर्वीसारख्या

लाजाळू किंवा घाबरट राहिलेल्या नाहीत. वस्तुत: गरज पडली, तर त्या कुणाशीही अगदी समर्थपणे दोन हात करू शकतात!

ह्या बदलांकडे बघण्याची पुरुषांची दृष्टी संपूर्णतः वेगळी आहे. समाजातल्या इतरांच्या तुलनेत आपलं स्थान कुठे आहे, हे त्यांना ठाऊक आहे. ज्या सहा खेड्यांतल्या लोकांनी जुन्या खेड्यांतल्या रहिवाशांशी निकटचे संबंध प्रस्थापित केले आहेत, त्यांना जमिनीऐवजी रोख रक्कम घेऊन बाहेर पडलेल्यांचा मत्सर जाणवतो. जे लोक पैशाच्या रूपात नुकसानभरपाई घेऊन बाहेर पडले, त्यांना सरकारकडून पुनर्वसनाचा लाभ घेता आला नाही. त्यांची परिस्थिती पुनर्वसन झालेल्यांपेक्षा खूपच डावी राहिली आहे; पण पैसे न घेता ज्यांनी जमिनी स्वीकारल्या होत्या, त्यांनासुद्धा नर्मदा धरणामुळे विस्थापित झालेल्यांना मिळालेल्या जमिनींचा दर्जा आणि रक्कम पाहून आपली फसवणूक झाली असंच वाटतंय.

सोमभाईंना वाटतं की, विस्थापित होण्यापूर्वी त्यांच्या जुन्या खेड्यांमध्ये ज्यांच्याजवळ पंचवीस एकरांपेक्षा जास्त जमीन होती, ते आता पूर्वीपेक्षा अधिक गरीब झाले आहेत; परंतु ज्यांच्याजवळ फक्त एक-दोन एकरांचीच शेती होती, त्यांचा आता फायदा झाला आहे; पण हे सारेच लोक पुनर्वसनासाठी इतकी टाकाऊ जमीन देणाऱ्या सरकारच्या नावानं आणि असल्या टाकाऊ जमिनी स्वीकारणाऱ्या आपल्या ज्येष्ठांच्या नावानं खडे फोडत असतात. अंबाबेन म्हणते, "असल्या टाकाऊ जमिनीच्या बदल्यात त्यांनी आपली वनं कशी काय सोडली?"

पुनर्वसन झाल्यानंतरची पहिली दहा वर्षं सर्वांनाच फार खडतर वाटली; पण आता परिस्थिती खूपच सुधारली आहे. कविताबेन आपला भूतकाळ विसरू इच्छिते. आपलं साधंसुधं आयुष्य नाहीसं झाल्याबद्दल तिला खेद वाटतो. मी कविताबेनला प्रश्न विचारला, "तू मुख्यमंत्री असतीस, तर तू एवढं मोठं धरण बांधलं असतंस का?" कविताबेननं मला उत्तर दिलं, "मी मुख्यमंत्री असते, तर मी एकटीनं हा निर्णय कधीही घेतला नसता. काही लोकांना धरणाचा फायदा नक्कीच झालेला आहे. कालव्यांच्या पाण्यामुळे काही भागांना खूपच मदत मिळालेली आहे; पण आमच्या दृष्टीनं आमची वनं आणि जन्मभूमी गमावणं हा मोठाच आघात होता! कुणाला धरणामुळे फायदा झाला आणि कुणाचा तोटा झाला त्यावर त्या-त्या व्यक्तीचं मत अवलंबून असणार आहे. असो! मला भूतकाळाबाबत विचार करायला आवडत नाही! आमच्या स्त्रिया आता नवनवीन गोष्टी करू लागल्या आहेत. काही काळानं सुखी मंडळ आम्हा सर्वांनाच सुखी करेल असा मला विश्वास वाटतो!"

सुखी मंडळ आता संखेडा तालुक्यातल्या १८,००० आदिवासी स्त्रियांपर्यंत पोचलं आहे. आदिवासी नसलेल्यांनासुद्धा प्रवेश द्यावा असा निर्णय अलीकडेच घेण्यात आलेला आहे. आदिवासी समाजात नव्या दमाची माणसं चैतन्य आणत आहेत. पंचमहाल विभागातली रंजन भामोरी ही एम. बी. ए. पदवीधारक आदिवासी स्त्री आता त्यांची नवी संयोजिका आहे. सुखी समाज फोफावतो आहे!

१०

सुधारणा

गेल्या तीन दशकांमध्ये व्यावसायिक जग बदलून गेलं आहे. अर्थशास्त्रज्ञ गृहीत धरून चालले होते की, विकसित देशांच्या धर्तीवरच विकसनशील देशांचा विकास घडेल आणि भविष्यात केव्हातरी सर्व नोकऱ्या सुनियोजित रचनाबद्ध क्षेत्रांतूनच निर्माण होतील, परंतु जागतिकीकरणानंतर नेमकं या उलट घडलं आहे. खाजगी उद्योग साचेबंद स्वरूपाचे राहिलेले नाहीत आणि सरकारी उद्योगांमध्ये खूपच घट झालेली आहे. कंत्राटावर मजूर घेणं, दिवसागणिक मजूर घेणं, इतरांना कंत्राट देऊन कामं करून घेणं ह्या गोष्टी प्रचंड प्रमाणात वाढलेल्या आहेत. उदाहरणच द्यायचं, तर अहमदाबादेतल्या कापड व्यवसाय आता मोठाल्या गिरण्यांऐवजी यंत्रमाग आणि प्रक्रिया करणाऱ्या लहान-लहान व्यावसायिकांच्या हाती गेला आहे. कंत्राटं आणि उपकंत्राटं ह्या पद्धतीनंच इथल्या साऱ्या नोकऱ्या दिल्या जातात. जिथे नोकरी देणारा आणि नोकरी करणारा यांचा संबंधच सिद्ध करता येत नाही, तिथे मजूर कायदे लागू करणं अशक्य होतं! अहमदाबादेतले ६०% कामगार रस्त्यांवर, घरांमध्ये किंवा बंद पडलेल्या कारखान्यांच्या आवारात उभारलेल्या चालचालाऊ छपऱ्यांखाली काम करत असतात.[१] व्यावसायिक जगतात अनेक दृष्ट्या परिवर्तन घडून आलं असलं, तरी त्यानुसार मजूर कायद्यांमध्ये योग्य ते बदल न घडवल्यामुळे ते निरुपयोगी ठरत आहेत.

जागतिकीकरण सर्वव्यापी बनलं आहे. मोठाले उद्योगधंदे अत्यंत बलिष्ठ

१. जीमोल उन्नी व उमा रानी – अर्बन इन्फॉर्मल सेक्टर : साइड अँड इन्कम जनरेशन प्रोसेस इन गुजरात. पार्ट-II न्यू दिल्ली : नॅशनल काउन्सिल ऑफ अप्लाइड इकॉनॉमिक रिसर्च, २०००.

पाणी-प्रकल्पाला पाठिंबा द्यावा अशी ग्रामपंचायतीला कळकळची विनंती करत असलेली पुरीबेन
(अमित दवे)

ठरत आहेत. गरिबांचे लहानसहान उद्योग त्यांच्या स्पर्धेत टिकणं अशक्यच आहे! तंत्रज्ञान इतक्या झपाट्यानं बदलत असतं की, सतत नवनवीन कौशल्यं आत्मसात करण्यावाचून दुसरा पर्याय नसतो. अशा परिस्थितीत गरिबांना भांबावल्यासारखं, निराश आणि अंगी पुरेशी कुवत नसल्यासारखं वाटलं, तर त्यात आश्चर्य ते काय! मध्यमवर्ग बलिष्ठ होऊ लागला आहे. गरिबांच्या मदतीसाठी हस्तक्षेप करून धावून येण्याचं सरकारचं बळ कमी होऊ लागलं आहे. तसंच आंतरराष्ट्रीय व्यापारात घडून आलेली जलद वाढ आणि प्रचंड आंतरराष्ट्रीय गुंतवणूक यांमुळे सरकारच्या हातीसुद्धा फारसं काही उरलेलं नाही. व्यावसायिक निर्णय जागतिक स्तरावर घेतले जातात. त्यामुळे स्थानिक कामगार-संघटना किंवा सामाजिक संस्था यांना निर्णय घेणाऱ्यांपर्यंत पोचणं शक्यच होत नाही.

आंतरराष्ट्रीय स्तरावरल्या कामगार संघटना स्थापन करणं ही काळाची गरज बनली आहे. जागतिक अर्थकारणात टिकाव धरण्यासाठी गरिबांनी सीमापार जाऊन संघटना स्थापन करणं आवश्यक ठरलं आहे. विशेषत: घरबसल्या विविध उद्योग करणाऱ्या स्त्रियांना आपली पिळवणूक होऊ नये यासाठी एकत्र होऊन संघटित होणं अनिवार्य ठरलं आहे; परंतु घरबसल्या विविध व्यवसाय करणाऱ्या स्त्रियांना कामगार संघटनांमध्ये प्रवेश दिला, तर देशातल्या प्रमुख

कामगार-संघटनांमधल्या स्त्रियांची संख्या खूपच वाढेल. स्त्रियांचा आकडा वाढल्यावर कामगार-संघटनेची कार्यपद्धती आणि संस्कृती यांत बदल घडणं अपरिहार्य असेल, कारण स्त्रिया पुरुषांपेक्षा वेगळ्या गोष्टींना अग्रक्रम देत असतात.

इतर देशातल्या कामगारांशी भारतातल्या कामगारांचे संबंध जोडण्यासाठी 'सेवा'नं ठोस प्रयत्न केले आहेत. जिनिव्हा इथल्या 'इंटरनॅशनल लेबर ऑर्गनायझेशन' (ILO = आंतरराष्ट्रीय कामगार संस्था) इथे घरबसल्या व्यवसाय करणाऱ्या स्त्रियांच्या हक्कांसाठी 'सेवा'नं खूप प्रयत्न केले. ते प्रयत्न करत असतानाच 'होम-नेट' ह्या आमच्या पहिल्या आंतरराष्ट्रीय संघटनेचा जन्म झाला. ह्या होम-नेट संघटनेद्वारा आम्ही अशिया, दक्षिण अमेरिका आणि युरोपमधल्या अनेक देशांतल्या घरबसल्या व्यवसाय करणाऱ्या स्त्रियांच्या हक्कांसाठी लढत द्यायचे एकत्रित स्वरूपाचे प्रयत्न केले. गरीब देशातल्या घरबसल्या व्यवसाय करणाऱ्या स्त्रियांची परिस्थिती सुधारण्यासाठी त्यांना कशी वागणूक दिली जावी याबद्दल समान आचारसंहिता लागू करण्याचा प्रयत्न आम्ही केला. अशा स्त्रियांबाबत ILOनं मांडलेले प्रस्ताव मंजूर करून घेऊन सर्व कामगारांमध्ये समानता आणण्याचासुद्धा प्रयत्न आम्ही केला; पण 'होम-नेट'ला संस्थेचा दर्जा मिळवून देणं सोपं काम नाही; नव्या संकल्पना समजून न घेण्याची मानसिकता आडवी येते आहे.

SEWU – 'सेल्फ एम्प्लॉइड विमेन्स युनियन' ही साऊथ आफ्रिकेतली संस्था 'सेवा'चं प्रतिरूप आहे. SEWUची कर्तबगार संस्थापिका पॅट हॉर्न प्रारंभी कामगार चळवळीत सक्रिय होती. सुसंघटित व्यवसायातल्या कामगारांसाठी स्थापन केलेल्या संघटनांमधल्या त्रुटींचा प्रत्यक्ष अनुभव तिनं घेतलेला होता. पॅटनं 'सेवा'ला भेट देऊन पाहणी केल्यावर तिला प्रकर्षानं जाणीव झाली की, दक्षिण आफ्रिका आणि भारत ह्या दोन्ही देशांतल्या स्वत:च्या व्यवसायात असलेल्या महिलांची व्यावसायिक स्थिती अगदी समान स्वरूपाची होती. ही जाणीव झाल्यावर तिनं SEWUची स्थापना केली आणि दक्षिण आफ्रिकेतल्या, रस्त्यावर माल विकणाऱ्यांना बाजारात जागा मिळवून देण्याचे प्रयत्न केले. ह्या विक्रेत्यांना एकत्र आणण्याच्या प्रयत्नांखेरीज SEWUनं संशोधक आणि सरकारी अधिकऱ्यांशी संधान जोडून डरबन शहरातल्या असंघटित अशा छोट्या-छोट्या कामगारांबद्दलचं धोरण आखण्याची कामगिरी बजावली.

'स्ट्रीट नेट' ही रस्त्यावरच्या विक्रेत्यांची आंतरराष्ट्रीय संघटना आहे. SEWU हे ह्या संस्थेचं मुख्यालय आहे. २००२ साली ह्या संस्थेच्या उद्घाटन समारंभाच्या वेळेस मला डरबन आणि अहमदाबाद ह्या शहरांमधल्या नात्याची जाणीव झाली. शंभर वर्षांपूर्वी गांधीजी ह्या डरबन शहरातच उमेदवारी करत होते आणि त्या

वेळेस त्यांनी कार्य, स्वातंत्र्य आणि व्यक्तिगत प्रतिष्ठा ह्या मुद्यांवरचे त्यांचे विचार अमलात आणायला प्रारंभ केला होता. गांधीजींना दक्षिण आफ्रिकेत जे अनुभव आले, त्यांचा परिपाक म्हणजेच अहमदाबादेत १९२० साली झालेली TLAची (टेक्स्टाइल लेबर असोसिएशन उर्फ गिरणी कामगार संघटना) स्थापना. गांधीजींनी केलेल्या प्रयत्नांचंच अनुकरण करत SEWU आणि 'सेवा'च्या भगिनी 'दुसरी आजादी' (गरिबीतून सुटका) हे उद्दिष्ट ठेवून प्रयत्न करत होत्या.

इंटरनॅशनल लेबर ऑर्गनायझेशन इथल्या 'घरबसल्या व्यवसाय करणाऱ्यांबाबतची आचारसंहिता' ह्या विषयावरच्या परिसंवादानंतर मला जाणवलं की, सदस्य देशांची मतं मिळवायची असतील, तर सदस्य देशातल्या सरकारांपुढे आम्ही अधिक नेटानं धरणं धरायला हवं; पण असे निकराचे प्रयत्न करण्यापूर्वी जगभरातल्या घरबसल्या व्यवसाय करणाऱ्यांबाबत विश्वासार्ह माहिती गोळा करणं आवश्यक होतं. 'हार्वर्ड इन्स्टिटट्यूट ऑफ इंटरनॅशनल डेव्हलपमेंट' (आंतरराष्ट्रीय विकासाबाबतची हार्वर्ड इथली संस्था) इथल्या डॉ. मार्था चेन यांना आमच्या प्रयत्नांबद्दल खूपच आस्था वाटत होती. त्या 'सेवा'च्या हितचिंतक होत्या. त्यांच्या हाताखाली खूप संशोधक काम करत होते आणि जगभरातली वस्तुस्थिती त्यांना विश्वसनीय आकडेवारीसकट ठाऊक होती. त्यांनी ही माहिती वापरून विश्वासार्ह दस्तऐवज तयार केला. त्यांचे-आमचे एकत्रित प्रयत्न इतके गतिशील होते की, जागतिक अर्थव्यवस्थेला लहान स्त्री-व्यावसायिकांनी दिलेलं योगदान आकडेवारीनिशी सिद्ध करण्यासाठी आम्ही १९९६ साली WIEGOची स्थापना केली. (WIEGO – 'विमेन इन इनफॉर्मल इकॉनॉमी, ग्लोबलायझिंग, ऑर्गनायझिंग'चं संक्षिप्त रूप आहे.) 'सेवा'नं UNIFEM (युनायटेड नेशन्सची आकडेशास्त्रविषयक संघटना) आणि कामगार संघटना व अर्थशास्त्र या विषयांच्या प्राध्यापकांचीसुद्धा मदत घेतली. सर्वसामान्य माणसांच्या विनवण्यांपेक्षा ह्या आकडेवारीनं वेगवेगळ्या देशातली सरकारं जास्त प्रभावित होतील, हा माझा होरा खरा ठरला.

कोणत्याही प्रकल्पाची परिणामकारकता मोजण्यासाठी 'सेवा'नं एक प्रश्नावली तयार केली आहे. ह्या प्रश्नांच्या उत्तरांवरून आम्हांला बोध होतो की, आमचे प्रयत्न इष्ट दिशेने चालले आहेत किंवा नाहीत. आम्ही स्वत:लाच प्रश्न विचारतो की, आमच्या कार्यामुळे :

- नोकरीची संधी वाढेल?
- स्त्रियांचं उत्पन्न वाढेल?
- स्त्रियांची मालमत्ता वाढेल?
- त्यांना पौष्टिक आहार जास्त सुलभतेने उपलब्ध होईल?
- त्यांना वैद्यकीय मदत अधिक सुलभतेने मिळू लागेल?

- त्यांना शिशुसंगोपनाच्या सुविधा अधिक सहजपणे मिळतील?
- त्यांची घरं, त्यांना मिळणारं पाणी आणि इतर स्वच्छता यांचा दर्जा सुधारेल?
- त्यांची संघटना आणखी बळकट होईल?
- गरीब स्त्रियांना नेतृत्व करण्यासाठी उत्तेजन मिळेल?
- वैयक्तिक आणि सामुदायिक स्तरावरची त्यांची आत्मनिर्भरता वाढेल?

हे साधे प्रश्न विचारून जी सरळसोपी उत्तर मिळतात, ती खूपच बोलकी आणि बोधप्रद ठरतात.

मोठाले प्रकल्प हाती घ्यावेत आणि त्यांची तज्ज्ञांच्या मदतीनं त्वरित कार्यवाही करावी, असा मोह होण्याची खूपच शक्यता असते. असे मोह टाळून त्याऐवजी तळागाळाच्या लोकांचं सक्षमीकरण करून त्यांच्या हस्ते हे प्रकल्प राबवण्याचं वेळखाऊ आणि जिकिरीचं धोरण 'सेवा'नं स्वीकारलं आहे. अशा प्रकारे प्रकल्पांची कार्यवाही करणं, हे सोपं काम नव्हे. त्याला वेळ लागतो, वाटेत अनेक अडचणी येतात, कधीकधी विफलता ग्रासते आणि कार्यक्षमता उणी पडू शकते; पण ह्या प्रकारे प्रकल्पांची कार्यवाही केली की, कायमस्वरूपी बदल घडून येतात. स्त्रिया आपल्या गतीनं शिकू शकल्या, संपूर्ण विचारांती कृती करून पेलणाऱ्या वेगानं स्वयंपूर्ण बनल्या की, त्या आपली आयुष्यं आणि आजूबाजूची परिस्थिती यांत कायमस्वरूपी प्रगती घडूवन आणतात.

शाश्वत स्वरूपाचा बदल जनशक्तीद्वाराच घडतो. तो बदल उसना घेता येत नाही किंवा लादताही येत नाही. आपण आपल्या जनतेवर विश्वास टाकला, तर आपल्या देशात विकसनशील मानसिकता निर्माण होऊ शकेल. बदल घडायला हवा असेल, तर प्रत्येकाला अभिव्यक्तीचा हक्क मिळायला हवा. आपल्या देशातल्या बहुसंख्य गोरगरिबांचा आवाज, त्यांचा मूक आक्रोश ऐकला जायला हवा. दुर्दैवानं भारतातल्या लोकशाहीत खूपच त्रुटी आहेत.

३०० वर्षांच्या ब्रिटिश राजवटीच्या काळात भारतातल्या पारंपरिक, सामाजिक, राजनैतिक आणि आर्थिक प्रणाली कमकुवत होत जाऊन हळूहळू नामशेष झाल्या. त्या जागी घालून दिलेल्या प्रणाली ब्रिटिश राजवटीचं हित जपण्यासाठी बेतण्यात आलेल्या होत्या. धोरणं आखणं, त्यांची कार्यवाही करणं हे मध्यवर्ती सरकारच्या ताब्यात गेलं. ह्या काळात कारखाने सुरू होऊन खेड्यातून लोक शहरांकडे धाव घेऊ लागले. ही धोरणं लोकहिताचा विचार करून आखलेली नव्हती आणि परकीय सत्तेच्या वेळेस स्थानिक जनतेचं हित जपलं जाण्याची शक्यतासुद्धा नव्हती; पण भारताला स्वातंत्र्य मिळाल्यानंतरदेखील ह्या धोरणांमध्ये बदल घडवला गेला नाही. आपल्या लोकांच्या गरजा लक्षात घेऊन त्या पूर्ण

स्वतःच्या मालकीचं शेत नसलेली साबीबेन ही शेतावर मजुरी करणारी स्त्री सहकारी संस्थेचा विद्युत नांगर चालवते. सहकारी संस्थेद्वारा तिला स्थानिक शेतकऱ्यांकडे कामसुद्धा दिलं जातं. (सेवा ॲकॅडेमी)

करण्याच्या दृष्टीनं गांधीजींनी खादी-ग्रामोद्योग, पंचायती राज्य ह्या संकल्पनांची कार्यवाही सुरू केलेली होती. गांधीजींना विश्वास वाटत होता की, लहान आकाराच्या स्थानिक, लोकतांत्रिक आणि विकसनशील संस्थाच भारताचा विकास घडवून आणू शकतील.

आज भारतात लोकशाही असली, तरी वैयक्तिक हितसंबधांच्या बुजबुजाटामुळे गरिबांच्या हिताकडे कुणाचंही लक्ष जात नाही. आपल्या कृत्यांबद्दल कुणीही जबाबदारी घेत नाही किंवा त्यांना जाब विचारणारंही कुणी नाही! स्थानिक ग्रामपंचायती दुर्बल आहेत आणि अधिकाधिक दुर्बल बनत चालल्या आहेत. सरकारी विधिमंडळ, न्याय खातं आणि कायद्यांची अंमलबजावणी करणारं खातं हे गरिबांचे हितसंबंध जपण्यात कमी पडतं. परकीय राजवटीत उभारली गेलेली व्यवस्था आणि धोरणं अजूनही बदलली जात नाहीत, कारण आता बलिष्ठ झालेल्या शहरी मध्यमवर्गाच्या दृष्टीनं ती सोयीची ठरत आहेत.

आर्थिक बाबींवर शहरी जगाचं वर्चस्व आहे. देशातली बहुतांश वीज आणि अन्य साधनं शहरांवरच खर्च होत आहेत. शिक्षण, दळवळणाची साधनं, प्रसारमाध्यमं, वैद्यकीय सेवा, सरकारी सुविधा ह्या गोष्टींची मागणी मध्यम

वर्गाकडून होते आणि मध्यम वर्गालाच ह्या गोष्टींचा लाभ होतो. मध्यम वर्गाला ह्या सेवा-सुविधा पुरवण्याचं काम स्वत:च्या व्यवसायातली ग्रामीण आणि निम्न स्तरावरली शहरी जनताच करत असते. देशातले ९२% कामगार अशा स्तरातले असतात की ते देशाला ६३% उत्पादन मिळवून देतात. देशभरातल्या बचतीपैकी ५०% बचत हे लोक करतात आणि निर्यात झालेल्या मालापैकी ४०% माल ह्या जनतेनं बनवलेला असतो. असं असूनही ह्या लोकांना अगदी प्राथमिक स्वरूपाच्या सुविधासुद्धा उपलब्ध करून दिल्या जात नाहीत.

गेल्या काही दशकांमध्ये भारतात खूपच मोठ्या प्रमाणावर आर्थिक विकास घडून आलेला आहे; पण आपण गरीब जनतेकडे दुर्लक्ष केलं, तर ह्या विकासाची गती राखणं किंवा वाढवणं शक्य होणार नाही. ह्या उलट ह्या वर्गाच्या विकासासाठी खर्च करून त्यांची कुवत वाढवली, तर भारताला आपला आर्थिक विकास अधिक जलद गतीनं आणि कार्यक्षमतेनं घडवून आणता येईल.

'सेवा'मधला आमचा अनुभव लक्षात घेता अशा प्रगतीसाठी गरीब स्त्रियांना केंद्रस्थान मिळायला हवं. आर्थिक सुधारणा आणि नियोजनाची धोरणं आवश्यक आहेत. गरिबीचं निर्मूलन करण्यासाठी 'काम मिळणं' ही गुरूकिल्ली आहे, हे आपण लक्षात घ्यायला हवं. रोजगार उपलब्ध करून देणारी सहकारी तत्त्वावरची आर्थिक धोरणं आखली जायला हवीत. गरीब स्त्रियांनी पुढाकार घेऊन सुरू केलेल्या उपक्रमांना आपण आर्थिक मदत मिळवून देऊन त्यांचे उद्योगधंदे वाढवायला मदत केली पाहिजे. अशी मदत मिळाली, तर त्यांनी पुढाकार घेऊन सुरू केलेला धंदा वाढून नावारूपाला येऊ शकेल. सर्वसामान्य जनतेला सरकारकडून वैद्यकीय मदत, पाळणाघरं, राहण्यासाठी जागा आणि विमा ह्या गोष्टी उपलब्ध करून दिल्या जायला हव्यात. स्वत:च्या छोट्या-छोट्या व्यवसायांवर उपजीविका करणाऱ्या गरीब स्त्रियांचं ज्ञान आणि कौशल्य वाढवू दिलं, तर त्यांना जागतिक स्पर्धेत उतरता येईल. त्यांना वैयक्तिकदृष्ट्या आणि त्यांच्या संघटनेला, अशी दुहेरी मदत केली, तर त्यांना जागतिक बाजारपेठेत टिकाव धरणं शक्य होईल. खरोखरीच्या लोकशाही तत्त्वांवर बेतलेली, लोकांची लोकांकडून कार्यान्वित झालेली आणि लोकांसाठी आखलेली प्रणालीच आपल्या देशाला खरंखुरं लोकतंत्र मिळवून देईल.

प्रत्येकाला काम मिळवून दिलं जाणं महत्त्वाचं आहे, अशा दृष्टीनं पावलं उचलली, तर आपली अर्थव्यवस्था सुदृढ होईल. स्वत:च्या व्यवसायात उपजीविका करण्यासाठी माणसानं पुढाकार घेऊन, आर्थिक जोखीम स्वीकारून नवीन उद्योग सुरू केलेला असतो. त्यामुळे असे व्यवसाय तडीला नेऊन यशस्वी करण्याचा तो सर्वतोपरी प्रयत्न करत असतो. सामाजिक, आर्थिक, राजनैतिक अशा सर्व

अंगांनी अशा माणसाचा विकास घडत असतो. स्वत:च्या व्यवसायातला माणूस सर्व पर्यायांचा विचार करून प्रगती करून घेत असतो. अशा व्यवसायांना आणि ते तडीला नेण्यासाठी धडपडणाऱ्या गरिबांना मदत दिली जाणं, अत्यंत गरजेचं आहे. अशा गरिबांना कर्ज उपलब्ध करून देण्यावर आपल्या बँकांनी लक्ष केंद्रित केलं, तर आपली अर्थव्यवस्था तरारून फोफावेल आणि त्यात परिवर्तन घडून येईल. आर्थिक आघाडीवर धडपडणारा असाहाय्य, प्रचंड मोठा ग्राहकवर्ग दुर्लक्षून चालण्याजोगं नाही. 'सेवा बँक' अशा गोरगरिबांच्या उद्योगांसाठी बँकेच्या खातेदारांमार्फत दररोज दीड कोटी रुपये उपलब्ध करून देते. असे पैसे उपलब्ध झाल्यामुळे गरीब स्त्रियांच्या उद्योगांना मदत मिळते आणि थेंबाथेंबानं का होईना, अर्थव्यवस्था सुधारते.

स्त्रियांना केंद्रस्थान देऊन प्रयत्न केल्यामुळे कौटुंबिक स्तरावरसुद्धा बदल घडून येऊ शकतो. स्त्रियांच्या अंगी चिकाटी असते, त्या कष्टाळू असतात, आघातांमुळे हातपाय गाळत नाहीत, गोष्टी वाटून घेऊन एकमेकींना आधार देण्याची क्षमता त्यांच्या ठायी असते. कोणत्याही परिस्थितीत त्या कुटुंबाला उघड्यावर पडू देत नाहीत. आपल्या कुटुंबीयांची देखभाल करताकरता घरबसल्या करता येण्याजोगं काम त्यांना मिळायला हवं. त्यांनी बनवलेल्या वस्तूंना स्थानिक आणि जागतिक बाजारपेठ मिळायला हवी. कर्ज आणि बँकेच्या इतर सुविधा त्यांना मिळायला हव्यात. त्यांना शिक्षण मिळायला हवं आणि त्यांच्या कौशल्याचा विकास करणारं प्रशिक्षणसुद्धा मिळायला हवं. त्या ज्या समाजात राहत आहेत, तिथे त्यांच्या मतांचा आदर केला जायला हवा. अशा प्रकारे त्यांच्या विकासासाठी गुंतवणूक करून त्यांच्या राहण्याच्या आणि व्यवसायाच्या परिस्थितीत सुधारणा घडवून आणली, तरच देशाचा खराखुरा विकास घडून येईल.

जेव्हा गरीब लोक व्यावसायिक संघटना स्थापन करून उत्पादन, वितरण यांचं विक्रेंद्रीकरण घडवून आणतात, देशाची मालमत्ता वाढवतात, लोकांची कार्यक्षमता वाढवतात, अनेक बाबतींत सभासदांना मदत करतात आणि सभासदांचा सक्रिय सहभाग मिळवून त्यांना सक्षम करतात; तेव्हा अशा संघटना प्रगतीशील आणि निरोगी असतात आणि अशा संघटनांचा विकास घडवून आणण्यासाठी आपण सर्वतोपरी मदत करायला हवी. लोकांना सक्षम होण्यास उद्युक्त करतील, सहकारी तत्त्वावरच्या स्थानिक उद्योगांना मदत करतील आणि प्रत्येक पातळीवर साधनांचा एकत्रितपणे उपयोग करण्यासाठी उत्तेजन देतील, अशी धोरणं आपण आखली पाहिजेत. अशा धोरणांमुळे समाजातली एकी आणि बळ वाढतं आणि लोकांच्या स्थलांतराला आळा बसतो. अशा धोरणांमुळे माणसं दुरावत नाहीत. त्यांचं शोषणसुद्धा केलं जात नाही आणि दारिद्र्याच्या खाईकडे होणाऱ्या त्यांच्या

अधोगतीला खीळ बसते.

चेतनामय लोकशाहीत राजकीय सत्तेचं विक्रेंद्रीकरण घडलं पाहिजे, हे तत्त्व जरी सर्वसंमत असलं, तरी आर्थिक सत्तेच्या विक्रेंद्रीकरणाकडे कुणीच लक्ष देत नाही. भारतात आजसुद्धा उत्पादन कौशल्यं, तंत्रज्ञान, साधनसामुग्रीची मालकी यांचं केंद्रीकरण हा प्रगतीकडे नेणारा सर्वोत्कृष्ट मार्ग समजला जावा, ही खेदाची बाब आहे. राजकीय सत्ता विक्रेंद्रित असणं आणि आर्थिक सत्ता केंद्रीकृत असणं हे अत्यंत धोक्याचं असतं. कष्टानं अर्थार्जन करून उपजीविका करत असलेल्या असंख्य गोरगरिबांना अर्थव्यवस्थेचा महत्त्वाचा घटक मानून त्यांना पूर्ण आधार देणं आवश्यक आहे. रस्त्यावरचे विक्रेते, मालाच्या गाड्या ओढणारे, लहानलहान शेतकरी आणि अशाच अन्य कामगारांवर अंकुश ठेवण्याचे किंवा त्यांना व्यवसाय करू न देण्याचे जे प्रयत्न चालू आहेत, ते संपूर्णतः चुकीचं धोरण आहे.

आपल्या देशातल्या प्रत्येक शहरात, रस्त्यांवर बसून विक्रेते माल विकत असतात. अशा बाजारांमध्ये केवळ पादचाऱ्यांना परवानगी द्या आणि रस्त्यांवर माल विकणाऱ्यांना पाणी, शीतगृहात माल ठेवता येणं, कचरा उचलून नेणं अशा सुविधा पुरवा; आणि शहरांमध्ये किती सुधारणा घडून येतेय ते पाहा! गरिबांच्या गरजांनुसार सार्वजनिक वाहतूक उपलब्ध करून दिली, तर मागणी वाढून त्यात खूप प्रगती होऊ शकेल.

एकीकडे नोकऱ्या मिळण्याची संधी कमी होत चाललेली आहे. यांत्रिकीकरणामुळे बांधकामावर मिळणारी कामं कमी होऊ लागली आहेत. देशविदेशातल्या मोठाल्या कंपन्यांना कंत्राटं मिळू लागल्यामुळेसुद्धा बांधकामावर रोजगार मिळेनासा झाला आहे. कापूस आणि धागा यांची अधिकाधिक प्रमाणावर निर्यात होऊ लागल्यामुळे हातमागांवरच्या विणकरांना कच्चा माल मिळेनासा झाला आहे. बदलत्या काळाच्या भिन्न गरजांमुळे स्वतःच्या व्यवसायात अर्थार्जन करणाऱ्या गरीब स्त्रियांचे पारंपरिक उद्योग बंद पडायच्या मार्गावर आहेत; परंतु दुसरीकडे आंतरराष्ट्रीय व्यापारावरचे निर्बंध हटवल्यामुळे भविष्यात हस्तव्यवसाय, कापड उद्योग आणि शेतकी मालाचा व्यवसाय करणाऱ्या स्त्रियांपुढे नवी दालनं खुली होणार आहेत. संघटित झाले, तर गोरगरीब ह्या नव्यानं उपलब्ध होणाऱ्या संधीचा लाभ घेऊ शकतील. जेव्हा २००० साली कामगार वर्गाबाबतच्या दुसऱ्या राष्ट्रीय आयोगावर (Second National Commission on labour) माझी नियुक्ती झाली, तेव्हा असंघटित कामगारांसाठी सर्वव्यापी कायदे सुचवणं, ही या आयोगावर सोपवलेली एक कामगिरी होती. आता कामगार या शब्दाची व्यापक व्याख्या करायची संधी आम्हाला लाभलेली होती. 'व्यवसायात कोणत्याही जागी किंवा कोणत्याही प्रकारच्या नोकरीत जो माणूस राष्ट्रीय उत्पन्नात भर टाकत असेल, त्या माणसाला

कामगार समजलं जावं.' कामगार आणि काम ह्या दोन्हींची व्याख्या अधिक व्यापक स्वरूपाची बनणार होती. ह्या व्याख्येत बसणाऱ्या प्रत्येक व्यक्तीला एक ओळखपत्र (आयडेंटिटी कार्ड) देण्याचा प्रस्ताव विचारात घेतलेला होता; पण जेव्हा सरकार कोसळलं, तेव्हा सरकारचा दृष्टिकोन बदलण्याची आमच्या हातची संधीसुद्धा नाहीशी झाली.

व्यवसायाची विविध परिमाणं आहेत. व्यवसायाची विविध रूपं आहेत. अर्थपूर्ण कामातून मिळालेल्या उत्पन्नामुळे कामगाराचं आयुष्य संतुलित राहतं; परंतु जगभर एका विशिष्ट प्रकारच्या कामाला उत्तेजन देण्याकडेच कल दिसतो आहे. जागातिक बाजारपेठेत महत्त्वाचं ठरेल, अशाच कामावर भर दिला जातोय. ह्या संकुचित व्याख्येत न बसणारं प्रत्येक काम एकतर बंद पाडलं जातं किंवा ते बिनमहत्त्वाचं समजलं जातं. आर्थिक सिद्धान्तांची ढाल पुढे करून आपली धोरणं आखताना 'काम' ह्या शब्दाची अत्यंत संकुचित व्याख्या वापरली जाते. त्यामुळे दररोज जगभरातले लाखो लोक 'कामगार' असण्याचा हक्क गमावून बसत आहेत. भारतातले बहुसंख्य कामगार कामाच्या ह्या कोत्या व्याख्येत बसतच नाहीत. अशा परिस्थितीत, मला वाटतं की, 'कर्म' म्हणजे काय, असा सवाल खडा करण्याची वेळ येऊन ठेपलेली आहे!